Nữ tu
và TÙ NHÂN HOA KỲ

Thích Nữ Giới Hương

Bảo Anh Lạc Bookshelf 13

Nữ tu và TÙ NHÂN HOA KỲ

Tái bản lần thứ bảy

Thích Nữ Giới Hương

Nhà Xuất bản Hồng Đức

Huong Sen Buddhist Temple

19865 Seaton Avenue, Perris, CA 92570, USA

Tel: 951-657-7272, Cell: 951-616- 8620

Email: huongsentemple@gmail.com,

thichnugioihuong@yahoo.com

Facebook: https://www.facebook.com/ huongsentemple

Web: www.huongsentemple.com

Song sắt yên tĩnh lặng
Bình minh vào song cửa
Xoa dịu tâm hồn tôi.

MỤC LỤC

Lời Tác Giả

Lần in Thứ Bảy

Cuốn sách "**Nữ Tu và Tù Nhân**" do Ni trưởng T.N. Giới Hương được ra mắt cách đây 15 năm (2010) có 2 tập. Sách được tái bản bảy lần ở Nhà xuất bản Phương Đông và Hồng Đức.

Trong lần tái bản thứ sáu (2020) và thứ bảy (2025) này, tác giả vẫn giữ lại nội dung như lần đầu ra mắt. Tuy nhiên, để sách hữu dụng và phục vụ tốt hơn, hai tập sẽ được làm gọn thành một tập, nhiều lỗi được chỉnh sửa, thêm chú thích, cho mã số thứ tự vào các tiêu đề nhỏ của từng chương và đặc biệt tác phẩm được chuyển ngữ sang tiếng Anh: "A Buddhist Nun and American Inmates". Trân trọng giới thiệu với các bạn đọc gần xa.

Nam Mô A Di Đà Phật.

Xuân Hương Sen, ngày 01 tháng 01 năm 2025

Nay kính,

Thích Nữ Giới Hương

Lời Đầu

Thích Nữ Giới Hương

Tenzin Gyatso, Đức Đạt Lai Lạt Ma thứ 14 dạy rằng: "Mỗi người trong chúng ta đều có khả năng phạm tội. Những phạm nhân bị giam vào ngục tù, thực sự, không tệ hơn bất cứ người nào trong chúng ta. Họ bị sự vô minh, tham muốn và phẫn nộ, những căn bệnh mà chúng ta dễ bị nhiễm phải nhưng tùy các mức độ cao thấp khác nhau. Bổn phận của chúng ta là cố gắng giúp đỡ các phạm nhân ấy".

(His Holiness the XIVth Dalai Lama, Tenzin Gyatso, taught below: *We are all potential criminals, and those who we have put into prison are no worse, deep down, than any one of us. They have succumbed to ignorance, desire, and anger, ailments that we all suffer from but to different degrees. Our duty is to help them*).

Tôi đã ở thành phố Milwaukee, tiểu bang Wisconsin, Hoa Kỳ, hơn bốn năm. Trong thời gian này, tôi có nhiều nhân duyên đi viếng một số các trại cải huấn tại tiểu bang

Wisconsin.

Xem tivi, báo chí Hoa Kỳ, thực tế xã hội, tiếp xúc phạm nhân, được nghe những lời sám hối muộn màng, những hậu quả ghê gớm của tâm bất thiện, tham, sân, si, độc ác, ích kỷ, ghen ghét, tật đố và kỳ thị... tôi bàng hoàng khi thấy những cảnh luân hồi hiện tại và nhận ra những gì Đức Phật dạy về sự chuyển biến dòng vận hành thiện ác của tâm là đúng. Chúng chỉ cách nhau có một sát na tâm mà hậu quả để lại đối nghịch vô cùng to lớn.

Những lời dạy của Đức Phật thật đơn giản và chuẩn xác:

1. Tâm dẫn đầu các pháp
Tâm là chủ, tạo tác
Nếu nói hay hành động
Với tâm niệm bất tịnh
Khổ não liền theo sau
Như xe theo bò vậy.
(*Pháp cú kệ 1*)
(Mind is the forerunner of (all evil) states
Mind is chief; mind-made are they
If one speaks or acts with wicked mind
Because of that, suffering follows one
Even as the wheel follows the hoof of the draught-ox).

2. Tâm dẫn đầu các pháp
Tâm là chủ, tạo tác

Nếu nói hay hành động
Với tâm niệm thanh tịnh
An lạc liền theo sau
Như bóng chẳng rời hình.
(*Pháp cú kệ 2*)
(Mind is the forerunner of (all good) states
Mind is chief; mind-made are they
If one speaks or acts with pure mind
Because of that, happiness follows one
Even as one's shadow that never leaves).

Nếu năm 2005 trước khi rời Ấn Độ, sau 10 năm tu học tại đó, tôi đã viết bộ sách *Ban Mai Xứ Ấn* (ba tập) thì bây giờ khi rời xứ tuyết Wisconsin để về vùng ấm California tu học, tôi cũng muốn cầm bút để sáng tác một tác phẩm mới "*Nữ Tu và Tù Nhân Hoa Kỳ*".

Nội dung chung của tác phẩm là xin tường thuật những chuyến viếng thăm hay qua các thư tín trao đổi san sẻ Phật pháp giữa các tù nhân Hoa Kỳ tại một số các trại tù Wisconsin và tác giả - một Nữ Tu. Trong đây có những nhân vật thật và có những nhân vật hư cấu hoặc đổi tên. Tuy nhiên qua đó, Phật tử tù nhân Hoa Kỳ cũng như tác giả xin chia sẻ suy nghĩ của mình theo quan điểm Phật giáo trước những hiện tượng bạo động xã hội, nguyên nhân dẫn đến tù tội mà xuất phát là từ tâm vô minh nông nổi. Với ước mong, chúng ta hãy khéo chế ngự tâm, phòng tâm, đừng để ba độc tham, sân, si sai sử để dẫn đến tội lỗi, tạo khổ cho mình và người cũng như tạo gánh nặng cho gia đình, xã hội và đất nước.

Tác giả đã nhận hàng trăm bức thư trao đổi của các phạm nhân. Mỗi bức thư là mỗi tâm sự, mỗi cuộc đời đã vẽ nên bức tranh luân hồi đau khổ tại Hoa Kỳ này. Tuy nhiên, mỗi bức thư cũng vẽ lên những nét đẹp của tâm hướng thiện cố gắng vươn lên như sen vượt khỏi bùn đen. Theo từng nội dung của nhóm thư mà tôi phân ra có những chương tương ứng để góp dày thành cuốn sách.

Đức Phật dạy sống dưới gốc cây ba ngày, chúng ta cũng mang ơn và thương quý cây, vì cây giống như mái nhà che chở bóng mát cho chúng ta trong những ngày qua. Huống chi có những tù nhân sống trong nhà tù trong một thời gian lâu hơn ba ngày hoặc có khi suốt đời (án chung thân), nên có rất nhiều chuyện chia bùi, sẻ đắng, niềm vui, nỗi khổ, dù là ít hay nhiều. Qua những chia sẻ theo từng tiêu đề nhỏ của những câu chuyện đời thường hằng ngày sẽ minh họa cho chúng ta thấy một thế giới tù nhân sau song sắt lạnh cũng như cách các tù nhân tiếp cận với nếp sống tâm linh Phật giáo - một nghệ thuật sống thiết thực và hữu hiệu ở mọi nơi.

Thành tâm tri ân sự hỗ trợ và đóng góp của Sư cô Tonen Sara O'Connor (Trụ trì Milwaukee Meditation Center và Hội trưởng Tạp Chí Sosaku Newspaper), đạo hữu Phúc Hòa (Hội trưởng Chùa Phước Hậu), các phạm nhân, đặc biệt tù nhân Phật tử Douglas Stream, pháp danh Tojin (biên tập viên của tạp chí Sōsaku Newspaper), tù nhân Tochiku (Robert Trokan), Tosetsu (Daniel Kevin Dannells), James Lala, David Rustad, Pete Mcreadie, John Halk cùng nhiều thiện tri thức ẩn danh khác bằng nhiều cách đã giúp cho tác phẩm này được hoàn thành.

Viết về lãnh vực này là một bước mới, không phải chuyên nghiệp, nên chắc chắn tác phẩm sẽ có nhiều thiếu sót, cần được bổ sung. Kính mong các thiện hữu tri thức và độc giả hoan hỉ chỉ bảo để những lần tái bản sau, sách được hoàn chỉnh hơn.

Xin đa tạ rất nhiều.

Nắng Hạ Chùa Hương Sen, ngày 16/03/2010

Thích Nữ Giới Hương

Chương 1

Những Phiền Tâm Đẹp

Giới thiệu về Wisconsin

Wisconsin là một trong 50[1] tiểu bang của Hoa kỳ và nằm phía bắc của đất nước này. Wisconsin ở khoảng vĩ độ 43.044 bắc và kinh độ 89.044 tây. Diện tích rộng 65.503 dặm Anh vuông, so với 50 tiểu bang của Hoa Kỳ thì Wisconsin lớn thứ 23.

Wisconsin đặc biệt nổi tiếng vì ở bên cạnh hai cái hồ lớn, hồ Superior ở phía bắc và hồ Michigan ở phía đông,

1. www.50state.com/us.htm: 1.Alabama, 2.Alaska, 3.Arizona, 4.Arkansas, 5.California, 6.Colorado, 7.Connecticut, 8.Delaware, 9.Florida, 10.Georgia, 11.Hawaii, 12.Idaho, 13.Illinois, 14.Indiana, 15.Iowa, 16.Kansas, 17.Kentucky, 18.Louisiana, 19.Maine, 20.Maryland, 21.Massachusetts, 22.Michigan, 23.Minnesota, 24.Mississippi, 25.Missouri, 26.Montana, 27.Nebraska, 28.Nevada, 29.New Hampshire, 30.New Jersey, 31.New Mexico, 32.New York, 33.North Carolina, 34.North Dakota, 35.Ohio, 36.Oklahoma, 37.Oregon, 38.Pennsylvania, 39.Rhode Island, 40.South Carolina, 41.South Dakota, 42.Tennessee, 43.Texas, 44.Utah, 45.Vermont, 46.Virginia, 47.Washington, 48.West Virginia, 49. Wisconsin, 50.Wyoming

hại hồ này thuộc hệ thống của ngũ đại hồ lớn nhất thế giới (Five Great Lakes). Hồ Michigan được bao quanh bởi bốn tiểu bang là Michigan, Illinois, Indiana và Wisconsin. Vì chu vi hồ nằm phía tiểu bang Michigan nhiều hơn nên được gọi tên là hồ Michigan, tuy nhiên khi đến từng thành phố của từng tiểu bang thì hồ gắn liền với từng tên địa phương đó. Ví dụ, nơi thành phố Milwaukee, Sheboygan... thì hồ được gọi là hồ Milwaukee, hồ Sheboygan... Diện tích mặt nước trong tiểu bang rộng 11.190 dặm vuông, đứng hàng thứ tư trong nước Hoa Kỳ, diện tích hai mặt hồ thuộc địa phận Wisconsin rộng 9.355 dặm vuông, đứng hàng thứ hai của các tiểu bang ở cạnh Ngũ đại hồ[2].

Wisconsin có bốn mùa rõ rệt: xuân, hạ, thu và đông. Thành phố Milwaukee xanh tươi với mùa xuân cây cối nẩy mầm xanh lá, nhưng oi bức nóng nực khi gió mùa hạ từ hồ Michigan kéo về. Mùa thu ngắn ngủi nhưng đẹp tuyệt vời với hàng cây lá đỏ thơ mộng bay xào xạc và mùa đông phủ đầy bông tuyết trắng khiến thành phố trở nên huyền hoặc im lặng ủ kín mình trong băng tuyết trắng. Vì

2. Xin xem http://www.50states.coxm/wisconsi.htm

tiểu bang này tuyết lạnh nhiều, nên người Việt tương đối ít hơn các tiểu bang ấm khác.

Phật tử thường sinh hoạt tại chùa Phước Hậu (một ngôi chùa duy nhất của tiểu bang này) là khoảng hai trăm người trong dịp lễ lớn. Nghe nói tổng số người Việt (tất cả mọi tôn giáo) là khoảng ba ngàn, trong khi tiểu bang Illinois kế bên thì khoảng hơn mười ngàn người Việt.

Các Trại Cải Huấn Wisconsin

Tội phạm nước Mỹ là một trong những vấn đề lớn nhất trên thế giới ngày nay. Theo nghiên cứu, số lượng tội nhân tăng một cách cụ thể. Từ năm 1970 đến năm 2000, chỉ riêng số tù nhân ở mỗi tiểu bang tăng đến 50%. Số người tù địa phương tăng khoảng 20% từ năm 2000 đến 2008.

Riêng ở Wisconsin, có hơn phân nửa 24.000 tù nhân là thiếu niên (tuổi từ 16 đến 35). Thời hạn tù từ sáu tháng đến chung thân tùy tội nặng hay nhẹ. Nhiều tù nhân tái phạm ra vào nhà tù nhiều lần, nghĩa là sau khi thả ra, họ lại phạm tội nữa. Vì vậy, thời gian ở tù bị kéo dài thêm, án tù lâu hơn.

Tôi đã đi thăm một số nhà tù ở Wisconsin. Tôi đã có dịp gặp mặt và nói chuyện với nhiều tù nhân, nhất là qua thư tín trao đổi. Số lượng nam phạm tội nhiều hơn nữ nên nhà tù nam nhiều hơn nữ. Nhìn chung, động lực thúc đẩy họ phạm tội là vì họ cần tiền để thỏa mãn nhu cầu nghiện ngập (cần sa, ma túy, cờ bạc, nợ nần, tiêu xài xa hoa....) khiến họ phạm tội (lường gạt, trộm cắp, ăn cướp và giết người). Thêm vào đó là vì tham lam, dâm dục, hung ác, sân giận, bất đồng ý kiến, ngu dại không biết lẽ phải, v.v... đã dẫn họ rơi vào vòng bất lương, vi phạm luật lệ xã hội.

Đa số phạm nhân dùng cần sa và uống rượu ở lứa tuổi quá sớm. Một số thiếu niên và rất nhiều người lớn phải sống trong tù nhiều năm (hay chung thân) vì sự đồi bại, phạm luân thường đạo lý. Một vài tiểu bang trên nước Mỹ vẫn còn giữ hình phạt tử hình; tuy nhiên ở tiểu bang Wisconsin không có hình phạt này.

Trong tiểu bang Wisconsin có khoảng 20 nhà tù và vài trại giam cho lứa vị thành niên. Sư cô Tonen và tôi thường đến thăm viếng và hướng dẫn Phật pháp cho khoảng 12 nhà tù. Tù nhân thuộc nhiều tôn giáo hay không tôn giáo. Các vị tuyên úy (trông coi nhà nguyện) cũng thuộc nhiều tôn giáo khác (Thiên Chúa, Hồi giáo, Do Thái Giáo, Hindu và Phật giáo)... Có một vị tuyên úy Phật giáo làm việc ở nhà tù Jackson (Jackson Correctional Institution) ở Black River Falls, Wisconsin. Bổn phận chung của các tuyên úy là giúp các tù nhân được gặp vị hướng dẫn tinh thần của mình để thực hành nghi lễ tôn giáo theo yêu cầu của tù nhân.

Đây là 12 nhà tù tại tiểu bang Wisconsin mà chúng tôi đã đến như:

1. Trại cải huấn Racine (Racine Correctional Institution, đàn ông). Medium Security (mức canh phòng trung bình) Sturtevant, WI.

2. Trại cải huấn Oshkosh (Oshkosh Correctional Institution, đàn ông). Medium Security (mức canh phòng trung bình) Oshkosh, WI.

3. Trại cải huấn Taycheedah (Taycheedah Correctional Institution, phụ nữ). Maximum/medium security (mức canh phòng trung bình/ nghiêm nhặt) Fond du Lac, WI.

4. Trại cải huấn Greenbay (Greenbay Correctional Institution, đàn ông). Maximum Security (mức canh

phòng nghiêm nhặt) Greenbay, WI.

5. Trại cải huấn Waupun (Waupun Correctional Institution, đàn ông). Maximum Security (mức canh phòng nghiêm nhặt) Waupun, WI.

6. Trại cải huấn Dodge (Dodge Correctional Institution, đàn ông). Maximum Security (mức canh phòng nghiêm nhặt). Waupun,WI.

(Khi bị tội, tù nhân được chuyển về đây. Sau khi ra tòa và rõ ràng tội rồi thì sẽ chuyển đi các trại giam khác để thi hành án. Tùy theo mức tội mà ở các nhà tù khác nhau).

7. Trại cải huấn Fox Lake (Fox Lake Correctional Institution, đàn ông). Medium Security (mức canh giữ trung bình) Fox Lake, WI.

8. Trại cải huấn Redgranite (Redgranite Correctional Institution, đàn ông). Maximum'/medium Security (mức canh giữ trung bình/ nghiêm nhặt). Redgranite, WI.

9. Trại cải huấn Wisconsin Secure Program Facility (đàn ông) Supermax (Cực kỳ nghiêm nhặt, biệt giam, chỉ vào thăm cá nhân chứ không phải tập thể) Boscobel, WI.

10. Trại cải huấn New Lisbon (New Lisbon Correctional Institution, đàn ông). New Lisbon,WI.

11. Trại cải huấn Kettle Moraine (Kettle Moraine Correctional Institution, đàn ông). Medium Security (mức canh giữ trung bình) Plymouth, WI

12. Trại cải huấn Wisconsin (Wisconsin Resource Center, nơi nhốt những tù nhân bị bịnh tâm thần (emotionally disturbed) Winnebago, WI.

Sư cô Tonen Sara O-Connor, viện chủ Trung tâm thiền Milwaukee (Milwaukee Zen Center)[3], Wisconsin, 75 tuổi, người Mỹ sanh trưởng tại Milwaukee. Trước kia đã lập gia đình và có hai con trai. Sau này sống riêng, Sư cô đã xuất gia 10 năm theo tông phái Thiền Phật giáo Nhật bản.

Vì sống cùng thành phố với nhau và sinh hoạt Phật giáo trong Hội Ái Hữu (*Buddhist Peace Fellow of Milwaukee*), nên Sư cô Tonen và tôi có nhiều cơ hội cùng làm việc chung, thảo luận với nhau, nhất là những lúc chúng tôi cùng trên xe đến những nhà tù. Đây là dịp chúng tôi có thời gian để trao đổi nhiều nhất.

Sư cô dù lớn tuổi nhưng trông rất khỏe mạnh, hoạt động từ thiện và hoằng dương Phật pháp rất tích cực. Sự cống hiến của Tonen thật là đáng kể.

Sosaku (nghĩa là Sáng Tác) là tên tờ báo của Miwaukee Zen Center (Trung Tâm Thiền học tại thành phố Miwaukee, tiểu bang Wisconsin) do Sư cô Tonen viện chủ của Trung tâm thiền và ưu bà tắc Douglas Stream, pháp danh Tojin (một tù nhân trong trại tù ở Greenbay, tiểu bang Wisconsin) phụ trách. Hầu hết tác giả viết trong báo này đều là sự trao đổi giữa tác giả và tù nhân Phật tử Tojin. Báo Sosaku được xuất bản mỗi năm bốn kỳ. Mục đích của tờ báo là cung cấp cơ hội cho tù nhân học Phật pháp và chia sẻ tình đạo giữa các tù nhân trong các trại giam của tiểu bang. Hy vọng của ban biên tập là qua sự cống hiến của báo sẽ mang một thông điệp hiểu biết, từ bi, khoan dung và kính trọng giữa các tù nhân Phật tử hay dù không phải là Phật tử.

Giữa Tonen và tôi có nhiều kỷ niệm đáng nhớ. Để được vào thăm trong tù, Tonen phải mất một thời gian khá

3. www.milwaukeezencenter.org

lâu để lo khâu thủ tục, xin giấy phép cho nhiều chuyến viếng thăm này.

Một vài email trao đổi dưới đây giữa Sư Tonen và tôi trong năm 2007 để cho thấy sự chuẩn bị của chúng tôi và cũng mô tả thời tiết xấu với cơn bão tuyết như thế nào mà những người ở xứ lạnh đã trải nghiệm và những người ở vùng ấm thì thấy được chúng qua hình ảnh email mô tả này. Đôi khi chúng tôi phải hủy hoặc hoãn lại các chuyến đi để đợi mặt trời ấm áp cho phép.

Từ: Sư cô Giới Hương thichnugioihuong@yahoo.com

Tonen thân,

Chúng ta sẽ bãi bỏ chuyến đi viếng tù ngày mai bởi lẽ dự báo thời tiết báo trời bên ngoài bão tuyết quá lớn và gió thổi mạnh. Nhưng Giới Hương sẽ cùng đi với sư đến OSCI (Nhà tù Oshkosh) vào ngày 19 tháng 2 năm 2007. Hy vọng thời tiết sẽ không xấu.

Chúc Tonen một buổi tối yên lành,

Từ: Tonen O'Connor kokyo-an@earthlink.net

Sư Giới Hương thân,

Tuyết mới vừa ngừng rơi ở nơi đây, nhưng tôi ước lượng tuyết đã cao khoảng 20 inches (một inch dài khoảng một đốt rưỡi của ngón tay tôi). Đường phố thật là lầy lội, ướt át và bẩn thỉu. Tôi không biết tuyết ở thành phố Oshkosh, nơi mình định đến như thế nào, nhưng ở đây, tôi sẽ phải mất rất nhiều thời gian để moi chiếc xe của tôi ra khỏi đống tuyết (vì tuyết phủ kín xe tôi rồi). Rồi tôi sẽ phải khó khăn để len lỏi qua những con đường chưa cào tuyết để mới ra đến đường cao tốc 41. Thêm vào đó, tôi vừa mới hoàn thành hai ngày tu học tập trung (15 tiếng ngày thứ bảy và 10 tiếng ngày hôm nay). Trong đó, tôi hướng dẫn tu thiền, tụng kinh, pháp đàm với phật tử, nấu ba buổi ăn, thuyết pháp, nói chung là làm hết mọi việc. Phật tử tụ họp cũng khá đông, nhưng nói thật, tôi cảm thấy rất mỏi mệt. Cuộc thăm viếng nhà tù OSCI lúc nào cũng xảy ra sau hai ngày tu học cuối tuần. Tôi không e ngại sự lao khổ nếu đường đi được thuận tiện, bằng không thì thật đáng lo ngại và nguy hiểm cho bản thân chúng ta trên đường tuyết trơn trợt.

Tôi rất lấy làm tiếc phải hủy bỏ chuyến đi ngày mai. Tôi hy vọng Sư cô Giới Hương và tôi có thể đi cùng nhau tới nhà tù OSCI để hướng dẫn thiền ngày 19, tháng 02, năm 2007.

Tôi chân thành cảm ơn Susan đã giúp đỡ trong việc xin thủ tục, giấy phép, vv… và cám ơn Sư cô Giới Hương đã nhiệt tình tham dự dù hoàn cảnh thế nào. Hy vọng thời tiết sẽ tốt đẹp trong tháng hai.

Chúc Sư cô mọi sự an lành,

Từ: Sư cô Giới Hương thichnugioihuong@yahoo.com

Tonen thân,

Cám ơn lá thư và kế hoạch tốt đẹp của Tonen.

Chúng ta sẽ có mặt tại trung tâm Zen (Thiền) vào khoảng 8 giờ 45 sáng thứ Sáu nếu như sư có thể xác nhận thời điểm một lần nữa ngày mai tại nhà tù Racine. Tôi sẽ chuẩn bị một bữa ăn trưa mang theo (a packed lunch) để chúng ta cùng dùng chung tại trung tâm Milwaukee Zen.

Kế hoạch cho ngày thứ hai rất tốt. Chúng ta sẽ làm theo đó nha. Liệu tôi muốn đem theo máy chụp hình vào trại tù có được không? Nếu họ không cho phép chụp hình trong nhà giam thì chúng ta có thể để cái máy chụp hình lại trong xe của sư. Chúng ta có thể chụp hình sư và Giới Hương trước cổng nhà giam không? Tôi nghĩ chắc không sao phải không? Bởi lẽ GH muốn viết một bài phóng sự về công việc của sư và thật là hoàn hảo nếu có thêm hình ảnh minh họa. GH rất cảm phục và kính trọng sư Tonen rất nhiều cho những việc thiện nguyện này.

Chúc một đêm tốt lành.

Từ: Tonen O'Connor kokyo-an@earthlink.net

Sư Giới Hương thân,

Nhà tù Racine chưa đưa giấy chấp thuận việc thăm viếng, nhưng chúng ta cứ đến đó vào ngày đã định thứ sáu, ngày 19, tháng 01. Nếu có vấn đề gì, tôi sẽ thông báo cho Sư cô biết.

Cho chuyến đi này, Sư cô nên có mặt khoảng 8 giờ 45 sáng. Sư cô có thể đậu xe ở chỗ của tôi sau Trung tâm Thiền. Vì chạy xe đến đó mất khoảng 45 phút, nên giờ xuất phát không thể trễ hơn 9 giờ sáng để có thể tới đó đúng giờ vào cổng, qua trạm kiểm soát và gặp mặt mọi người vào đúng 10 giờ sáng. Đây là một nhà tù có mức độ kiểm soát trung bình (Medium Security). Phật tử không đông lắm, chỉ khoảng mười hai nam tù nhân. Có thể chỉ có mười một người vào ngày thứ sáu vì có một người phải theo học buổi huấn luyện đặc biệt trùng khớp với giờ hướng dẫn thiền của chúng ta. Thiền tập sẽ hoàn tất vào lúc 11 giờ 30 phút và chúng ta sẽ trở lại Wilwaukee vào khoảng 12 giờ

30 phút trưa. Nếu Sư cô có đem theo đồ ăn trưa, chúng ta có thể dùng bữa ở Trung Tâm Zen tại Milwaukee.

Về phần cuộc viếng thăm nhà tù vào ngày thứ Hai, nhà tù Oshkosh đã cho phép, nhưng tôi vẫn chưa có tin tức gì từ nhà tù Waupun. Nếu sư Giới Hương không thể đi với tôi ở Waupun buổi trưa nay, sư có thể chờ tôi ở tại thư viện công cộng ở gần nhà tù. Xin vui lòng đến đây đúng 7 giờ sáng, vì chúng ta không thể khởi hành trễ hơn 7 giờ 15 phút sáng. Lái xe phải mất cả 1 tiếng 45 phút. Đừng nên đem theo đồ ăn trưa vì không có nơi để chúng ta ăn (tôi không muốn ngồi trong xe ăn trong khi thời tiết lạnh lẽo tuyết rơi với đồ ăn bị đông thành đá). Chúng ta có thể dừng lại ở nhà hàng McDonald ở thành phố Waupun và mua món rau salad trộn dầu giấm (không có thịt) và một lon nước ngọt. Nhà tù Oshkosh là một trại giam có mức độ kiểm soát trung bình (Medium Security) và nhóm tù nhân ở đó độ khoảng 8 tới 12 người. Trong khi Waupun là nhà tù có mức độ kiểm soát nghiêm ngặt và nhóm tù nhân chỉ có chín người. Buổi pháp thoại ở Oshkosh thì từ 9 giờ 30 cho tới 11 giờ 30 sáng và sau đó chúng ta lái xe tới Waupun, ăn trưa và hướng dẫn ở Waupun từ 1 giờ tới 2 giờ 30 trưa. Chúng ta trở về Trung Tâm Zen ở Milwaukee không quá 4 giờ 45 phút chiều.

Với hai buổi pháp thoại này, sư Giới Hương không cần phải đắp y. Tonen chỉ mặt áo tràng bình thường (gọi là áo nâu sòng của nhà chùa trong tiếng Nhật). Chúng ta chỉ đắp y cho những buổi lễ quan trọng trong nhà tù như lễ Quy y hoặc Bố tát tụng giới thôi. Sư cô nhớ mang theo hộ chiếu và đừng mang những gì có kim loại bên trong vì chúng ta phải qua máy rà kiểm tra trước khi vào nhà tù.

Chương trình như thường lệ:

Ngồi thiền - 30 phút (chúng ta không có đệm, bồ đoàn nên dùng ghế thay thế)

Kinh hành - ngoại trừ ở nhà tù Oshkosh vì không có phòng rộng

Tụng Kinh - (Kinh Từ Bi, Bát Nhã)

Pháp thoại và trả lời thắc mắc (Cuộc đời Tổ sư Huệ Năng)

Nhân đây, xin Sư Giới Hương nhớ ngày mai là có cuộc gặp mặt Hội Liên Tôn Giáo (Interfaith Conference, MAIR) là vào 10 giờ 30 tới 12 giờ trưa tại văn phòng Interfaith Conference trên tầng hai ở 1442 đường Farwell, Milwaukee. Tôi thành thật xin lỗi vì không thể ghé rước Sư cô đi đến đó được. Tôi có một bài thuyết giảng tại trường đại học ở hướng Bắc và sau khi trở về đây thay đồ xong, tôi phải hướng dẫn những người tình nguyện làm báo cho tòa soạn của chúng tôi. Ngay cả tôi cũng không có đủ thời gian để đến chỗ hợp cho kịp lúc. Tôi đã chọn ra 16 trong 24 câu tục ngữ mà Sư Giới Hương đã gởi cho tôi và sao chép ra thành nhiều bản để cho mọi người tại cuộc họp ở MAIR cùng sử dụng với hình minh họa. Hy vọng Sư Giới Hương nhớ đến đó đúng giờ họp trước. Tonen sẽ thông báo cho Sư cô biết nếu có gì thay đổi phút chót nha.

Chúc an lành.

Ngày 22, tháng 10, năm 2007, Sư cô Tonen và tôi có buổi pháp đàm tại trại tù Greenbay (Greenbay Correctional Institution). Đây là trại tù cực trọng (Maximum Security) và những tù nhân hầu như là liên quan đến tội giết người (murders).

Tại đây, tôi có gặp một thanh niên Mỹ tên Douglas Stream pháp danh Tojin, 32 tuổi. Tojin do một niệm vô minh nóng giận cướp lấy mạng sống của một người, nên phải lãnh án chung thân (suốt đời phải ngồi tù). Tojin rất sáng sủa thông minh, thanh nhã như thư sinh đang thời đèn sách. Nếu Tojin đừng phạm pháp và được ở ngoài, phát huy khả năng thì lợi ích cho gia đình, xã hội và đất nước biết bao nhiêu. Tojin đã nói với tôi rằng một khi đã mang 'án chung thân không ân xá' thì dù phạm nhân có nỗ lực phấn đấu làm tốt, cũng khó có trường hợp được tòa án giảm tội giam, trừ khi có bằng chứng gì đó chứng minh nhẹ tội.

Tojin cũng nghiên cứu nhiều kinh sách Phật trong thư viện của trại cải tạo và rất thích các bài giảng của sư ông Nhất Hạnh. Tojin đã tự học câu "*Sakyamuni Buddha*" bằng tiếng Việt là "Nam Mô Bổn Sư Thích Ca Mâu Ni Phật" để chào đón tôi mỗi khi tôi đến hướng dẫn.

Từ Milwaukee chúng tôi lái xe gần hai tiếng đồng hồ mới đến trại cải huấn Greenbay, nơi mà Tojin đang giam giữ. Những hàng cây đầy lá đỏ (russet) đã rực sáng dọc hai bên đường rất đẹp. Tôi ngắm nét rực rỡ kiêu sa của thiên nhiên và cảm thấy mình rất có phước báu để ngắm chúng. Trong khi các tù nhân kia bị nhốt kín mít không thể thấy được thế giới bên ngoài. Nếu họ có cửa sổ thông hơi chăng nữa thì cũng ở tít trên cao.

Tonen rất khỏe. Sư đã ban pháp thoại với tù nhân rồi, lên xe về, cả hai chúng tôi lại huyên thuyên tiếp tục không dứt suốt cả hai giờ đồng hồ lái xe.

Tojin là một trong những tù nhân viết thư cho tôi thường xuyên nhất. Thời gian của những thư tín trao đổi giữa tôi và các tù nhân chỉ có hai, ba ngày là đến, vì chúng tôi cùng ở chung một tiểu bang. Điều này cũng cho thấy hệ thống thư tín tại Mỹ rất nhanh chóng và tiện lợi.

Đi học cả ngày về không mệt mà đi thăm trại tù về nhất là những Maximum Security thì lòng rất buồn và nặng trĩu. Ngồi trên xe mà cứ khó thở, thở ngắn và thở dài liên tục. Về đến chùa Phước Hậu là đi nghỉ liền có lẽ vì hoàn cảnh từng cá nhân tù và không khí nặng nề ở đó cứ ám ảnh lấy tôi.

Những Phiến Tâm Đẹp

Dưới đây là một số bức thư tiêu biểu và sự hồi âm của tôi. Qua nội dung của các bức thư này cũng cho chúng ta thấy tâm tư trăn trở giữa thiện ác và sự hướng về đạo Phật của một số các tù nhân. Đây là những phiến tâm đẹp tựa như những hoa sen hồng đang vươn khỏi từ bùn.

TOCHIKU

Ngày 7, tháng 2, năm 2007

Sư cô Giới Hương kính,

Tôi là người mà Sư cô đã gặp khi Sư cô tới thăm chúng tôi tại trại cải huấn Racine. Tôi tên là Robert Trokan, pháp danh là Tochiku. Sư cô Tonen đã cho tôi pháp danh này vào lễ Quy y Tam bảo. Tochiku có nghĩa là "Trúc Lâm". Sư cô Tonen giải thích Trúc Lâm là biểu tượng của sức mạnh dẻo dai và uyển chuyển trong mọi thời cuộc khó khăn, để tôi có thể đương đầu và bền lòng hướng thiện với chính mình.

Tôi muốn giới thiệu một tí về bản thân mình. Tôi được sanh ra và lớn lên tại Wisconsin, thành phố Menomonee

Falls. Lúc nhỏ, tôi đã có những quyết định sai lầm. Tôi được nuôi dưỡng trong đạo Thiên chúa nhưng tôi nghi ngờ tôn giáo này. Tôi đã trải qua những điều tệ hại và càng tệ hơn là đã chôn đời mình trong rượu chè và á phiện. Rồi dẫn tôi đến phạm pháp và bị nhốt ở đây. Tôi không có bào chữa cho hành động sai trái của mình. Tôi chịu trách nhiệm hoàn toàn. Tôi đã ở tù 21 năm rồi. Tôi bị bắt vào lúc tôi hai mươi tuổi và bây giờ tôi đã bốn mươi mốt tuổi rồi.

Cách đây mười năm, tôi đã tìm được ý nghĩa của chính cuộc đời mình. Tôi đã nhìn thấy được lối đi. Tôi đã thông suốt. Tôi đã thay đổi đời tôi rất nhiều, nhờ đó mà tôi đã không còn làm tổn hại đến những người xung quanh mình. Tôi đã được cai nghiện và nhờ kinh nghiệm này tôi đã giúp cho bao người khác cũng khỏi nghiện ngập trong nhiều năm qua. Nhớ lại lúc tôi là con chiên của đạo công giáo, tôi không tìm thấy được đức tin, nhưng tôi không thể làm gì khác hơn. Có người khuyên tôi lúc còn ở nhà tù Greenbay, hãy tới tham dự khóa thiền tập do Sư cô Tonen hướng dẫn. Tôi đã tới tham dự mỗi tháng một lần và rồi tôi hỏi Sư cô rất nhiều câu hỏi. Thời gian trôi qua, tôi đã tìm được lối đi cho chính mình và tôi đã quy y. Tôi tìm được sự thăng bằng trong lòng mình và những mối liên hệ với người xung quanh và tôi luôn bảo mình phải là một Phật tử hữu ích cho mọi người. Tôi rất thích tọa thiền.

Sư cô Tonen đề nghị tôi viết thư tới Sư cô Giới Hương để tham vấn Phật Pháp. Tôi đồng ý ngay. Sư cô Tonen nói Sư cô Giới Hương đã ở trong tu viện nhiều năm lắm rồi, hình như hơn ba mươi năm rồi thì phải. Ở nơi đó tu viện ra làm sao? Sư cô sanh trưởng và lớn lên trong gia đình Phật tử hả? Sư cô có thể cho tôi biết về đất nước Việt Nam của Sư cô không? Cuộc sống ở đó như thế nào? Điều gì mới lạ ở Mỹ đã làm ngạc nhiên Sư cô? Mục đích của Sư cô là gì và những điều không tốt nào Sư cô đã thấy ở nước Hoa Kỳ này?

Tôi rất tò mò muốn biết những suy nghĩ và cảm xúc của Sư cô. Tôi đã chưa từng viết cũng như nói chuyện với người khác văn hóa với mình. Mong Sư cô thứ lỗi nếu có những câu hỏi nào có tính thô thiển hoặc xúc phạm. Mong Sư cô giải thích cho tôi biết, để tôi có thể hiểu biết thêm.

Tôi xin phép dừng lại nơi này. Mong được hồi âm.

Kính thư,

Tochiku

Chào Tochiku,

Ở Việt Nam chúng tôi chỉ có hai mùa. Đó là mùa khô và mùa mưa. Đây là mùa Đông đầu tiên và cũng là lần đầu Sư cô Giới Hương nhìn thấy tuyết rơi.

Tuyệt vời! Tuyết vừa đẹp và thơ mộng! Tuyết có màu sáng, trắng, mịn và buốt lạnh như những sợi bông hay là những hoa gòn trắng nhỏ. Những bông tuyết rơi xung quanh, trên đầu và vai Sư cô. Sư cô đã đón chúng vào lòng bàn tay của mình.

Thế nhưng, khi có quá nhiều tuyết rơi khoảng trên 10 inches thì tuyết khiến cho chúng ta bị lạnh, run cầm cập và lái xe thì phải tập trung nhiều hơn vì đường trơn trợt và khó lái. Đường sá, nhà cửa và xe cộ trở nên lầy lội và dơ bẩn. Mọi người cảm thấy khó khăn và vất vả khi phải đi ra ngoài với tuyết. Đây là kinh nghiệm vừa mới và lạ mà ở Việt Nam hay Ấn Độ, Sư cô chưa từng gặp phải.

Sư cô rất vui khi nghe Tochiku kể về công phu tọa thiền, thiền hành và làm việc của mình. Bây giờ, Tochiku hãy nói cho Sư cô biết về cuộc đời của Tochiku ra sao; như là thời thơ ấu, gia đình, sở thích, học vấn, cuộc sống trong tù như thế nào? Khi nào Tochiku sẽ ra tù?

Trong thư vừa rồi, Sư cô có nói cho Tochiku biết là các Phật tử Việt Nam ở đây rất bận rộn vì sinh kế. Đa phần ai nấy cũng phải đi làm tất bật, khi về tới nhà thì dọn dẹp, chỉ có cuối tuần thì rảnh thôi. Phải cố gắng thu xếp lắm Phật tử mới tới chùa vào chủ nhật được. Hơn nữa, từ nhà người này qua nhà người kia xa lắm, phải có phương tiện như xe hơi hoặc xe ô tô buýt thì mới đi qua lại thăm hỏi nhau được. Người không có phương tiện đi lại thì khó có thể đi tới chùa hoặc thăm viếng bạn bè dù là ngày cuối tuần. Ở đây, Sư cô không biết ai là hàng xóm của mình nữa, vì nhà nào cũng đóng cửa kín mít. Trong khi văn hóa ở Việt Nam hay Ấn Độ thì nhà nào cũng cửa mở (chỉ có tối mới đóng), nên hàng xóm đều biết mặt với nhau. Người Việt hay Ấn cũng đi làm nhưng có vẻ thảnh thơi và nhàn hơn ở đây. Mọi người cũng có thời gian cho nhau. Dù sao, mỗi ngày Sư cô cũng quen dần với cuộc sống bên Mỹ này. Nước Mỹ văn minh tiến bộ có nhiều cái để cho chúng ta học. Vài hàng chia sẻ.

Sư cô Giới Hương

Ngày 22, tháng 3, năm 2007

Sư cô Giới Hương kính mến,

Tôi vừa đọc xong thư của Sư cô cùng mười bốn điều Tiếp Hiện của sư ông Nhất Hạnh. Tôi rất cám ơn Sư cô đã gởi cho tôi! Tôi cũng xin cám ơn Sư cô đã chia sẻ chuyện nhà chùa với tôi. Tôi luôn thích thú học hỏi về cuộc đời xuất thế của quý sư!

Tôi rất vui khi được Sư cô giải thích cho tôi nên gọi Sư cô như thế nào? Tôi muốn theo và tôn trọng văn hóa nhà chùa. Tôi cũng thích biết việc tu hành có ý nghĩa như thế nào đối với Sư cô.

Tôi đã đọc mười bốn điều Tiếp Hiện của sư ông Nhất Hạnh rồi và tôi thích nhất là điều thứ mười bốn: "Đừng tránh đau khổ hoặc nhắm mắt trước đau khổ của người khác. Đừng đánh mất nhận thức về sự tồn tại của khổ ải trong cuộc sống thế tục này. Hãy tìm cách tiếp cận những chúng sanh đang đau khổ bằng hình thức thăm viếng, hình ảnh, âm thanh, v.v... Bằng cách này, chính mình thức tỉnh những người khác về sự hiện hữu của đau khổ trên thế giới này."

Sư cô kính, tôi là mẫu người thích suy tư. Tôi thường trầm tư về những ý niệm, giáo dục, đức tin, triết lý, v.v... Tôi thường hỏi Sư cô Tonen trong những buổi pháp đàm. Tôi luôn khát ngưỡng kiến thức và tin rằng học hỏi là một kinh nghiệm chủ động chớ không phải thụ động, tôi mong Sư cô hiểu được ý của tôi?

Tôi rất mừng khi biết được ý định của Sư cô về việc Sư cô sẽ đi học để lấy bằng tâm lý học ở trường UW-M (Đại Học Wisconsin, Milwaukee). Tôi đã học các môn tương tự tại trường này nhiều năm về trước. Tôi nghĩ bằng cấp của tôi về tâm lý học cùng với sở thích của Sư cô! Thật là một sự trùng hợp ngẫu nhiên? Vì vậy, nếu Sư cô có những câu hỏi gì hoặc muốn thảo luận về những chủ đề tâm lý học xin Sư cô vui lòng cho tôi biết. Tôi rất hân hạnh được giúp Sư cô.

Ở cuối thư, Sư cô đã hỏi tôi một vài câu hỏi rất hay.

Tôi sẽ cố gắng trả lời từng việc:

1) Thuyết Ăn Chay: Sư cô Tonen có lần đã kể cho tôi nghe về Đức Phật. Trong một thời kỳ hạn hán, không thể trồng rau cải được. Khi Đức Phật khất thực trong bình bát chỉ có thịt cá (non-veg), Phật cũng đành dùng nó theo ngũ tịnh nhục (*1. không thấy, 2. không nghe, 3. không nghi và 4. không sai người ta giết động vật cho mình ăn hoặc 5.tự nhiên động vật tự chết và như vậy, chúng ta ăn thịt động vật theo năm cách này thì không lỗi*). Sư cô có biết câu chuyện này không? Tôi ăn mặn nhưng không nhiều vì ở nơi này tôi không có được sự chọn lựa. Nếu tôi được tự do ở bên ngoài, tôi sẽ tìm và chọn những thực phẩm dinh dưỡng khác. Tôi muốn biết ý kiến của Sư cô về việc này.

2) Tôn giáo: Cả gia đình tôi theo đạo Thiên Chúa giáo. Tôi luôn được dạy dỗ về đức tin Thiên Chúa. Trong thời thanh xuân, tôi đã lãng quên đức tin của mình và không tin một chút nào về tôn giáo của tôi. Đời sống tinh thần của tôi bị lũng đoạn. Tôi bị nghiện ngập rượu chè và ma túy. Khi tôi vào tù và tôi đã quyết định thay đổi cuộc đời mình, thay đổi cách ứng xử, thay đổi đức tin và rồi tôi đã tìm được đức tin của mình. Tôi đã tìm thấy sự thăng bằng và an lành trong lòng. Tôi đã nghiên cứu và học rất nhiều tôn giáo khác nhau. Cuối cùng, trong lúc đọc kinh Phật tôi đã tìm thấy sự cộng hưởng trong lòng mình. Sư cô hiểu ý của tôi phải không? Tôi có một cảm giác như mình trở về cội nguồn hoặc Phật giáo thật sự đã gắn bó trong tôi. Lúc này, tôi đã được đức tin đánh thức và tôi thức tỉnh rất nhiều.

3) Kế Hoạch Tương Lai: Tôi đã ở tù lâu rồi. Mỗi năm, tôi phải ra trước hội đồng ân xá để tòa án có thể quyết định lại thời gian giam tôi, xem tôi được thả sớm hay không? Thời gian lâu nhất mà tôi phải ở trong tù và cũng là thời

gian tối đa mà nhà tù có thể giữ tôi là năm 2017 (mười năm nữa). Tôi hy vọng sẽ được thả sớm hơn. Tôi sẽ ra trước hội đồng ân xá vào tháng Tư tới. Tôi sẽ xin họ thả tôi.

Theo như kế hoạch tương lai tôi đã nghĩ trong nhiều năm qua, trong lúc tôi khổ sở thay đổi cuộc đời mình ở trong tù và tôi bắt đầu tự hỏi những chặng đường tôi đã đi qua có nghĩa lý gì không? Tôi đã tìm ra được câu trả lời của nó và hiểu được rằng tôi cần phải tìm cho mình một lối đi mà ở đó tôi có thể biến những kinh nghiệm sống của chính mình trở nên hữu ích, vì vậy tôi bắt đầu ghi danh các lớp cao đẳng hàm thụ. Tôi bắt đầu dành nhiều thời gian tình nguyện giúp đỡ mọi người, thay đổi cuộc đời của bạn tù trong nhóm cũng như trong những lớp học. Tôi đã làm chuyện này trong nhiều năm qua. Khi ra tù, tôi sẽ tìm phương tiện hoặc một công việc làm liên quan tới việc giúp đỡ người khác. Đây là điều tôi tin tôi sẽ làm được. Một số nhân viên làm việc ở đây như là nhà tâm lý học, nhân viên xã hội rất nể khả năng của tôi. Họ nói tôi có năng khiếu bẩm sinh có thể vươn tới và giúp đỡ người khác. Vì lý do này, tôi hy vọng sẽ có cơ hội làm việc này trong một tương lai gần.

Xin kính tặng Sư cô một bài thơ do tôi trích trong Trưởng Lão Ni Kệ:

Che khuất ánh mặt trời
Bằng tâm hồn thanh tịnh
Không vướng nợ trần gian
Vui một cõi tu hành
Quên rồi bao phiền muộn
Tự xét lấy mình

Để trên, dưới, hoặc
Ngang hàng cùng mọi lứa
Và trung thực
Tìm ra cõi thanh bình ấp ủ
Không bao giờ thừa mứa
Đắp đầy những của lạ
Như một ánh trăng rằm
Tròn, thật là tròn
Minh nguyệt
Xé toát
Một màn đêm sâu thẳm
Ta, một sư tu hành, biết kiềm chế, tự tỉnh, giác ngộ
Và một cõi lòng thanh tịnh bồ tát
Như khi ta lớn lên
Tâm trí ta tràn đầy hạnh phúc
Mang tới khắp nơi để mãi vui vầy, phá tan đi màn đêm
Và sự chết
Vào cõi hư vô.

Kính mong những điều tốt lành luôn đến với Sư cô.

Trại cải huấn Racine, WI-53177

Tochiku

Ngày 27, tháng 3, năm 2007

Chào Tochiku,

Sư cô trân trọng những chia sẻ của Tochiku. Người Việt có câu nói: "Có vợ hoặc chồng khó khăn khiến ta trở thành triết gia." Theo ý Sư cô thì nhà tù giam hãm cũng là một môi trường tốt để Tochiku trưởng dưỡng lòng tin của mình. Nhờ vậy mà Tochiku có được sự trầm tĩnh và an lạc giữa những náo động và phiền muộn. Đừng nên suy nghĩ nhiều về những điều Tochiku đã lỡ phạm phải. Quá khứ là của quá khứ. Biết hối hận và nguyện không làm nữa là được rồi. Tochiku nên chánh niệm an trú vào giây phút hiện tại.

Sư cô cám ơn bài thơ "Trưởng Lão Ni Kệ" Tochiku đã gởi cho Sư cô. Sư cô xuất gia và sống trong chùa khi Sư cô 15 tuổi. Bản chất cuộc đời và các pháp là vô thường, vô ngã, khổ và không. Bản chất con người là sanh trụ di diệt. Thân này rồi sẽ tan. Điều này khiến cho Sư cô muốn tìm một con đường hạnh phúc chân thật, bền vững, thanh khiết và giải thoát hơn. Với cuộc sống nhà chùa sẽ giúp Sư cô giang rộng vòng tay của mình thương yêu tất cả mọi người mà không có sự phân biệt về huyết nhục, thân sơ, màu da, tôn giáo hay dân tộc… Cũng vì vậy mà Sư cô mới rảnh và học nhiều gương sáng của các thánh nhân, triết gia, thiền sư mà cuộc đời của các ngài là những mẫu mực hoặc là ngọn hải đăng dẫn đường cho chúng ta. Đây là hướng đi của Sư cô.

Ngày 29, tháng 3, năm 2007

Kính gửi Sư cô,

Cám ơn những lời khuyên chân thành của Sư cô. Đúng

ngục tù là một nơi tốt để tu dưỡng về tinh thần. Nhưng mà đó là một nơi rất khó để thể hiện tánh Phật hay lòng từ bi. Tôi kính phục cô quyết định thành một nữ tu. Cuộc sống trong tù làm cho tôi thấy giống như sống trong tu viện, nhưng nó không phải là chọn lựa của tôi. Tôi thích tình yêu giữa nam nữ như là sự diễn đạt mạnh mẽ của cảm xúc, hưởng thụ và giao hợp. Tôi thèm khát hưởng thụ rất nhiều. Ngay cả trong những lúc giao hợp với vợ với những xúc cảm chân thực và lòng tin cho nhau. Đơn giản nhất là tôi nhớ những vòng tay âu yếm dịu dàng của vợ trong lúc bên nhau. Bất chợt tỉnh giấc thì tôi mới biết rằng mình đang nằm mơ. Tôi phải để cho giấc mơ đó ra đi. Tuy biết cảm xúc là huyễn, nhưng nhiều khi rất khó chế ngự.

Sư cô hỏi về tâm lý học. Vâng, tôi học theo hệ thống diễn liên hay hàm thụ nên tất cả những lớp học đều qua thư tín giấy mực. Tôi học về sự quan hệ giữa tâm lý, tiến trình nhận thức để làm sao mình có thể nghĩ và cảm giác được. Kiến thức về ngành này rất quan trọng khi chúng ta muốn giúp đỡ người khác. Càng hiểu nhiều về một người nào đó thì chúng ta càng dễ giúp được họ. Đây là một khoa học thú vị hấp dẫn.

Tôi rất thích học tâm lý trị liệu và thực tập hằng ngày. Hiện giờ tôi đang điều trị cho một người đang có triệu chứng tâm thần (chậm hiểu, chậm phát triển). Người này bị kết tội vì dâm ô. Việc này đòi hỏi rất nhiều thử thách gam go và thời gian, tôi phải nhẫn nại giúp anh ta. Nếu có người nào chán ghét anh ta đi nữa, tôi cũng vẫn gần gũi giúp anh ta.

Sư cô biết không, tôi hy vọng ngày nào đó Sư cô thường xuyên đến đây hướng dẫn thiền cho nhóm tù nhân chúng tôi. Khi Sư cô đến, xin nhớ cho chúng tôi hay. Thư của Sư cô như là ánh mặt trời xóa tan những áng mây mù bao phủ và sưởi ấm hồn chúng tôi. Chúng tôi mang ơn những sự quan tâm của Sư cô.

Bảo Trọng,

Trại cải huấn Racine, WI-53177

Tochiku

Ngày 30, tháng 4, Năm 2007

Chào Tochiku,

Sư ông Nhất Hạnh nói rằng; "Điều sợ hãi lớn nhất của con người là khi mình chết đi thì mình trở thành không có gì hết. Chúng ta tin rằng từ cái không có gì chúng ta sinh ra và khi chết đi chúng ta sẽ trở về với cái không có gì giống vậy. Và do vậy, chúng ta luôn sợ hãi trong trạng thái hủy diệt này sẽ đến với mình. Đức Phật có cái nhìn rất khác về điều này, nghĩa là Chết và Sống chỉ là một ý niệm trong tư tưởng. Chúng không có thực thể để nắm được. Sống và chết là thay cởi áo".

Cũng như trong hoàn cảnh của Tochiku, hãy nhìn nhà tù như một phương tiện tu tập và nếu Tochiku lạc quan với ý nghĩ đó thì Tochiku sẽ có cảm giác trại tù là một nơi lý tưởng để trưởng dưỡng tâm tánh (*ví dụ những người ngoài xã hội nếu bận rộn túi bụi với việc thương mại quá thì khó có thời gian và môi trường tu như những người trong tù*). Luôn để lòng mình hướng thượng. Điều gì tới thì tới và nhẹ nhàng hãy để cho vọng tưởng tan đi. Cứ tự cho mình như là một diễn viên và bao quanh Tochiku với bao khán giả. Thời gian mười năm nữa chỉ là một cơn gió thoảng. Hãy an trú những gì trong hiện tại mà Tochiku đang sống, đó là niềm hạnh phúc nhất mà Tochiku đang có và đang được thở an lành (hơn những bịnh nhân hay người chết).

Sư cô trân trọng và hiểu rằng Tochiku là người Phật tử. Những gì Tochiku đã viết cho Sư cô là sự thật, là đời thực của Tochiku-một con người không hoàn hảo nhưng rất thực thì hay hơn là nghe phóng đại thêm rồng vẽ rắn từ những con người cho mình hoàn hảo. Chúng ta là con người, dĩ nhiên không tránh được lỗi lầm. Biết lỗi rồi thì đừng nên tái phạm.

Một cô sinh viên - một đệ tử năm giới đã quy y với Sư cô. Một hôm, vô tình giỡn với súng khiến em gái mình trúng đạn ngay tim và chết ở thành phố Kenosha, Wisconsin. Bây giờ cô ấy đã bị trục xuất về Việt Nam sinh sống. Chúng ta không nên giỡn đùa với vũ khí giết người như súng đạn. Tochiku cũng may mắn hơn hai chị em đó. Chúc Tochiku vững tâm.

Sư cô Giới Hương

Ngày 9, tháng 5, năm 2007

Sư cô kính mến,

Nhắc đến quá khứ, tôi thật là buồn. Tôi biết và hiểu được những tội trạng của tôi trong một thời gian dài đã làm đau đớn và điêu đứng bao nhiêu người xung quanh. Cũng vì điều này, có đôi lúc tôi cứ tưởng rằng chính tôi sẽ không bao giờ hồi phục lại được. Nhưng nhờ Phập pháp, tôi đã bắt đầu sống lạc quan hơn với mọi người quanh mình bằng một tấm lòng "nhân hậu". Tôi muốn Sư cô tin rằng, tôi sẽ sống tốt trong cuộc đời này cho tới ngày tôi nhắm mắt. Có lẽ những việc tốt tôi đang làm này không phải để đền bù lại quá khứ mà hành trình của đời tôi trong hiện tại là đi từ trong quá khứ. Mong Sư cô hiểu ý của tôi. Đây không phải là kết quả cuối cùng mà cuộc đời tôi đang trên đường biểu lộ nghiệp báo nhân quả, Sư cô có biết không! Tôi rất vui xin chia sẻ với Sư cô về mảnh đời của tôi để thêm ý, góp dày cho cuốn sách Sư cô đang viết và cũng như giúp độc giả tránh những thói hư mà tôi đã trải qua.

Tôi nhớ lúc 11 hay 12 tuổi, tôi đã bắt đầu tập tành theo rượu và ma túy với mấy đứa bạn lớn hơn. Năm tôi 18 tuổi, tôi bắt đầu ăn cướp ma túy của mấy ông chủ bán. Có một ngày, tôi cùng một thằng khác cướp một chủ vựa ma túy. Chuyện bắt đầu nổi lên, một người bạn đồng lõa với tôi bắt một phụ nữ làm con tin trong lúc chúng tôi đào thoát. Rồi sau đó hắn hiếp dâm cô ta. Tôi cũng bị vạ lây lúc bị bắt.

Vậy mà tôi cũng chưa tởn. Mấy năm sau, lúc tôi 27 tuổi. Tôi uống rượu và dùng ma túy nhiều hơn trước nữa. Lúc này tôi đang làm chủ tiệm mua bán và cứ bị lỗ lã thường xuyên. Có lần, tôi ngồi nhà uống rượu cho tới khi say mèm, lúc đó tôi đã làm một chuyện khủng khiếp - đi ăn trộm (*burglarize*). Tôi trộm đâu được ba nhà thì phải. Lần thứ ba tôi say quá, lúc đi ăn trộm tôi quên không mang bao tay, nên để lại dấu tay tại hiện trường và như vậy, tôi có thể bị cảnh sát truy ra tôi là thủ phạm ăn trộm. Túng quá không biết làm sao, nên tôi châm xăng xung quanh nhà người ta và đốt luôn nhà để thủ tiêu vật chứng. Căn nhà cháy rụi. Thành ra mấy người ở trong nhà đó bị tôi lấy đi nhà cửa và làm hại cuộc sống của họ, cũng vì sự bất lực của tôi trước cơn nghiện ngập, cũng vì sự chọn lựa ngu muội của tôi. Những người này không đáng để bị đau khổ và mất mát như vậy. Tôi đã bị bắt và bị tuyên án 37 năm tù. Cuối cùng vào năm 1995 vào tuổi 30, tôi không muốn tiếp tục hủy hoại cuộc đời mình cho sự nghiện ngập và tôi đã van xin những người trong trại tù giúp tôi tìm lại đời mình. Tôi phải tự khép mình để đi vào một hành trình thử thách. Tôi đã bắt đầu lĩnh hội Phật pháp và sự tìm tòi này đã dẫn tôi đến với cửa Phật. Tôi thật hạnh phúc để tiếp tục đi lối này cho tới bây giờ.

Như lúc tôi đang viết thư cho Sư cô đây, mà lòng tôi quặn thắt từng cơn khi nghĩ tới những nỗi đau mà tôi đã đem lại cho người khác, cho chính gia đình của tôi. Chính vì nỗi đau này đã thôi thúc tôi trở thành người hiền lương có thể giúp đỡ những người xung quanh.

Sư cô kính mến, bây giờ thì Sư cô biết tôi là người như thế nào và đã từng nổi loạn một thời. Tôi đã thay đổi rất nhiều trong 12 năm qua, thế nhưng quá khứ vẫn là quá khứ. Tôi mong rằng Sư cô tha thứ và chấp nhận tôi. Tôi xin cúi đầu kính lễ Sư cô đã kiên nhẫn lắng nghe quá khứ tội lỗi đời tôi. Tôi xin cám ơn lòng độ lượng và tình thương của Sư cô dành cho tôi. Cám ơn Sư cô đã mang lại cho tôi niềm vui trong lúc mất mát và đầy đau khổ này.

Trại Giáo Huấn Racine, WI-53177

Tochiku

Ngày 22, tháng 10, năm 2007

Tochiku mến,

Tháng 10 này, Sư cô cùng Sư cô Tonen đã đi hoằng pháp tại các trại tù như Waupun, Oshkosh, Dodge, Taycheedah và Greenbay. Ngày mà Sư cô Tonen đi nhà tù Racine, thì Sư cô phải đi tiểu bang Minnesota để hướng dẫn khóa tu tại chùa Thiên Ân, nên không gặp Tochiku được. Trong chương trình năm tới, Sư Tonen sẽ lên thời khóa biểu để luân phiên đi hoằng pháp. Thí dụ: Sư cô Tonen đi viếng thứ Hai thì Sư cô đi viếng thứ Ba...luân phiên nhau đi, vì bây giờ Sư cô quen cách thức rồi. Tự lực đi một mình được. Vì vậy, Sư cô hy vọng sẽ gặp Tochiku nhiều hơn. Thời khóa là buổi sáng hướng dẫn tập thể (pháp thoại) và buổi chiều là cá nhân tham vấn (pháp đàm cá nhân).

Tochiku, sáng hôm qua quý Sư đi viếng Trại Giáo Huấn Greenbay. Đây là nhà tù cực trọng nên mức canh phòng an ninh tối đa. Sư cô có gặp 16 người tù. Buổi chiều trở lại để tiếp xúc cá nhân tham vấn.

Tochiku biết không, hôm qua khi ra khỏi trại Greenbay về, trên đường về Sư cô buồn hết sức tại vì ở trại Greenbay có một Phật tử pháp danh Tojin bị án chung thân. Chỉ vì một phút vô minh, bây giờ Tojin phải hối hận nhốt mình cả đời sau song sắt lạnh. Sư cô nhớ lại năm giới căn bản rất quan trọng của Đức Phật dạy và giới đầu tiên là không được sát sanh, giới thứ hai là không được trộm cắp, giới thứ ba là không được nói dối, giới thứ tư không được uống rượu và giới thứ năm là không được tà dâm. Nếu mọi người biết giữ năm giới căn bản này thì nhà tù phải dẹp thôi. Nếu Tojin biết giữ giới không được giết người thì Tojin không lãnh án này.

Tochiku, trời đã vào thu, lá chuyển sang màu sậm. Bên ngoài các trại tù lá vàng đã phủ đầy sân. Những tiểu bang phía Bắc và Đông của Hoa Kỳ đặc biệt là mùa thu thì mang áo màu lá nâu đỏ và mùa đông thì mặc áo bông tuyết trắng. Vào mùa thu này, nhìn lên bầu trời thường có rất nhiều ngỗng trời đang bay về vùng ấm phía nam tới tiểu bang Florida hay nước Mễ Tây Cơ gì đó. Chúng thường đáp xuống các công viên của Wisconsin để nghỉ chân và tìm thực phẩm, sau đó lại bay tiếp. Sư Tonen nói vì giờ này phía bắc như Canada đóng băng nên chúng phải bay đi. Khi nào gió mùa xuân bắt đầu thổi về Bắc thì chúng mới bắt đầu bay ngược trở về Canada. Với bản năng tánh Phật bên trong, nên các con chim trời này cũng biết tạo dáng bay đẹp với nhiều hình thù ngộ nghĩnh trên trời, ví dụ bay thẳng một hàng, ba hàng, hình chữ V hay bay từng cặp...

Chim trời thường bay theo bầy đàn hơn là bay đơn lẻ. Bất cứ khi nào có một con chim bay lạc ra khỏi đàn thì nó nhanh chóng tìm cách bay quay trở lại bầy của nó. Bay với đàn sẽ giúp nó mau tiếp cận điểm đến. Khi con chim bay tiên phong bị mệt, nó sẽ bay xoay tròn quanh đàn rồi giữ vị trí phía sau. Con chim khác tự hiểu sẽ bay thế chỗ đầu đàn đó. Tiếng kêu của những con chim đằng sau bầy, khuyến khích cho những con trước hăng hái bay tốc độ nhanh. Tiếng kêu lanh lảnh của đà chim phía sau là sự khuyến khích quan trọng hối thúc cho sự tiến bước.

Nếu khi có một con chim bị thương thì có hai, ba con chim khác tự bay ra khỏi đàn và giữ vị trí phía sau chim bị thương để giúp đỡ cũng như bảo vệ.

Chúng thường sẽ đáp xuống bờ sông hay khu rừng vắng cạnh con chim bị thương và chờ cho con chim đó hồi phục hay chết rồi thì chúng lại bay lên nhập vào đàn khác đang bay và bay mãi cho đến khi bắt kịp với đàn của nó.

Con người cũng ví như con chim trời. Nếu chúng ta biết chia sẻ cảm xúc của mình với cộng đồng, với người khác thì sẽ đi đến mục đích nhanh hơn bởi lẽ như được bảo vệ và mạnh mẽ hơn trong nhiều phương diện nào đó như Việt Nam có câu: "Một cây làm chẳng nên non, ba cây chụm lại nên hòn núi cao."

Thật là đẹp mắt. Khi thấy mấy con chim trời bay lượn

tự do trên trời với nhiều hình dáng làm Sư cô nhớ tới Tochiku, Tojin và những người tù khác bị giam đôi chân của mình trong trại tù nhỏ hẹp. Trở về chùa Phước Hậu rồi mà nỗi buồn man mác cứ đeo nặng mãi trong lòng. Có lẽ đây là lý do khiến cho Sư cô phát nguyện tham gia với Sư cô Tonen trong việc hoằng pháp tại các nhà tù này.

Sư cô Giới Hương

JAMES LALA

Chào Sư cô Giới Hương,

Xin lỗi vì không viết thư cho Sư cô liên tục được. Bức thư vừa rồi Sư cô có nói Sư cô đang viết cuốn sách về "Nữ tu và Tù nhân Hoa kỳ" và hỏi vì sao tôi biết đạo Phật ở trong trại giam và nguyên nhân gì dẫn tôi đến trại giam?

Thật ra, tôi có nhiều vấn đề khó có thể vượt qua. Đó là lý do tại sao tôi viết thư cho Sư cô. Để tôi nói về quá khứ của tôi, rồi Sư cô sẽ hiểu ý của tôi, Sư cô sẽ đoán được cái gì tôi đã làm trước đó.

Tôi gặp vấn đề vào năm 1977. Tôi có quan hệ tình dục với cô em họ 15 tuổi và tôi lúc đó 21 tuổi. Sau tám tháng tôi bị bắt và bị kết án là bảy năm tù giam. Năm 2003, tôi được tự do và thời gian còn lại là tù treo. Án treo của tôi là không được lên mạng internet xem hoặc có bất cứ hành động liên quan tới sự khiêu dâm nào. Tháng 1 năm 2005 tôi lên mạng và lấy xuống những hình cô gái trẻ không phải khỏa thân nhưng có kiểu cách khiêu gợi. Thế là tôi bị giam chín tháng và 22 ngày nữa. Vì tôi đã tồn trữ những bức ảnh khiêu dâm của trẻ em dưới tuổi vị thành niên trong khi tôi đang bị án treo đợi tòa xử. Tôi tranh đấu khiếu nại cho việc này.

Tôi nhận thư của Sư cô về cuốn sách của Sư cô thì lúc đó là lúc tôi vừa được thả tự do. Tôi được tự do một tuần, nhưng rồi tôi lại lên mạng truy cập ảnh khiêu gợi nữa. Bây giờ tôi lại có thể bị giam thêm một hay hai năm hay hơn nữa. Vấn đề của tôi là không thể làm chủ ý muốn của mình để chấm dứt việc lên mạng và khát khao nhìn hình ảnh của các cô gái. Tôi biết đó là sai lầm và tôi biết là một Phật tử, tôi ngay cả không nên nghĩ đến nữ nhân, nhưng tôi đã nhiễm quá rồi.

Cái gì có thể ngăn tôi bớt lòng dục nhiễm với nữ giới? Làm thế nào để dẹp những tánh dục này? Khi tôi thấy một cô gái đẹp trong sắc phục hở hang xinh xắn, tôi bị thu hút liền. Cách quán tưởng nào có thể giúp tôi vượt qua những dục nhiễm này? Tôi không muốn tái phạm, cứ ra và vào nhà tù nhiều lần mãi. Tôi hy vọng Sư cô có thể có vài đề nghị có thể giúp tôi. Cám ơn sự quan tâm của Sư cô.

Portwashington, WI 53074

James Lala

James mến,

Đọc thư của James, tôi cảm thấy xót xa cho những vấn đề mà James đang gặp phải. Thật ra, bị bắt giam chỉ vì xem một số tranh khiêu gợi là có vẻ hơi gắt gao quá. Tuy nhiên, vì James đang bị án treo nên James phải theo luật định. Vấn đề mà James cứ tái phạm hoài đó trong nhà Phật gọi là 'thói quen quá khứ.'

Như James nói James đã là một Phật tử và biết ít nhiều về Phật giáo, nên kèm theo thư, Sư cô xin gởi tặng hai cuốn sách "Tứ Niệm Xứ" do Nyanasatta Thera dịch và "Phật giáo dưới ánh mắt người trí thức" của K. Sri Dhammananda. Hy vọng hai cuốn này sẽ đáp ứng điều mà James đang mong đợi.

Tạm thời phải kiên nhẫn và bền lòng tập theo phương pháp "Tứ Niệm Xứ" thì con đường sẽ mở ra. Có gì thắc mắc trong cách thực tập, xin cứ cho Sư cô hay nha.

Sau này được tự do, James nên tìm tham gia các khóa tu. Tìm một số đạo sư hiểu vấn đề của James và sẵn sàng hỗ trợ để James thay đổi thói quen ô nhiễm hoặc những nhà tâm lý học cũng có thể giúp việc này. Sẽ không có 'phép mầu' hay 'kết quả nhanh chóng' đến liền. Chúc mọi tốt lành đến với James.

Sư cô Giới Hương

DAVID RUSTAD

Ngày 20, tháng 12, năm 2007

Sư cô Giới Hương kính,

Tôi vui vẻ giúp Sư cô bất cứ lúc nào Sư cô cần. Cám ơn Sư cô gửi tặng vài cuốn sách Phật giáo. Sách rất hữu ích và giá trị. Trại tôi ở thì rất đông tù nhân, nhưng trại đã cũ kỹ lâu năm. Vì quá đông, nên muốn có được một giây phút yên lặng để ngồi thiền cũng không dễ chút nào. Tuy vậy, tôi cũng sắp xếp những giờ sáng sớm để thiền. Bây giờ tôi tu tập nghiêm chỉnh có sự hướng dẫn hẳn hoi. Nghĩ lại lúc đầu tôi tham dự khóa thiền là tò mò về tôn giáo khác (tôi thuộc đạo Thiên Chúa) và tôi trở nên thích thú hơn trong lời giảng hợp lý của Phật, nụ cười từ bi của đức Phật, nụ cười độ lượng của đức Đạt Lai Lạc Ma. Khi đọc nhiều hơn tôi bắt đầu hiểu biết được nền tảng của bốn chân lý thật cao thượng (Tứ diệu đế) của cuộc đời trong đó có một chân lý mà tôi không thể phủ nhận được, đó là sự khổ ải. Chân lý cuộc đời được rút gọn trong bốn đế này.

Tôi sinh ra, lớn lên ở Wisconsin và tự lớn lên trong Thiên chúa, nhưng có một điều tôi thấy ở đạo Thiên chúa chỉ là những câu chuyện thần tiên hơn là dạy cho biết về những chân lý hiện hữu ở đời.

Rồi rượu chè đã đưa tôi tới đây và tôi bị bắt vì lái xe khi say rượu. Trại giam này có chương trình giáo huấn kĩ lắm, nhằm giúp chúng tôi không tái phạm lần nữa. Tôi hy vọng được tự do vào cuối tháng Tư năm nay và tôi muốn tới chùa viếng Sư cô khi có dịp.

Trở lại việc viết sách của Sư cô, Sư cô cứ việc nói cho tôi biết điều gì tôi có thể làm, tôi sẽ sẵn sàng giúp Sư cô hoàn thành cuốn sách.

David Rustard

Ngày 01, tháng 01, năm 2008

Sư cô kính mến,

Tôi cám ơn bài thơ rất hay của Sư cô. Tôi đã bị giam chín tháng và sẽ được tự do vào khoảng tháng tư tức tôi được giảm vài tháng tù trong án một năm rưỡi. Nhờ tôi tham gia học lớp giáo huấn về ngừa rượu chè và ma túy mà được giảm án. Tôi thấy phần lớn những khái niệm của lớp giáo huấn này rất giống trong kinh Phật dạy. Điều này đã làm tôi rất thích thú.

Lần cuối cùng tôi bị bắt vào đêm trước Giáng Sinh năm 2006, tôi uống rượu quá chén, tôi cũng không nhớ chuyện gì xảy ra vào lúc đó và được kể lại sau này. Mấy người trong xe tải bị tôi đụng đều bị thương hết, nhưng không nặng lắm. Tôi bị bắt bốn lần vì tội lái xe khi say rượu thành ra tôi bị sáu năm tù giam. Đùng một cái, vợ tôi bỏ tôi ra đi khoảng tháng hai năm 2006. Đúng là "họa vô đơn chí" (tai họa không đến một lần). Tôi cũng sống lây lất được một thời gian và rồi tôi quay lại thói rượu chè tiếp tục. Không lâu tôi trở thành hủ hèm hồi nào tôi cũng không hay.

Một thời gian sau, tôi bị tai nạn, tôi phải bán nhà để chi trả. Khi nào ra tù chắc tôi phải ở đậu, ở nhờ tạm nhà ông anh. Có vài tù nhân ở đây cũng bị kêu án gần hai năm như tôi, còn nhiều tù khác thì mức án lâu hơn (tám năm chẳng hạn), tùy nồng độ rượu của tài xế và mức tổn hại. Nhưng dù sao cũng đáng đời chúng tôi. Có một số tù nhân ở đây bị bắt bảy, chín, mười lần hoặc là hơn mà cũng chưa tởn về việc lái xe khi say xỉn. Điều này cho thấy thế nào là sức mạnh của rượu. Bây giờ tôi đã quyết định trở thành một Phật tử đàng hoàng như bản chất tốt của tánh Phật.

David Rustard

Ngày 16, tháng 1, năm 2008

Chào David Rustard,

Sư cô mừng cho David được tự do vào tháng tư chỉ sau hơn một năm của án tù 18 tháng. Ở Milwaukee, Sư cô có một Sư cô bạn người Mỹ 75 tuổi gọi là Sư cô Tonen. Sư cô Tonen thường tới viếng nhà tù ở Wisconsin để hướng dẫn thiền và pháp thoại. Sư cô đã thực hiện hạnh nguyện này được mười năm rồi. Sư Tonen tuy lớn tuổi nhưng còn khỏe mạnh lắm. Thỉnh thoảng Sư cô cùng Sư cô Tonen đi thăm các trại cải huấn ở Waupun, Oshkosh, Dodge,

Taycheedah, Greenbay, Racine...Trong các trại tù này, có nhiều tù nhân quy y Tam Bảo và tập thiền. Đây là phương pháp định tâm và rèn luyện thân tâm khá phổ biến ở châu Á và châu Mỹ.

Nếu phạm nhân có nhu cầu hướng dẫn tâm linh theo tinh thần đạo Phật thì trình bày với tuyên úy trong trại biết rồi tuyên úy mời quý Sư cô đến. Nếu David thích thì cứ việc mời thêm vài anh em trong trại có cùng ý nguyện và xin phép tuyên úy, rồi quý sư sẽ đến hướng dẫn. Hy vọng lần thư tới David tả cho Sư cô biết cảnh tù trong đó như thế nào? Có bao nhiêu tù nhân trong đó? Và được mấy người đã chuyển hóa tốt?

Chúc David năm mới vui vẻ. Năm mới của người Á châu vào khoảng tháng hai âm lịch. Tất cả người Việt tụ hội ăn mừng không phân biệt tôn giáo gì cả tại vì năm mới (còn gọi là Tết Nguyên Đán hay là Tết), Tết là tết chung của mọi người. Chúc David luôn an lạc trong chánh pháp và sư cũng gởi tặng David một card tết của Việt Nam. Cùng hưởng niềm vui chung nha.

Sư cô Giới Hương

Ngày 10, tháng 2, năm 2008

Sư cô Giới Hương kính mến,

Sư cô nghĩ có cách nào tổ chức được lễ Quy y trong trại giam này không? Tôi muốn biết nếu như Sư cô có thể làm được việc này ở đây hay là tôi chờ có dịp tôi đến chùa Sư cô quy y? Chỗ tôi ở là một trại giam cũ của tiểu bang Wisconsin và có khoảng 300 tù nhân ở đây. Theo như tôi biết cho tới hiện giờ có J. H. và tôi là theo đạo Phật, dù sao thì tôi chưa chắc chắn chuyện này vì J.H. ở khác tầng với tôi, nhưng có dịp tôi sẽ hỏi xem J. H. có muốn quy y Phật với tôi không?

Mọi tù nhân ở đây đều phải tập trung học lớp ứng xử bản thân trong nhiều hoàn cảnh khác nhau của cuộc sống để nhằm giúp chúng tôi nhìn ra được chuyện đúng sai của việc mình làm (uống rượu, xì ke ma túy, vv...). Tôi thường thấy nhiều điểm trùng hợp trong triết lý Phật giáo. Phải chi tôi được biết chuyện này từ sớm thì tôi đâu có bị ở tù như hiện giờ.

Đằng nào thì tôi cũng đã có cơ hội trở thành người tốt và đền bù lại những lỗi lầm đã qua. Tôi sẽ cố gắng học hỏi Phật giáo. Tôi thấy mình có duyên với đạo Phật và Sư cô Giới Hương – một nữ tu Việt Nam nhỏ bé xinh xắn và cao thượng. Có nhiều bạn tù ở đây cũng ủng hộ việc tôi theo đạo Phật lắm, nhưng cũng có tù nhân nghĩ tôi là thằng khùng. Dù sau, tôi cũng đã trưởng thành và tự mình quyết định tôn giáo mà mình thấy thích hợp. Tôi mới vừa đọc xong cuốn sách tựa "Đạo Phật" xuất bản năm 1969. Sách hay lắm vì giải thích cho tôi biết ý niệm như thế nào về đạo Phật, tuy nhiên khi tôi đọc tới phần thiền tông thì nhức cái đầu (có chỗ tôi phải đọc đi đọc lại nhiều lần!). Tôi không biết Sư cô có kinh Pháp Cú hay không, nếu có, xin vui lòng gửi cho tôi mượn. Theo tôi biết thì cuốn này được rất nhiều học giả Phật giáo trích dẫn trong các bài viết của họ.

Trung Tâm Phục Hồi Cai Nghiện,

Winnebabo, WI 54985, ngày 20/01/2008

David Rustard

Ngày 28/01/2008

David Rustard mến,

Tôi rất vui khi nghe David đã tự quyết định con đường của mình đi sau khi trải qua một thời gian chính mình tìm hiểu nhiều tôn giáo. Câu chuyện "trạch pháp" của David khiến tôi liên tưởng đến bài pháp thoại nổi tiếng của Đức Phật mà ngài đã dạy cho bộ tộc Kamala như sau:

"Đừng vội tin tưởng một điều gì dù điều đó thường nghe nhắc nhở đến luôn. Đừng tin tưởng điều gì mà điều đó là một tập tục đã qua cả ngàn xưa để lại. Đừng tin tưởng những điều sáo ngữ hay bất cứ một điều gì mà người ta thường nói đến nhiều quá. Đừng tin tưởng bất cứ điều gì, dù cho điều đó là bút tích của thánh nhân xưa để lại bảo ta phải tin. Đừng tin một điều gì dù điều đó ở dưới mãnh lực của vị thầy hay nhà truyền giáo. Tất cả những sự thật, theo suy nghiệm riêng của mình và sau khi xác nhận rõ ràng, phù hợp với lẽ phải, tạo thành hạnh phúc riêng cho mình và hạnh phúc cho tất cả mọi người thì chính đó là sự thật và ta cố gắng sống theo sự thật ấy".

(Kinh Kamala-Tăng Chi I)

Người xưa cũng thường dạy: "Thà ngàn năm không ngộ, còn hơn một phút sai lầm". Tổ Lâm Tế nói: "Nhất niệm hào ly, thiên địa huyền cách" (Một niệm lìa xa, đất trời xa cách). Nếu chúng ta chọn sai con đường đi không đúng chánh pháp thì muôn kiếp khó tìm lại được. Đức Phật khuyến khích chính chúng ta là người phải chánh kiến và chánh tư duy trên thực nghiệm để tìm ra lối đi cho mình và ngài đã xác quyết một lần nữa rằng "Tin ta mà không hiểu ta là phỉ báng ta".

Những gì Đức Phật đi qua, ngài đã từ bi để lại: "Ta là

người hướng dẫn chỉ đường từ chính sự chứng nghiệm của mình". Chúc David tự tại thênh thang trên đường giải thoát.

Sư cô

PETE MCREADIE

Ngày 20, tháng 1, năm 2008

Sư cô kính, cám ơn Sư cô đã gửi thư và kinh sách Phật cho tôi. Cám ơn Sư cô đã cho chúng tôi địa chỉ ở Đài Loan để hỏi xin kinh sách. Vâng, họ đã gửi sách cho tôi hồi đầu năm 2007. Tôi rất cảm tạ. Kiến thức Phật giáo hạn hẹp của tôi là học được từ anh rể. Anh rể của tôi là người chú trọng thực tập tâm linh hơn là "khía cạnh tranh luận". Tôi rất may mắn biết về đạo Phật từ thời thơ ấu nhưng vẫn còn chưa thông suốt lắm. Năm nay tôi 45 tuổi, đã học dược ở trường đại học Wisconsin Madison và đại học y khoa Colorado. Tôi đã làm việc cho viện bào chế thuốc.

Tôi bị giam vào ngày 23 tháng 6 năm 2006 và sẽ được thả ra vào tháng năm, năm này. Tôi bị tù vì tội chứa bạch phiến và bị bắt lại trong thời gian xin phạt thế chân. Đây là một tội ác khá nặng ở xứ này. Đó là lý do tại sao tôi vẫn còn ở tù. Bây giờ, án tù của tôi sắp mãn và tôi sắp được tự do.

Trước kia tôi ở trại cải huấn Redgranite thuộc về hướng tây của Oshkosh, khoảng 50-30 dặm, nơi có khoảng 1000 người tù. Ở đó không có nhiều người thực tập về đạo Phật nhưng ở nhà tù Greenbay này hàng tháng có lớp học Phật pháp do sư Tonen O' Conoor tổ chức.

Ở đây rất ồn nhưng tôi cố gắng tập "buông xả" đầu óc vào mỗi sáng sớm khi bắt đầu một ngày mới. Có nhiều cuộc tranh cãi giữa những phạm nhân (vì khác phong tục, chủng tộc, băng đảng, văn hóa, tôn giáo, định kiến v.v...) nhưng tôi tránh liên lụy vào. Tôi giữ dáng tươi vui, hòa nhã giữa nơi sầu khổ tối tăm này. Nếu có thắc mắc gì để đáp ứng cuốn sách của Sư cô, xin Sư cô cứ hỏi và tôi sẽ cố gắng trả lời tất cả. Tôi mong sớm ra tù, nếu được vậy tôi sẽ đến gặp và thăm chùa của Sư cô nha.

Xin Bảo trọng!

Pete Mcreadie

Kính gửi Hội Tịnh Độ Tông Phật giáo Đài Loan,

Chúng tôi viết thư này do sự đề nghị của Sư cô Tiến sĩ Thích nữ Giới Hương ở chùa Phước Hậu, thành phố Milwaukee, tiểu bang Wisconsin gần nơi tôi sinh sống (trước khi bị tù). Tôi rất thích tìm hiểu về đời sống Phật giáo. Tôi chỉ biết chút đỉnh và thực tập. Những phạm nhân thường hỏi làm sao tôi có thể giữ được trầm tĩnh nhẹ nhàng giữa môi trường tù đầy với nhiều đàn áp, thù hận, đè nén và thất vọng. Tôi rất vui lòng chia sẻ kiến thức hạn hẹp về đạo Phật của mình cho họ.

Tôi hy vọng Hội có thể tặng cho chúng tôi một số sách Phật giáo bằng tiếng Anh. Chúng tôi có thể tham khảo, thực hành những phương pháp và giáo lý Phật học như là một mẫu đời sống lý tưởng cho sự tồn tại của cuộc sống không bạo lực (mặc dù tôi vẫn còn quá kém cỏi để thực hiện khả năng này). Tôi đã đọc nhiều sách giúp tôi nhận thức ra sự đơn giản chân thật của Phật giáo, tóm gọn như "tình thương đến từ sự hiểu biết".

Nếu Hội có thể giúp tôi, tôi mang ơn rất nhiều. Xin vui

lòng gửi cho chúng tôi những phương pháp tu tập bằng tiếng Anh. Xin Hội có thể gửi sách bằng cách nào mà giới hạn sự tốn kém cho chúng tôi. Chúng tôi vô cùng cảm kích. Cám ơn Hội đã chiếu cố.

Pete Mcreadie

Kính gửi Sư cô Tiến sĩ Giới Hương:

Chúng tôi nhận được thư này từ một phạm nhân mà Sư cô đã giới thiệu đến. Chúng tôi cũng đã gửi cho trại cải huấn của ông ta một bưu kiện với những sách tiếng Anh bao gồm EN025, EN049, EN158 (3pic.). Nếu Sư cô muốn gửi thêm cho họ, Sư cô có thể chờ sau khi bưu kiện này tới nơi. Cám ơn Sư cô.

Trưởng ban, Hội Tịnh Độ Tông Phật giáo Đài Loan

Ngày 3, tháng 2, năm 2008

Ju Yih Tsuen,

TOSETSU (DANIEL KEVIN DANNELLS)

Ngày 10 tháng 12 năm 2007

Sư cô kính, Sư cô hỏi tôi là ai trong nhóm tù nhân Sư cô hướng dẫn tuần vừa rồi? Tôi là một tù nhân lùn mập, ngồi phía bên trái của bàn thờ Phật và cũng là phía bên trái của Sư cô. Tôi là vị duy na giữ chuông (một cách vụng về) khi chúng ta ngồi thiền hay tụng kinh. Trong buổi pháp đàm tôi cũng hay đưa câu hỏi để Sư cô giải đáp. Hy vọng Sư cô nhớ tôi. Cám ơn cô đã từ bi tụng kinh cầu siêu cho mẹ và chị dâu của tôi vừa qua đời. Hy vọng thời gian sẽ qua đi, như vòng bánh xe luân chuyển khiến sự đau buồn sẽ giảm dần và tan biến.

Đúng vậy, tôi đã quy y ở nhà tù Dodge cách đây vài năm do Sư cô Tonen làm lễ và pháp danh của tôi là Tosetsu.

Về cá nhân, tôi từng sống ở nhà tù Dodge và nhà tù Wisconsin từ năm 2001 và tới tháng 10 này là được sáu năm. Tôi mong rằng sẽ ở đây ít nhất hai năm và hy vọng cho tới khi được giảm tù sẽ được dời về nhà tù Trung bình (Medium Security). Tôi vẫn còn phải ở tù cho tới năm 2034 trước khi được thả ra, dĩ nhiên lúc đó hy vọng tôi đã học được nhiều điều trong các trại giam.

Cám ơn cô đã cho phép tôi gọi cô là Sư cô Giới Hương (bằng tiếng Việt). Tôi rất vui mừng khi nghe Sư cô Tonen chia sớt công việc với Sư cô Giới Hương và Sư cô Giới Hương sẽ đến thăm chúng tôi thường xuyên hơn. Tôi mạnh dạn khuyên Sư cô nên tự đến thăm nhà tù Dodge vì ở đó có rất nhiều tù nhân Á Đông. Tôi nghĩ sự hiện diện của Sư cô sẽ tăng thêm lợi ích và lòng tin cho họ. Tôi rất muốn Sư cô đến thăm tôi cho dù đó là hướng dẫn tập thể hay là tham vấn cá nhân. Tôi đều mong ước cả. Tôi gửi kèm cho Sư cô hai bài viết, tựa đề là "Tại sao tôi vào đạo Phật". Tôi hy vọng cả hai bài đều trả lời hết những thắc mắc của Sư cô cho cuốn sách Sư cô đang viết. Nếu có thắc mắc gì xin Sư cô tự nhiên hỏi, tôi sẽ cố gắng trả lời.

Nhà tù Waupun, WI 53963-0700

Tosetsu

P.S.: Tôi quên nói: Cám ơn cô đã gửi cho tôi tấm thiệp Tết Nguyên Đán tuyệt đẹp.

JOHN HALKA

Ngày 24, tháng 12, năm 2007

Sư cô kính, đầu tiên tôi xin cảm ơn về những cuốn sách Sư cô đã gởi cho tôi. Thiện ý của Sư cô đã giúp tôi gom góp được nhiều kiến thức và ý tưởng Phật giáo. Tôi có rất nhiều vấn đề muốn hỏi Sư cô. Tôi mới bắt đầu học giáo lý nhà Phật. Từ trước tới nay, tôi chưa bao giờ tin tưởng vào tôn giáo. Khi tôi vào tù, Phật giáo đã làm tôi thích thú và tôi đã tìm ra lẽ sống nơi đạo Phật.

Tôi bị bắt về tội ăn cướp. Trước đây tôi là một nhà doanh nghiệp rất thành công cho đến khi tôi bắt đầu sử dụng thuốc phiện, trở nên nghiện ngập đến nỗi mất hết tất cả sự nghiệp cùng người thân. Tôi trở thành một kẻ vô gia cư. Một hôm nọ, tôi đột nhập vào một căn nhà gỗ của thợ săn để ngủ qua đêm và kiếm được một cây súng. Tôi đánh cắp cây súng đó để có thể tự kết liễu đời mình. Nhưng tôi bị phát hiện và bị bắt với tội ăn cướp có súng và bị kết án năm năm tù giam. Đó là lý do Sư cô Giới Hương gặp tôi ở đây.

Sư cô kính, tôi rất vui khi biết Sư cô thích đọc và viết sách. Tôi cũng vậy. Thật ra, tôi đang viết một cuốn sách về cuộc đời quá khứ của tôi khi còn là một nhà thương nghiệp thành công với gia đình hạnh phúc. Tôi rất hài lòng về những gì mình đang viết. Cũng giống Sư cô, viết sách là niềm vui của tôi.

Hiện nay, tôi đã trải qua hai năm rưỡi án tù giam. Chỉ còn hơn ba tháng nữa là tôi được 60 tuổi. Ở Wisconsin, các trại cải huấn có chương trình cai nghiện. Nếu người nghiện ngập hoàn thành xong khóa học sẽ được giảm án và được thả ra sớm. Chương trình này rất căng thẳng và khi nhập học, tôi sẽ rất bận.

Tôi muốn hiểu "Quy Y Tam Bảo" có nghĩa gì? Sau khi tôi được tự do, tôi muốn đến thăm chùa của Sư cô và học hỏi về đạo lý nhà Phật mỗi tuần nha.

Drug Abuse Correction Center, Winnebabo, WI 54985

John Halka

Ngày 16 tháng 01, năm 2008

Chào John Halka, cuộc sống nhà chùa rất có ý nghĩa và yên tịnh. Quý sư hướng dẫn và phục vụ cho mọi người theo đường hướng giải thoát của Đức Phật. Ngài cũng là một con người như chúng ta và để lại những gì từ trải nghiệm tâm linh của ngài. Nếu chúng ta muốn thoát khổ thì thực hành con đường đó. Tình thương của quý sư – những vị xuất gia là dành cho tất cả mọi người trải rộng không chỉ trong một gia đình ruột thịt nhỏ bé mà cho tất cả mọi người cũng như mọi loài.

Mười năm ở Ấn độ là thời gian quý giá của Sư cô. Sư cô được học hỏi nhiều về văn hóa, giáo dục, đất nước, tôn giáo của người Ấn, nhất là về lịch sử Phật giáo. Sư cô trân quý thời gian đó vô cùng.

Lễ Quy Y có nghĩa là lễ chúng ta phát nguyện trở thành đệ tử Phật, hứa giữ năm giới căn bản của người Phật tử tại gia để trở thành một người tốt và hữu ích. Sư cô có kèm theo đây bài giảng về lễ quy y để John tham khảo.

Sư cô hy vọng có thể biết thêm về trại giam nơi John đang ở. Nơi đó có bao nhiêu tù nhân? Họ biết đạo Phật không? Nếu John và các phạm nhân muốn, Sư cô sẽ vào hướng dẫn thường xuyên. John nên xin phép với vị tuyên úy của John nha. Sau khi mãn tù, John có thể đến thăm chùa Sư cô. Rất hoan nghênh tinh thần đó.

Sư cô

TOJIN (DOUGLAS STREAM)

Ngày 24/10/07,

Sư cô kính, hôm nay tôi đã nhận được thư của Sư cô và nó đã mang đến cho tôi niềm vui mừng khôn xiết. Tôi thật vinh dự và biết ơn Sư cô đã bỏ ra thời gian quý báu và sự kiên nhẫn trong suốt một ngày để viếng thăm trại tù Greenbay của chúng tôi. Xin cứ tự nhiên sử dụng hình ảnh mà tôi đã chụp với Sư cô và Sư cô Tonen để minh họa cho vào cuốn sách của Sư cô. Tôi sẽ cho Sư cô Tonen biết Sư cô muốn ghi tên vào danh sách nhận bản tin Sosaku hàng tháng của chúng tôi. Chúng tôi sẵn sàng đón nhận những lời phê bình và khuyên bảo của Sư cô để Sosaku được tốt và phong phú thêm.

Tôi vui mừng để trả lời bất cứ câu hỏi gì liên quan đến những phạm nhân đang thực tập Phật pháp và sẽ chia sẻ với Sư cô về kinh nghiệm cá nhân của tôi với đạo Phật và pháp môn nào đã giúp tôi thay đổi cuộc sống của mình.

Tôi xin giới thiệu sơ qua về bản thân mình. Tôi 32 tuổi và ở tù đã được 12 năm. Tôi bị kết án về tội nặng nhất là cố ý giết người (first degree of murder). Cách đây sáu năm, tôi chợt biết đến đạo Phật và học đạo với Sư cô Tonen từ năm 2003 đến giờ. Bây giờ tôi thật khó tưởng tượng nổi, tôi đã ngu dại như thế nào để gây ra một tội khủng khiếp ngược lại lòng nhân đạo của con người? Sau nhiều năm bị tội và trong lúc ở tù, tôi đã tiếp tục lãng phí thời gian vào sự dày vò với những cảm giác xấu hổ, tội lỗi, mặc cảm và hối hận về những gì mình đã làm. Tôi nói chữ 'lãng phí' bởi vì đáng ra thời gian đó tôi đã có thể làm việc khác tốt hơn như giúp đỡ phạm nhân, ngồi thiền, tụng kinh, xem sách để tạo cuộc sống mỗi ngày mỗi ý nghĩa hơn. Phát hiện ra "Đạo Phật" đã giúp cho tôi tiến về phía trước. Tôi vẫn còn xấu hổ về những gì mình đã làm và hối hận một cách sâu sắc, tuy nhiên tôi không còn bám chặt vào sự xấu hổ tội lỗi này nữa (một trong những mặt tiêu cực của sám hối bất định), thay vao đó, tôi cố làm những việc có ý nghĩa thiết thực hơn là ngồi ôm đầu bó gối.

Vào năm 2005, tôi bắt đầu tập thiền minh sát tuệ. Ngày mỗi ngày tôi cảm thấy thật an lạc. Thật là kỳ lạ vì lỗi lầm quá khứ mà dẫn tôi đến nơi mà tôi đã ở đây cho đến ngày hôm nay. Giáo pháp của Đức Phật đã giúp cá nhân tôi và đã giúp tôi hướng dẫn những tù nhân khác trong môi trường tù đày này. Mặc dù tôi cũng có những ngày tiêu cực và những giây phút vọng tưởng, nhưng hầu hết mỗi ngày của tôi đều tốt đẹp và tràn đầy tỉnh thức. Tôi đã hiểu ra "tự do" là trạng thái của tâm và "trói buộc đau khổ" cũng do tâm mình.

Tôi hy vọng vài điều mà tôi đã viết ở đây sẽ giúp ích cho Sư cô ở bất cứ câu hỏi nào trong tương lai mà Sư cô muốn hỏi tôi. Tôi trông đợi để giúp cho Sư cô bằng bất cứ cách nào mà tôi có thể giúp được.

Tôi xin chia sẻ ý kiến với Sư cô về mùa thu Wisconsin. Tôi rất cám ơn gió đã thổi đi rất nhiều lá vàng vượt qua bức tường của nhà tù. Từ bên trong tù, chúng tôi có thể nhìn thấy vài ngọn đồi và các chóp đỉnh cây bên ngoài. Vào mùa xuân và mùa hè chúng tôi trồng rất nhiều hoa (tử đinh hương, hồng, cúc) và nhiều rau cải trong khuôn viên sân tù. Trồng rau để phục vụ các bữa ăn của tù nhân và một số tặng cho địa phương xung quanh. Khi một phạm nhân nào được ra khỏi bức tường bê tông và hàng rào sắt (được tự do) thì thực là mang theo nhiều nét đẹp và kỷ niệm của cuộc đời ở chốn lao tù này theo.

Tôi tin rằng vào mùa đông những đàn chim trời bay về phương nam và trở lại phương bắc vào mùa xuân, nhưng tôi chắc chắn là phương bắc và phương nam thì không có gì khác nhau đối với tánh Phật.

Tôi đang cố gắng học thêm vài từ và tên bằng tiếng Việt. Tôi có vài quyển sách mà có những chữ như sau: A Di Đà Phật, Quan Thế Âm Bồ Tát và Địa Tạng Vương Bồ Tát.

Tôi sẽ ngưng ở đây bằng cách gởi tặng Sư cô một tấm thiệp và một bài thơ. Bài thơ tôi mượn từ "Tiếng chuông Thức Tỉnh" của Thượng Tọa Giác Thành. Tôi thấy bài này thật ý nghĩa để tặng Sư cô.

Xin bảo trọng.

PS: Tấm thiệp Tojin ghi:

"Mặt trời chiếu sáng trên tôi

Mưa nhỏ giọt trên tôi

Những giọt sương rơi nhẹ nhàng ướt trán tôi."

(Maya Angelou)

Nhớ những điều tốt trong cuộc đời sẽ làm cho đời sống mỗi ngày mới hơn.

Sư cô kính,

Đây là những mẫu đẹp của đời sống trong tù.

Nam mô Bổn Sư Thích Ca Mâu Ni Phật.

Tojin

Ngày 30/10/07

Tojin mến, Sư cô rất vui khi nhận được thư của Tojin, nhất là tấm thiệp với bài thơ của Thượng Tọa Giác Thanh.

Sư cô cảm kích tính tình mạnh mẽ và cách hành văn có sức thuyết phục của Tojin. Ví dụ như câu Sư cô hỏi chim trời từ Canada sẽ bay về phương Bắc hay Nam của Hoa Kỳ? Tojin trả lời: "Vốn Tánh Phật của chim trời không có bắc hay nam!" Wow! Đúng là khẩu khí của con cháu tổ sư Huệ Năng! Sư cô đã nở một nụ cười mãn nguyện khi đọc đến chỗ này. Từ đó, Sư cô hiểu rằng Tojin sẽ giúp cho cuốn sách của Sư cô đang viết rất nhiều. Vì cuốn sách cần những vị có khẩu khí như vậy. Vâng, thật sự là tâm hồn của thiền sư sống ở trần gian không bị ràng buộc bởi cảnh trí xung quanh mình. Nhà tù cũng là tịnh độ. Hy vọng Tojin lúc nào cũng thấy cõi lòng tịnh trong ấy.

Sư cô thật ngạc nhiên khi thấy rằng trại giam Greenbay nơi Tojin ở cho phép chụp hình. Thật là một ý kiến hay! Sư cô hiếu kỳ về cách Tojin miêu tả nhà tù "khá đẹp và sống động". Nếu như có một bức ảnh minh họa cảnh nhà tù để Sư cô xem thì thật là hay biết mấy!

Tojin, vì Tojin muốn học một vài từ Việt thông dụng, Sư cô xin giải thích như sau "Sư cô" có nghĩa là nữ đệ tử xuất gia của Đức Phật. Từ nay, Tojin có thể gọi là Sư cô, hoặc là Sư cô Giới Hương. Cảm ơn Tojin đã thuật về cuộc đời mình và sẵn sàng trả lời về những đề tài mà Sư cô quan tâm cho cuốn sách. Tojin, có thể cho Sư cô biết những tội gì mà tù nhân thường phạm phải? Ngược lại, nếu Tojin có những câu hỏi gì về Sư cô, Sư cô cũng sẵn sàng trả lời.

Chúc những điều tốt lành.

Sư cô

Ngày 5, tháng 11, năm 2007

Sư cô kính, tôi chấp tay kính chào và cám ơn Sư cô đã gửi thư và tấm thiệp thật đẹp. Tôi treo nó trên tường phòng tôi cùng với những tấm hình mà chúng ta đã chụp ở phòng khách của trại cải huấn. Tôi rất vui để trả lời những câu hỏi mà Sư cô thắc mắc. Tôi biết chủ ý tốt viết sách của Sư cô sẽ giúp các độc giả hiểu hơn về đời sống hướng thiện của các tù nhân. Tôi chỉ viết được khoảng mười hai bài báo cho bản tin Sosaku và sau mỗi lần viết bài, tôi đều học được điều gì đó cho bản thân.

Bây giờ trả lời vài câu hỏi của Sư cô. Tôi được sinh ra ở miền Bắc Dakota trong căn cứ không quân lúc cha tôi đang phục vụ. Sinh nhật của tôi là ngày 05 tháng 10 năm 1975. Ngay sau khi sanh ra, gia đình chúng tôi dời về Milwaukee. Tôi có một người chị gái và một đứa em trai. Thời thơ ấu của tôi khá đáng ghi nhớ. Khi tôi lên năm tuổi, tôi đã chơi diêm quẹt và do bất cẩn đã làm cháy nhà. Thật may mắn là không có ai bị thương nhưng chúng tôi phải dọn đi. Điều đó đánh dấu suốt cuộc đời tôi. Tôi không thấy đó là bước ngoặc của cuộc đời cho tới khi tôi biết đạo Phật.

Cha mẹ tôi làm việc siêng năng để cung cấp cho chị tôi, em tôi và bản thân tôi những nhu cầu cần thiết như thức ăn, quần áo, thuốc men và chỗ ở. Cha tôi đã dạy cho tôi đạo đức làm người và điều này đã giúp tôi cho đến ngày hôm nay. Khi còn trẻ, tôi đã làm nhiều nghề như phát báo, cắt cỏ, xúc tuyết và cào lá. Tôi nghỉ hè ở vùng bắc Michigan với ông bà ngoại. Họ sống ở ngoại ô và tôi có đầy đủ tiện lợi để đi chơi rong trong rừng, ngoài đồng, đi câu và bơi lội. Mỗi lần nghỉ hè tôi đều đến ở với ông bà ngoại và cậu để đốn cây và làm vườn. Thỉnh thoảng tôi cùng với bà ngoại đi mua sắm và cùng đi hái trái mâm sôi và sơ ri xanh.

Tôi luôn luôn là học sinh học giỏi trong trường, nhất là từ lớp một cho tới lớp tám. Khi tôi vào trung học có nhiều việc thay đổi chút ít. Suốt năm học lớp 12, tôi gia nhập vào Vệ Binh Quốc Gia. Tôi trải qua hai năm giống như một cảnh sát phòng vệ. Tôi được huấn luyện ở Fort Sill, Oklahoma. Tôi cũng không nhận ra điều hữu ích đó, cho tới sau này tôi mới biết sự rèn luyện trong quân đội giúp cho tôi sống kỷ luật trong nhà tù. Nghề khác của tôi trong tù này là học nghề thợ mộc. Tôi học đóng tủ, bàn, ghế cũng giống như học môn toán và môn viết văn vậy. Môn viết văn giúp cho tôi rất nhiều. Tôi đã trải qua sáu năm trong xưởng mộc nhà tù và sau khi học xong, tôi đã dạy và truyền nghề lại cho những tù mới khác. Đa số các kiến thức khác là do tôi đọc sách và xem sách. Hiện tại tôi đang ghi danh học lớp hàm thụ Báo chí Phật giáo ở Los Angeles, California.

Sư cô kính, những tội mà người ta thường phạm tại nhà tù Greenbay (Maximum Security) là mưu sát, hãm hiếp, cưỡng bức, cướp bằng vũ trang và phần nhiều đều liên quan tới ma túy. Mức lãnh án ở đây rất nặng thường là vài chục năm đến chung thân suốt đời (như tôi). Hơn mười một năm rưỡi, tôi đã từng biết và giao tiếp với những phạm nhân như vậy. Tôi nghĩ tất cả điều này xảy ra đều gốc là do ba độc của tham, sân và si. Trại cải huấn Greenbay thì quá đông tù nhân và chưa thể đưa ra cách giúp giáo dục họ hữu hiệu, để ngăn cản phạm nhân việc tái phạm. Tôi cố gắng giúp các thanh niên này khi tôi có thể. Phần đông các tội lỗi xảy ra là vì sử dụng ma túy mà đây là nguyên nhân đưa đến các tội tiêu cực khác.

Để kết thúc, xin cho tôi bày tỏ sự ưng ý của tôi ở hàng chữ trong thư Sư cô: "Nhà tù cũng là cõi tịnh (tịnh độ)." Nó gợi tôi nhớ lại một trích đoạn trong sách Phật: "*Với một tâm chánh trực, nhà tù có thể trở thành một tu viện nhưng với tâm tà kiến, tu viện có thể trở thành nhà tù.*"

Ngày 21, tháng 11, năm 2007,

Sư cô kính, cám ơn Sư cô rất nhiều đã gửi thư và các tấm bưu thiếp phong cảnh chùa cổ Việt Nam tuyệt đẹp cho tôi. Tôi luôn luôn tìm những sự tượng trưng trong đó và tấm bưu thiếp với hình cây mang ý nghĩa rất lớn đối với tôi. Gốc cây đã gợi tôi suy nghĩ đến các giáo pháp của Đức Phật. Các nhánh và lá cây khiến tôi liên tưởng đến 84 ngàn pháp môn chuyển tải giáo pháp giải thoát của Đức Phật.

Bây giờ để trả lời vài câu hỏi của Sư cô. Tôi có được một việc làm là thợ sơn. Tôi sơn tường. Trước tiên, tôi cạo lớp sơn cũ ra và đắp lại các lỗ hổng trên tường và tô lên lớp sơn mới. Tôi được trả 26 xu (26 cent) một giờ tức là 32 đô ($32) mỗi tháng. Số tiền này sẽ giúp tôi mua cho các thứ tôi cần dùng như xà bông, kem đánh răng, giấy, tem v.v... Trong tù có một tiệm bán các thứ cần dùng căn bản trong đời sống hằng ngày. Họ có bán các tấm thiệp. Ngoài ra, nhà thờ cũng tặng các tấm bưu thiếp cho chúng tôi gửi đến bạn bè và thân nhân. Chúng tôi không được phép sử dụng máy vi tính, điện tin gửi qua mạng hoặc vào các trang mạng. Chúng tôi được sử dụng máy đánh chữ bằng điện, ti-vi, quạt máy, sách và quần áo cá nhân. Hình mà

Sư cô, Sư cô Tonen và tôi chụp hồi tháng trước tại phòng khách tốn 1.60 Mỹ kim cho một tấm.

Để trả lời câu hỏi vừa rồi của Sư cô, tôi sẽ bị giam cho đến năm 2051. Hiện tại thì mọi việc vẫn y nguyên như vậy. Có vài cách để được giảm án nhưng đòi hỏi phải có sự tranh luận hợp pháp mạnh mẽ mà không phải dựa vào một bằng chứng duy nhất: tôi là người Phật tử tốt hoặc tôi đã cải thiện tốt hơn rồi. Phải có chứng cớ hay khám phá mạnh mẽ mới của vụ án, mới được trở lại tòa án cho tòa xét sử liệu có thay đổi lời tuyên án không? Ngay thời điểm này, việc tôi có thể làm là duy trì hành động hướng thiện hiện tại của mình và hy vọng làm tốt hơn. Tôi có đăng ký tham gia vào chương trình khuyên các trẻ em phá phách thay đổi tư cách của chúng trước khi quá muộn. Tôi cũng đã làm vài công việc từ thiện khác trong khi tôi ở trại mộc của nhà tù. Tôi không làm các việc thiện để tính công trạng, nhưng làm là vì chính lợi ích cho chính nhiều người khác. Tôi cố gắng không chú ý vào thời hạn tù của tôi hoặc là sự kiện tôi không bao giờ được ra khỏi đây. Có những lúc tôi thất vọng và chán nản về hoàn cảnh của tôi nhưng từ khi tôi đến với đạo Phật thì cảm giác này giảm dần. Tôi thường để tâm làm thế nào để tôi giúp người khác và sự chú tâm này khiến tôi cảm nhận nhà tù mới chính là nơi tôi cần phải có mặt trong lúc này.

Xin có vài câu hỏi đến Sư cô. Có phải có nhiều người không phải là người Việt đến chùa không? Sư cô có buổi lễ nào nói tiếng Anh không? Chùa của Sư cô gần nơi tôi nuôi lớn lên. Tôi đã ở đường số 10 và đường Lincoln. Sư cô có làm lễ mỗi ngày không? Ngày mai là ngày lễ Tạ Ơn (Thanksgiving). Có ngày lễ nào tương tự như vậy ở Việt Nam không? Chủ yếu ngày này người ta bày tỏ lòng biết ơn của mình đến mọi người và cùng nhau mở tiệc ăn mừng đặc biệt có món gà tây để đãi. Tôi cám ơn Sư cô và Sư cô Tonen đã đến đây ban bố pháp thoại cho chúng tôi. Giáo pháp của Đức Phật rất cần thiết, đặc biệt là ở những thành phố của chúng ta.

Tôi gửi kèm theo đây là tấm hình của tôi chụp cách đây vài năm khi tôi còn ở trong trại mộc của nhà tù. Đây là một lớp học dạy cho tù nhân có nghề nghiệp sinh sống khi họ được tự do. Tôi đã ở đó sáu năm giúp dạy cho nhiều phạm nhân khác. Một trong những điều mà chúng tôi có thể học được khi làm việc với cây hay gỗ là tính kiên nhẫn (patient). (Xin Sư cô cho tôi biết chữ "patient" trong tiếng Việt dịch như thế nào?). Đây là một môi trường rất tốt để giúp những tù nhân kiên nhẫn, nhất là các tù nhân trẻ. Tôi có nhiều kinh nghiệm thiền trong khi ở trại mộc và đã có thể áp dụng giáo pháp của Phật như là kiên nhẫn, sự liên kết, nhận biết, thức tỉnh v.v... Đó là một hoạt động mà tôi rất thích thú đã giúp tôi đạt đến tâm an trú và chánh niệm. Tôi hy vọng trong tương lai gần đây, tôi có thể trở lại làm việc với trại mộc.

Tôi thích nghe về thời gian Sư cô ở Ấn độ và kinh nghiệm của Sư cô với người bản xứ. Cũng như tôi muốn biết thêm về Việt Nam. Những điều tôi biết về Việt Nam là liên quan đến chiến tranh. Hai người cậu của tôi đã ở trong quân đội và phục vụ ở Việt Nam. Trong tất cả các phim và hình ảnh tôi thấy, tôi nghĩ rằng đó là một đất nước nhỏ, đẹp và mọi người có vẻ thân thiện.

Trong trại tù, tôi cũng có vài thú tiêu khiển như vẽ tranh, sơn và thêu đan. Tôi cố gắng họa tranh nước chút ít và bắt đầu đan thêu. Tôi đã đan được hai cái mền và đã gửi cho gia đình. Tôi cố gắng học tập, làm việc và giải trí lành mạnh. Thêm một câu hỏi trước khi tôi ngưng ở đây. Sư cô có tụng bài Tâm Kinh Bát Nhã ở chùa của Sư cô không? Đó là một bài kinh có giá trị mà tôi rất tâm đắc.

Ngày 28, tháng 11, năm 2007,

Sư cô kính, xin gởi Sư cô thực đơn của chúng tôi. Điểm tâm chúng tôi thường có bánh kếp, bánh mì nướng, bánh kẹp, bánh quế, trứng chiên, khoai tây chiên, bột lúa mạch, sữa lúa mì, bột ngũ cốc, ya-ua, bơ và cà phê cùng với nước trái cây và trái cây tươi.

Buổi trưa và buổi tối toàn là thịt. Bánh mì kẹp xúc xích, bánh mì nhân thịt bò, gà nướng, gà lôi và thịt hầm. Các món ăn kèm như khoai tây nướng, xây nhuyễn hoặc chiên dòn. Chúng tôi cũng thường có một món xà lách và các loại rau như bắp, đậu hòa lan, đậu đũa v.v...Cũng có bánh mì và bơ mỗi bữa ăn. Tôi đã ăn chay được hơn một năm nhưng sau này tôi trở lại ăn thịt. Tôi biết rằng ăn chay là con đường đúng và trong ý thích của tôi nguyện sau này sẽ trở lại con đường đúng này. Tuần tới tôi sẽ gởi cho Sư cô bản chính của thực đơn một tuần.

Thời khóa biểu của tôi trong ngày:

THỜI KHÓA BIỂU

5:30 sáng: vệ sinh cá nhân và chuẩn bị cho thiền.

5:45-6:30 sáng: Tọa thiền, thiền hành, tụng Bát Nhã và kinh Từ Bi.

6:45 sáng: điểm tâm

7:00-8:00 sáng: xem tin tức/ dọn phòng/ giặt quần áo

8:00-12:30: làm việc (sơn phòng)/ ăn trưa 11:00

12:30-1:00 trưa: nghỉ trưa/ đây là giờ điểm danh (xem có ai bỏ trốn không)

1:00-2:30 trưa: làm việc (sơn tường)

2:30-3:00 chiều: dọn dẹp/ tắm rửa

3:00-4:00 chiều: giải trí

4:00-5:00 chiều: thư giản, viết thư, đọc sách

5:00-5:30 chiều: ăn tối

5:30-6:00 tối: xem tin tức

6:00-10:00 tối: tự do: xem ti vi, đọc sách, viết, tiêu khiển (vẽ, đan). Tôi cố gắng tọa thiền 20-30 phút trước khi đi ngủ.

Thời khóa biểu này thay đổi tùy theo thời gian công việc của tôi. Thỉnh thoảng chúng tôi hết nước sơn, nên tôi có thêm thì giờ cho các việc khác như đọc sách, viết và tọa thiền.

Sư cô, tôi vinh hạnh nhận được sự quan tâm của Sư cô. Tôi biết rằng Sư cô rộng lượng và chân thật. Khi tôi đọc thư của Sư cô, tôi nghĩ về hai bài kệ 76 và 77 trong cuốn kinh Pháp Cú (the Dhammapada), xin kính tặng Sư cô:

"Nếu thấy bậc hiền trí
Chỉ lỗi và khiển trách
Như chỉ chỗ chôn vàng
Hãy thân cận người trí!
Thân cận người như vậy
Chỉ tốt hơn, không xấu."

(Kệ 76)

"Những người hay khuyên dạy

Ngăn người khác làm ác
Được người hiền kính yêu
Bị người ác không thích."
(Kệ 77)

Từ khi tôi quy y Tam bảo, tôi biết sống chân thật. Sư cô hãy nhận sự chân thật của tôi. Trước khi tôi tìm được Phật pháp, tôi đã sống trên sự dối trá, rồi từ đó sanh ra thêm dối trá. Đây là hướng đi không tốt cho cuộc đời.

Sư cô hỏi hậu quả để lại sau khi tôi gây án? Tôi có thể nói là sự tổn thất vẫn còn để lại cho tới hôm nay. Không những chỉ có một mạng người đã mất mà còn gia đình của nạn nhân, cộng đồng chung quanh, gia đình của tôi và một số người khác cũng bị ảnh hưởng bởi hành động, sự ngu dại và sợ hãi của tôi. Tôi suy nghĩ và hối hận về những gì tôi đã gây cho gia đình tôi, tôi cũng nghĩ về Ted (nạn nhân đã bị tôi giết) và tôi nghĩ về những gì nạn nhân đã làm với suốt cuộc đời của ông và những người mà ông đã có thể giúp. Khoảng năm, sáu tháng trước, tôi nhận được một lá thư từ con của Ted nói rằng đã tha thứ cho việc tôi đã làm. Anh ta viết thư cho tôi trong lúc anh bị tù về tội lái xe khi uống rượu say. Anh diễn tả rằng cuộc đời của anh xuống dốc sau khi cha anh bị tôi giết. Từ đó, anh ta chuyển qua rượu chè với tâm ngập tràn những thù hận thịnh nộ tôi. Anh ta nói anh ta cũng gây ra rất nhiều tội lỗi và nghĩ rằng anh hẳn đã có thể ngăn chặn những gì xảy ra với cha của anh. Thế đó, hành động của tôi đã gây tổn hại cho cuộc đời của anh ta bằng nhiều cách. Sự đau đớn mà gia đình của nạn nhân Ted phải chịu thì không thể đo lường được và nhiều thứ không thể kể hết. Sự tổn thất của gia đình tôi cũng giống như vậy. Tôi không thể dự đám ma, đám cưới, sinh nhật của bất cứ người thân nào. Tôi đã bỏ lỡ cơ hội để có một gia đình riêng, cưới vợ, chăm sóc con như mọi thanh niên khác, tôi không được thấy con cháu trưởng thành. Tôi bỏ lỡ dịp bày tỏ lòng hiếu thảo, hiếu thuận với mẹ, cha, chị và em tôi. Quan trọng hơn nữa là tôi đã gạt họ để họ tưởng tôi như một người con, người anh hay người thân ngoan ngoãn của gia đình và dòng họ.

Nhưng nay tôi biết, họ rất vui mừng về sự thay đổi lớn mà tôi đã đang làm trong cuộc đời này. Dù rằng có những thay đổi thật sự, nhưng sẽ khó bao giờ trở lại như xưa, như những gì nó đã từng có.

Xin tự nhiên sử dụng những gì tôi viết hoặc gửi cho Sư cô như hình ảnh, bản vẽ, thư từ v.v... cho quyển sách của Sư cô. Tôi đã học được vô số điều hay từ những sách về đạo Phật và thực tế đời sống hằng ngày trong tù. Nếu câu chuyện và lời nói của tôi san sẻ có hữu ích cho người khác, tôi rất hoan hỉ và vinh hạnh được góp mặt trong cuốn sách của Sư cô đang viết. Tôi hoan nghênh chào đón Sư cô đến hướng dẫn nhóm học đạo của chúng tôi.

Tôi có một ý kiến có thể giúp cho quyển sách của Sư cô. Tôi sẽ viết nhật ký mỗi ngày ghi nhưng suy nghĩ và cảm xúc hằng ngày của tôi liên quan giữa thực hành lời Phật dạy và đời sống trong tù và rồi gởi đến Sư cô. Sư cô nghĩ thế nào?

Sự diễn tả của Sư cô về tuyết rơi đã làm tôi hân hoan mỉm cười. Nhìn qua song cửa sổ nhỏ của xà lim, tôi cũng thấy như có mưa tuyết bên ngoài.

Tôi có thể cho ý kiến về việc liên quan đến những người láng giềng của Sư cô không? Đối với tôi hình như đa số người ta sợ về những gì mà họ không biết. Đa số người Mỹ, đại khái khi họ thấy có một Sư cô Việt Nam hay là một ngôi chùa Việt Nam trong xóm của họ thì chính họ sẽ tò mò nghĩ "cô ta và Phật tử đang làm gì ở đây?" Đa số người Mỹ không biết về đạo Phật vì vậy họ có thể cảm thấy ngại hay sợ. Có lẽ Sư cô nên mời những người láng giềng đến hoặc tìm cách giải thích mục đích của Sư cô là gì, có thể dưới hình thức lá thư thông tin. Tôi không có ý dụ dỗ khiến họ thay đổi tôn giáo của họ, nhưng chỉ đơn giản làm cho họ dễ chịu. Đây chỉ là một ý có thể giúp mở thông ngoại giao với hàng xóm.

Sư cô có biết tiếng Nhật chữ "gassho" có nghĩa là "chấp tay lại" không? Đó là cách chúng tôi chào nhau, còn tiếng Việt gọi "gassho" là gì? Cám ơn Sư cô nhiều.

Tojin

Ngày 30, tháng 11, năm 2007

Tojin thân mến,

Cảm ơn Tojin đã giới thiệu thực đơn trong trại. Ở Hoa Kỳ, dù là phạm nhân, các bạn vẫn có phước được cung cấp đầy đủ thực phẩm sinh tố. Đây là điều may mắn so với phạm nhân các nước khác mà Sư cô biết.

Sư cô cảm ơn Tojin sẽ gởi nhật ký mỗi ngày đến Sư cô. Thật là một ý tưởng tốt. Nó giúp cho cuốn sách của Sư cô phong phú rất nhiều và giúp cho Tojin nhìn lại mình để viết ra "viết về mình, hướng nội, là một cách quán chiếu trong đạo Phật" nha. Tojin, Sư cô sẽ gởi lại Tojin tiền lệ phí gởi thư mỗi tháng nha, vì lệ phí như vậy sẽ nặng đối với Tojin.

Về việc hàng xóm ở quanh chùa, Sư cô cảm ơn Tojin đã quan tâm và cho ý kiến. Nơi này rất là yên ổn. Chưa ai nhiễu loạn chốn thiền môn cả. Sư cô sẽ mời họ qua dùng cơm chay vào một buổi lễ nào đó và gởi thư mời nha. Thơ Haiku thật là súc tích. Sư cô thỉnh thoảng làm thơ tiếng Việt ngắn như mẫu thơ Haiku.

"Gassho" nghĩa là "chấp tay chào"

Chào hỏi lẫn nhau: Kính chào Sư cô >< Chào Tojin

How are you? nghĩa là "Sư cô khỏe không?"

Chúc Tojin mọi sự tốt lành.

With metta, (từ Pali "metta": lòng từ)

Sư cô

Ngày 12, tháng 12, năm 2007,

Sư cô kính, cám ơn Sư cô đã gửi thư và những tấm hình tuyệt đẹp của bên ngoài trại giam Greenbay. Tôi không ngờ phía bên ngoài kia của cổng tù nơi tôi ở lại đẹp như thế. Khi tôi mới đến đây, tôi cứ lo nghĩ về chuyện gì sẽ xảy sau khi bị giam ở trại Maximum Security này, nên tôi không có tâm hồn để ý đến cảnh vật bên ngoài.

Tôi sẽ viết nhiều như ý muốn của Sư cô cho cuốn sách Sư cô đang viết. Tôi may mắn gặp được Sư cô và Sư cô Tonen như những bậc thầy tâm linh của tôi. Hôm thứ hai vừa qua chúng tôi có buổi tọa thiền hai tiếng đồng hồ. Chúng tôi một nhóm, khoảng 14 người, đa số là những tù nhân mới. Thật là tuyệt vời khi thấy ngày càng có nhiều người muốn học thiền và nghe pháp thoại.

Tôi nghĩ tốt nhất là Sư cô đến hướng dẫn với tư cách "mục sư" (vấn đạo riêng, pastoral). Tôi tin Sư cô Tonen cũng sẽ nói cho Sư cô nghe về luật lệ ở đây cũng như những gì có thể được mang vào trại như giấy tờ, sách v.v...

Vài dữ kiện liên quan đến việc tôi phạm tội. Tôi đã phạm tội cùng với người từng là bạn tôi, Lucian. Ted là cha nuôi của Lucian. Lucian thì đang ngoại tình với mẹ nuôi của mình, Mary. Mary là vợ thứ hai của Ted. Mary và Lucian muốn Ted chết để không cản đường tình của họ và như vậy họ có thể lấy được tiền bảo hiểm nhân thọ và tự do sống chung với nhau. Tôi dính líu vào bởi vì tôi bị Lucian hăm dọa. Tôi không có ý biện hộ, nhưng sự việc dẫn dắt tôi đến tội phạm là vì tôi còn trẻ, lại sợ hãi, ngây thơ và không đủ mạnh dạn để ngăn chặn sự việc xảy ra. Tôi cứ nghĩ là Lucian sẽ gây hại cho gia đình tôi, nếu tôi không giúp hắn. Ted đã bị chết do viên đạn của tôi. Ted bị chết một cách oan uổng. Điều này làm tôi đau khổ khi viết và kể lại chuyện này ra. Điều này nhắc nhở tôi là tôi đã bị tràn đầy ảo giác vọng tưởng và khờ dại đến thế nào! Thật khó tin là tôi đã làm ra chuyện tày trời như vậy. Tôi không thể tưởng tượng nổi tôi đã mù quáng trên con đường chính đáng, mù quáng trên lối đi đúng đắn.

Tôi thường được thân nhân viếng thăm mỗi tháng hoặc hai tháng một lần. Một nhóm là mẹ của tôi và cha ghẻ; một nhóm riêng khác là em tôi, em rể, hai con trai cùng với cha ruột của tôi đi chung với nhau. Cuộc viếng thăm kéo dài khoảng hai tiếng, tùy theo phòng thăm viếng có đông hay không. Người thân giúp tôi rất nhiều với mọi thứ cần dùng. Họ có thể cho tôi tiền, nhưng không được phép cho đồ ăn.

Tôi có vài người bạn có thể xem như là bạn tốt ở đây. Thật khó có được bạn tốt, bởi vì tù nhân khó có thể tin tưởng lẫn nhau. Tôi tìm những người có hiểu biết. Tôi sống trong xà lim của chính mình. Bảy năm trôi qua tôi đã sống như vậy. Trước kia tôi có người bạn cùng ở chung phòng. Tôi cố gắng sống hòa hợp với mọi người và cũng tránh xa những người mà tôi biết tôi không hợp tánh cách.

Sư cô có thể gởi ngân phiếu nếu Sư cô muốn tặng tôi một ít tài chánh và trong bao thơ chỉ có ngân phiếu Money Order chứ không được để gì khác, không thư và không hình ảnh. Tôi cám ơn sự quan tâm của Sư cô.

Tôi vừa bắt đầu viết nhật ký. Tôi có vài bài ngắn mà tôi sẽ đánh máy và gửi cho Sư cô. Những bài này đều có tựa đề khác nhau. Thông thường là sự suy nghĩ của tôi trong khoảnh khắc xảy ra nhưng sẽ rất hữu dụng. Hy vọng những lời chia sẻ của tôi đem lại lợi ích cho mọi người.

Tojin

Ngày 16, tháng 12, năm 2007

Tojin mến, Sư cô vừa gửi một bài báo ngắn cho một số trang web người Việt quen biết, tựa đề bài báo là "Hãy quý giây phút chúng ta đang sống".

Bài bích báo kể rằng vào ngày 12 tháng 12 năm 2007, Sư cô đã làm lễ quy y cho một nữ bệnh nhân đang nằm trên giường bệnh. Sư cô đặt pháp danh của cô bé là Viên Bảo Mỹ. Viên Bảo Mỹ là một sinh viên thông minh của ngành xã hội học. Cô vừa tròn 20 tuổi. Cô đang đối diện với tử thần trong những ngày sắp tới vì căn bệnh ung thư ở kỳ cuối. Bác sĩ đã từ chối chữa trị cho cô ta. Cô quá yếu và đau đớn khi đứng dậy. Da và mắt đã ngả vàng. Quý sư đến nhà cầu nguyện cho cô ta mỗi ngày. Viên bảo Mỹ xin Sư cô và mọi người cầu cho Viên Bảo Mỹ sống đến lễ giáng sinh hoặc đến ngày 05 tháng 01 năm 2008, bởi vì đó là ngày sinh nhật của Viên Bảo Mỹ. Sau đó, Viên bảo Mỹ sẽ vui lòng đi sang thế giới khác. Điều này thật là cay đắng phải không?

Hôm qua, Sư cô có mang cho cô ấy một hộp chocolate, một tấm thiệp Noel và một tấm thiệp sinh nhật với những dòng chữ:

Một trái tim thật hồn nhiên, một tâm hồn thật thanh thản. Chúc Viên bảo Mỹ có một ngày giáng sinh vui vẻ (25/12/2007)

Và một ngày sinh nhật tuyệt vời (5/1/08)

Hãy luôn vui tươi và nhẹ nhàng. Mong sở cầu như ý và giấc mơ sẽ trở thành sự thật.

Sư cô khuyên Viên Bảo Mỹ nên vui vẻ với hiện tại. Hưởng không khí lễ Noel và sinh nhật ngay bây giờ đừng nên chờ tới ngày 25/12/07 hay 05/01/08. Đừng lãng phí thời gian và năng lực cho tương lai. Nên nhớ và mỉm cười với mọi người xung quanh, hãy quý giây phút chúng ta đang sống và thở. Tương lai không thuộc về cái gì đến sau này. Đừng nghĩ rằng chờ cho tới khi lành bệnh, tới khi tốt nghiệp, khi về đến chùa, khi không bị kẹt xe hoặc khi được ăn tiệc v.v... thì mới vui vẻ được. Cứ lạc quan và an trú từng hơi thở thì sẽ thấy cuộc sống hiện tại thật kỳ diệu.

Đó là tóm lược câu chuyện thương tâm của Viên Bảo Mỹ.

Sư cô

Ngày 30, tháng 12, năm 2007,

Sư cô kính, tôi đang cố gắng viết về kinh nghiệm bản thân và sự cảm nhận của tôi về mọi việc ở trong tù. Tôi cố gắng xem mình không phải là người tù khi viết bài và thử nghĩ trong những điều kiện hay môi trường rộng lớn hơn. Giáo pháp của Đức Phật khuyên chúng ta nên quên “bản thân” và bỏ qua cái “tôi”. Vì vậy, tôi đang suy tư về nhiều quan điểm. Thỉnh thoảng cái "tôi" lộ ra bộ mặt xấu xí và tôi chịu nhiều hậu quả. Tôi đã viết tay được khá nhiều, chỉ cần đánh máy và sẽ gửi đến Sư cô ngay.

Tôi đang viết về đề tài nóng giận. Đây là một đề tài vô cùng quan trọng ở đây. Có nhiều việc mà con người, nhất là tù nhân, hay dễ nổi giận. Đa số xảy ra đều liên quan đến vật chất. Hiện tại có nhiều luật tù mới được đặt ra để hạn chế quyền sở hữu của tù nhân. Nhiều người vui lòng thay đổi cuộc sống của họ nhưng một số tù nhân thì không! Với lợi ích của Phật pháp, tôi cố gắng tạo sự thay đổi khi có thể được. Giống như trong bài thơ của Sư cô: "Tạm biệt mùa thu, chào đón mùa xuân." Qui luật của vũ trụ là vô thường, nên vạn pháp thay đổi. Chúng ta có thể chấp nhận sự thay đổi, làm sự thay đổi hoặc chúng ta có thể chống lại sự thay đổi và tạo đau khổ cho chính chúng ta. Điều đó hoàn toàn là do sự chọn lựa của chúng ta. Tôi nghĩ tôi sẽ viết bài về sự giận dữ cho bản tin Sosaku sắp tới.

Tôi dùng thời gian rãnh để đan thêu. Tôi đã mua len để đang đan tấm phướng. Tôi hy vọng bán được để lấy tiền làm Phật sự. Trong bản tin Sosaku vừa rồi, có một ngôi chùa ở Trung Quốc mà tù nhân chúng tôi đang cố gắng gây quỹ giúp đỡ. Đây là cách để tôi sử dụng thời gian để làm việc hữu ích.

Tojin

Ngày 20, tháng 1, năm 2008

Từ khi tôi quy y Phật pháp rồi thì tôi hay trầm tư và tự vấn. Tôi thường tự bắt mình suy nghĩ khác với những người tù thông thường.

Trong lá thư vừa rồi tôi viết về việc phán xét người khác. Ở đâu không biết chứ ở trong tù này thì chuyện đó khỏi nói. Chẳng hạn là Phật tử thì mỗi buổi sáng tôi thích công phu. Tù nhân mà hiểu chuyện thì họ sẽ để cho tôi yên tĩnh tu tập và không phản ứng gì hết. Còn đằng này mấy người tù hàng xóm cứ chỉ trích và quấy rối tôi. Cũng như cái chuyện sơn lại xà lim mà tôi với tù nhân cùng phòng cũng cãi nhau. Hắn nói là nhà tù thì nên sử dụng cái gì sẵn có, sơn sửa làm chi cho mệt. Còn tôi nghĩ hôm nay thì không phải giống hôm qua, nên nhà tù cần phải thay đổi theo thời gian và phòng mình ở thì nên cho sáng sũa và mới mẽ. Đây là những việc bất đồng ý kiến xảy ra hàng ngày.

Sư cô kính, hôm nay tôi đã đọc kinh Kim Cương Thừa và tôi mới biết được mình đang ăn quả từ cây thật. Tôi cũng vừa tranh luận với bạn tù về việc con người là động vật có tính xã hội hóa. Chuyện này được bàn cãi là vì chúng cho tôi không xã hội hóa với tụi nó cho lắm. Tôi đã lĩnh hội được bài học kinh nghiệm từ Phật pháp rằng đã làm cái gì thì phải làm hết lòng chuyên tâm và chánh niệm. Như khi đánh máy thì chỉ việc đánh máy, sơn phòng thì chỉ việc sơn phòng, nghĩa là tôi luôn làm hết mình vì công việc và chánh niệm chuyên tâm trong việc của mình. Họ không hiểu là mỗi khi tôi đã giành thời gian để làm một việc gì đó thì chỉ có việc đó mà thôi không gì khác hơn, vì vậy tôi không có thời gian đi tán dóc với họ chẳng hạn. Tôi cố gắng giữ mình lạc quan và giải thích với họ, tôi đang làm cái gì. Họ không biết gì và không hiểu tại sao tôi phải tĩnh tâm ngồi yên như tượng đá bất động? Tôi cố giải thích rằng tịnh tâm rất hữu ích cho tôi vì nó giúp tôi an lành, thức tỉnh và hiểu thấu sự việc rõ ràng.

Gần đây, tôi đang lo cho việc thiếu văn phòng phẩm để

ra bích báo Sosaku trong tháng tới. Có thằng bạn tôi hỏi tại sao tôi phải lo làm bích báo này làm gì trong khi không có mấy ai muốn giúp tôi. Tôi biết là có một vài tù nhân khác đang thấy được sự hữu ích của bích báo và đó cũng là câu trả lời của tôi đối với họ. Họ dường như không hiểu tại sao tôi phải cứ chăm chú tẩn mẫn khi phải in chính xác và đúng cách của bích báo nữa.

Tôi đang viết về những phàn nàn thực tế từ mấy bạn tù không hiểu về tôi, về những thành kiến của tôi và họ. Tôi hiểu được rằng tất cả những chuyện bàn thảo cũng như các cuộc cãi vã rất có lợi cho tôi, bởi vì nó có tính giáo dục tôi. Những bạn tù này là thầy của tôi. Người mà hay chọc cho tôi căng thẳng và làm tăng thêm sức chịu đựng kiên nhẫn của tôi, họ chính là thầy của tôi (kiên nhẫn ba-la-mật).

Có những chuyện trong tù khó mà tránh được hậu quả. Dường như họ thích làm chuyện mà người khác muốn họ làm. Cũng như trong tù có một văn phòng khiếu nại dành cho các tù nhân và rồi tụi nó xúm nhau khiếu nại đủ thứ ngay những chuyện không dính dáng gì tới họ hết. Thức ăn, thời khóa biểu, tập thể dục, giặt giũ và nhất là những sở hữu cá nhân. Họ giữ của lắm. Có một chuyện xảy ra cách đây mấy tháng họ lấy hết đồ đạc trong phòng của tôi đi để kiếm cái gì trong đó không biết. Tôi cũng mặc kệ, họ muốn làm gì thì làm. Trong phút chót tôi chỉ nhớ có một cuốn sách chưa đọc, còn mấy cái khác thì tôi không màng tới, họ muốn lấy hết bưng đi cũng được. Tôi nhận biết được là mình đang ở đâu và tôi tự cho là mình đang trong tình trạng trị bệnh cho dù tôi có thích nó hay không hoặc vì lý do gì đó cứ để cho việc gì tới nó tới.

Tojin

Ngày 23, tháng 01, năm 2008

Tojin mến, Venerable có nghĩa là Sư cô. Sư cô Tonen muốn mọi người gọi tên đơn giản là Tonen, cũng được. Nhưng Sư cô thì thích nghe gọi bằng thuật từ 'Sư cô' (nun, female priest), có vẻ Việt Nam và gần gũi hơn.

Sư cô cám ơn tấm thiệp và bài thơ đầy ý nghĩa của Tojin. Câu kết luận thật đầy ngạc nhiên: "Mùa đông này tôi chợt nhận ra tuyết đã tạo thành một dãy núi" (Đúng rồi! tuyết nhiều quá chất cao thành núi). Thiền là một cái gì đó rất đơn giản, thiên nhiên và độc đáo. Và hơn nữa, lời viết sau cùng cuối bức thư vẫn còn in sâu trong trí của Sư cô là: "Thật là hạnh phúc khi được thong thả đi dọc bờ biển, dọc bờ hồ một lần nữa hoặc ngay cả được đi thiền hành trong rừng cây phong trọn một ngày". Sư cô hy vọng nhờ vào luật sư, án tù của Tojin sẽ được giảm bớt và Tojin có thể thực hiện được ước mơ nhỏ này.

Sư cô rất thích bờ hồ Milwaukee với rừng cây lá đỏ. Thỉnh thoảng Sư cô lái xe đến đó để tĩnh lặng và hít thở không khí trong lành. Sư cô sẽ sưu tập nhiều hình có phong cảnh đẹp Milwaukee để cho vào sách của mình.

Mấy ngày nay tuyết đã rơi, rất lạnh và gió nhiều. Mỗi ngày Sư cô đi bộ từ trường Milwaukee Area Technique College tới sân đậu xe khoảng vài phút, nhưng gió rất mạnh và lạnh buốt xương. Trưa nay Sư cô run lập cập giữa cơn giận dữ của tuyết và gió, mặc dù Sư cô đã mặc năm lớp áo ấm (hết nhận dạng ra Sư Giới Hương). Sư cô cảm thấy thương cho những người sống giữa vùng băng giá dưới thời tiết khắc nghiệt này. Công nhân, học sinh phải đi làm, đi học suốt mùa đông. Sinh viên vùng lạnh nếu nhận được bằng tốt nghiệp cho một môn học nào đó thì cũng nên tặng thêm một tấm bằng chịu đựng thời tiết giá lạnh của xứ tuyết này! Đây là sự khác biệt với các sinh viên đến từ các tiểu bang ấm áp như California, Texas...

Sư cô

Ngày 27, tháng 1, năm 2008,

Sư cô kính, hôm nay là một ngày mới, một cơ hội mới để thức tỉnh về sự thật. Tôi nghĩ rằng tôi đã không cảm thấy được ân sủng mỗi ngày mình có được, đúng ra tôi phải biết. Tôi vừa viết xong một bài về ý thức lạc quan trong lúc ở tù hơn là bi quan. Hy vọng rằng bạn tù đọc sẽ sống được như vậy. Khi viết bài cho bích báo Sosaku, tôi thích trích những danh ngôn của các cổ nhân hay các thiền Sư như thiền sư Nhất Hạnh, vì lời lẽ giác ngộ của các ngài đã khiến cho các bài viết có thêm giá trị. Điều mà tôi muốn làm ở đây là tôi chỉ muốn gieo một hạt giống tốt trong tâm mình. Tôi đã đọc kinh Kim Cương Thừa. Có thể nói đây là chuyện lạ cho một người tù. Chúng ta là người đem lại ý nghĩa cho từ ngữ, ý niệm và cũng vì vậy mà chúng ta nên làm cách nào hay chuyển đổi nó có nghĩa và thích hợp cho hoàn cảnh nhiều người.

Tojin

Ngày 30, tháng 1, năm 2008,

Câu hỏi của Sư cô rất hay, nguyên nhân gì đã khiến tôi có thể cầm được vũ khí để cướp đi một mạng người? Có lẽ phải trở lại thời trung học. Khi mới lớn lên, tôi theo bạn bè uống rượu, rồi tập tành làm sao để nhập vô được nhóm bạn nổi tiếng chuyên làm những chuyện xấu xa. Khi 15 tuổi tôi bắt đầu đi làm cho nhà hàng ở trong một Trung tâm thương mại Southridge, Milwaukee. Tôi làm ở đó được vài năm rồi chuyển sang công việc khác với tiền lương cao hơn và trách nhiệm nhiều hơn nhưng tôi thì chưa sẵn sàng để có được công việc này. Tôi luôn là một công nhân giỏi và đạo đức tốt, nhưng ba tôi là người làm cho tôi hư. Vì ba là người nghiện ngập dù ba cũng đi làm và có trách nhiệm với gia đình. Trong lá thư của Sư cô đã làm tôi suy nghĩ "giáo dục của gia đình và nghiệp chướng" là lý do làm cho tôi hư. Tôi đã biết rằng Phật pháp có dạy về lỗi do tại mình gây ra, vì vậy nếu trách người khác là không nên. Tôi hiểu trong một chừng mực liên quan nào đó (nếu tôi không sai) thì nhân duyên liên đới luôn xảy ra trong mọi việc. Chúng ta học hỏi từ kinh nghiệm bản thân và trưởng thành từ những kinh nghiệm ấy.

Đức Phật dạy rằng có phước đức lắm mới được sanh làm người. Tôi hy vọng rằng tôi không hoang phí cơ hội làm người của mình với những Phật sự đang thực hiện. Tôi có đọc về Bồ Tát Cồ Đàm trước khi thành Phật, ngài đã trải qua vô số kiếp làm Bồ Tát thực hành đủ mười hạnh Ba La Mật và thành Phật. Như vậy, những công hạnh của ngài trong quá khứ đã là nhân duyên để khi ngài được sinh ra kiếp này và thành Phật. Tôi tự hỏi nếu những tội lỗi của tôi trong kiếp này có sẽ trở lại với tôi trong kiếp sau không? Gây chướng ngại quả báo? Cầu nguyện tôi sẽ không gặp khó khăn hoặc là tôi sẽ cố gắng nỗ lực trong việc giác ngộ cho tới khi được thành Phật. Tôi rất hạnh phúc và choáng ngộp với niềm vui khi gặp được Phật pháp và hiểu được ý này. Tôi sẽ nỗ lực hết mình từng giây từng phút nhưng thú thật là tôi phải đương đầu với quá khứ của chính mình. Tôi cảm thấy hối tiếc trong lòng vì tôi đã lỡ tạo nghiệp xấu cho đời mình.

Sư cô kính, tôi sống bên bờ hồ Milwaukee, nơi đó lạnh và nhiều tuyết phủ. Tôi thích câu nói đùa của Sư cô về việc "sinh viên cũng nên được thưởng bằng cấp chịu lạnh giỏi". Tôi thường đón xe buýt tới trường và đã phải đứng chờ xe trong góc phố vào mùa đông, nên tôi biết cái rét lạnh căm căm của tuyết và cơn gió ào ạt của biển hồ Milwaukee thổi đến. Bài thơ 'Sự Rơi của Lá' của Sư cô, tôi sẽ đăng trong bích báo Sosaku kỳ tới. Tôi sẽ gửi báo cho Sư cô trong một vài tuần nữa. Tôi có viết hai bài cho báo đợt này.

Trả lời câu hỏi của Sư cô về Mary. Tôi không biết tại sao Mary là vợ của Ted không ở tù? Ở nước Hoa Kỳ này hệ thống pháp luật không phải lúc nào cũng có công lý cho mọi người. Quyết định truy tố ai thì phải đưa cho văn phòng biện lý. Tôi đoán là công tố viên trong vụ của tôi không tìm thấy đầy đủ bằng chứng để bỏ tù cô ấy. Đơn giản vậy thôi. Về chuyện trở lại tòa án để xin giảm tội. Một phạm nhân có thể trở lại tòa án vài lần. Mỗi lần lên tòa cấp cao hơn để xét xử. Nếu có đầy đủ bằng chứng hoặc có ai có thể phủ nhận được lời buộc tội của công tố viên thì tôi mới có thể được mang ra tòa xét lại về cáo trạng và án tù. Nếu một tù nhân không có tiền, nhưng có bằng chứng giá trị để kháng án thì tòa án sẽ cung cấp luật sư với phí tổn được giảm xuống. Tôi đang thuê luật sư tư nhân. Tôi nhờ gia đình và bạn bè khiếu nại kiện giúp tôi. Tôi cũng đã dùng thời gian rảnh để thêu móc đồ thuê bán kiếm tiền thêm. Tôi có thể móc khoảng hai, ba tấm lộng, thảm, mền trong một tháng để bán lấy tiền lo luật sư. Một vài tháng nữa thì tôi sẽ biết kết quả về chuyện này. Tôi thường kết chỉ thêu rất đẹp nhưng trại cải huấn ở đây không cho tôi giữ kim nữa vì sợ đây là vũ khí gây án. Chữ Butsudo có nghĩa là Phật trong tiếng Nhật. Hy vọng Sư cô thích tấm thiệp này của tôi. Chúc Sư cô cùng quý Phật tử ăn Tết Nguyên đán vui vẻ.

Tojin

Ngày 02, tháng 03, năm 2008

Tojin mến, Sư cô nghĩ rằng khi Tojin 20 tuổi chưa đủ chững chạc để suy nghĩ về hành động gây hại của mình. Những người trẻ thường làm chuyện nông nổi và háo thắng, nhưng cứ nghĩ mình đúng.

Đúng rồi, chúng ta được thân người là một may mắn lớn. Chúng ta không nên phung phí cơ hội làm người của mình. Trong kinh Lăng Nghiêm nói các tội khác có thể sám hối, riêng lấy mạng người thì khó tránh nạn không đền trả vì đây là một trọng tội. Ai có thể biết đây là nguyên nhân hay kết quả trong mối liên quan nhân quả giữa Tojin và Ted trừ các bậc thánh có thiên nhãn thông để thấy nhân duyên ràng rịt trong nhiều đời? Đây là sự chấm dứt quả của quá khứ hay là sự bắt đầu xoay vòng thù hận giữa Tojin và Ted? Tuy nhiên, tội lỗi từ tâm mà khởi ra. Tâm biết chân thành sám hối thì tội thời tiêu. Kinh Đại Thừa nói: Phải thành tâm sám hối cho đến khi thấy được hảo tướng Phật mới hy vọng.

Nếu tâm thức tỉnh, dù đi tới hoặc lui, lên hoặc xuống, giết hoặc tha thì sẽ không còn quan trọng bởi vì thân thể của chúng ta là ảo tưởng, thì những quả báo đến với thân cũng là giả ảo, có câu nói: "Bồ tát sợ nhân, chúng sanh quả". Hãy chánh niệm và an trú từng giây phút mà chúng ta đang thở. Tojin có nghe qua câu trả lời của một thiền sư rằng:"Cám ơn thanh kiếm bén đã chém ngọn gió xuân" khi một kẻ cướp kề thanh gươm vào cổ ngài với ý muốn chém ngài. Sư đã ví cuộc đời của sư như cơn gió thì thanh kiếm nào có thể chém gió được? Xin Cám ơn thanh kiếm: có nghĩa là chết hay sống không quan trọng. Hãy an trú từng phút giây và chánh niệm trong mỗi sát na. Sư cô nghĩ bây giờ Tojin sáng suốt, đời sau Tojin cũng sẽ còn hạt giống sáng suốt đó.

Hãy nhìn kìa, bên ngoài thảm tuyết trắng như ngàn đóa sen li ti đang nở phải không? Tâm của Tojin cũng vậy.

Sư cô

Ngày 9, tháng hai, năm 2008

Sư cô kính, tôi thích câu thơ "Cám ơn thanh kiếm bén đã chém ngọn gió xuân" và vị sư đã ví mình như ngọn gió xuân. Ý nghĩa này rất hay vì nó làm cho chúng ta hiểu được như thế nào là ân phước mà chúng ta có được trong hiện tại. Các thiền sư liễu ngộ thì thơ của các ngài miêu tả sự sống rất tự tại trước sự vô thường hay thịnh suy của nhân sinh. Các ngài không rúng động trước sự sống chết và ví mình như gió xuân. Thơ thiền nắn ra nụ cười tự tại và phơi phới trên ngôn ngữ. Hồn thơ là món quà truyền tâm cho nhân thế, bởi sự súc tích và thâm sâu của thơ.

Trở lại sinh hoạt hàng ngày của tôi. Có một bạn tù làm chung với tôi. Hắn cứ muốn thử tánh nhẫn nại của tôi. Hắn cho rằng tất cả những bất đồng giữa hai chúng tôi đều do một tay tôi gây ra. Hắn cũng cho là vì tôi nên mới có chuyện xích mích hàng ngày với hắn. Tôi nói với hắn rằng không có tôi cũng như không có hắn thì đâu có chuyện đó xảy ra.

Mục đích là có nhìn thấy những điểm tốt của nhau thì mới giúp cho nhau. Chuyện không có gì là nghiêm trọng lắm, nhưng cũng mệt với hắn chứ không dễ. Tôi đã thuyết phục chính mình sau khi đọc Kinh Kim Cang rằng tôi không nên nhìn và nghĩ mình hay người khác như các tù nhân và phải tuệ tri thấy tất cả là tánh kim cang bất nhiễm đồng nhau. Tôi cố sống với ý nghĩa bản tánh Phật này.

Tojin

Ngày 2, tháng 3, năm 2008,

Tôi đã suy nghĩ nhiều về quá khứ của tôi và làm sao mà tôi được như hiện giờ. Tôi xin đọc một đoạn trích: "Sự tồn tại của quá khứ là vì ký ức của mỗi người, tương lai có được là vì khát vọng cá nhân, chỉ có hiện tại là sự thật vĩnh hằng và quan trọng." Tôi nghĩ sự tĩnh tâm giúp tôi bỏ qua được rất nhiều quá khứ của mình. Tôi không đơn thuần giấu đi những ký ức của mình, nhưng tôi đã cố quên rất nhiều về quá khứ đó.

Ở trong tù thì có nhiều chuyện để nói lắm. Có tù nhân muốn làm sống lại cho được quá khứ vinh quang hùng khí của mình: "một thời huy hoàng, rồi chợt tắt". Hắn cứ nói thao thao bất tuyệt về quá khứ sáng chói mà không một chút nhận thức về hiện tại như thế nào? Còn tôi thì tập an trú hiện tại với chánh niệm và để quá khứ trôi đi như gió thoảng.

Tôi đã học thuộc lòng một câu kinh nói rằng không có gì mà không đạt được và trong chúng ta ai cũng có thể nắm lấy hay đạt được đỉnh cao của sự tỉnh thức giác ngộ. Tôi được đọc một số danh ngôn của các thánh nhân truyền lại từ đời này sang đời khác. Tôi cũng được đọc những bài thơ và văn của các bậc trưởng thượng cổ kim tường thuật lại dòng chuyển vận tâm của các ngài như thế nào? Tôi nghĩ rằng để hiểu được phật pháp căn bản trên lý thuyết thì dễ dàng, nhưng khó đạt đến sự giác ngộ hay tỉnh thức hoàn toàn, khó để trở thành Bồ Tát hay Phật được? Những vị này chỉ đếm như đầu ngón tay.

Tojin

Ngày 3, tháng 3, năm 2008,

Sư cô kính, tôi đang suy nghĩ làm sao để các tù nhân Mỹ trở nên quan tâm và hiểu được sự lợi ích của Phật pháp. Có một điều đơn giản mà tôi thấy là họ đã đi đủ chỗ (xem nhiều tôn giáo) rồi mới quay trở lại và có lẽ họ thích cách tu thiền của đạo Phật trong khung cảnh an tịnh. Thú thật cá nhân mà nói một số người tu theo đạo Phật ở trong nhà tù này dường như cho mình là "xuất phàm" vì họ cảm thấy rằng họ không thể nào hòa hợp được với cái đám tù nhân trần tục sô bồ khác. Ngoài ra, có lẽ đạo phật có ảnh hưởng đem lợi ích liền trong đời sống của họ như là giữ Năm giới, Tám giới Bát quan, tọa thiền, niệm Phật, tụng kinh, kinh Bát Đại Nhân Giác (Tám Điều giác ngộ), chuyện Lục Tổ Huệ Năng... đã mang an lạc cho họ dù chỉ trong một thời gian ngắn. Đạo Phật đã đáp ứng được nhu cầu của họ.

Tojin

Ngày 4, tháng 3, năm 2008,

Khổ ải! Khổ ải! Khổ ải!! Đây là diệu đế đầu tiên trong Tứ diệu đế được đức Phật đề cập tới. Chính đau khổ này là một trong những thử thách đầu tiên mà các tù nhân phải trải qua. Có lẽ đây cũng là lý do tại sao các tù nhân chọn đạo Phật. Cá nhân tôi mà nói khi tôi nghiên cứu Khổ Đế đã khiến cho tôi thấy được ý nghĩa sự thật đau khổ của con người phải đối diện với sanh, già, bịnh, chết như thế nào? Tôi ngay lập tức không ngần ngại từ bỏ những oán thù, bi quan, sầu bi, rên rỉ mà tôi đã cưu mang từ lâu trong lòng. Khi tôi thấm nhuần những kinh nghiệm giác tỉnh của đức Phật thì tôi mới nhận ra đây là điều mình đã thiếu trong đời, thiếu khuynh hướng "Chia Sẻ Kinh Nghiệm" của mỗi tập hợp những cá nhân như tù nhân hay những tù nhân theo đạo Phật là vì họ có cùng chung một kinh nghiệm sống và một hướng nhìn.

Tojin

Ngày 05, tháng 03, năm 2008,

Sư cô kính, chúng ta tạm hiểu lý do một số tù nhân chọn và thích đạo Phật, nhưng tại sao cũng có một số tù nhân trong trại tù Greenbay, WI, không chọn đạo Phật? Có lẽ những vị này chưa hoàn toàn chịu đáp cuộc đời của họ xuống để bắt đầu làm mới và cũng chưa sẵn sàng để bắt đầu tu tập. Tháng vừa rồi, tôi đã giới thiệu và chia sẻ kiến thức đạo Phật cho một bạn tù. Nhưng anh ta có lẽ không còn theo đạo Phật nữa mà đã tấp vô chỗ khác rồi. Anh ta đã trở lại con đường mà tôi cho là tiêu cực, tập bè kết đảng với nhóm hút sách và đi quấy phá người. Dù sao đây cũng là sự chọn lựa của anh ta. Mặc kệ tương lai của anh ta ra sao. Mực nước chảy xuôi rất dễ theo, còn tu tập là ngược dòng nước tập khí rất khó theo.

Tojin

Ngày 6, tháng 3, năm 2008,

Sư cô kính, tuần vừa rồi một đồng nghiệp của tôi bị bệnh mấy ngày nên tôi sơn tường một mình. Nhờ mấy ngày làm việc một mình, nên tôi có dịp dò xét lại những quan niệm cũng như suy nghĩ của mình trong lúc làm việc. Bạn tôi cũng có cơ hội tốt để suy gẫm về những việc làm của mình hơn. Tôi có chủ trương, hoài bão hay một cảm giác thực sự về trách nhiệm khi làm việc. Như Sư cô biết, tôi là thợ sơn. Tôi rất có trách nhiệm về đồ đạc và chất lượng công việc ngay cả công việc của bạn. Nhưng khi tôi có dịp làm việc một mình thì tôi mới nhận ra một điều là nên để cho bạn tự có trách nhiệm với việc của bạn. Mình không nhúng vào để bạn tự trưởng thành hơn.

Sư cô, tôi nghĩ tôi nên nói cho Sư cô biết về những tôn giáo tôi đã theo trước khi vào đạo Phật. Lúc còn nhỏ khoảng 8-11 tuổi, trọn ngày mỗi chủ nhật là ngày tôi phải học đạo Tin Lành. Tôi không nhớ chủ thuyết của đạo Tin Lành là gì? Hình như là nhóm trẻ chúng tôi xúm lại ca hát và lắng nghe những câu chuyện thần thoại trong thánh kinh. Tôi còn nhớ có xe đưa đón con chiên. Chúng tôi được phát bánh kẹo và hát những bài hát với giai điệu như "…Chúa yêu tôi, chuyện này tôi biết… Tại vì thánh kinh nói như vậy..." đại khái như vậy. Có lần tôi đóng kịch vào đêm trước giáng sinh tại nhà thờ. Tôi học đạo như vậy khoảng 2-3 năm. Mục Sư dạy và bảo như thế nào để sống cho mình, thế nào là nên hay không nên nghe những loại nhạc gì. Mục sư cứ muốn điều khiển cuộc đời chúng tôi. Mỗi buổi sáng chúng tôi có thể đi vào phòng với mục sư để "cầu kinh". Chúng tôi phải nói là Chúa Jê-Su đã hy sinh đời ngài cho tội lỗi chúng tôi để rồi chúng tôi "tự động" được cứu rỗi. Tôi không muốn đi tới chỗ bình luận về đạo Thiên Chúa là tốt hay xấu. Có nhiều bài học rất hay mà tôi biết được từ kinh thánh và nhiều con chiên rất tốt. Nhưng đạo này không dành cho tôi. Khi tôi trưởng thành tôi biết là không thích hợp với mình.

Tojin

Ngày 8, tháng 3, năm 2008,

Sư cô kính, tôi đã trầm tư về pháp suốt mấy đêm. Tôi rất cảm kích khi hiểu được thế nào là luật nhân quả hay duyên khởi. Tôi nghĩ đây không chỉ là triết lý của Phật giáo mà ngay cả khoa học cũng sử dụng triết lý để giải thích các hiện tượng. Nói đến đây, tôi nhớ về quá khứ của mình. Tôi biết mọi việc tôi làm và hành động của mình đều có hậu quả. Tôi thỉnh thoảng rất nghiêm khắc với chính mình cho những sai lầm trong quá khứ và đôi khi cũng không ngại trách người khác. Phật pháp đã dạy tôi những điều, nhất là trong cảnh tù này là phải biết suy xét cho những hành động của mình. Phật pháp đã giúp tôi mạnh mẽ hơn trong khi tôi đang từ bỏ dĩ vãng của mình lại phía sau. Tôi đã không chỉ trở thành biết suy xét mà trở nên sâu sắc. Tôi có thể ngăn chặn được sự phiền phức và nổi loạn trong lòng mình chỉ đơn thuần bằng cách tin vào bản năng vốn thiện của mình.

Tojin

Ngày 09, tháng 03, năm 2008,

Sư cô kính, tôi đang nhìn cảnh vật bên ngoài qua không gian nhỏ bé của khung cửa sổ. Ngoài sân, tuyết chất đống và đang tan chảy thành dòng vào lòng đất. Tôi bắt đầu nghe thoang thoảng hương của mùa xuân đang len trong gió. Gió đang chuyển mùa và tôi nôn nóng cho mùa nắng ấm kéo tới để tôi có dịp ra ngoài thường xuyên trở lại. Tôi muốn trở lại với ánh nắng mặt trời, cỏ cây, hoa lá và chim chóc. Tôi thích nhất là đi chân không trên những thảm cỏ trong khuôn viên sân tù cho phép. Điều này khiến cho tôi cảm giác như mình hòa vào trong thiên nhiên, trong cát bụi. Nơi này rất là buồn cười để mỗi khi nghĩ về những gì đối lập. Khi tôi nghĩ về những tội lỗi tôi đã làm, nghĩ về những tổn hại do tôi gây ra cho bao nhiêu người, thỉnh thoảng tôi bị áp lực cho chính mình là phải làm bao nhiêu công đức kể từ phút này để có thể chuộc lại những lỗi lầm mà tôi đã làm trong quá khứ. Tôi sẽ phải cứu nhiều người, phóng sanh thú vật, vun trồng ruộng phước và tiếp tục làm như vậy để hầu chuộc lại một tội lỗi ghê gớm của mình. Áp lực và cảm xúc luôn thúc đẩy bên trong tôi. Nếu không có những hướng dẫn thức tỉnh và tự chủ của đạo Phật thì những hậu quả sẽ đến với tôi sẽ tệ đến chừng nào.

Tojin

Ngày 10, tháng 03, năm 2008,

Sư cô kính, Sư cô hỏi có thể rút ngắn thời hạn giam các tù nhân bằng cách họ nỗ lực làm nhiều việc tốt, được hay không? Câu trả lời là phải xem người đó bị phạm tội gì. Hiện có một số trường hợp. Nếu liên quan đến rượu hay ma túy thì có chương trình sẵn. Các chương trình này được liệt kê trên các hồ sơ của tù nhân như là những điều kiện họ "phải" hoàn thành trước khi được thả. Có một số các chương trình khác, chủ yếu là cải tạo giáo dục khiến cho tù nhân có thể thay đổi tích cực. Có một chương trình gọi là "làm để được thả", nhưng điều này chỉ dành cho các trường hợp ma túy mà không bạo lực. Đối với những người phạm tội bạo động như chúng tôi, việc duy nhất để làm là phải chấp nhận trách nhiệm và tạo một đời sống tốt trong tù với hy vọng rằng điểm đỏ (tốt) được đưa vào hồ sơ của mình để thông qua tòa án và hệ thống luật pháp. Hiện có nhiều tù nhân mà tôi biết họ vẫn chưa có bất kỳ bản báo cáo gì về hạnh kiểm xấu trong vòng 10-15 năm và đã sống tích cực, hiệu quả và đầy ý nghĩa trong tù nhưng điều này mang ý nghĩa rất ít đối với trại cải huấn khi họ đem ra xét lại án. Ngay cả khi quan tòa thẩm phán một người, hệ thống nhà tù rất ít có khả năng đưa ra sự chống đối với quan tòa. Riêng cá nhân tôi cố gắng được giảm án thông qua hệ thống tòa án. Như hoàn cảnh hiện nay của tôi thì hội đủ điều kiện cho thả lỏng trong năm 2051. Tôi mong rằng có được sự chấp thuận đồng ý dời lại cho tôi sớm thả lỏng vào năm 2016. Đây là điều mà người cùng bị kiện với tôi, Lucian, đã đạt được. Tôi cho rằng đây là một sự lựa chọn khả quan nhất.

Tojin

Ngày 13, tháng 3, năm 2008

Sư cô kính, tôi muốn diễn tả thêm về việc tại sao tôi bị tống giam? Trong quá khứ như tôi đã giải thích, đơn giản là do tôi sợ hãi và khờ dại gây ra điều này. Đây là sự thật. Trước khi tôi phạm tội, tôi chưa bao giờ nghĩ về bản chất chân thật của tôi hoặc thậm chí có dự định âm mưu về tội ác này. Tôi đã không thực sự biết ơn cuộc sống. Tôi thích săn bắn thú vật, chim muông, câu cá và tôi đối đãi với mọi người một cách thờ ơ lạnh lùng. Tôi không hiểu được giá trị của cuộc sống con người và muôn vật. Tôi đã phạm tội khi tuổi vừa tròn 20. Tôi không hiểu tại sao tôi luôn *có cảm giác lo sợ cho sự an toàn của gia đình tôi và tôi. Lo sợ bị loại bỏ và khao khát được chấp thuận*. Tôi viết những điều này nghe giống như tôi viện cớ nhưng cũng phải có một "lý do" gì để khiến tội ác này xảy ra. Tôi nghĩ rằng thật ra dẫn đến tội ác này là do tôi quan tâm về bản thân mình hơn là người khác. Tôi sợ Lucian hại gia đình tôi và tôi, nếu tôi không hứa giúp hắn giết cha ghẻ của mình với tài thiện xạ bắn súng của tôi.

Tojin

Ngày 14, tháng 03, năm 2008

Sư cô kính, có quá nhiều khổ đau trên thế giới này và khả năng của tôi thì bị hạn chế. Tôi biết rằng xung quanh tôi còn rất nhiều sự đau khổ nhưng có lẽ đau lòng nhất là sự đau khổ trong chiến tranh bị phân chia đất nước, hoặc là đời sống người dân bị đè bẹp áp bức bởi chính quyền của họ. Tôi biết rằng từ bi có nghĩa là "chịu đựng" nhưng khó có thể chịu đựng với những người tự gây ra đau khổ riêng cho họ. Tôi muốn tiếp cận với những người đang bị người khác làm đau khổ. Có lẽ tôi nhầm lẫn. Có lẽ tất cả chúng ta đều gây ra đau khổ cho chính mình, nhưng thật khó cho tôi để đổ lỗi cho thiên hạ là nạn nhân trong hoàn cảnh của họ. Có nhiều việc ngoài ý muốn của họ. Tôi đoán là thật khó chấp nhận rằng tôi chỉ lựa chọn để bắt đầu trong môi trường hiện tại của tôi. Tôi đang cố gắng giúp nhiều người chấm dứt sự đau khổ của họ bằng cách cho họ biết sự an lạc trong pháp của Đức Phật cùng với những kinh nghiệm của riêng tôi. Tôi muốn giúp họ vì tôi có cảm giác là tôi hiểu được nguồn gốc nỗi đau khổ của họ. Tôi làm điều này không phải vì tôi mong muốn được công trạng mà mong muốn duy nhất của tôi là cố gắng vơi giảm nỗi đau của họ. Ý muốn như thế nhưng thực tế cũng thật là khó để tiếp cận với tù nhân ở trại này.

Tojin

Ngày 15, tháng 3, năm 2008

Sư cô kính, tôi muốn kể cho Sư cô nghe chuyện một người bạn tù của tôi, tên là Joe. Tôi phê bình rất nhiều về Joe (điều này tôi biết là sai) nhưng chỉ vì tôi thấy Joe có rất nhiều tiềm năng. Joe là một họa sĩ xuất sắc và thông minh. Đây là lần thứ tư Joe bị ở tù với nguyên nhân đều là do ma túy. Cho dù, Joe có trộm cắp hoặc cưỡng bức hại người hay không thì luôn luôn là vì cơn nghiện ma túy sai xử. Hồi còn nhỏ, Joe có một cuộc sống khổ sở. Cha Joe chết khi Joe còn bé xíu, rồi mẹ Joe qua đời vài năm trước đây. Joe cũng đã mất đi một người chị và một em trai. Khi được ra tù, Joe lại rất bi quan. Đối với cá nhân tôi, tôi đã từng thấy sức mạnh của sự thay đổi và biết sự thật không thể tránh khỏi. Tôi nói với Joe rằng Joe nên thay đổi tư duy, quan điểm về cuộc sống và tự lập. Joe có rất nhiều tài năng nghệ thuật mà điều này đã làm cho tôi tiếc chút ít vì Joe đã lãng phí tài năng nơi đây. Joe nghĩ rằng bởi vì cái gì đã xảy ra trong quá khứ thì khi nó xảy ra tương tự trong tương lai, Joe cũng sẽ nhận cùng một kết quả. Tôi biết nhiều tù nhân khác tại đây cũng có suy nghĩ giống như Joe. Nhiều người có tài trong một lãnh vực nào đó, nhưng lại không có khả năng đạt được sự tự tin nơi mình hoặc không thể để vượt qua quá khứ tội lỗi của họ để đứng lên. Họ yếu đuối quá và lại dễ sa ngã vào tội lỗi nữa. Luân hồi đau khổ là thế đó!

Tojin

Ngày 07, tháng 04, năm 2008

Sư cô kính, cám ơn Sư cô đã gửi cho tôi quyển sách "Thập mục ngưu đồ". Trước kia tôi đã đọc qua, nhưng sách của Sư cô gửi với lời giải thích rất rõ ràng.

Tôi hy vọng tòa án sẽ sớm suy xét lại trường hợp của tôi và sẽ phán giảm án cho tôi đủ tiêu chuẩn để giữ án treo vào năm 2016. Sư cô nên nhớ đây chỉ là "hy vọng" chớ không có bảo đảm. Mong rằng những hành vi và tất cả việc làm tốt đẹp của tôi từ khi vào tù tới nay có thể giúp chút ít. Tôi không dám đặt hy vọng quá nhiều, chỉ cố gắng sống theo thực tế.

Tôi đã gửi cho Sư cô Tonen một tấm lộng thêu có hai chữ "Tam bảo". Sư cô Tonen đã quyên được $850 cho việc xây lại ngôi chùa "Nhị Tổ" ở Trung Quốc. Tôi thật khó tin kết quả tốt như vậy. Tôi muốn làm thêm vài món đồ nữa và số tiền nếu thu được sẽ gửi đi cúng dường xây dựng tháp thờ các Tổ Trung Quốc.

Cuối cùng rồi mùa xuân cũng đến! Tuyết hết rơi và đã tan trên mặt đất để nhường chỗ cho các cây non nảy mầm. Không bao lâu, chúng tôi sẽ được phép ra ngoài giải trí. Có vài cây tử đinh hương sắp sửa trổ hoa ở sân sau. Khi tôi còn bé, nhà tôi có một cây tử đinh hương sau vườn, mẹ tôi thích nhất là loại hoa màu tím nhỏ. Ngày mai là ngày Phật đản sanh. Tôi có đọc qua một bài viết của Hòa thượng Thích Thiên Ân, người lập ra Thiền viện Đông Phương ở Los Angeles. Hòa thượng nói: "Phật đản là ngày sinh nhật của Phật cũng tức là ngày sinh nhật của mọi người". Tôi sẽ nỗ lực sống xứng đáng với cuộc đời này! Cảm on bài thơ Phật đản rất hay của Sư cô:

Tuyết lạnh cổng chùa đóng
Trong chùa ấm hương thiền
Phật tâm ai cũng có
Phật Đản thấy chân tâm.
Thấy rồi nhìn tuyết rơi
Nhặt hoa tuyết cúng Phật
Phật Đản "Mil-wau-kee"
Vườn sen đầy hoa tuyết.

Đúng rồi! Tháng 6 Milwaukee vẫn còn tuyết rơi. Mặt hồ thỉnh thoảng vẫn đóng băng im lặng. Ngày mừng Phật đản sẽ là ngày thảm tuyết thành rừng sen dâng cúng Phật vậy. Chúc Sư cô luôn vui khỏe.

Nam Mô Vô Ưu Thọ Hạ, Thị Hiện Đản Sanh,
Bổn Sư Thích Ca Mâu Ni Phật.

Tojin

Ngày 3, tháng 9, năm 2008

Sư cô kính, tôi ắt phải bắt đầu từ lúc tôi không phải là một người tù gương mẫu hay một Phật tử lý tưởng. Tôi không phải là người bị phạm tội nhiều lần, không phải là thành viên của băng đảng và tôi càng không giống với đa số khuôn mẫu tù nhân ở đây. Tôi luôn có sự ủng hộ mạnh mẽ của gia đình và bạn bè. Điều này làm cho tôi ở tù được thoải mái hơn về vật chất và tinh thần. Ý của tôi là tôi có những gì tôi cần và muốn. Đối với đa số tù nhân chung quanh tôi, họ không may mắn có được điều này. Gần đây tôi có nghe qua định nghĩa của danh từ "an lạc" là do thỏa mãn được những nhu cầu cần thiết của con người. Điều này thật đúng, đặc biệt là ở trong tù. Đa số chiến tranh và xung đột trên thế giới là vì giành nhau những tài nguyên thì ở trong tù cũng giống như vậy. Khi những người tù cần và muốn những gì mà không được thì không có yên ổn. Ý tôi muốn nói tù nhân ở Mỹ thì khác (đầy đủ điều kiện hơn) hơn tù nhân ở nước khác dựa trên kinh nghiệm của mình đọc trên tin tức về những nhà tù ở nước khác. Vì vậy, tôi cho rằng hòa bình ở trong tù là cần thiết. Tôi từng chứng kiến nhiều tù nhân trong hoàn cảnh khó khăn, không có sự giúp đỡ của gia đình, không làm ra tiền ở trong tù và không ai để trò chuyện. Những người này phải chịu đựng nhiều sự đau khổ khác nhau cả vật chất lẫn tinh thần. Tôi đã gặp qua nhiều tù nhân, họ rất chán nản, không an lạc và vô cùng bi quan. Họ dễ trở thành hung tàn và đánh đập để đoạt những gì họ muốn. Thế rồi, họ trở thành nạn nhân của sự yếu đuối và không nơi nương tựa. Tôi thấy qua nhiều cuộc ẩu đả và những hành vi tàn bạo vào lúc tôi ở tù khoảng 13 năm trước đây. Tôi biết có một gã đàn ông đã hủy diệt cuộc đời của anh ta (tự tử). Tôi cũng nghe qua những hành động bạo tàn như là đâm chém và hãm hiếp nhau (cùng giới tính) tại trong tù này.

Cho đến nay, theo kinh nghiệm của tôi, nhà tù là do người ta dựng nên. Tùy theo hiểu biết và công phu tu tập của mỗi người mà nhà tù có thể là địa ngục khiếp sợ phải né tránh hay có thể là ngôi chùa thanh tịnh để tù nhân tu tập, nương theo sự hướng dẫn của Phật ra khỏi sự si mê, chấp thủ và lừa đảo.

Tojin

Ngày 04, tháng 09, năm 2008,

Sư cô kính, tôi muốn nói rõ hai từ "nhà tù" (prison/jail) và "biệt giam" (the hole, Administrative Segregation) thì khác nhau. Ở biệt giam thì bị hạn chế và nghiệm nhặt hơn là nhà tù/khám đường. Khi tôi mới bị bắt tôi bị đưa vào một xà lim biệt giam không có cửa sổ và ánh sáng lờ mờ. Tôi ở đó hết một đêm. Sau đó chuyển qua một nơi có những tù nhân bị tội tương tự như tôi. Họ đang chờ tòa án kết tội. Từ cái ngày đầu tiên đó, mọi thứ dường như mất hết hy vọng, nhưng rồi trại đưa ra thời khóa biểu để đi làm suốt ngày. Sau khi, tôi bị tòa tuyên án rồi và lại chuyển qua một nơi khác ở chung với những người phạm trọng tội. Ở môi trường này, lần đầu tiên tôi trải qua hay đúng hơn là chứng kiến cảnh hung tàn hầu như là mỗi ngày. Mọi tù nhân bị căng thẳng quá mức bởi vì tương lai của chúng tôi mờ mịt không chắc chắn. Sự căng thẳng này cần phải giải tỏa bằng cách là nhắm vào những người tù khác hay là các nhân viên để gây chiến và bùng nổ giống như "giận dao chém thớt".

Những cuộc xung đột hỗn loạn thường thấy ở nơi này, theo kinh nghiệm của tôi, tốt nhất là nên tránh. Một cách đơn giản, đó không phải là chuyện của mình, không xen vào chuyện của người ta, tách mình ra khỏi chốn hỗn loạn đao binh. Cá nhân tôi không trực tiếp bị người ta đánh. Nhưng có nhiều lúc những trận đánh nhau xảy ra gần chỗ tôi khoảng vài bước chân. Theo kinh nghiệm trải qua, tôi nhận thức được sự đe dọa ngay cả trong tâm lẫn bên ngoài. Những sự đe doạ này do tôi cảm nhận nhiều hơn là khi sự kiện xảy ra thực sự.

Ý của tôi là lần đầu tiên đến nhà tù hay khám đường, tôi luôn có sự sợ hãi và chú ý mọi người xung quanh. Tôi lo lỡ nói sai lời hoặc làm sai việc gì. Có những mã số nhất định về "nội qui" mà đa số các tù nhân tuân theo để sống và phải mất một thời gian mới hiểu được mã số này. Tôi đã không mất nhiều thì giờ, có lẽ chỉ vài năm là tôi đã thật sự nhận ra sự sợ hãi không còn nữa chỉ có sự nhận thức là quan trọng. Tôi nhận ra tự mình làm mình sợ, hơn là người khác làm mình sợ. Đây là *một chân lý cho tù nhân*. Nhiều người làm ra dáng vẻ mạnh bạo bề ngoài nhưng khi bị thử qua thì lộ ra bộ mặt thật nhút nhát của họ.

Để được tồn tại ở đây thì chỉ đơn giản là bỏ ra một ít thời gian để học thích nghi với môi trường mới. Nhiều bạn bè và thân nhân đã ngạc nhiên khi thấy tôi biết thích nghi theo hoàn cảnh nhà tù khá giỏi. Nhưng cũng có nhiều tù nhân không được may mắn lắm. Họ không có sự giúp đỡ vật chất và tinh thần trong lúc chán nản. Cảm giác thất vọng bi quan, chán nản này là nguyên nhân gây nên nhiều vấn đề ở đây.

Tojin

Ngày 9, tháng 9, năm 2008,

Sư cô kính, bên ngoài trời đang mưa. Sân tù như tràn đầy sức sống của những cây non sắp nảy mầm. Cây đinh hương đã trổ hoa và cỏ mọc lên như một tấm thảm nhung xanh mượt. Khoảng đất cạnh cánh đồng chúng tôi thể thao có một hàng rào gần đó, bây giờ có rất nhiều trứng chim. Hy vọng những quả trứng này được an toàn nguyên vẹn cho tới khi nở con. Mỗi năm trứng chim đều được nở con cùng một chỗ, ít nhất là từ khi tôi đến đây.

Tôi vẫn tiếp tục đọc và thích những quyển sách của Sư cô gửi. Quyển luận án "Bồ tát và tánh không" của Sư cô là một kho tàng mà tôi sẽ tiếp tục nghiên cứu từ đây. Tôi nghĩ sẽ mất một khoảng thời gian để đạt được kiến thức uyên thâm để hiểu những ý trong sách này của Sư cô. Phần chính của môn thi báo chí hàm thụ này là những chương về nghiệp. Tôi đã đạt được điểm cao trong hai bài tập đầu tiên.

Tôi vẫn bận rộn với công việc sơn tường và với sở thích thêu thùa. Tôi sã gửi Sư cô một món quà pháp mà tôi đang thêu đan. Tôi sẽ nhờ em gái hoặc em rễ đem đến chùa Phước Hậu cho Sư cô. Chắc ít nhất cũng mất khoảng vài tuần. Tôi sẽ đan một bức lộng đó có chữ "Phật, Pháp và Tăng" (*Buddha, Dharma, Sangha*) cùng với ba hình Đức Phật tọa thiền. Nền của bức họa được làm bởi nhiều màu sắc thiên nhiên khác nhau. Tôi nghĩ màu vàng của bức lộng này trông hợp với màu y vàng sậm của Sư cô thường đắp khi đến gặp chúng tôi. Xin Sư cô vui lòng nhận món quà này như là sự đền đáp tình thương của Sư cô dành cho tôi và các tù nhân tại đây.

Gần đây tôi thường pháp đàm với những bạn tù. Rõ ràng là tôi rất thích tư tưởng Phật pháp. Giáo pháp của Phật rất hiệu nghiệm đối với tôi đến nỗi tôi tiếc vì những người bạn tù không thấy được sự mầu nhiệm của pháp thoại. Điều này cũng đã chứng minh: tôi là một người dễ gần gũi. Nhiều người tìm đến nhờ tôi cho lời khuyên, góp ý và đôi khi họ không thích nghe tôi khuyên nhưng vẫn trở lại tìm tôi nữa. Tôi biết tôi đã giúp giải tỏa được một số người và họ trở lại đền ơn tôi nhiều hơn. Nói cho cùng là vì chúng tôi đều đồng cảnh ngộ. Có điều làm tôi buồn là tôi không thích suy nghĩ theo lối thông thường giống như cầu an những người khác và thỉnh thoảng tôi có khó khăn để giải thích ý nghĩ của mình, mặc dù tôi dư biết tôi muốn nói gì. Nhưng cuối cùng, mục đích của tôi cũng đạt được.

Sư cô kính, thỉnh thoảng tôi nhận ra mình khôn hơn, nhận thức và trực giác cao hơn những người xung quanh. Tôi nhận ra điều này là tự cao và háo thắng khi cho những cảm giác này là thật. Thỉnh thoảng tôi cảm thấy xấu hổ về việc này nhưng không phải luôn luôn như vậy.

"Phương pháp phát bồ đề tâm" trong sách của Sư cô rất là quan trọng đối với tôi. Tôi cố giữ tỉnh giác, phát nguyện và tránh không vi phạm lỗi nữa.

Tojin

Ngày 18, tháng 10, năm 2008,

Sư cô kính, tôi cám ơn Sư cô đã gửi cho tôi nhiều sách Phật, tôi sẽ chia sẻ với những người bạn đồng tu ở nhà nguyện. Tôi biết chúng rất hữu ích cho chúng tôi.

Sư cô, chúng ta không thể có hết tất cả các câu trả lời về những sự đau khổ của cuộc đời và hơn nữa mỗi người hình như có niềm đau riêng. Tôi muốn nói tôi không phải là một người hoàn hảo. Điều này thực sự không những khó nhận ra khuyết điểm của mình mà còn khó chấp nhận nữa. Giáo pháp của Phật hiệu nghiệm đối với tôi và thông qua đó, tôi đã từng giúp được cuộc đời của nhiều người khác. Một chướng ngại của tôi là tôi dựa vào lối suy nghĩ riêng của mình trong lúc giúp người. Không phải ai ở đây cũng sẵn sàng để sửa đổi. Gần đây tôi đang thất vọng về một người bạn tù. Anh ta ở tù vì tội mua bán bạch phiến và cùng nhiều tội nhỏ khác. Những tội lỗi trong cuộc đời của anh ta hầu như là do tập tành theo băng đảng xấu. Tôi đã bỏ nhiều thời giờ khuyên anh ta và anh ấy hứa với tôi sẽ từ bỏ tất cả. Nhưng rồi chính mắt tôi nhìn thấy anh vẫn còn dính líu kết bè đảng nữa. Tôi thật là thất vọng vì anh ta cũng giống như một số tù nhân khác ở đây, có rất nhiều năng lực để làm nhiều việc hữu ích giúp cho thế giới này nhưng lại chọn sai đường đi.

Sư cô, tôi từng gặp nhiều tù nhân ở đây. Bản chất họ thật tốt nhưng lại quyết định sai lầm, bao gồm cả tôi! Tôi cũng từng gặp vài người tuy bản chất tàn bạo xấu xa nhưng lại trở thành lương thiện. Tôi rút ra một kết luận là "thế giới tù" cũng là "thế giới tự do" không khác nhau. Khả năng hướng thiện hay ác là do tự tâm mỗi con người. Sự chọn lựa này sẽ quyết định hướng đi cuộc đời phía trước của chúng tôi.

Một đoá sen dâng tặng Sư cô.

Tojin

Sư cô Tonen, Sư cô Giới Hương và Tojin (Douglas Stream - tù nhân chung thân) chụp tại trong phòng khách của trại tù Greenfield

Chương 2

Nạn Kỳ Thị

Hoa kỳ là một đất nước đa dạng tập hợp nhiều sắc dân, chủng tộc, ngôn ngữ, tôn giáo và văn hóa nên dễ nảy sanh những hiện trạng phức tạp như nạn kỳ thị dân tộc.

Theo như bộ bách khoa Wikipedia[4] định nghĩa nạn kỳ thị (*hate crimes*) là những tội phạm hướng về chấp thủ định kiến (*bias motivated crimes*) xảy ra khi thủ phạm tấn công nạn nhân bởi vì vị đó là thành viên của một nhóm xã hội (*social group*), một nhóm chủng tộc (*racial group*), tôn giáo (*religion*), mãi dâm (*sexual orientation*), tật nguyền (*disability*), sắc tộc (*ethnicity*), dân tộc (*nationality*), thời đại (*age*), giới tính (*gender*), đồng giới (*gender identity*) và có khuynh hướng chính trị (*political affiliation*) v.v... mà thủ phạm không thích, kỳ thị, tránh xa hay ghét thù người đó.

Nạn kỳ thị này mang nhiều hình thức như có thể liên quan đến hành hung, phá hoại tài sản, bắt nạt, quấy rối,

4. http://en.wikipedia.org/wiki/Hate_Crimes.

lăng mạ, sĩ nhục bằng lời, hoặc viết thư gây gỗ tấn công làm cho nạn nhân sống trong lo sợ, chia rẻ dân tộc và bóp méo sinh hoạt xã hội của nạn nhân.

Hiện tượng tội phạm kỳ thị hiển thị những vấn đề phức tạp và xung khắc cho những cộng đồng trên toàn quốc. Đáng tiếc, bạo động kỳ thị là một vấn đề nghiêm trọng tại Hoa kỳ hơn sự ước lượng của mọi người, nhất là sau khi xảy ra sự việc ngày 11 tháng 09 năm 2001 làm sụp đổ hai tòa nhà cao nhất thế giới tại New York (Trade World) thì nạn kỳ thị tăng nhanh ở Mỹ cũng như khắp nơi trên thế giới. Năm 2006 đã có đến bảy ngàn tội kỳ thị xảy ra ở Hoa Kỳ. Hơn một nửa là kỳ thị chủng tộc và trong khi 19% là kỳ thị tôn giáo.

Tại Mỹ, thành kiến chống da đen cũng khá phổ biến nhất. Người dân Mỹ Phi (người Mỹ gốc Phi, African-Americans) là nhóm thiểu số lớn thứ hai tại Hoa kỳ và nhóm Mễ (Hispanics) là nhóm thiểu số lớn thứ nhất. Có nhiều nạn ký thị chống dân da trắng (anti-white), chống Do thái (anti-Jewish), chống người đồng tình luyến ái (anti-gay) và chống nhóm Mễ (anti-Hispanics), v.v...

Tojin nói rằng: "Gần một nửa số tù nhân tại Greenbay, Wisconsin là da đen. Da trắng thì ít hơn và có nhiều da vàng châu Á nữa. Khi bạn mới nhập tù, thì dĩ nhiên bạn sẽ bị ma cũ ăn hiếp ma mới. Tính địa phương, chủng tộc, nhóm tôn giáo cũng hình thành ở đây. Nếu không khéo mà gây sự thì sẽ bị cả nhóm kia đánh lại.

Có những anh hùng ở chốn giang hồ mới vào tù mà ra vẻ ta đây 'không sợ ai hết' nhưng sau khi ở và thấm đẫm mùi tù rồi thì sẽ "sợ hết cả tù nhân"ở đây, nhất là nếu đụng đến một thành phần của băng nhóm nào thì sẽ bị chúng nó hè nhau đánh tơi bời hoa lá".

Trong kinh Lăng Nghiêm[5], Đức Phật dạy rằng vốn đồng là tánh Phật mà sinh ra có mười loài chúng sanh khác nhau. Rồi từ đồng nghiệp lại thấy ra vô số biệt nghiệp không giống nhau. Đồng nghiệp con người, bỗng sanh phân biệt có hai, có ba chủng tộc rồi muôn trùng lao nhọc sai khác sanh ra. Từ đó, thấy mình đối lập với người khác. Vấn đề bè phái nổi cợm ở đây là vấn đề chủng tộc. Nào là thấy tên lính canh đánh tù nhân da đen. Nhóm da đen đánh tù da vàng. Nhóm da vàng biểu tình ngầm chống đối.... từ chủ nghĩa kỳ thị chủng tộc rơi vào phân biệt và vào sự sân giận thù oán. Nếu chúng ta nhìn lại máu ai cũng đỏ và giọt nước mắt đều mặn thì chúng ta nên đối đãi bình đẳng không có phân biệt thân sơ hay cùng màu da.

Nếu hiểu được ý này của đạo Phật thì các màu da trong tù hay ngoài xã hội không còn là yếu tố ưu biệt nữa mà trở thành một nét đẹp của một vườn hoa nhiều màu. Màu da vàng, da đen sẽ được xem là đẹp như màu da của những người anh em da trắng và ngược lại.

Thế nhưng trên thực tế nạn kỳ thị vẫn xảy ra tràn lan trong xã hội bởi lẽ do thành kiến và sự thiếu hiểu biết. Thiếu hiểu biết về sự khác biệt giữa văn hóa của các tộc người và tập tục đã đưa đến sự sợ hãi và thiếu thông cảm. Nếu như không được giải tỏa, những tình cảm lệch lạc này thường đưa đến sự gây hấn và cuối cùng sẽ dẫn đến bạo động kỳ thị.

Thông thường, phần lớn những tội phạm này là do những thanh thiếu niên đã ôm trong lòng sự khinh bỉ hay thù ghét thành viên của một tộc người nào đó khác với cộng đồng của mình. Khi chúng trưởng thành, chúng sẽ

5. Luân Hồi trong Lăng Kính Lăng Nghiêm, Thích Nữ Giới Hương, Nhà Xuất bản Văn Hoá Sài gòn: Tủ Sách Bảo Anh Lạc, 2008, trang 54-89.

dùng đó làm nền tảng xây dựng sự hiểu biết và từ đó tạo nên sự phức tạp của xã hội Mỹ đa văn hóa này.

Thế cho nên, giáo dục từ lúc còn thơ, còn là 'măng non' hơn là để thành "tre già" mới uốn. Ngay khi còn ngồi ghế nhà trường cấp một, cấp hai, học sinh đã bắt đầu phân biệt là người Việt Nam khác với Hoa Kỳ, người Ả Rập khác với người Do Thái, người Mông khác với người Tàu. Và nếu hai quốc gia đó không thuận với nhau thì cũng có người thuộc chủng tộc này ghét người thuộc dân tộc kia và không thích kết bạn với nhau.

Để tránh trường hợp này, chúng ta phải giải thích cho các em học sinh hiểu rằng những người ngoài đời có thể kết bạn với nhau, dù rằng họ thuộc về những cộng đồng có nền văn hóa khác biệt. Khuyến khích học sinh nhận rõ những điều mà nếu học trò đó thích về người bạn đó và tiếp tục nhìn người bạn như là một cá nhân riêng biệt (chứ không phải đại diện cho một cộng đồng).

Nạn kỳ thị chủng tộc, thân sơ hoặc thô hoặc tế, cũng xảy ra trong chính chúng ta. Có các bậc cha mẹ Việt Nam cũng không muốn con cái của họ kết hôn với người có gốc Phi Châu hay sắc tộc văn hóa khác. Nhưng nếp sống tự do và quyết định tương lai là thuộc về con cái nên cha mẹ cũng phải chấp nhận có dâu rể là gốc Phi hay sắc tộc khác. Rồi ngay những đứa trẻ trong lớp mẫu giáo, cấp I, II... cũng thỉnh thoảng chọc ghẹo những đứa trẻ da vàng hay da đen trong lớp (bullying). Có khi chúng xô bạn học da đen hay da màu vì cho là bẩn thỉu đen đúa..., không chịu chơi chung hoặc đi chung. Đây cũng là một dạng của ngôn ngữ hoặc sự hành hung kỳ thị và không khéo khi các em này lớn lên, có thể sẽ dẫn đến bạo lực hành hung người khác.

Những trường hợp như vậy, gia đình và nhà trường cần nhấn mạnh sự cần thiết cho trẻ con có cơ hội sinh hoạt trong sự hợp tác và học hỏi nhiều bối cảnh văn hóa khác biệt nhau. Tuy chúng ta không thể quyết chắc rằng sự hiểu biết về sự đa dạng và sự giáo dục về chống kỳ thị sẽ ngăn ngừa trẻ con trong việc nuôi dưỡng những định kiến và thành kiến mà nó đã bị ô nhiễm bởi gia đình, bạn bè, cộng đồng hoặc truyền thông, nhưng ít ra cũng giúp cho trẻ con có những suy nghĩ hướng thiện hơn về những người khác màu da với chúng.

Chúng ta cũng cảm nhận rằng có tâm lý mặc cảm tự nhiên của một số người da đen, da vàng hay tộc thiểu số sống giữa xã hội Mỹ này, nếu họ bị thua thiệt hay thấp kém về mặt trí thức, giao tiếp hay vị trí xã hội gì đó. Như một cô nữ sinh châu Phi Thomas kể rằng một hôm cô nghe đứa con gái nhỏ học cấp II của cô đi học về nói: "Má, ước gì con được làm người da trắng như các bạn khác trong lớp của con. Gia đình ta sẽ là Mỹ trắng hoàn toàn". Cô sống trong một khu hợp chủng và cô nghĩ rằng con cô phải có một quan niệm tự tin về nguồn gốc Phi châu của mình. Cô cảm thấy mình thất bại và rất buồn cho việc này.

Kỳ Thị Văn Hóa

Khi tôi còn du học ở Ấn Độ và sống trong ký túc xá Post Graduate of Women của trường đại học Delhi gồm có khoảng 400 nữ sinh. Dĩ nhiên thực đơn mỗi ngày của chúng tôi là hương vị Ấn. Có cô bạn Trung Quốc mỗi khi đến phòng ăn, cô hay mang theo những món ăn của quê hương mình đem theo. Thỉnh thoảng các bạn Ấn mời cô nếm những món Ấn. Cô liền nhún vai, lắc đầu, le lưỡi bỏ đi và có khi còn nói thêm rằng: "Tôi chỉ muốn đồ ăn

Trung Quốc". Tôi nghĩ đây cũng là một cách kỳ thị. Nếu mình từ chối không ăn, cảm thấy "không thoải mái" khi ăn món khác thì cũng nên tỏ thái độ lịch sự và tôn trọng món ăn của người khác, không nên có vẻ như 'chế giễu' và có những hành động "tổn thương" người khác như thế. Huống hồ chi cô đang du học ngành âm nhạc ở Ấn, phải tôn trọng văn hóa đất nước bạn đang giúp đỡ mình. Cách hành xử chúng ta phải khéo léo và tế nhị nếu không thì dễ rơi vào nạn kỳ thị văn hóa này dù mình nghĩ rằng chúng ta là người có văn hóa.

Sống trong đất nước đa văn hóa này, khi đi dự tiệc gặp những món ăn đa dạng, chúng ta không cần phải ăn tất cả các món nhưng cũng không nên chê bai. Cách khéo để tránh nạn kỳ thị là chúng ta hãy thử mỗi món một tí để biết hương vị thực phẩm và tri ân thí chủ đã có lòng hậu hỉ đãi khách.

Kỳ Thị Giới Tính

Nói về kỳ thị giới tính thì theo quan điểm thực tế thường cho rằng nam giới có sở trường hơn nữ giới trong lãnh vực nào đó như toán học, vi tính, máy móc... nên dù nữ giỏi cũng không dám bộc lộ. Trong nhà chùa thì cho rằng đa phần chư tăng giỏi hơn chư ni về phương diện ngoại giao và hoằng pháp, nên việc này cũng giới hạn một số khả năng của chư ni và chư ni chưa chịu phát huy tiềm năng của mình. Có cô bé gái học cấp I rất giỏi toán và có khiếu về máy móc. Nhưng khi cô giáo hỏi bài trong lớp thì em không dám phát biểu vì sợ bạn chọc là giống 'con trai' vì chỉ có con trai là giỏi toán và máy móc còn con gái phải giỏi văn và nội trợ.

Thật ra, chúng ta cần khuyến khích sự mạnh mẽ bộc

lộ khả năng thật của nữ giới, cũng nên có những buổi thảo luận về sự khác biệt và tương đồng về khả năng giữa trai và gái, giữa tăng và ni. Đừng sợ bạn bè sẽ chế nhạo và mắc cở khi nữ giới làm khác lãnh vực mà nam nhi hay nắm phần ưu thế. Hãy nên sống thật với khả năng bản thân và hãnh diện với sự thành công của chính bản thân mình.

Nạn kỳ thị thường bắt đầu từ ý thức hay sự hiểu biết, sau đó phát ra thành lời, rồi biến thành hành động bạo lực. Nhiều khi các em nhỏ cho rằng xúc phạm người bằng lời là chưa quan trọng vì "gậy và đá mới làm gãy xương, còn lời nói thì không gây tổn thương thân thể". Cần phải cho các em biết rõ không nên xem thường và làm tổn hại người khác qua sự xúc phạm nhân phẩm của họ dù bằng lời.

Chúng ta sống trong một xã hội chưa hoàn toàn xóa sạch sự kỳ thị chủng tộc, giới tính, văn hóa, kỳ thị người khuyết tật... bởi vì "trăm người ngàn ý". Nhưng chúng ta vẫn kiên trì cố gắng "giảm thiểu" những thành kiến mà chúng ta đã hấp thâu bao nhiêu năm qua hoặc trực tiếp hoặc gián tiếp. Nhất là tránh những kỳ thị bộc lộ chống đối công khai giữa nơi công cộng như viết công bố trên tường, trên bảng... Chúng ta nên nỗ lực khuyên con cái, Phật tử niềm hãnh diện về truyền thống của mình. Sống trong đa chủng thì biệt chủng có giá trị của nó để tạo cái đẹp chung. Có một người Việt Nam tên Khôi Monologue đã tâm sự rằng:

"Tôi đến Hoa Kỳ khi còn rất nhỏ. Tôi luôn luôn muốn rằng mình phải sống giống "Mỹ" hoàn toàn. Nhưng khi tôi lớn lên, tôi nhận rằng đây không phải là cách để làm tôi hoàn toàn lãng quên đi quá khứ đau khổ của Việt Nam. Khi tôi nhận được điều này, tôi bắt đầu duy trì và cải thiện nếp sống Việt Nam. Tôi quyết định nâng niu nó và không đẩy nó đi. Bây giờ tôi đã mang dáng dấp của chính Việt Nam trên con người tôi cũng giống như những người Mỹ đã duy trì gốc Mỹ bản xứ của họ và tôi không còn sợ phơi bày sự thật chính nguồn gốc của mình nữa".

(*When I came here as a young child, I always had a breathing living desire to become more "American," whatever that means. As I become older, I realized that there really wasn't a way to completely free my mind of a sorrowful VieT.N.amese past. When I had fully realized this, I not only began acting like myself but I started to preserve and improve the VieT.N.amese personality that haunted me in the past. I decided to embrace it, not push it away or dissolve it with some kind of Febreeze for personalities. Now, I have set up a reserve for my VieT.N.amese self like those that are set up to preserve Native Americans, and no longer do I fear to convey my true personality*).

Mù Quáng về Tôn Giáo

Có vài tù nhân viết thư tâm sự rằng tại sao họ không phải là Phật giáo, Thiên Chúa, Tin Lành hay Đạo Hồi... Tại sao họ phải theo đạo truyền thống của gia đình? Vì sao tôn giáo mà Sư cô Giới Hương, Sư Tonen, Tojin đang thực tập là Phật giáo, còn họ là Tin Lành, đạo Hồi...? Thế giới này nhiều phân biệt quá! Tôi trả lời rằng: Thật ra, đừng để những nhãn hiệu này làm bạn nhức đầu hoa mắt. Tên đạo Phật có khác với Tin Lành. Tên đạo Tin Lành khác với đạo Phật. Đây chỉ là nhãn hiệu (labels). Hai bên có thể học hỏi tìm hiểu lẫn nhau, nhưng căn bản của các đạo là dạy làm lành tránh dữ. Không có chủng tộc, tôn giáo hay dân tộc nào trội hơn cái khác. Hãy tìm hiểu và theo đạo nào thích hợp với khả năng của mình. Bởi chúng ta có nhiều trình độ và tánh cách, nên tôn giáo cũng phải đa dạng để phù hợp với mọi khả năng. Tuy nhiên chúng ta nên kính trọng các tôn giáo khác. Chúng ta nên tìm hiểu, chấp nhận và đem cái hay của tôn giáo khác vào tôn giáo mình. Thật ra, tìm hiểu một tôn giáo khác không làm suy yếu lòng tin của mình mà trái lại làm cho niềm tin tôn giáo ấy trở nên vững chắc và ý nghĩa hơn. Thế nên, chúng ta hãy mở lòng học hỏi.

Để giúp cho các tù nhân hiểu nền văn hóa đa dạng, trại cải huấn trong các giờ học tập đạo đức, nên cố gắng đề cập đến những sắc dân hoặc văn hóa khác; ca ngợi những vị anh hùng và những biến cố lịch sử có những bối cảnh khác nhau; khuyến khích tù nhân trao đổi thư tín đến các bạn hay các vị sư hướng dẫn tinh thần mà khác văn hoá; đề cập tên, thức ăn và phong tục của nước khác và nói về những nhân vật thành công trong khoa học kỹ thuật ở nước khác để tù nhân có thể tăng thêm sự kính trọng; và trong những giờ tôn giáo, các tù nhân nên phát huy tính đối xử bình đẳng và yêu thương bạn tù của mình.

Lãng quên sự đóng góp dù lớn nhỏ hay nhiều ít của những nhóm người thuộc văn hóa khác sẽ đưa đến sự bất công xã hội và khinh thường sự đóng góp của họ. Hiểu về sự đa dạng giúp cho công dân chuẩn bị đời sống thành công trong xã hội đa văn hóa và uốn nắn từ lúc còn thơ là cách ngăn ngừa sau này xã hội không có thêm những tù nhân phạm tội kỳ thị tại trại giam nữa.

Tình Yêu, Từ Bi và An Lạc

Sư cô kính, người với sự ghen ghét trong tâm và người phạm trọng tội không muốn nuôi dưỡng lòng từ bi bởi vì họ muốn trở thành người giận dữ và đau khổ. Họ bị kẹt trong thế giới tâm hạn hẹp của họ và quên đi những cảm giác đau khổ của những người khác trên thế giới này.

Không có sự khác giữa người của đa tôn giáo, chủng tộc và văn hoá. Nếu chúng ta thấy khác là chúng ta dựa vào tự ngã của mình. Cho đến khi nào chúng ta vượt qua cái vọng tưởng ảo hóa này chúng ta sẽ tìm thấy an lạc trong mình. Nhưng một khi chúng ta loại bỏ thuốc độc từ tâm của mình, chúng ta sẽ nhận ra chúng ta là một phần của tất cả và khi chúng ta tốt và thương những người khác là chúng ta cũng tốt và thương chính chúng ta. Có một câu chuyện minh họa như sau:

Có một lần những phần khác của cơ thể phiền anh bao tử. Họ bực bội vì đưa thức ăn đến bao tử trong khi bao tử không làm gì cả ngoài việc nghiền nát những thành quả của họ.

Vì vậy, họ quyết định không mang thực phẩm đến cho bao tử nữa. Hai tay không đưa thức ăn vào miệng. Răng không chịu nhai. Cuống họng không chịu nuốt. Điều này bắt buộc bao tử phải làm cái gì đó.

Khi việc này tiếp tục kéo dài đã khiến cho thân thể trở nên yếu đi và có khả năng chết. Bằng cách này họ học rằng phải cùng làm việc với nhau vì lợi ích chung.

Đây là giải pháp chung. Chúng ta là con người. Có ham muốn chung là hạnh phúc, thoát khổ, thở chung bầu không khí và ở chung bầu khí quyển. Giống như câu chuyện, chúng ta thường đợi trước khi gần chết, chúng ta mới thức tỉnh hạnh phúc ngắn ngủi của vật chất và tự ngã chỉ là ảo hóa.

Blake

Giây phút đen tối

Sư cô kính, sự giam cầm của tôi bắt đầu bằng một tiếng động mạnh đóng cửa xà lim trong một nhà tù (sau lưng tôi). Tôi biết tôi đang bị nhốt ở đây, để đợi ra tòa. Nếu bị kết án, tôi sẽ bị tù nhiều năm hoặc có thể bị tù chung thân. Trong nhà tù này ngoại trừ nền bằng xi măng, cái xà lim chứa mười người này là một khối chuyên sắt được làm bằng những tấm sắt hàn lại, trần, tường, giường, bàn cầu – toàn bằng sắt. Không có cửa sổ, chỉ có một khung nhỏ chấn sắt để đưa thức ăn vào. Có năm xà lim nhỏ, theo hàng dọc, mỗi xà lim chứa hai người, nhìn ra một hành lang nhỏ bị chắn bởi một bàn sắt dài là chỗ để chúng tôi ăn và chơi bài. Trong góc là một nhà tắm đơn rất bẩn thỉu. Không có khoảng trống để có thể đi bộ ngoài hơn ba bốn bước giữa bàn ăn, nhà tắm và dãy xà lim. Ban ngày thì xà lim được mở ra. Ban đêm chúng tôi bị nhốt trong xà lim, đèn tắt lúc 10 giờ đêm.

Trong xà lim lúc nào cũng đầy người và những bạn tù của tôi phần lớn là đàn ông Mỹ đen nghèo từ khu phố "ổ chuột". Họ bị giam giữ vì đủ lý do – ma túy, trộm cướp, ăn trộm xe hơi và giết người. Một người đang chờ ra tòa vì giết cảnh sát tiểu bang. Anh ta là một tù nhân tiểu bang, nhưng họ không thể giam anh ta vào khu xà lim dành cho tù nhân tiểu bang, chung với những người da trắng "bảo thủ" từ khu vực "toàn da trắng". Bọn "bảo thủ" này có thói quen hay đánh cho đến gần chết những người nào họ không thích. Cho nên, anh ta phải bị giam chung với chúng tôi trong khu xà lim tù nhân liên bang để được an toàn hơn. Nhà cầm quyền muốn giữ anh ta "sống sót" để ra hầu tòa và sau đó có thể là để "tử hình". Có lẽ tôi cũng được an toàn hơn trong dãy xà lim "liên bang", mặc dù những bạn tù đã cho tôi biết là những chuỗi ngày "ưu tiên cho da trắng" của tôi đã không còn nữa. Đó là lời của họ và tốt nhất là tôi nên "giả câm" nếu tôi muốn ở yên.

Kinh nghiệm mạnh mẽ nhất của tôi về nhà tù này là quá ồn ào - trong và ngoài – 24 giờ một ngày. Ở đây, có tiêu chuẩn khác thường so với những nhà tù khác là tù nhân được phép có tivi và radio xách tay, nếu có người thân ở ngoài gởi tặng cho. Trong xà lim chúng tôi có ba hoặc bốn máy tivi mở lớn tối đa, 24 giờ một ngày. Mấy người này hình như rất ghét sự im lặng. Có một nhóm tù nhân thường dậy sớm xem "hoạt hình", nhóm khác thì xem những chương trình chơi "game" và "phim bộ" cả ngày, còn nhóm "cú đêm" thì thức cả đêm để xem phim và nói chuyện đi mua sắm – ôn lại những câu chuyện cuộc đời của bọn họ trên hè phố. Không những thế, bọn họ còn cãi vã và la hét liên tục, đặc biệt là những dãy xà lim đối diện với chúng tôi.

Mặc dù ồn ào như vậy, nhưng đó chỉ là bối cảnh cho một dòng thác động loạn bên trong – dòng thác của những tư tưởng hoang mang và lo sợ - đã làm cho tôi oằn oại khổ sở ngày đêm, nhất là vào ban đêm, sau khi ánh đèn tắt, cứ nằm ngay ra đó, không có gì để đọc, không có gì để làm. Sự chú ý của tôi trở nên phật phờ, lúc an trú tâm, lúc ở ngoại cảnh và suy tư về cuộc sống nhà tù. Một trong những tội trạng của tôi là "vai trò chủ chốt" (đầu não chính của nhóm phạm tội), mang bản án ít nhất là mười năm không ân xá, hoặc tối đa là "chung thân". Tòa án cho luật sư của tôi biết là họ dự định bỏ tù tôi ít nhất là 30 năm. Trong đầu tôi cứ lẩn quẩn những hồi tưởng về những sự kiện nguyên nhân đã dẫn đến hậu quả kết án và giam cầm. Tôi tha thiết tìm cách thoát ra khỏi tình trạng khổ đau mà nghiệp lực quỷ ma này đã dẫn dắt. Hoặc trong tâm tràn đầy những kế hoạch vượt ngục, mơ tưởng viễn vông, đôi khi cực kỳ bạo động. Trong những giây phút đen tối nhất, tôi nhớ đến đứa con trai và mẹ của nó và những gì tôi đã đem đến cho họ -- tại sao tôi đã bỏ họ bơ vơ trong sự điếm nhục như vậy!

Jonathan

Tiếng Gọi Thân Thiết[6]

Có một câu chuyện xảy ra ở nhà tù liên bang tại Bắc Mỹ cách đây gần hai năm và phải sắp xếp để loại trừ sự bạo động tiềm tàng và hoàn cảnh gây tai họa. Một buổi tối, tôi đang ở phòng tivi. Có ba tù nhân bước vào. Tôi không nhớ tivi chiếu những gì và tôi cũng không thật sự xem tivi. Người chung phòng của tôi vừa đi làm về. Để anh ta có chút tự do riêng tư trong phòng, nên tôi và ba tù nhân đi ra ngoài nói chuyện. Trong cuộc đối thoại, họ đề cập tên một người bạn trong nhóm của chúng tôi. Chúng buộc tội bạn tôi ăn cắp sách. Tôi bắt đầu chú ý lắng nghe.

John nói rằng George (một ca sĩ trong ban nhạc) đã ăn cắp một quyển sách của anh ta. Robert nói: “Không có thằng mọi đen nào dám ăn cắp đồ của người da trắng khi tao còn làm xếp ở đây.” Robert, một người Anh lai Mễ, thường tới lui với nhóm chủ trương “da trắng tối thượng”. John cũng là một người kỳ thị gốc Anh.

Tôi biết George không ăn cắp sách của anh John. George là một ca sĩ tài giỏi và đạo đức tốt. George đang cố gắng ra khỏi loại đời sống băng đảng và George có đủ tiền để mua cái mà anh ta cần. Tôi cũng biết rằng John đang buộc tội George và George nghe điều này nên đến

6. http://www.thubtenchodron.org/PrisonDharma/a_close_call.html

phủ nhận. George đòi đấm vào mồm John nếu John còn đi bêu rêu việc này. John xin lỗi.

Nhưng sau đó Robert lại đi bêu rêu người da đen là ăn cắp, cặn bã và nếu John quá sợ để làm cái gì đó thì Robert sẽ làm thế. John nói chúng sẽ đánh tao nếu tao bàn về việc sách này nữa.

Tôi nói với Robert: "Xin đừng liên lụy. Anh sẽ tổn thương John, tổn thương chính anh và những người khác. Điều này không đáng để phanh phui nữa". Nhưng Robert cứ tiếp tục xổ ra. Robert nói, Robert không thể nhường vì như thế mọi người sẽ nhìn Robert ở vị trí thấp hèn. John gọi Robert lại và xin đừng đi. Tôi cũng khuyên nhưng Robert đã lao ra ngoài rồi.

Tôi nói John phải giữ miệng mồm vì không có bằng chứng rằng George lấy sách. George biết sẽ đánh John. John trông rất khổ sở. Tôi đi tìm Robert đang ở tầng trên và giận dữ vì những gì John nói. Tôi đến và nói: "Bỏ đi, bỏ qua tai những thị phi. Đừng làm lớn việc rồi bị biệt giam". Tôi đi uống trà và trở lại. Tôi thấy Robert và John đang đứng trong phòng tivi.

George bước vào và lấy chân đá vào ghế. Robert nói: Không được đụng đến John. George nói: Đây không phải là việc của mày. Robert: Tao xem đây là việc của tao.

Tại sao mày không đi ra ngoài? Đây là giữa tao và anh ta.

Robert nói: Đây là giữa chúng tôi.

-Mày muốn làm cái gì?

-Vậy cái gì mày muốn làm?

-Bất cứ cái gì mày muốn.

Tôi không ngờ việc leo thang trầm trọng đến trình độ

này. Tôi đứng lên và nói lớn: "Các anh định làm gì? Nếu muốn đánh lộn thì đi ra chỗ khác". Tôi cố gắng để bẻ gãy tư tưởng của họ. Có phải các anh định đánh ở đây? Tôi thấy họ đang suy nghĩ, nhưng không trả lời. Cuối cùng, tôi nói: Tốt nếu không có gì liên lụy đến tôi, nếu mọi người không phiền thì tôi sẽ đi đây. Tôi không muốn bị bắt vì dính líu những chuyện nhãm nhí này. Tôi len qua giữa họ và ra cửa.

Đây là tầm quan trọng cho một người giữ gìn khẩu nghiệp của chính mình. Bởi vì khi mọi người nghe và có thể tin những gì mình nói thì tai hại bạo động biết bao nhiêu (đây là một trong năm giới[7] của đạo Phật là không nói láo). Giữ giới có thể giải quyết mọi điều một cách tốt nhất, giúp tôi và nhiều người khác bình an trong môi trường trại giam có tiềm năng bạo động.

Ngày hôm sau trong giờ nghỉ sau cơm trưa. Khi tôi ở trong phòng tôi, bất thình lình cửa mở và một tên tù nhân người A-ri-an (Aryan) bước vào. Hắn ta đóng cửa và đứng trước mặt tôi với tay trái để trên túi quần, rõ ràng trong đó có con dao. Hắn ta nhìn chăm chăm tôi như thể tôi giết đồng bạn của hắn. Hắn ta hỏi tôi chuyện gì đã xảy ra hôm qua. Hắn ta nói Robert đã nói với hắn và hắn tới để xác minh. Tôi hỏi cái gì để xác minh. Hắn ta nói: "Tao nghe nói một nhóm da đen chặn đường Robert trong phòng ti vi. Mày đã chạy ầm và húc Robert như một con bò". Tôi nói hắn ta tin Robert. Hắn nói Robert là con chó của hắn, hắn phải tin.

7. Năm giới của Phật tử tại gia:
1. Không sát sanh.
2. Trộm cắp
3. Tà dâm (ngoại tình)
4. Vọng ngữ (nói dối, nói điều không thật)
5. Uống rượu, bia (và các chất gây nghiện).

Tôi kể những gì thật sự đã xảy ra và nói rằng tôi không phải là một người để cho hắn ta tới dằn mặt hay tranh cãi. Tôi không muốn đụng chạm bất cứ người nào dù bất cứ hoàn cảnh nào. Hắn đưa dao lên và la lớn: "Mày là loại nhục nhã trong dòng giống của mày".

Tôi bình tĩnh hỏi: Vậy anh nghĩ tôi thuộc dòng tộc nào? – Da trắng

"Anh lầm rồi. Tôi thuộc dòng họ Thích, một dòng họ không có vết bẩn bất tịnh. Chúng ta thuộc tất cả chủng tộc, không kỳ thị. Tôi là con của chư Phật. Tôi không ghét hay phân biệt mọi người vì dòng giống".

Tôi thấy đằng sau sự giận dữ, đôi mắt mở trừng ngạc nhiên của hắn ta về những gì tôi trả lời. Tôi nói tiếp: Anh biết rằng tôi đang thực tập thiền. Mọi người ở đây đều biết. Tôi đang tập sự bất bạo động và tôi có nhiều bạn đạo từ nhiều quốc gia. George là một người bạn trong nhóm tôi và anh ta không phải là tên trộm. Anh ta không ăn cắp sách của John. George đã nói với John rồi và nếu George nghe điều thị phi nữa thì George không để John yên. Robert không việc gì phải xen vào. Đây không phải là việc của Robert. Tất cả tôi làm là cố gắng để ngăn chặn đừng có sự đả thương cho bất cứ người nào xảy ra.

Tên A-ri-yan nói hắn ta nghe chuyện này khác đi. Hắn bây giờ bình tĩnh hơn. Tôi thấy điều này. Tôi tiếp tục: "Này nếu anh muốn chém tôi, chém đi. Tôi sẽ không cản anh đâu. Tôi đứng đây và để anh chém nếu anh nghĩ đó là điều đúng đắn phải làm. Tôi không vu oan lầm vào Robert. Robert sai lầm do muốn liên lụy vào, còn tối lúc đó do không muốn liên lụy nên tôi bỏ đi. Tôi không làm cái gì về *kỳ thị chủng tộc* cả. Bây giờ anh lại muốn nhúng tay vào việc rối loạn này, tôi xin thề rằng tôi chưa bao giờ hại ai hay làm điều xấu. Nếu anh thật sự nghĩ rằng anh sẽ giải quyết việc này bằng cách chém hay giết tôi, thì cứ việc thực hành cho xong nhiệm vụ này. Tôi không đả thương lại anh đâu. Tôi nguyện bất cứ nghiệp xấu do hành động của anh sẽ chuyển qua tôi, vì thế anh sẽ không đau khổ về điều này."

Nhìn hắn lúc này tiêu tan như một đứa trẻ nhỏ bị làm lỗi trong trường. Sự tự tin về hành động của hắn bị sụp đổ. Hắn trở nên nghi ngờ người anh em của hắn đã làm đảo lộn sự thật câu chuyện. Tôi vốn nói ít và lúc này tự nhiên ai nhập vào, nên trở thành nhà biện thuyết cao thượng hy sinh cá nhân mình. Tôi đã nói hắn ta về tất cả những gì thật sự xảy ra. Rồi tôi tiếp tục nói về Phật pháp cho hắn ta nghe. Hắn ta trở nên hiền lành như Bụt (Buddha), bắt tay tôi trước khi giả từ.

Sau này tìm hiểu tôi biết anh ta là người lính ở hội Huynh đệ A-ri-yan (Aryan Brotherhood). Anh ta đã giết ít nhất một tá (12 người) trong hội đó và trở nên nổi tiếng ở USP Leavenworth, Kansas. Anh ta cũng có biệt danh "Chỉ hành động - Không nói" và hành động không cần suy nghĩ hay bàn bạc. Nhưng không ngờ, tôi đã thay đổi anh ta, anh ta đã biết suy nghĩ trầm tư điều phải. Từ 12 độ như lửa rực nóng, anh giảm xuống còn 1 độ ấm thôi. Anh cuối cùng tìm được nơi trú trong tâm, nơi mà có thể dừng lại trầm tư về điều gì anh sắp làm. Anh ta cũng hiểu Phật pháp là giải pháp bất bạo động. Trước khi tôi rời nhà tù này, tôi và anh ta đã tâm sự nhiều và anh ta đã bắt đầu khởi mối nghi ngờ thật sự về tổ chức bất chánh của anh. Anh ta nói có nhiều lần anh ta viết cho trung ương của A.B. và hỏi họ về điều tôi nói về triết lý của họ. Tối đó, tôi rời trại đó để đến trại hiện nay. Anh ta bắt tay, ôm tôi, khuyến nhắc tôi vững bồ đề tâm.

Để kết câu chuyện này, tôi muốn nói rằng khi đối đầu tôi chưa từng sợ chết, ngay cả có khả năng nguy hiểm đến tánh mạng. Anh ta là người muốn đến phòng ám sát tôi, nhưng tôi đã không sợ hãi. Trước kia có lúc tôi sợ hãi, run lẩy bẩy và biện minh những gì có thể để ngăn cái chết của mình. Nhưng bây giờ tôi đã *hoàn toàn tin Tam bảo*. Tôi không có thoái chuyển trong tiềm năng Phật tánh để tiếp tục trên quá trình giác tỉnh. Trước đó, tôi không có chuẩn bị tư tưởng. Tôi không hiểu cái chết hoặc thế nào có thể tạo những nguyên nhân và điều kiện để dẫn đến những loại hoàn cảnh này. Do không hiểu điều này tôi chắc đã phản ứng khác hơn. Bây giờ sau khi hiểu đạo rồi, tôi ngay cả cũng làm cái việc xúi giục anh ta giết tôi (hy hữu chưa ?). Bây giờ tôi hiểu rằng bất cứ cái gì xảy đến cho chúng ta đều là hậu quả trực tiếp của những gì chúng ta đã làm trong quá khứ. Nếu tôi bị đâm chết trong xà lim đó, cũng không phải là không có lý do (căn cứ).

Đây là kết quả của những hạt giống mà tôi đã gieo một lúc nào đó trong quá khứ, có lẽ trong nhiều năm. Bằng cách hiểu nghiệp báo, tôi đã có thể vẫn ở chỗ đó, nơi tôi chấp nhận bất cứ giải quyết và động lực nào để ngăn chặn anh ta từ việc tạo những nguyên nhân và sẽ tạo điều kiện cho quả khổ tương lai. Tôi nghĩ chính động cơ và ý chí tốt này đã khiến anh ta cảm được. Duy trì việc bình tĩnh và thiện ý này sẽ ngăn chặn sự hại đến người khác ở mỗi sát na và mở ra nhiều hướng tích cực có thể giúp bản thân mình và người khác. Chúng ta sẽ xa dần sự ích kỷ xấu xa. Đừng phản xạ nông nổi không suy nghĩ sẽ tổn thương tình bạn tù lẫn nhau và rồi chính mình lại tạo nên thế giới đau khổ nữa. Đã khổ nhiều rồi, nên góp tay dừng vòng luân hồi khổ não lại.

M.P.

Mù Quáng về Màu Da

Ngày 04, tháng 12, năm 2007,

Sư cô kính, tháng tới sẽ là đúng mười hai năm tôi bị tù. Thời gian trôi qua nhanh như bóng câu qua cửa sổ. Tôi đã trải qua một, hai năm đầu trong điều kiện bắt buộc và không để ý gì về chuyện tôi đã làm hoặc là chuyện gì sẽ xảy tới trong cuộc đời còn lại. Tôi đã làm nhiều việc khác nhau và đã làm bạn với nhiều người trong nhiều hoàn cảnh. Tôi đã vào ra một, hai năm trong trại tù của tiểu bang Tennessee. Trại này kỳ thị chủng tộc không chỗ nào bằng. Trong tù thường xảy ra chuyện tranh giành về miếng ăn và nơi ở. Dù rằng ở đây không có đánh lộn như chỗ khác nhưng chuyện nổi loạn của mấy thằng ngốc thì lúc nào cũng có. Thật là một kinh nghiệm không bao giờ quên. Vì tinh thần của tôi có dấu hiệu bị khủng hoảng do môi trường này, nên tôi được chuyển qua phía khác của ngục giam cũng trong một trại nhưng thuộc thế giới khác, có vẻ yên ổn được chút đỉnh nên tôi mới được sống sót đến ngày nay. Thật ra, ở chỗ này tôi cũng sợ lắm. Mấy tù nhân ở đây thì được chọn lựa một trong hai hoặc là trở thành mấy thằng ngốc chuyên môn nổi loạn, căm thù người khác hoặc chọn cho mình một cuộc sống đàng hoàng. Hú vía, sau hai năm thì tôi được ra khỏi trại tù tiểu bang này. Ở trại khác thì chuyện kỳ thị chủng tộc và mấy thằng ngốc nổi loạn có lẽ ít hơn.

Tojin

Ngày 20, tháng 12, năm 2007,

Sư cô kính, tôi đã suy nghĩ rất nhiều về chuyện tôi đã làm trước khi lĩnh hội được Phật Pháp. Khi đã hiểu được

Phật Pháp rồi, tôi đã để ra nhiều thời gian để viết xuống về tập khí sân hận và sự kỳ thị chủng tộc của mình. Nghĩ lại thì tôi tự hỏi tại sao tôi phải như vậy? Tôi cũng nghĩ nhiều về chuyện giáo dưỡng của gia đình tôi. Nhưng không có nghĩa là tôi muốn trách cứ cha mẹ hay gia đình đã ảnh hưởng tới những suy nghĩ và cảm xúc của tôi. Có một câu nói rằng: "Dưỡng dục một đứa trẻ là bổn phận của toàn thể xã hội". Thế nên, tôi lại muốn đổ lỗi cho xã hội. Vâng, đúng vậy, trước khi tôi hiểu về bản chất duyên khởi của các pháp, trước khi tôi biết đặt chữ "bất" trước chữ "nhị" của lý thuyết Bất nhị (không hai) thì tôi nhận thức rằng xã hội đã "áp đặt" sự phân biệt vào tất cả sự vật.

Bây giờ, tôi đang cố gắng để trở thành một Phật tử tốt trong một thời gian ngắn nhất mà tôi có thể được. Nhưng tôi không nghĩ rằng những nỗ lực của tôi sẽ đem lại giác ngộ như tôi mong muốn hoặc mọi thứ khác. Tôi chỉ việc cố gắng trong khả năng mình để nhằm mục đích vinh danh tổ tiên, ông bà tiền nhân, thánh hiền. Có một điều tôi thấy được là tôi không nên "dục tốc bất đạt". Tôi cũng đã trải nghiệm được bài học rằng tôi phải học làm sao "nỗ lực mà không nỗ lực" của kinh Kim Cang tức nhậm vận tự tánh làm.

Bản tin Sosaku, tháng 05, 2007, Douglas Stream – Tojin viết rằng có một tác phẩm khá nổi tiếng mới đây đưa ra câu hỏi: Cái gì có thể khiến người da trắng trở nên kết hợp (allies) với người da màu? Tự điển Webster định nghĩa 'allies' là: 1. Những người hợp lại thành một khối. 2. Người, quốc gia. Tôi đồng ý rằng người da trắng và da màu liên kết nhau gọi là chủng loại con người. Chủng loại này trao đổi giúp đỡ lẫn nhau vì lợi ích chung của sự cộng sinh, cộng tồn. Như vậy, sẽ có câu hỏi nêu ra: "Nguyên nhân đầu tiên gì khiến người da trắng và người da màu nghịch nhau?" Theo đạo Phật, tham sân si là ba độc và tôi tin đây là yếu tố chính gây ra sự thù nghịch nhau. Ba độc dược này ngấm sâu trong màu da, rồi hiển hiện trong tư tưởng, lời nói và hành động thù hận chiến tranh. Chúng ta biết nhanh như thế nào tư tưởng, lời nói và hành động trở thành một cái gì chia rẻ chúng ta. Chúng ta cũng biết những biểu hiện này (lời nói, tử tưởng và hành động) có thể chuyển hóa và mang các màu da ngồi lại với nhau để chống lại những thuốc độc, chống lại nạn phân biệt, kỳ thị và sự mâu thuẫn chủng tộc.

Điều này khuyên chúng ta phải nhìn lẫn nhau và đối xử bình đẳng lẫn nhau như những con người không phân biệt màu da. Rất nhiều trong kinh Phật nói: "Hãy để quá khứ trôi đi" và quay về an trú trong hiện tại. Tôi nghĩ để hy vọng người khác quên quá khứ hay để quá khứ của người khác và sự bất bình đẳng trôi đi, chúng ta phải nhận ra rằng như một cá nhân, bất kể màu da, chúng ta là tổng số của những kinh nghiệm trong đời mình. Chúng ta trách nhiệm cho quá khứ nhưng quan trọng hơn, chúng ta phải trách nhiệm cho cái gì chúng ta đang làm trong hiện tại. Hành động hiện tại sẽ quyết định tương lai là tránh tái phạm những lỗi lầm của quá khứ.

Mỗi dân tộc cần phải nhận thế giới mà mình đang sống trong đó. Câu trả lời dễ dàng cho câu hỏi này là điều mà khiến người da trắng có thể liên kết với người da màu là Hãy Đối Xử Họ như Người Da Trắng. Nếu nhìn bản thân họ trong người khác thì ai có thể làm cho bạn tổn thương? Điều tổn hại gì bạn có thể gây được?

Kỳ Thị Băng Đảng

Ngày 24 tháng 12 năm 2007

Sư cô kính, hôm nay tôi muốn viết về nạn kỳ thị băng đảng tức "ngã sở" (băng đảng của tôi) hay "tha sở" (băng đảng khác). Như tôi đã đề cập phần lớn tội phạm ở đây là do sợ hãi, ngu xuẩn và sân giận.v.v… Có rất nhiều tên du đảng ở trên đường phố trong thành phố tôi ở cũng như những thành phố khác trên thế giới. Phần lớn những tù nhân ở đây đều liên quan tới tội phạm của những băng đảng. Trong tội này thì có chích xì ke ma túy, mua bán ma túy, cướp giựt, ẩu đả và bạo hành, v.v... cái gì ghê gớm nhất cũng có và dĩ nhiên là có thêm tội giết người. Một số khác bị buộc tội là dùng vũ khí gây thương tổn người khác. Một trong những trở ngại lớn nhất là khi bị bắt vào tù là họ cũng vẫn tiếp tục kết bè kế đảng trong tù và nhóm này kỳ thị không chịu nhóm kia, nên tìm cách tẩy chay hay hủy nhục lẫn nhau.

Sư cô biết không, cho dù trong tù nhưng cũng có nạn mua bán xì ke ma túy lén như thường và tại làm sao có việc băng đảng tụ tập trong tù nữa? Tôi nghĩ có một vài lý do. Thứ nhất, không có lòng tự trọng cao mà họ chỉ biết làm sao để cho mình được "nổi tiếng" hoặc là cần để trở thành một phần tử của băng đảng xã hội nổi tiếng, còn các tù nhân khác thì thấp hơn. Một lý do khác để tham gia băng đảng là tụi nó tìm một sự bảo hộ nào đó từ băng đảng đồng minh, để tránh bị ăn hiếp từ nhóm băng khác cũng từ kỳ thị mà ra. Nếu vi phạm luật trung thành với băng đảng thì họ có thể bị xử vì lỡ phạm tội 'với' băng đảng.

Một điều đáng buồn ở đây là khi một tù nào đó bị kết tội và bị bỏ tù rồi, vào lúc này sự trung thành của nó cho băng đảng bên ngoài không còn cần thiết nữa, nhưng tụi nó vẫn không bỏ tính côn đồ của mình. Cũng vì các tính nết này đã làm cho tụi nó bị ở tù, ra tù và vô tù mấy lần rồi mà cũng không sợ.

Một chuyện lớn khác trong tù là thế giới tự do phân biệt chủng tộc. Có một vài từ ngữ rất là kỳ thị hoặc trở nên quá khích với một số tù nhân. Thí dụ như chữ "Mọi da đen" (nigger) là kỳ thị dữ lắm, chữ này có nghĩa đụng chạm tới chuyện khinh khi, không tôn trọng Mỹ Đen rồi. Còn đối với mấy tù Mỹ đen chưởi Mỹ Trắng thì dùng chữ "Cu Trắng" (White Boy). Tôi biết chữ những chữ này không có nghĩa gì đặc biệt nhưng với mấy thằng ngốc thù ghét đó thì hậu quả thiệt là kinh khủng. Nguyên tắc cá nhân của tôi là không bao giờ sử dụng những từ này. Thí dụ, tôi không thể nói chữ "Mọi da đen" (Nigger) trước mặt mấy đứa Mỹ trắng dĩ nhiên cũng không thể nào nói trước mặt mấy tù Mỹ đen. Sư cô hiểu cách giải thích của tôi phải không? Vậy đó, mà mấy thằng bạn làm chung với tôi dù là nó là Mỹ Trắng nhưng nó vẫn dùng chữ "Cu Trắng" với mấy thằng Mỹ trắng khác. Tôi đã cố gắng giải thích với họ rằng tránh những từ đó đi vì rất dễ đụng chạm. Cũng như chúng gọi "Mọi da đen" với mấy thằng Mỹ đen khác. Khi tôi giải thích như vậy thì tụi nó không còn binh đường nào khác là quay lại tìm cách cãi lộn với tôi. Họ nói miễn sao họ không thấy mấy chữ đó đụng chạm với họ thì họ nói thoải mái. Tranh luận với những tên này thì trông có vẻ nhỏ nhặt, tuy nhiên tôi muốn giải thích cho chúng hiểu "họa từ khẩu ra". Thà là nói ra những cái sai dù có phải cãi vã một ít, còn hơn nói những lời không tôn trọng người khác.

Tôi bắt đầu thấm "cách sống nhà tù", bằng sự đối diện với một thực tại mạnh mẽ hơn ý nguyện của tôi. Đây là bước đầu tiên đưa đến sự "buông bỏ" quan niệm của tôi về "sự việc phải thế nào". Ở đây, tôi học cách sống trong một thế giới mà tôi không còn hưởng được sự ưu tiên hoặc quyền lực của chủng tộc và giai cấp Mỹ Trắng vẫn đang thịnh hành ở ngoài bức tường nhà tù. Dĩ nhiên, nỗi lo sợ lớn nhất của tôi là trở thành nạn nhân, mất thể diện, hoặc mất cả tánh mạng bởi một sự bạo hành do nạn kỳ thị. Tôi biết rõ trong tâm là có những cái tôi sẽ không để cho xảy ra, trừ phi phải đánh một trận dữ dội, nhưng nơi đâu là nơi để tôi vẽ đường ranh giới hạn né tránh?

Tojin

Ngày 20, tháng 1, năm 2008,

Sư cô kính, hiện nay chúng tôi có nhà nguyện khác lớn hơn phòng mà Sư cô tới hướng dẫn lần trước. Cách sắp xếp chỗ ngồi cũng khác. Chúng tôi ngồi thành bốn hàng thay vì ngồi đối diện với tường và chúng tôi ngồi đối diện xen kẽ với nhau. Tôi mong Sư cô đến làm lễ sái tịnh cho nhà nguyện mới này.

Sư cô, hôm nay tôi muốn kể tiếp cho Sư cô nghe về thuở nhỏ của mình. Sư cô biết không, tôi bắt đầu uống rượu vào tuổi rất nhỏ 11-12 tuổi. Cả gia đình tôi ai cũng uống rượu. Tôi nghĩ đó cũng là lý do tôi đi theo gót họ không một chút do dự. Vào lúc tôi được 15-16 tuổi tôi uống rượu ba, bốn lần trong một tuần. Tôi đi học hoặc đi làm rồi về nhà uống rượu và cứ tiếp tục chuyện này như không có gì xảy ra. Cho tới sau này tôi mới nhận ra sự cám dỗ của nó. Tôi nghĩ cái tốt của môi trường nhà tù là làm cho tôi có thời gian, ngồi một mình để hồi ức lại những gì mình đã làm trong quá khứ. Lần lượt như những đoạn phim của cuộc đời đã hiện ra trước mắt.

Ngày 20, tháng 1, năm 2008 (tiếp tục)

Hồi tưởng để nhìn thấy sự chệch hướng sai lầm mà sửa. Đây là điều đã làm thay đổi cuộc đời của tôi. Phật tánh đã là nhân tố chuyển hóa cuộc đời tôi, không chỉ có tọa thiền mà sự yên lặng tĩnh mịch của nhà tù đã giúp đời tù của tôi. Tôi không biết là đã kể cho Sư cô nghe chuyện này trước đây hay chưa? Trong lúc tôi ở tù tiểu bang Tennessee tôi đã vượt ngục một lần. Tôi cũng không thực tâm làm chuyện này và chỉ có lần này mà thôi, bởi vì tôi muốn tỏ vẻ là ta đây nổi bật, anh hùng cừ khôi "sẽ vượt ngục sau khi bị bắt". Do tội này, tôi bị nhốt trong phòng cách ly (biệt giam) cả ba năm dài đăng đẳng. Sự cố này đã làm cho tôi có thời gian suy nghĩ thấu đáo hơn về chuyện mình đã làm. Nhưng cũng nhờ đó mà tôi có được rất nhiều thời gian tịnh tâm trước khi tôi nghiên cứu và theo đạo Phật. Do nghiên cứu đạo Phật đã giúp nhãn quan tôi nhìn thấy được vấn đề từ trong ra ngoài, nhờ vậy mà tánh tình của tôi cũng được thay đổi theo. Có lần tôi nhận thức được chính tôi đã tạo cho tôi phiền toái và điều này không phải nhìn vào từ bên ngoài mà phải nhìn từ bên trong mới thấy được rõ ràng. Khi tôi hiểu được sự thực rằng tất cả những hành động của mình đều mang tới hậu quả, đều có ảnh hưởng tới những người khác, nhưng nó chưa thực sự cho tới khi nào tôi ngồi nghiệm lại thì mới thấy được chuyện đó như thế nào. Trong chừng mực nào đó, tôi chưa biết hẳn rõ ràng trong tôi cho lắm. Mỗi khi tôi làm một quyết định gì đó như là ăn cái gì, nói chuyện với ai, nói cái gì chẳng hạn đều có ảnh hưởng phần lớn hoặc một chừng mực nào đó trong nhóm bạn tù xung quanh tôi. Thật ra cũng rất khó để chia sẻ hoặc cho ý kiến tới những tù nhân khác ở đây. Vì ở trong khám này, một khi nói với người này thì cả xóm đều nghe. Chỗ tôi ở có bốn tầng cửa ra vào thì giống như cái cổng hơn là cái cửa, nên tôi có thể nghe và biết hết chuyện họ đang nói cái gì. Đó cũng là lý do của đủ chuyện rắc rối gây nên, nếu mỗi khi có thằng ngốc nào lỡ quăng ra mấy câu chướng tai. Phần lớn là chuyện kỳ thị chủng tộc. Cũng vì chuyện này mà làm cho tôi cũng mệt với nhóm nhiều khi tôi muốn giải thích rằng họ quá ngốc nghếch đưa ra mấy chuyện tầm phào để đưa đến cãi vã, nhưng nếu tôi nói vô thì tụi nó ghét tôi, cho rằng tôi bênh vực nhóm này kia. Những tù nhân thích khuynh hướng bạo động thì trong đầu họ lúc nào cũng muốn bạo động nhất là trong tù. Cá nhân mà nói nếu tôi có sai chuyện gì thì tôi muốn họ nói cho tôi biết tôi sai chỗ nào, tôi sẽ cám ơn họ thêm, nhưng thật sự không người nào muốn mình sai cả.

Tojin

Ngày 20, tháng 1, năm 2008 (viết tiếp)

Có lần tôi nghe câu ngạn ngữ "Muốn sống thì phải đấu tranh". Tôi có thể mở cuộc chiến trong vòng năm phút hoặc chêm mấy câu như là da màu này nọ là sẽ có chuyện ngay. Khó mà giữ được lễ độ và hoà khí với những tù nhân này lắm. Nếu tù nhân trong tù này mà có lễ độ hay hòa khí là chuyện lạ, có chăng là để lừa mấy người cả tin thôi chứ chúng thích làm phiền và gây hấn người khác lắm.

Tojin

Ngày 28, tháng 01, năm 2008,

Sư cô kính, nạn phân biệt chủng tộc là nguyên nhân căng thẳng thường xảy ra ở đây. Chúng tôi có một phòng ăn rộng cỡ khoảng 150 người. Ai muốn ngồi đâu thì ngồi. Tù nào da trắng thì vô nhóm da trắng còn tù nào da đen thì vô nhóm da đen mà ngồi, cũng có chỗ cho mấy tù Mễ, Mỹ Latin và châu Á khác. Điều này cũng xảy ra giống như khi chọn phòng. Có tất cả 296 phòng trong một dãy nơi tôi ở. Có 125 phòng, mỗi phòng dành cho hai người. Đây cũng là lý do của bao chuyện lộn xộn. Người da đen thì muốn ở chung với da đen còn người da trắng thì muốn ở chung với da trắng, cứ vậy mà đánh lộn với nhau. Không người nào chịu nhường nhịn người nào hết. Riêng tôi ở với người nào cũng được cả. Nhân viên và cai tù trong trại này hầu như là da trắng trong khi hầu hết tù nhân ở đây là da đen. Theo tôi thấy thì mấy tù da đen cứ vì vậy mà đổ lỗi cho cai ngục là phân biệt chủng tộc. Những chuyện phiền phức này thì cũng tại mấy nhân viên cai tù mà ra vì họ ghét da đen. Còn ở nhà tù tiểu bang Tennessee thì hoàn toàn ngược lại. Hầu hết mấy thằng cai tù ở đó là da đen nên họ cứ đụng độ với những thằng tù Mỹ trắng hoài.

Ngày nào cũng vậy, cũng là chuyện đụng độ giữa Mỹ đen và Mỹ trắng mà ra. Tôi biết cái tính hơn thua thì ai cũng có, nhưng đặc biệt ở trong tù thì cái tính đó càng hung hăng hơn nhất để đưa đến chuyện ẩu đả và chửi bới lẫn nhau (vì không có chuyện gì làm nên tìm cách gây nhau cho có chuyện). Chuyện thường thấy hàng ngày là không phải trong nhóm với nhau mà họ không hòa hợp với nhau, chỉ vì kỳ thị chủng tộc mà ra. Tôi có thể viết về chuyện này dài dài không bao dứt, tất cả chỉ có một điểm chung là vì họ ngốc nghếch mà lại ham hơn thua với nhau.

Sư cô, để tôi kể cho Sư cô nghe về chuyện đối thoại giữa tôi và một người tù khác. Ngôn từ diễn tả nghe hơi lỗ mãng thô tục một chút nhưng câu chuyện có giá trị. Tên tù này tính tình cọc cằn và đa nghi. Nếu chỉ có buông một vài từ ngữ nghịch ý thì có đánh lộn liền. Đó là những nguyên tắc không thay đổi.

Trước khi kể, tôi muốn giải thích Sư cô hiểu sơ trước. Ở trong tù có một chuyện mà đúng ra những tù nhân này nên thấy và lên tiếng, thí dụ như chuyện khám xét. Khi được lệnh, cai tù được quyền lột quần áo tù nhân trần truồng như nhộng để mò mẫm kiểm tra đủ chỗ để khám xét, làm như vậy đó mà họ vẫn tỉnh bơ. Xin lỗi Sư cô về cách diễn tả rất hình tượng này. Một chút nữa tôi sẽ dẫn chứng lại chuyện này để dàn xếp vụ cãi vã sắp kể. Bữa nọ tôi đang đứng giữa hai tên tù đang cãi nhau. Tù này chưởi tù kia là "đĩ chó" rồi ngược lại và vì vậy mà ra chuyện. Nhưng nếu chỉ có hai tù cãi qua cãi lại thì có thể dễ dàn xếp. Đàng này thêm một nhóm khác đứng xung quanh nói vô, châm dầu vào lửa để cho việc cãi vã sôi nổi thêm. Cãi một hồi gần dẫn tới đánh nhau, nên tôi mới nhảy vô can thì lúc này tôi mới dẫn chứng câu chuyện khám xét hỏi họ. Tôi hỏi là đàn ông, nhưng tại sao tôi thấy các anh không có chút sượng sùng mắc cỡ khi bị lột trần truồng khám xét. Trong khi chỉ có vài câu nói qua lại mà muốn ăn thua đủ với nhau. Bởi vì câu hỏi ngược của tôi đã làm họ suy nghĩ mà khựng lại, lúc đó bớt hơn thua với nhau. Nhưng lần sau lại châu miệng cãi nhau tiếp.

Ngày 7 tháng 8, năm 2008,

Sư cô kính, tôi từng chứng kiến mấy tội kỳ thị này và

nhìn thấy sự đối xử phân biệt lẫn nhau của đủ hạng người với mọi lý do. Tôi nghĩ định nghĩa về "tội kỳ thị" (tội gây ra từ sự ghét - the hate crime) là đối tính tự nhiên vì cũng giống như "tội gây ra từ sự yêu" (the love crime).

Tôi chưa từng thấy qua tội gây ra từ sự yêu, nhưng cũng có. Có những tội do yêu (ái) không được thành ra ghét (ố). Thực tế mà nói, từ sự trải nghiệm và quan sát của cá nhân tôi, nhiều người bị phạm tội là bắt đầu từ khuynh hướng hận thù mà gây nên tội. Tôi nghĩ nguồn gốc của luật thù hận là sự bất đồng ý kiến, bất hòa làm cho người này phán xử ý định của người kia và gây nên tội.

Thí dụ như có nhiều hạng người, nhóm người, tôn giáo, khác giới tính v.v... ở trong tù này. Tôi chỉ tin rằng rất khó phán xét ý định của họ. Thỉnh thoảng cũng có thể nhìn ra rõ ràng nhưng phần lớn rất khó biết. Một trong những vấn đề hàng đầu ở đây là đồng tính của con người. Có nhiều người đồng tính luyến ái một cách công khai. Họ không những thích tính chất đồng tình luyến ái mà còn phát huy chúng đầy dãy trong môi trường tàn bạo này nữa.

Ở đây có những trận đánh nhau và áp bức bắt đầu từ dữ kiện chia rẻ, phân biệt. Hậu quả khủng khiếp nhưng chỉ từ một đóm lửa nhỏ đơn giản như bất kính, phân biệt, không nghe lời chúng hoặc không theo luật giang hồ do chúng đặt ra để đáp ứng tính dục của chúng. Như vậy, ai có thể nói những người đồng tính này bị áp bức là vì những lý do như vậy hay những người áp bức họ là vì họ đồng tính? Thật khó mà phán xét.

Tôi là một người đàn ông da trắng và điều này ở đây làm cho tôi trở thành người thiểu số. Tôi thường nghe họ nói những người thuộc phe này đổ lỗi cho phe kia, thay vì chịu trách nhiệm cho hành động của mình. Tôi tin chắc có vài sự thù hận gây nên tội lỗi rất rõ ràng và tôi tán đồng đặt ra cách hòa giải, để tạo cơ hội cho tù nhân suy nghĩ lại mình. Theo kinh nghiệm của tôi chỉ trừng phạt mà không chỉ dạy hoặc giải thích sẽ gây thêm tội lỗi sâu nặng hơn.

Tojin

Ngày 15 tháng 8, năm 2008,

Tojin mến,

Chúng ta hãy nhìn nhận rằng Hoa Kỳ là một đất nước đặc biệt. Chúng ta đang sống trong một khung cảnh rất đặc trưng của lịch sử và xã hội Hoa Kỳ. Các tù nhân trong các trại như Tojin nói phần đông từ nhiều sắc tộc và văn hóa khác đến. Nhiều người từ những vùng đất xa xôi khác đến xứ sở này để tìm sự khác biệt, để chấp nhận, yêu thương và sống chung với nhau. Tuy nhiên, vì một phút vô minh nào đó, họ lỡ phạm tội và vào khám đường để có thời gian suy nghĩ lại tội lỗi quá khứ của mình. Sư cô nghĩ nước Mỹ có nhiều thật điều đáng quý. Nước Mỹ như là một vòng tay lớn, bao dung của bà mẹ yêu thương tất cả các đứa con "nuôi" của mình như con đẻ, "thương tất cả chúng sanh như con đỏ" dù da chúng màu vàng, đen, xám hay đỏ. Sự yêu thương này không phải nói mà làm được, mà chính là phải làm rồi mới nói được. Đó là lý do mà Hoa Kỳ trở thành một hiệp chủng quốc (the United Stated – đa sắc tộc).

Sư cô hy vọng tất cả chúng ta nhất là những người từ phương khác đến đây, xin hãy biết ân lớn này và xin tránh nạn kỳ thị phân biệt lẫn nhau, để cùng chấp nhận sự khác biệt, yêu thương và sống chung với nhau như con một nhà. Xin cùng nhau tưới tẩm cho vườn hoa luôn tươi sáng với nhiều sắc hoa.

Sư cô Giới Hương trước cổng trại tù Greenfield, WI

Chương 3

Sự Tác Hại Của Tội Phạm

Thành Phần Vi Phạm

Thật tế cho thấy đàn ông và thanh niên trẻ có khả năng trở thành tội phạm hơn phụ nữ và người già, nên trại cải huấn cho nam giới bao giờ cũng nhiều hơn. Riêng 12 nhà tù tại tiểu bang Wisconsin, nơi chúng tôi thường đi hướng dẫn thiền thì 11 trại là tù nam và chỉ có một là dành cho phụ nữ (Taycheedah Correctional Institution (women), Maximum/medium security Fond du Lac, Wisconsin. Bởi lẽ phụ nữ và người già sợ vi phạm tội hơn đàn ông và thanh thiếu niên. Thanh thiếu niên thì ít phạm tội hơn người lớn nên tỷ lệ phạm tội cũng ít hơn. Vì thân thể yếu đuối nên giới nữ thường là nạn nhân của các bạo động, hành hung hay cưỡng hiếp hơn.

Hậu Quả

Tội phạm là một vấn đề nhức đầu trong mỗi xã hội.

Hậu quả của tội phạm gây ảnh hưởng lớn đến mỗi người trong mỗi tầng lớp xã hội. Cái giá phải trả là phạm nhân bị bắt giam có khi ngắn hạn, có khi suốt đời (chung thân) và có khi phải trả bằng cả mạng sống của mình (tử hình) nếu vi phạm tội cực trọng. Cái giá phải trả cho nạn nhân là tiền thuốc men điều trị, hư hại tài sản và tổn thất lợi nhuận.

Sự tổn thất cả hai phía nạn phân và không phải nạn nhân có thể kể đến như phải trang bị an toàn như ổ khóa chắc hơn, thêm đèn sáng, bãi đậu xe thiết kế an toàn hơn, có chuông báo động trong nhà, trong xe và nuôi chó canh giữ. Đó là chi phí đáng kể phải trang trải để tránh khỏi bị trở thành những nạn nhân đáng thương. Một số chi phí khác bao gồm như nạn nhân hay người sợ tội phạm phải chuyển đến ở khu mới an ninh khác, chi phí đám ma cho nạn nhân, tiền thuế cần thiết và mất những ngày nghỉ học hay đi làm.

Tác hại của nó thật khó mà hình dung hết được và nặng hơn cả là nỗi đau về tinh thần và thể xác, khiến phẩm lượng của cuộc sống bị xuống thấp, gây đau buồn, chấn thương cho bạn bè và gia đình nạn nhân. Hơn nữa, tội ác đem đến những ảnh hưởng khổ đau cho bạn bè và sự đổ vỡ của gia đình. Tội ác vĩnh viễn thay đổi và biến dạng nhân cách của nạn nhân, khiến tạo nhiều đắn đo khi đi đến một nơi nào, hoặc sợ hãi ngay cả việc làm quen với một người nào mới khác.

Nhiều người ngạc nhiên khi thấy cảm giác lo âu, sợ hãi vẫn kéo dài sau khi đã là nạn nhân một thời gian lâu. Những tâm lý bất ổn này có thể khiến cho họ cảm thấy rối rắm và không ổn định. Những người chung quanh như bạn bè, người thân và trẻ con cũng bị ảnh hưởng bởi tâm lý này.

Phản ứng nhẹ hay nặng của bạn thế nào cũng tùy thuộc về từng loại tội phạm. Bạn biết mặt thủ phạm, sự ủng hộ của gia đình, bạn bè, cảnh sát, người xung quanh đối với bạn và tai nạn hay thủ đoạn gì thủ phạm đã gây cho bạn trong quá khứ.

Hậu quả này sẽ kéo dài một thời gian ngay cả dù bạn không xem việc xảy ra là nghiêm trọng, bạn vẫn cảm thấy bạn có một sự ám ảnh rất mãnh liệt. Ví dụ có tên trộm lẻn vào nhà bạn đã ảnh hưởng đời bạn giống như tên hành hung, dù ngay cả tên ăn trộm đó không xúc phạm hay gây đả thương gì cho thân thể bạn.

Một trong những điều đáng sợ là sự cố tâm vi phạm của thủ phạm. Không giống như ngẫu nhiên bị bịnh, đây là khuynh hướng không có chủ đích. Tên tội phạm vi phạm với chủ đích gây hại rõ ràng. Nếu bạn là nạn nhân, bạn sẽ cảm thấy yếu đuối và bất lực. Nếu tội phạm cứ tái diễn, gây bạo lực hành hung nội bộ gia đình bạn, hay quấy rối bạn về kỳ thị chủng tộc. Việc này sẽ gây khủng hoảng cho đời bạn.

Tội phạm là một vấn đề lớn mà xã hội và quần chúng quan tâm hàng đầu. Có một số nạn nhân không bị ảnh hưởng sự tai hại lâu dài nhưng còn một số thì bị ám ảnh dai dẳng như bị bịnh hồi hộp lo lắng hoài khiến thần kinh rối loạn. Vì thế, nếu bạn gặp trường hợp như vậy thì phải thông báo với bác sĩ, các nhà tâm lý hay các vị lãnh đạo tôn giáo của bạn để có cách điều trị sớm.

Tội phạm gia tăng

Dù chính sách Hoa Kỳ cố gắng giúp đỡ công ăn, việc làm cho dân chúng, hỗ trợ người nghèo neo đơn, trợ cấp tiền già, tiền bịnh và tiền góa phụ nuôi con và ngay cả tiền thất nghiệp, tiền mua thực phẩm (food stamp)... nhưng tệ nạn xấu vẫn xảy ra. Những tánh tham sân si (ăn sâu trong lòng chúng ta) vẫn sai xử khiến nhiều người đưa đến phạm pháp. Nước Hoa Kỳ phải giam giữ phạm nhân của họ nhiều hơn bất cứ quốc gia nào trên quả đất này, nhiều gấp năm lần các quốc gia tân tiến khác. Năm 1970, có hơn 300.000 tù nhân trong nước Hoa Kỳ. Hiện nay, sau 38 năm, số tù nhân ở riêng tiểu bang California đã gần bằng con số như vậy. Theo một nghiên cứu *The International Center for Prison Studies* ở King's College London, cho biết hiện có hơn 2.3 triệu tù nhân ở các trại tù Hoa Kỳ.[8] Mỗi năm tiểu bang chi rất nhiều Mỹ kim vào việc xây cất các trại tù mới vì số lượng tù càng tăng nhanh. Nước Mỹ sẽ không thịnh vượng và thế hệ tương lai cũng sẽ không được hạnh phúc, nếu Hoa Kỳ trở thành một lãnh thổ tràn ngập những nhà tù.

Riêng tiểu bang Wisconsin, Sư cô Tonen và ông Meg Smith nói có 20 trại tù (không kể các nhà tù liên bang và địa phương nằm trong khu vực này) và khoảng hơn 23.000 tù nhân trong năm 2007.

Bo Lozoff là tác giả của quyển "We Are All Doing Time" và là người khai sáng Hội Kế Hoạch Nhà Tù Ashram, và đã mô tả mô tả những sự thay đổi từ lúc ông ta bắt đầu làm những công tác trong nhà tù trong thập niên 1970: "Trong 25 năm tôi làm việc cho nhà tù, ngân sách quốc gia trong việc xây cất và điều hành nhà tù đã tăng từ 500 triệu đô la lên đến 31 tỷ đô la mỗi năm. Số lượng nhà tù tăng lên gấp bốn lần… Một trong 50 trẻ em ở Mỹ có cha hoặc mẹ ở tù. Số thanh niên da đen bị tù nhiều hơn số

8. http://www.prisonactivist.org/articles/beyond-attica-untold-story-womens -resistance-behind-bars.

lên đại học. Bảng danh sách những tù nhân cầu Pháp học Phật của Hội Ashram đã tăng lên từ vài chục đến ba chục ngàn người".

Có bức tranh biếm họa về số lượng tăng vọt của tù nhân là trước cửa trại tù, các tù nhân tay mang, tay đẩy sắp hàng chật ngoài đường lộ làm tắt nghẽn giao thông. Tài xế lái xe hỏi chuyện gì đã xảy ra? Một tù nhân đang sắp hàng trả lời: Sắp hàng để chờ lịnh án vào nhà giam!!!

Hậu quả này có phải do một phần kinh tế xuống thấp mà nhiều người phạm pháp? Có phải cứ tống họ vào nhà giam rồi để quên đó, quăng chìa khóa xà lim đi. Có phải quan tòa và ủy viên công tố bảo thủ? Có phải nhiều người trong tù nhân sắp hàng đây là tái phạm và vào tù lại? Câu trả lời đồng thanh vang lên là vâng!

Số tội phạm tăng nhanh trên toàn quốc. Không chỉ là người phạm tội mà người tái phạm sau khi được thả ra cũng đông. Theo như Bộ Chống Tội Phạm của Hoa Kỳ (the U.S. Department of Criminal Justice) cho biết tỷ lệ tái phạm tăng 5% so với thập niên vừa rồi. Nhìn chung, 7/10 tù nhân được thả sẽ trở lại trại.

Biệt giam

Sư cô kính, có một tù nhân trong nhóm học thiền mà sư cô có đến chia sẻ hướng dẫn và cùng ngồi thiền chung đã bị PC rồi. PC (*protective custody*) nghĩa là biệt giam rồi. Nguyên nhân đưa đến PC là dù đã ở tù rồi nhưng anh ta cứ tiếp tục gây hấn và tác hại đã xảy ra. Gây hấn ở đây có nghĩa là có thể do lỗi gì đó trong quá khứ đã tạo, hoặc mách lẻo chỉ điểm ai đó, hoặc giết một người nào đó để bịt miệng, hoặc nhân chứng một tội phạm hoặc hãm hiếp ai đó, nghĩa là gây một tội ác có 'máu lạnh' (nhẫn tâm). Hoặc nếu anh ta phạm điều gì đó trong luật băng đảng, cũng đủ cho nhóm băng đảng thù hận hăm dọa thủ tiêu anh ta. Vì thế anh ta phải đưa vào PC, nhốt riêng, kiểm soát kỹ càng hơn để tránh sự trả thù xô xát bạo lực có thể xảy ra. Thường các nhà tù Maximum Secure (như Greenbay) là nơi giam những tội phạm cực trọng, sát thủ tàn bạo v.v... thì những nơi này cũng thường có những việc giết nhau, tự tử, đánh nhau, chém nhau, chưởi nhau, hãm hiếp và đủ thứ nặng nề có thể xảy ra.

Tojin

Hiếp Dâm

Mỗi năm, có khoảng hơn hai trăm ngàn vụ hiếp dâm tàn nhẫn xảy ra trong các trại tù và vẫn còn đang trên đà gia tăng. Đa số những nạn nhân là tù trẻ tuổi, hiền lành, không bạo động, hoặc những thiếu niên mới phạm tội lần đầu. Họ bị đau khổ ngoài mức tưởng tượng. Đây là một điều đáng buồn và đáng tiếc, nhưng đó là đời sống thực trong các trại giam trên khắp nước Mỹ. Chỉ cần đi tìm một cách hời hợt trên internet từ "prison rape" sẽ thấy số lượng thông tin tràn ngập, không thể nào hấp thâu hết. Chỉ một mình webside Google đã có đến vô số sự kiện rồi.

Cưỡng dâm có thể đưa đến trường hợp bệnh viêm gan, si-đa (AIDS) và lây sang người khác. Năm 2000, được biết mức độ bệnh si-đa trong hệ thống nhà tù cao hơn mức độ trung bình toàn quốc gấp bốn lần. Năm 2000, trên 50.000 tù nhân được thả ra ngoài mỗi năm.

Michael ở trại giam Langlade County Jail (Wisconsin - 54409) cho biết lý do Michael có địa chỉ của tôi vì có một tù nhân tên John được tự do và để cuốn sách có ghi địa chỉ của Sư cô. Thế là Michael viết thư tín học đạo với tôi. Michael kể rằng John là một người đồng tình luyến ái (gay). Do 'gay' (pê-đê), cộng thêm mặt mày khá bảnh trai và hiền lành như 'Bụt' (Phật), John trở thành nạn nhân của nhiều vụ hãm hiếp ở đây. John bị đánh, bắt nạt, tống tiền, bị cưỡng dâm và ức hiếp.

Sau khi biết tình cảnh của John, Michael và nhiều người bạn thân đã bảo vệ John. Michael không lấy tiền hoặc kêu John đi quan hệ tình dục với ai, dù nhiều tù nhân yêu cầu Michael mai mối giới thiệu việc này.

Michael hỏi tôi rằng không biết John đã đến thăm tôi chưa vì John nói sẽ đến gặp Sư cô xin quy y Tam Bảo ở Chùa Phước Hậu. Sau khi đọc xong những sách Phật mà John để lại, tự nhiên trong lòng Michael cũng phát tâm học Phật, muốn hít thở một luồng gió mới, trở thành một người tốt hơn, không muốn sống trong lối sống nhơ nhớp nữa. Michael nhờ tôi chuyển tải ý hướng thiện này và lời chào thăm hỏi của Michael đến John.

Câu chuyện này cho chúng ta thấy "Họa vô đơn chí". Một người phạm tội vào tù và khi vào tù lại bị liên tiếp những tác hại của những tệ nạn trong tù mà hệ thống trại tù chưa quản lý nổi. Đó là tệ nạn các tù nhân trở thành nạn nhân bị đánh, bắt nạn, tống tiền, cưỡng dâm và ức hiếp có thể công khai hay âm thầm xảy ra. Thế giới thật là đau khổ và rối loạn. Xin hãy tránh xa những Tập Đế (nguyên nhân)[9] dẫn đến các sự đau khổ này. Xin mỗi người hãy tự giác tỉnh và làm chủ những dục vọng, tham muốn, sân

9. Bài giảng đầu tiên của Đức Phật sau khi giác ngộ đã mô tả Tứ Diệu Đế hay còn gọi là Tứ Thánh Đế về cuộc sống mang lại đau khổ, và đau khổ là một phần của cuộc sống, rằng đau khổ có thể kết thúc và có một con

giận, ích kỷ xuống để xây dựng những tình thương thánh thiện, bao la và thanh khiết hơn.

Ảnh Hưởng Từ Nhỏ

Totsesu nói với tôi khi còn là một thanh thiếu, Totsesu hay say sưa và dùng bạo lực hành hung (bullying) mọi người xem như mình uy thế hơn. Nhưng bây giờ Totsesu đã thức tỉnh và là một Phật tử thuần thành.

Cá nhân Totsesu, không tin mình bị ảnh hưởng của rượu và ma túy để bị kẹt vào vòng tù tội, chỉ vì không có tiền để hút á phiện, để uống rượu mà Totsesu đã gây tác hại những người xung quanh và ngay cả chính Totsesu. Khi còn là một thiếu niên, Totsesu cho rằng mình là người vô dụng và không tốt. Khi một khi đứa trẻ tin mình là vô dụng hoặc không tốt thì sẽ hành động như vậy trong đời sống hàng ngày. Khi lớn lên, thuốc phiện và rượu được dùng như một dụng cụ đi cùng với cái xấu để giải quyết (xóa quên đi) những tội lỗi mà Totsesu đã chồng chất khi còn nhỏ.

Khi ở trong tù những tội lỗi bị đè xuống không có cơ hội bộc phát thì hầu hết tù nhân không dấn mình vào rượu chè và thuốc phiện nữa. Họ tỉnh táo nhìn thực tế của những tác hại và tàn phá mà họ đã tạo cho người khác. Nếu để những tư tưởng tội lỗi hối hận tiếp tục xâm lấn trong đời sống hàng ngày mà không thể giải toả thì những

---

đường dẫn tới sự chấm dứt của đau khổ. Những ý tưởng này tổng hợp thành những giáo lý then chốt của Phật giáo.

1. Khổ đế: Sự thật về đau khổ (dukkha)
2. Tập đế: Nguyên nhân của đau khổ (samudaya)
3. Diệt đế: Chấm dứt đau khổ đi kèm với chấm dứt tham ái (nirhodha)
4. Đạo đế: Con đường giải phóng chúng ta khỏi đau khổ (magga)

tư tưởng này sẽ phá hủy bản thân họ. Thế nên, Totsesu phải ra khỏi cảm giác tội lỗi mà hướng đến một đời sống tích cực và sinh động hơn. Tội lỗi là một điều đáng trách, một sai lầm do vọng tưởng gây ra, chứ tánh Phật chúng ta bản lai là thiện. Nếu Totsesu chỉ chú tâm vào cảm giác tội lỗi thì Totsesu sẽ không giải quyết được vấn đề gì cả. Totsesu nên tập phát huy năng lượng từ bi để nhổ gốc sợ hãi, sân giận và bắt đầu từ từ thân thiện nhìn những mặt tốt của mình. Totsesu nên bày tỏ khả năng tình thương chân thật cho mình và người. Nguyện làm tốt hơn cho mình và người trong khả năng hiện có. Khi làm được điều này, Totsesu sẽ thấy mình trưởng thành hơn, lớn hơn và có trách nhiệm với những người xung quanh hơn.

Trong kinh Pháp Cú[10], Đức Phật dạy rằng "Ai đã từng làm những hành động ác hại, nhưng sau đó biết làm điều tốt thì cũng giống như mặt trăng, rời khỏi đám mây, chiếu sáng thế giới".

Hối hận có hai mặt là tích cực và tiêu cực. Biết có lỗi mà cứ cắn rứt lương tâm để tội lỗi quá khứ của mình dày vò giết mình, không làm được việc khác thì đó là mặt tiêu cực. Biết có lỗi, nhận rõ điều này để không tái phạm và chuyển tử tưởng chuyên làm điều tốt thì đây là mặt tích cực.

Bạo Động hay không Bạo Động

Sư cô kính, gần 70% tù nhân ở nước Mỹ bị tù tội về những vụ án không bạo động. Chúng ta đôi khi bị đầu độc đến nỗi cứ nghĩ rằng những tù nhân như là những con quỷ khát máu đang tìm cách vượt ngục để làm hại chúng

10. Kinh Pháp Cú. Kệ 172. Hòa Thượng Thích Minh Châu dịch. Viện Nghiên Cứu Phật Học Việt Nam. http://www.buddhismtoday.com/viet/kinh/pali/phapcu1.htm

ta. Sự thật là phần lớn *những tù nhân đều là những người mờ mịt, bấn loạn và đáng thương hại*, rất mong muốn được cải thiện cuộc đời nếu có cơ hội. Điều đáng tiếc là những tù nhân không bạo động, nhưng đến lúc mãn tù lại là những người bạo động. Trại tù không làm cho người tù sợ hãi việc phạm tội, mà có thể đôi khi làm cho họ không còn khả năng để thích ứng với xã hội bên ngoài nữa.

Trại tù nên chia riêng những tội phạm bạo động và không bạo động ngay từ đầu. Không thể tưởng tượng được rằng quản trại thường ném những tội phạm không bạo động vào chung một xà lim với những kẻ bạo động, ngay trong khám đường địa phương hay những xà lim biệt giam kín mít như thùng chứa. Tôi biết có một người đã bị bắt giam hai ngày thay vì trả tiền phạt 100 đô la. Anh ta tiếc $100 nên vào nhà giam ngủ hai ngày để thay thế. Bạn có biết chuyện gì xảy ra? Trong vòng bốn mươi tám tiếng đồng hồ, anh ta bị hãm hiếp bề hội đồng một cách tàn nhẫn của một nhóm mấy chục thằng tù bạo động. Bây giờ anh ta đã được điều trị nhiều mà tinh thần vẫn chưa hoàn toàn bình phục.

Không người nào trong chúng ta, nhất là nhân viên nhà tù, muốn có sự bạo động xảy ra trong sinh hoạt nhà tù nhưng nó vẫn có thể dễ dàng xảy ra. Tôi nghĩ, quản trại có thể hoạch định một số khu vực nếu tù nhân không gây bạo động hoặc không có đe dọa bạo động thì giam ở đó. Có thể bảo đảm với Sư cô rằng phần lớn các trại tù, chỉ có số ít tù nhân là lộ vẻ bạo động, chứ đa phần là bất bạo động. Phân chia như thế cũng là cách giảm sự tác hại tội phạm bạo động và cứu rỗi những linh hồn bất bạo động.

Thomas Joachim

Nguyên nhân phạm pháp

Sư cô kính, suy nghĩ về tác hại của tội phạm gây ra, đôi khi chúng ta sợ hãi và không muốn nghĩ về những nguyên nhân gì khiến người ta vi phạm tội nhiều như thế?

Một số công dân Mỹ sẵn sàng ủng hộ cho xây nhà tù mới nhưng họ không muốn tiền đóng thuế của họ phải trả cho trường học, giáo dục hay là những dự án sau tốt nghiệp cho người trẻ tuổi. Họ thiếu sự suy nghĩ sâu xa rằng nếu tuổi trẻ lớn lên trong sự nghèo thiếu đó, không có giáo dục, không có khả năng, nếu chúng lớn lên trong một gia đình không căn bản như vậy thì dĩ nhiên chúng sẽ phạm tội. Đó là lý do đưa đẩy chúng vào vòng phạm pháp.

Nói về nguyên nhân, biện pháp cứu chữa cũng như hành động phạt tù, có nhiều vấn đề tôi cũng muốn chia sẻ đến Sư cô.

Sư cô biết không, đôi khi thực tế cho thấy rằng hình phạt không làm cho tù nhân tốt hơn mà trái lại khiến cho họ trở nên cay đắng và giận dữ như báo xổ lồng. Họ ở trong tù và không có học nghề nghiệp hay khả năng chuyên môn. Sau này được tự do và không có chuẩn bị gì cho cuộc sống thì lại bắt đầu tái phạm. Đây là một trong những lý do mà nhà tù ngày càng đông tội tái phạm. Họ ra tù, rồi lại vào tù, bởi vì họ không biết làm gì để nuôi nổi thân họ, nuôi vợ, nuôi con và chỉ có một cách kiếm tiền dễ dàng là phải dấn thân phạm pháp nữa. Thế nên, hệ thống nhà tù nên dạy nghề nghiệp cho tù nhân thay vì chỉ hướng vào hình phạt nhốt giam.

Nếu chúng ta thật sự tin rằng tù nhân đã được cải tạo, chúng ta nên gởi họ đến chương trình học nghề và để cho họ có việc làm. Có thể giảm án cho tù treo để phạm nhân đi làm với điền kiện tù nhân không được gây bất cứ điều phiền toái và phạm luật nào. Điều đó cũng chứng minh là họ đã chuyển đổi thành người tốt. Xã hội có thể tạo cơ hội như không đánh thuế những tội nhân mới nhập vào xã hội giống như người chủ có thể thuê người tàn tật (handicap) vào làm việc vậy. Nhưng những tù nhân phạm tội giết người thì đừng để làm việc văn phòng mà nên làm việc tay chân là thích hợp hơn. Đây là một việc thiện chúng ta cần làm như Thomas Alva Edison đã từng tán dương quan điểm sống: "Tổ Quốc của tôi là Thế Giới và Tôn Giáo của tôi là làm Việc Thiện".

Andrew Berns

Bất Hạnh

Sư cô kính, sự thật có nhiều tù thiếu niên nằm trong trường hợp bất hạnh khiến chúng ta đau lòng và mất ngủ. Chỉ vì vài giây phút bồng bột, nông cạn, chúng phải bị tù và ân hận cả đời.

Cũng giống như cậu thanh niên da đen Bigger Thomas, nhân vật chính trong cuốn phim 'Native Son' mà chúng tôi vừa xem trên Tivi tối chủ nhật. Bigger Thomas chỉ vì khờ dại bịt miệng cô gái chủ đang say xỉn cho đừng kêu la để tránh bà chủ mù lòa nghe tiếng đã khiến cô gái bị chết vì ngạt thở. Rồi để che giấu tội lỗi của mình, Bigger Thomas phải phi tang xác cô ấy vào lò sưởi của biệt thự. Thế đó, vì một chút bất cẩn, không sáng suốt và dại khờ, Bigger Thomas - người con trai 19 tuổi ngây thơ, chân thật, đã giết cuộc đời của mình trong bóng tối nhà tù lãnh án chung thân. Chúng ta hy vọng rằng có một tòa án công bằng để quyết định số phận của những can phạm. Xin cân nhắc, suy lường trước khi phán quyết chúng có tội. Trong xã hội cũng có nhiều sự bất cẩn như vậy. Thật đáng tiếc thay!

David

Tưới tẩm hạt giống

Sư cô kính, có một ẩn dụ 'tưới tẩm hạt giống' (Watering Seeds) dùng để mô tả những điều trong đời mình, mình đặt năng lực vun bồi vào khiến cho chúng mạnh mẽ hơn trong thân, khẩu và ý. Chúng trở thành thâm căn cố đế trong thân tâm và biểu hiện nơi mình. Hạt giống này cũng có thể là tích cực hay tiêu cực.

Khi tám tuổi, tôi bắt đầu biết ăn trộm vặt đồ đạc của gia đình và bạn học của tôi. Bây giờ nhìn ngược lại, tôi thấy tôi đã trồng hạt giống trộm cắp và tưới tẩm, khiến nó càng phát triển. Tôi cũng đã biết thế nào chúng ta cho phép những người khác trồng hạt giống xấu trong vườn mình (nhiễm xấu). Rồi chúng ta tưới chúng trong đời mình và không thực sự giác tỉnh cho đến khi có một cái gì xảy đến thì mới thực tỉnh ra.

Cha mẹ tôi đã chết sớm. Cậu tôi đã nuôi dưỡng tôi từ thời gian tôi năm tháng tuổi cho đến lúc 15 tuổi. Đó là người mà tôi ngưỡng mộ và thân thương. Cậu chưa bao giờ đối xử tệ với tôi, ngoại trừ la tôi là đồ ngu. Nhiều năm trôi qua, tôi tin rằng tôi ngu dốt và vì vậy tôi chưa bao giờ thật sự muốn đi học. Điều này củng cố những hạt giống tư tưởng tiêu cực và tưới thêm lòng tin rằng tôi không thể học. Một khi tôi cho phép những hạt giống tiêu cực thấm nước và phát triển trong đời, thì những hạt giống tích cực của lòng tin, hy vọng và tình thương bị nhổ gốc. Phải tiếp tục củng cố những hạt giống tích cực này trong đời mình, nếu không chúng sẽ yếu mòn, chết đi và cướp mất niềm vui của mình. Đó là sự thật.

Lúc 18 tuổi, tôi là một người ích kỷ, ngu ngốc và kiêu ngạo. Tôi hành hung mọi người, ăn cắp đồ đạc và chế riễu khi họ đau khổ. Người thân cố thuyết phục tôi. Tôi mỉm cười và không thèm nghe. Trong tôi, không có chút nào tình thương hay sự thông cảm. Khi hạt giống xấu trở thành tốt và sum xuê, tôi cảm thấy rằng tôi không thể sống được. Tôi chỉ nuôi hạt giống rừng rậm, bò lan man và bốc mùi hôi ai cũng xa lánh tôi. Tệ hơn cả, khi nhận ra điều này đang xảy ra thì tôi cảm thấy khó làm chủ được cái gì đang lan tràn trong rừng, gốc nó quá sâu rồi, không dừng chúng được. Khi chúng ta trải qua nhiều năm nuôi dưỡng thành thuốc độc tham, sân, si thì quả tham, sân, si nổi lên. Đó là hậu quả tất nhiên. Biết điều này và thức tỉnh các cơn đau và bị thương gây ra bởi nó tàn phá. Tôi cảm nhận ra nỗi đau của những người đã bị tôi làm tổn thương. Tôi dừng lại khi tôi nhận ra điều tôi đang làm và cố gắng hết sức để nhổ những hạt giống cũ, trồng giống mới để mang niềm hy vọng, từ bi và tình thương. Sau đó, tôi cố gắng khuyến khích những người khác cùng với tôi nhổ những cây leo hoang dại và trồng những giống hoa mới khác.

Tâm mình giống như khu vườn. Hãy tưới phân, phù sa, rưới nước để giống tốt đủ sức vươn lên và nhổ cỏ tiêu cực. Nếu chúng ta cố gắng vượt qua những tiêu cực, cố gắng tưới nước lên những hạt giống tốt, điều này mang niềm vui nơi mắt và hơi ấm trong tim cho chúng ta. Chúng ta sẽ vui khi thấy bản thân mình lành mạnh, phát triển và từ bi. Điều này cho chúng ta niềm hy vọng và ước muốn mọi điều tốt có thể đem đến. Đây là tôi đang học tưới tẩm để thay hạt giống.

Tôi cũng đang học thực hành Phật pháp là để dành

thời gian và kiên nhẫn nhổ cỏ dại trong rừng tâm và khiến nó trở thành một cái vườn đẹp tạo hương thơm và có quả ngọt. Một đời hay nhiều đời nhưng kết quả sẽ vô cùng kinh ngạc. Tình thương và chánh niệm tạo nhiều lợi lạc không thể đo lường. Chúng ta sẽ trở thành những bông hoa đẹp khi chúng ta trồng những hạt giống tích cực và tưới nước chúng với tình thương, từ bi, thông cảm và hoan hỉ. Tôi thấy sự sáng lạng của vườn cây màu mỡ từ hạt giống tích cực (tâm lành mạnh và đầy triển vọng). Không hề gì, thời gian bao lâu nước tưới tẩm giúp chúng ta phát triển. Cuối cùng chúng ta sẽ tìm thấy bản thân mình rót nước trên hạt mà chúng ta đã giúp trồng cho mình và người khác, giúp họ phát triển và trở thành những hạt giống tích cực.

Tình thương, từ bi và niềm hoan hỉ là khu vườn đẹp để chiêm ngưỡng và để lại khi chúng ta đi qua trong đời vậy.

Alfredo O'Kray

Tù Nhân là Con Người

Jacob mến, có nhiều tù nhân lớn lên trong gia đình nghèo nàn và cha mẹ hút sách, rượu chè. Khi còn niên thiếu họ luôn đau khổ vì thất vọng. Đó là sự thật. Nếu chúng ta hiểu và giúp những hoàn cảnh như vậy trước khi họ phạm tội thì sẽ ngăn chặn nhiều tác hại cho họ và người khác.

Đức Phật dạy rằng dù họ là phạm nhân, chúng ta vẫn kính trọng vì tánh Phật bình đẳng cho tất cả mọi người và mọi vật. Xã hội là sự tập trung các cá nhân trong vũ trụ này. Không có chỗ nào chúng ta có thể đi, không có chỗ nào chúng ta có thể sống mà không có mối liên quan với mọi người và mọi vật trong đó. Chúng ta hiện hữu tùy thuộc duyên khởi với nhau, bởi lẽ chúng ta cùng tồn tại cộng sinh trong các mối quan hệ, trong đó có tù nhân.

Thật là lợi ích để giúp một tù nhân sắp được tự do về lại xã hội. Đời sống của họ kết hợp với cuộc sống xã hội bên ngoài. Khi một người bị tù hay được thả thì toàn thể gia đình cũng như bạn bè bị ảnh hưởng. Rồi từ đó lại có sự ảnh hưởng khác rộng ra.

Xã hội tồn tại trong nhà tù. Có nhiều người đến trại tù không chỉ là tù nhân mà còn là người lính canh, vị tuyên úy, bác sĩ y tế, nhân viên, thầy cô giáo dạy học, quý sư hướng dẫn tinh thần... Cách đối xử của những vị này sẽ ảnh hưởng đến các tù nhân và sẽ cứu đời sống của tù nhân. Đọc hiểu được một lời kinh Pháp cú hay danh ngôn có thể giúp tù nhân giảm cơn tham, sân, si và tuệ quán lại mình khi họ đang sắp rơi bên bờ bạo động. Nắm được một câu tâm đắc của thiền sư sẽ khiến thay đổi nếp sống hiện tại của họ. Lợi ích lớn ảnh hưởng nhân rộng ra chẳng những sẽ cứu đời sống một tù nhân, gia đình tù nhân mà còn ngăn chặn nỗi đau khổ của gia đình có nạn nhân bị hại nữa. Tâm thơm vang khắp.

Quý sư quan tâm việc hỗ trợ đời sống hiện tại và tương lai của tù nhân bằng cách hướng dẫn tù nhân quán chiếu và làm chủ tâm của họ. Quý sư quan tâm sự thăng tiến của họ trên con đường thức tỉnh, giác ngộ trong đời này và đi xa hơn chính trong những đời sống kế tiếp. Một số tù nhân rất là thật tâm tu mặc dù có một số chướng nạn trong đời này, nhưng nếu đặt họ trong những hoàn cảnh khác trong tương lai, họ có thể thoát khỏi những chướng nghiệp đó và trở thành những ông Phật thật hiền.

Sư cô nghe nói có một số tù nhân có mánh khóe âm mưu, nhưng ở trong tù không làm gì được. Thật ra nhiều người bên ngoài cũng làm điều này, nhưng chưa bị bắt.

Nhiều tù nhân Phật tử cũng dính líu vào mà chúng ta bên ngoài không biết. Họ quen với tập khí của bánh xe luân hồi đau khổ. Tù nhân có thể thấy sự vô minh của chính họ, thù ghét và chấp thủ gây nên đau thương. Họ sẵn sàng chấp nhận nhược điểm và lỗi lầm của mình hơn những người khác bên ngoài (không tu tập) và họ cũng đang cố vươn lên.

Môi trường nhà tù thì thô bạo và lạnh lùng. Trong đó khó có cuộc đi chơi nhàn nhã thanh bình. Sư cô nghĩ trong môi trường ấy, tình thương và lòng từ bi sẽ mang giá trị hạnh phúc vô cùng. Tù nhân biết họ có thể tạo cơn đau và họ cũng muốn thay đổi. Khả năng phát triển bồ đề tâm và được lợi ích từ tâm tưới tẩm là cái gì đó cộng hưởng và truyền cảm hứng cho họ, bởi lẽ họ cũng là con người có đầy đủ khả năng như chúng ta.

Sư cô

Hãy xoá bỏ phẫn nộ

Ethan mến, có những quy luật đạo đức về nhân sinh mà khi vi phạm sẽ phải trả một giá rất đắt. Mỗi truyền thống tâm linh, triết học và tôn giáo đều nhấn mạnh đến tình thương yêu, hòa hợp, tha thứ và trách nhiệm. Đây không phải là sự đề nghị, mà là môt cương lĩnh giáo huấn để sống. Nếu thuận theo thì chúng ta sẽ vươn lên, nếu không thì chúng ta sẽ đau khổ. Một số người biểu lộ sự thù ghét và phẫn nộ đối với những tội phạm. Thật ra điều này không nên. Chúng ta phải mở rộng tâm của mình để bao dung và giải quyết. Thái độ thương yêu của mình sẽ góp phần làm giảm sự gia tăng tội phạm, bạo động, nghèo khó, tuyệt vọng và dĩ nhiên sẽ giảm cả thù ghét và phẫn nộ.

Thế hệ sau này của chúng ta đang bị ảnh hưởng những

thái độ tai hại này. Tỷ lệ tự tử của thanh thiếu niên và sự sát hại lẫn nhau cũng tăng nhiều trong mấy năm gần nay. Trẻ con không khéo sẽ bị hiểu lầm rằng rằng khinh bỉ và tàn hại những kẻ thù đáng ghét là việc bình thường. Đây không phải là triết lý sống. Chúng ta phải vượt qua ảnh hưởng của sự bạo động và ác tâm trong phim ảnh, tivi hay báo chí nhãm nhí đừng để trẻ em bị ảnh hưởng. Trẻ em sẽ không dễ quên bỏ những quan điểm hoặc những thái độ tiêu cực một cách nhanh chóng được.

Chúng ta nên có thái độ dung hòa, tha thứ ngay cả đối với những người gây lỗi lầm cho chúng ta. Điều này không có nghĩa là chúng ta để họ mặc tình gây tổn thương, cướp giật hoặc làm tổn hại đến cộng đồng của chúng ta. Dĩ nhiên, chúng ta không cho phép con cháu mình khi trưởng thành, làm những việc tàn nhẫn hoặc phi đạo đức, thế nhưng, nếu như chúng có làm đi chăng nữa, chúng ta cũng không ghét bỏ chúng. Chúng ta không xử phạt tàn bạo đến độ chúng không còn khả năng để làm bất cứ việc gì trong suốt cuộc đời còn lại. Chúng ta không đuổi chúng ra khỏi nhà và bỏ mặc cho chúng phải tự nuôi thân. Nếu đối với con cháu như thế thì tinh thần nhà Phật cũng muốn chúng ta đối đãi bình đẳng với mọi tù nhân cũng thế, không phân biệt thân sơ. Thế nhưng, trong thực tế có rất nhiều trường hợp xảy ra không như vậy. Nhiều phạm nhân bị ruồng bỏ khiến tù nhân trở nên tệ hại và hung dữ như những con thú hoang. Đây là cách bơm phồng sự phẫn nộ và thù ghét, chúng ta đã làm cho sự việc trở nên tệ hại hơn. Chúng ta khiến cho tội phạm trở nên tệ hại, mờ mịt hướng đi, trở thành những người ích kỷ, những tội phạm bạo động chuyên nghiệp.

Sách cổ ghi rằng có nhiều bậc thánh nhân đã từng là

những tội phạm, bợm rượu, cưỡng dâm hoặc là kẻ sát nhân. St. Paul đã từng là Saul of Tarsus, một kẻ hành hình độc ác và đã giết nhiều con chiên của chúa. Vua A-dục ở Ấn-độ là một vị vua khát máu đã giết hàng vạn người trên đường chinh phục chiếm lĩnh lãnh thổ nước khác. Nhưng một ngày nọ nhìn máu chảy cuộn cuộn thành dòng của những người dân vô tội, vua bỗng giác tỉnh lòng từ bi vô bờ của đạo Phật. Từ đó, vua trở thành một Phật tử thuần thành và hóa độ rất nhiều người. Vua đã có một cống hiến lớn cho Phật giáo trong công cuộc khắc ghi các sự kiện Phật giáo trên các cột đá, bia điêu khắc và mang thông điệp giải thoát của Đức Phật đến các nước lân cận, nhờ đó mà hôm nay trên thế giới, chúng ta mới biết đến đạo Phật. Trong lịch sử tôn giáo đã chứng minh có nhiều nhân vật hôm nay là thánh nhân nhưng ngày mai là phạm nhân và cũng có nhiều vị sát na này là phạm nhân nhưng sát na kế tiếp lại là thánh nhân.

Một khi chúng ta đánh mất lòng tin vào tiềm năng và khả năng thiện (tánh Phật) của mình, chúng ta sẽ bước vào phạm vi của những sự hẹp hòi, ích kỷ và điều này sẽ đưa chúng ta đến sự khốn quẩn, ngược lại với an lạc và vị tha. Ngay trong giờ phút này, có thể có những nhà hiền triết đang bị bỏ quên trong những xà lim tù ngục hay ngoài đường, hẻm chợ. Chúng ta nên tìm cơ hội tạo mối giao lưu và hướng thiện thay vì hủy hoại những mầm mống đó chết dần mòn.

Sư cô

Tác hại

Sư cô kính, Sư cô có thể tưởng tượng một người cảm thấy đau khổ thế nào khi anh ta nhận ra toàn cuộc đời mình là một sự ích kỷ bất chấp mà anh ta đã gây tổn thương người khác bằng chính tội ác và hành động bạo lực của mình?

Sư cô có thể tưởng tượng một người cảm thấy hân hoan thế nào khi anh ta nhận ra những sai lầm, tâm chế ngự những sai lầm đã thắng và anh ấy đang học cách tôn trọng và thương yên người khác?

Người ấy chính là tôi. Xin Sư cô chứng minh cho sự sám hối muộn màng của tôi (trễ vẫn còn hơn không). Tôi xin sám hối với tất cả những người mà chúng tôi (những tù nhân) đã đối xử tệ hại với họ. Tôi mong họ thấu hiểu lòng ăn năn và sám hối của chúng tôi.

Joshua

Xa Rời Ngọn Lửa Sân Hận

Sư cô kính, hầu hết các tù nhân không để ý sự nguy hiểm của lửa sân và cứ đổ lỗi cho tại người này hay tại việc kia gây nên. Sống trong môi trường khô khan của tù đày, phạm nhân dễ phơi bày những sự thô lỗ, thù ghét, đấu tranh, bất đồng quan điểm và sân giận. Sân giận như ngọn lửa thiêu cả rừng công đức. Nó có thể tàn phá chúng ta và đốt các mối quan hệ từ trong, đến ngoài và rốt lại không còn gì cả. Sân hận có thể cướp tánh nhân đạo và cướp đi năng lực tánh Phật của mình. Sân giận liên quan đến quả đấm chết người vào bạn tù, nếu mình không khéo bình tĩnh chế ngự. Sân hận cắt và thái nhỏ chúng ta thành từng mảnh nhỏ. Thế nhưng nếu chúng ta biết dù bên ngoài có hung dữ thế nào mà tâm tù nhân dịu mát thì thế giới cũng thanh bình « Tâm bình, thế giới bình ». Thế nên, xin đừng đưa ngòi châm lửa và đổ lỗi ai. Hãy dịu mát tâm mình.

Jayden

Săn thú

Sư cô kính, khi tôi là một đứa trẻ 8 tuổi, dượng tôi hay dẫn tôi đi săn thỏ và nai. Dượng dạy rằng khi bị rượt đuổi và đạn bắn, các con thú này thường chạy vòng tròn. Vì vậy, thợ săn chỉ cần đợi một chỗ nào gần đó. Chỉ trong vòng 5 hay 10 phút con thỏ hay nai thường sẽ nhảy ra từ bụi này đến bụi kia và sẽ chạy ngược về lại chỗ cũ. Thế là tóm được chúng mà không mất sức nhiều.

Bây giờ nghĩ lại, tôi rất tội cho các con thú bị chúng tôi bắn. Chúng chạy thục mạng để mong thoát chết. Thân của chúng run lẩy bẩy, ướt đẫm mồ hôi và tinh thần khủng hoảng. Nhiều khi chúng dừng vài giây để thở và không biết sự đau khổ chết chóc đang nằm phía trước vì chúng đang chạy về đường cũ. Cũng tựa giống như thế, chúng ta quá quen, quá thoải mái với những vòng tròn tập khí xấu và không dừng lại được ngay cả ở chỗ nguy hiểm của đời mình. Thói quen hút thuốc lá, á phiện, chơi gái, cờ bạc, buông lung và trộm cắp. Nhưng không giống như con thú chúng ta biết hoàn cảnh của mình. Chúng ta biết cái gì là độc hại và chúng ta có quý thầy, quý sư tâm linh đến hướng dẫn cho chúng ta con đường để thoát khỏi bánh xe luân hồi đau khổ, nhưng chúng ta xem thường và không tu tập. Không phải vì chúng ta thiếu hiểu biết và trí tuệ, vấn đề là chúng ta làm biếng, nhu nhược và không có kỹ cương. Con thỏ, con nai, chúng đã đặt hết sức mạnh của nó để chạy thoát khỏi đau khổ (súng bắn, chó và thợ săn), còn chúng ta có chạy ngược dòng không? Tù nhân có bao giờ thật sự nỗ lực chuyển hóa để thoát khổ không? Cái chúng ta đang bám víu vào là gì? Hạnh phúc hay đau khổ? Chúng ta gọi mình là người văn minh, văn hóa trong khi thú vật là thấp kém bình thường. Có phải chúng ta dùng tánh thông minh, sức mạnh để cưỡng chế các loài bạc phước cô thế khiến chúng phải chết? Đây là một công án hay vấn đề đáng cho chúng ta trầm tư thiền quán trong buổi tọa thiền tối nay.

Daniel

Tử Hình

Sư cô kính, hậu quả về phía tội phạm có lẽ nặng nhất là sự trả giá bằng chính mạng sống của mình tức tội tử hình (xử tử). May mắn được ân xá, tội này mới giảm nhẹ thành chung thân (ở tù suốt đời đến chết).

Án định tử hình một người không chỉ dựa trên dữ kiện một việc cố ý giết người (*culpable homicide*) đã xảy ra, mà còn tùy thuộc vào sự gia hành của tội ác. Như vậy, chỉ đơn thuần giết người thì không bị tử hình. Thế nhưng, sự giết người lại còn kèm theo các hành động như cưỡng dâm, đốt phá tài sản, buôn bán ma túy, ăn cướp, bắt cóc, vượt ngục, hành hạ trẻ con, hành hạ người già hoặc người tàn phế, bắt cóc trên phi cơ, nổ bom v.v… thì tùy đó để đủ kết tội tử hình. Như vậy, kết án tử hình không chỉ đơn thuần trên tội phạm giết người mà còn kèm theo những tội ác mất nhân tính khác kèm theo. Có người bị tội chung thân ba lớp, nghĩa là số năm ở tù là khoảng bằng thời gian của ba đời người (ba đời người bị tội chung thân. Ví như 100 năm cho một đời người, thì vị ấy bị 300 năm tù tội).

Tùy theo luật của từng tiểu bang, nhìn chung có nhiều tiểu bang tại Hoa Kỳ đã bỏ luật tử hình này thay vào đó là tội chung thân không có án treo (*parole*). Riêng tại tiểu bang Wisconsin, tháng 11 năm 2007, công dân tiểu bang bỏ phiếu và kết quả là 60% ủng hộ việc không có hình phạt tử hình được thực hiện tại tiểu bang này.

Sự tác hại tử hình có lẽ để lại nhiều ảnh hưởng trong tâm tư hối lỗi của tội phạm. Hầu như những bức thư của tù nhân cho thấy sự ăn năn và cắn rứt vì niềm vô minh ngu dại của họ. Chỉ vì một giây phút nông nổi mà tác hại gây ra suốt đời. Biết bao nhiêu tội nhân đã phơi bày tội lỗi, sự xấu hổ, sự tổn thương và tai hại mà họ đã gây cho người khác.

Có những tội nhân suốt đời phải trải nghiệm những gánh nặng ngàn cân của lương tâm cắn rứt, đè nặng trái tim họ do những tội ác họ đã gây cho người khác. Ký ức tội ác và tư tưởng 'mặc cảm không tốt' xoay quanh tư tưởng họ hàng ngày. Và như thế vòng đau khổ trong tâm họ cứ tiếp tục xoay vẫn mãi mãi. Đây là tác hại lớn nhất cho phạm nhân.

Dưới đây là minh họa hai bức thư Amos King viết gởi cho tên tội phạm Henri và viết cho chính mình khi còn là cậu thiếu niên 10 tuổi. Amos King viết như một sự trần tình sự hối lỗi và tác hại của tội ác do mình gây ra và hạt giống ươm mầm từ khi còn bé thơ. Thư được viết trước khi Amos King bị tử hình vào ngày 26 tháng 2, năm 2003 tại tiểu bang Florida, Hoa Kỳ.

Alexander

Thư của một tử tù

Dear Henri,

KC cho tôi biết một ít về bạn và tình trạng của bạn hiện giờ. Lý do là vì bạn "đặc biệt", mặc dù có thể bạn không tự nhận biết. Nhiều bạn tù thương mến và quan tâm đến bạn nhiều hơn là chính bạn. Tôi được họ yêu cầu viết bức thư này cho bạn.

Thoạt tiên, có thể bạn nghĩ rằng tôi cũng chỉ là một tù nhân bất hạnh đáng sợ, đang tìm cách "hù" để cho bạn ngoan ngoãn tuân lời. Hoàn toàn không phải như vậy. Hai mươi bảy năm qua, tôi quả thật là một tù nhân bất hạnh. Tôi cũng đã mất trí và không còn khả năng viết một bức thư như thế này. Khi bạn nhận được thư này, tôi có thể đã bị hành hình bởi tiểu bang Florida, bị cột vào băng ca và bị tiêm thuốc độc vào người để chết. Một tháng rưỡi trước, tôi đã được đo kích thước cho bộ quần áo tử hình và tấm liệm – đây là lần thứ ba và có lẽ là lần cuối, bởi vì tôi sẽ bị tử hình vào ngày 24 tháng 02 năm 2003 và có thể tôi đã chết đi về bên kia thế giới rồi khi bạn nhận được bức thư này. Vì lý do an ninh, cây viết mà tôi đang cầm có thể uốn cong dễ dàng, vì thế viết lách rất khó khăn. Bởi thế, phần lớn tù nhân tử hình không còn được viết thư nữa.

Henri, trong khoảng 25 năm mang án tử hình, tôi đã chứng kiến 50 người bị hành hình, 12 người tự tử, 2 người bị tử tù khác giết. Khoảng 15 đến 20 người bị chết vì đứng tim, ung thư và các bệnh khác. Có thể khoảng 400 đến 500 tù nhân, phần lớn là tù chung thân, đã từng ở nơi đây với tôi và đã dời đi nơi khác. Một vài người may mắn được tha bổng, nhưng khó mà hồi phục để trở lại với đời sống bình thường.

Cũng giống như bạn vậy, Henri, phần lớn chúng ta khi còn trẻ và có cảm tưởng vô địch, thông minh và có thể trốn tránh khỏi bị bắt. Henri, điều đó có vẻ như ý tưởng hay, một kế hoạch tốt, nhưng thực sự chỉ là một sự ngu xuẩn. Này Henri, điều để chứng minh cho bạn là vô số phạm nhân đang cùng bị tù với bạn và hàng triệu người nữa trong xứ này và khắp nơi trên thế giới.

Tôi đã thấy và biết hàng trăm ngàn người đã bỏ phí

tuổi trẻ và cả cuộc đời trong chốn ngục tù. Henri, có lẽ bạn cũng biết, trên đường đời của một tội phạm, phần lớn những phiền hà đến với chúng ta là do những người mà mình giao tiếp và người cùng trong băng nhóm. Một đồng bạn của bạn có thể bắn chết một người hoặc bóp cò với một ý định xấu xa mà bạn không đồng ý và bạn có thể lãnh án vì đồng lõa.

Henri, không có kỷ luật và tự chế, chúng ta không thể là một con người thực sự, mà chỉ là một con vật chống lại chính mình và xã hội. Cần phải có kỷ cương luật pháp để duy trì, chỉnh đốn xã hội và đối trị những tội ác. Với sự tự trọng, kỷ luật, kính trọng người khác và sống trong sáng, bạn có thể hưởng thọ cuộc đời hạnh phúc, an lạc và thoải mái. Sống bên lề xã hội, tội phạm và ngu xuẩn không phải là con đường tốt. Nên an phận với những gì bạn và gia đình bạn có được, kiên nhẫn, cần mẫn và đừng đua đòi với những người chung quanh. Vật chất và sự đeo đuổi vật chất với mọi giá không phải là lối sống và mục đích sống đích thực.

Đừng để sự xấu xa và đê hèn làm chủ bạn. Vượt qua được những sự cám dỗ, bạn có thể thành tựu tất cả những gì bạn mong muốn.

Xưa kia, tôi cũng đã từng là một người tốt. Tôi hy vọng bạn sẽ hiểu được những gì tôi muốn kể. Xin hãy tin tôi, bạn sẽ biết được những điều này qua kinh nghiệm, nếu bạn được sống lâu như vậy. Phần lớn những người tôi biết khi chúng tôi bằng tuổi bạn đều đã chết và tôi cũng sắp sửa ra đi theo họ.

Vừa rồi trên điện thoại, tôi đã khóc lóc, chào vĩnh biệt với một người bạn lâu năm mà cũng là người hỗ trợ tôi rất nhiều. Đau lòng biết bao! Khi nghe lời vĩnh biệt (chứ không phải tạm biệt) của một người đang sống và đang đối mặt với cái chết không bao lâu. Cách đây vài ngày, tôi cũng đã viết thư chào vĩnh biệt những người bạn thư tín lâu năm. Henri, bạn có đầy đủ sự thiện mỹ và tài năng? Cái này tùy thuộc vào bạn. Bạn có năng lực. Hãy phấn chấn. Nếu sự đau khổ, kinh nghiệm và cái chết của tôi cùng những gì tôi đang chia sẻ với bạn, sẽ chặn đứng, không cho bạn lãng phí cuộc đời của chính mình và tổn hại đến người khác thì việc dùng thì giờ để viết thư cho bạn quả là xứng đáng. Tôi mãn nguyện những gì tôi đã làm cho bạn.

Nơi đây có một sự thiêng liêng trong việc nhận biết về giá trị và tôn trọng cuộc đời. Bạn cố sống một cách ý nghĩa và hạnh phúc. Đây là lời cầu nguyện của tôi đến bạn và tất cả bạn trẻ ngoài kia hàng rào nhà tù. Xin đừng đi lầm đường lạc hướng như tôi.

Thương yêu tất cả như tình huynh đệ (tứ hải giai huynh đệ).

Kính thư,

Amos Lee King

TB: Amos King đã bị tử hình ngày 26 tháng 02 năm 2003 tại tiểu bang Florida, Hoa Kỳ.

Thư Gởi cho Bé Trai 10 Tuổi

Ngày 8 tháng 2 năm 2003

Tôi dự định viết bức thư này cho em như một hành động "sống" cuối cùng của tôi vào ngày 23 tháng 02 năm 2003. Một ngày trước khi tôi bị tử hình.

Mấy ngày trước khi bị tử hình, tôi đã ngồi trên một cái giường [tử hình] trong khi một người y tá đeo "khẩu trang" đã dò xét trên hai cánh tay tôi mạch máu nào thích hợp để chích thuốc độc như thuốc mê cho tôi được chết nhẹ nhàng.

Em biết không, lúc 10 tuổi, tôi là một đứa trẻ ích kỷ, cứng đầu, tìm mọi cách để đạt được những gì mình muốn, nếu không sẽ trở nên giận dữ và bất mãn. Tôi hay đi tìm tòi và chơi đùa trong rừng. Lúc nào tôi muốn nghe lời cha mẹ thì tôi nghe, còn không thì tôi tìm cách lẫn tránh vì tôi biết lúc nào họ cũng ra mệnh lệnh. Tôi là trung tâm vũ trụ của chính mình. Gần như tôi đạt được tất cả những gì mà tôi muốn.

Trong một xã hội văn minh cần phải có kỷ cương, luật pháp và sự trừng phạt cho những người không tuân luật pháp. Bạn hy vọng một sự giáo dục, theo đuổi mục tiêu và mơ ước. Sự tự do và giải phóng của bạn đặt nền tảng trên những cái này [tuân lời, kỷ cương, luật pháp, trừng phạt], cũng như cha mẹ bạn đã sanh bạn, thương bạn, nuôi dưỡng bạn, đi làm để lo thức ăn, quần áo, giáo dục và bảo vệ cho bạn được bình an. Cha mẹ của bạn làm tất cả cho bạn, dù phải hy sinh tất cả những gì riêng tư của họ. Bạn không nhận thức được điều này - vì bạn - họ đã sẵn sàng hy sinh ngay cả tánh mạng của họ.

Hồi tưởng việc quá khứ, tôi thấy rõ tại sao sự cứng đầu và khó dạy đã tổn hại chính tôi, cho cha mẹ, cho gia đình và đưa tôi đến trường cải tạo, nhà tù và cuối cùng bị kết án tử hình. Không nghe lời dạy dỗ của cha mẹ là do tôi ngỗ nghịch, làm cho tôi có khuynh hướng chạy theo sự dụ dỗ của bạn bè, gây nhiều sự phiền nhiễu, bắt đầu một cuộc đời tội phạm, rượu chè, hút sách, xì ke, dần dần đi đến những thứ thuốc nặng hơn, càng lúc càng lún sâu vào con đường tội lỗi.

Điều này không xảy ra tức khắc mà là từng bước từng bước. Không tuân lời cha mẹ, phạm điều quy rồi phạm pháp luật. Tất cả đều là một và đưa đến như dây chuyền móc xích nhau. Nếu như bạn không tuân lời cha mẹ là những người thương yêu bạn, đem cho bạn cuộc sống và muốn cho bạn được những gì tốt đẹp nhất thì bạn rất dễ dàng vi phạm luật pháp và làm điều tội ác.

Trên đoạn đường ngang ngược và tội lỗi, bạn sẽ trở nên gan lỳ và mạnh mẽ trong hành động và cảm tưởng rằng mình là bất khả xâm phạm. Sự đe dọa bằng sự giam vào trường cải tạo và ngay cả nhà tù cũng không làm cho bạn cảm thấy nao núng. Nhưng nên biết rằng, những thiếu niên trong các trường cải tạo đôi khi làm những việc đưa đến sự giam cầm trong nhà tù, nơi đó, họ lọt vào tay của những tội phạm thứ dữ, những kẻ không còn gì để mất mát, sẽ lợi dụng các thiếu niên. Nhiều người vào tù với bản án rất ngắn vi phạm vài tội nhẹ, rốt cuộc đưa đẩy bị rơi vào trường hợp đưa đến bị kết án chung thân, án tử hình hoặc bị giết trong tù, hoặc phải giết bạn tù để mình được sống sót. Nhiều người bị hãm hiếp, cưỡng hiếp bởi tù nhân bị bệnh AIDS. Cảnh đau thương nhất là một người đàn ông bị tước đi "nam tính" bởi sự hãm hiếp của chính một người đàn ông khác và kết quả là nạn nhân đó bắt đầu hành động như đàn bà.

Em có thể tránh được những việc quái ác này bằng cách tuân lời những người thương yêu, cư xử đứng đắn, chăm sóc cho bạn bè và chỉ muốn mọi người được những gì tốt đẹp nhất. Đây là con đường chân chánh hướng thiện. Con đường tự trọng. Nếu được như vậy, em sẽ có một niềm thỏa mãn trong sự tuân lời, học hỏi và làm cho cha mẹ hãnh diện và vui sướng. Một ngày nào đó, em cũng muốn con của em đối với em cũng giống như vậy. Thế hệ tiếp nối.

Bồi đắp phẩm cách và kỷ luật sẽ giúp cho em khi em trưởng thành và trở thành một người đàn ông. Em sẽ thấy được những lợi ích đó khi em khôn lớn.

Làm quấy có nghĩa là em luôn luôn cảm thấy lo sợ bất an, sợ có người sẽ khám phá ra và em sẽ bị trừng phạt. Điều này cho em biết rằng em không sống một cuộc sống chính đáng, mà cuộc sống chánh đáng là cuộc sống mà em phải sống cho chính em.

Như một đứa trẻ 10 tuổi, đôi khi em cảm thấy lẽ loi, hoặc em không được sự chăm sóc đầy đủ. Nên nhớ, cha mẹ có những trách nhiệm khác. Thiếu sự chú ý, không có nghĩa là họ không thương và không nghĩ đến em. Hầu hết tất cả cha mẹ muốn gần gũi với con cái nhiều hơn nhưng vì mắc bận sinh kế và những việc khác.

Trước khi dứt lời, tôi chúc em được nhiều may mắn nhất. Hiện tại và tương tất cả đều tùy thuộc vào em.

Trong thánh kinh, John II đời thứ III nói rằng: "Này con, điều Ta mong hơn hết là con được thịnh vượng, lành mạnh và tâm của con luôn được an lạc." Tôi cũng mong cho em như vậy.

Vĩnh biệt em

Amos King

TB: Amos King bị tử hình ngày 26 tháng 2 năm 2003 tại tiểu bang Florida, Hoa Kỳ.

Hậu quả của tội ác đối với nạn nhân

Ronald Clements có viết một bài "*Lớp học trong tù: Về Hậu quả của tội ác đối với nạn nhân*" (Scars and Catharsis:

A Prison Class on the Impact of Crime onVictims)[11] khá hay như sau: Khoảng 12 giờ rưỡi trưa, sau buổi sáng cuối cùng đầy những bồn chồn, một nhân viên an ninh loan báo trên loa (intercome), gọi tám tù nhân chúng tôi đến phòng tiếp tân. Khi đến đó, chúng tôi đổi quần áo đang mặc, thường là áo thun và quần đùi, thay vào đó là quần áo mặc ra ngoài: quần kaki xám với lưng quần bằng dây thun và áo sơ mi trắng cứng đơ bởi vì xịt quá nhiều keo. Sau đó chúng tôi ngồi đợi. Vài người đứng hút thuốc ngoài cửa, còn mấy người khác thì nói chuyện thì thầm với nhau.

Tại tòa án Missouri, những bàn tay của chúng tôi - những phạm nhân đã bị kết tội giết người dã man - đang run rẩy. Rốt cuộc, sau gần một giờ ngồi suy nghĩ vẩn vơ trong lo sợ, chúng tôi được lệnh đi vào phòng chuẩn bị. Đây là lúc đối diện với gia đình nạn nhân.

Lớp học "Hậu quả của tội ác đối với nạn nhân" bắt nguồn từ hợp tác giữa Hội Thanh Niên California (*California Youth Authority*) và Hội Các Bà Mẹ Chống Việc Lái Xe Say Rượu (*Mothers Against Drunk Driving*). Tiểu bang Missouri cho phép chương trình này được thực hiện tại các hệ thống trại tù ở Missouri. Vào tháng 08, năm 2000, một nhóm tù nhân tại trại tù Potosi đã tham dự chương trình này đầu tiên với hai tuần lễ thực nghiệm, tổng cộng bốn mươi giờ, chương trình kết thúc với thăm viếng rất cảm động gia đình của các nạn nhân với tù nhân. Nhờ sự hỗ trợ nhiệt tình của nhóm tiên phong đầu tiên, sự hưởng ứng đã được tăng gia. Hiện nay, hơn một trăm tù nhân ở đây đã hoàn tất lớp học. Tôi là một trong bọn họ. Bản tường trình này dựa trên kinh nghiệm của chính tôi trong lớp học. Do sự tôn trọng vấn đề cá nhân, tôi đã sửa

11.http://www.thubtenchodron.org/PrisonDharma/scars_and_catharsis.htm

đổi tên họ của những thành viên trong Ủy Ban Nghiên Cứu Hậu Quả (của Tội Ác).

Một buổi tối thứ năm của tháng 10 năm 2000, chín người chúng tôi bước vào lớp học. Không có người nào trong bọn phạm tội nhẹ hơn là tội phạm giết người bậc hai. Đa số, kể cả tôi, đều bị tù chung thân không được ân xá về tội phạm giết người bậc nhất nghĩa là chủ ý cố ý giết người. Chúng tôi đến đó với giấy bút và với mục đích muốn học hỏi. Lớp học kéo dài hai tuần, mỗi tuần ba hoặc bốn đêm, mỗi đêm từ bốn tiếng đến sáu tiếng, thành thử chương trình cũng gắt gao. Những buổi học sau đó đều kéo dài lâu hơn sự dự dịnh bốn tiếng ban đầu. Mỗi chúng tôi nhận được một xấp bài học và xem video về những đề tài như sau: cướp tài sản, xì ke, lái xe say rượu gây thương tích đến mất mạng, bạo động gia đình, bạc đãi trẻ con, xô xát, hãm hiếp, nạn nhân của băng đảng bạo động, tội ác bạo động, trộm cướp và án mạng gia đình. Các hướng dẫn viên, ba hoặc bốn nhân viên nhà tù, khuyến khích sự thảo luận công khai và mọi người đều tham gia một cách hăng hái. Sau những lớp học này, chúng tôi đến gặp những gia đình của các nạn nhân – không phải là nạn nhân của chúng tôi, mà là những nạn nhân của các tù nhân khác.

Những tù nhân được khuyến khích phát biểu trong những buổi thảo luận đặc biệt này – mối quan hệ giữa những người tù chúng tôi và gia đình của các nạn nhân – điều này tương phản với những quan niệm thông thường về sinh hoạt của các tù nhân trong các trại tù "an ninh tối đa". Nhiều tù nhân không bao giờ thấy được thế giới bên ngoài nữa. Thành thử tù nhân phát biểu rất trung thực, dưới hình thức ý kiến mà mọi người chúng ta trong xã hội thường muốn phát biểu: những biện pháp khẩn cấp để giảm thiểu tội phạm, đặc biệt là tội phạm thanh thiếu niên đang trên đà gia tăng và chấp thuận sự can thiệp của cơ quan an ninh. Tâm lý của những phạm nhân chúng tôi mang trong lòng sự hối hận những việc đã làm trong quá khứ, nên chúng tôi có những đòi hỏi tha thiết muốn được phát biểu ý kiến của mình.

Phần lớn những buổi thảo luận đều thiếu chiều sâu. Đây đều là do sự thiếu kiến thức của những hướng dẫn viên. Những cuộn video chiếu lên đều đem đến cho mọi người sự xúc động. Hiểu rõ ảnh hưởng của tội ác giống như vòng tròn (của nước) lan tỏa ra (từ sự tổn thương thể xác và tinh thần của nạn nhân, cho đến sự tăng gia khó khăn trong sinh kế hàng ngày, nhẫn đến sự ảnh hưởng đến cộng đồng chung quanh). Tự nó là một sự giáo dục và có giá trị luân lý, thế nhưng, chứng kiến được mặt thật khổ đau của gia đình nạn nhân đem cho chúng tôi một ấn tượng càng sâu sắc. Tội ác không có sự khác biệt giữa phe phái, giai cấp xã hội, văn hóa hoặc chủng tộc. Mỗi băng video trình bày một sự thật không thể chối cãi về những nạn nhân đang chịu thống khổ và những hậu quả tiêu cực của tội ác.

Những cảnh trong video như khi bọn cướp xông vào nhà, một bà mẹ phải chọn đứa con nào mà mình có thể bảo vệ được. Một đứa bé gái sáu tuổi van nài nhân viên tổng đài 911 cứu giúp, trong lúc cha nó đang giết từng người trong nhà mà tiếng kêu la vẫn đang nghe văng vẳng. Một người mẹ đang rên khóc khi thấy đứa con gái đã chết do sự trả thù của bè nhóm. Một bà mẹ khác đang phải chịu đựng sự đau lòng về đám tang của con trai bà, người đã bị những phần tử xấu trong băng đảng của nó sát hại. Một người con trai truy tìm lời giải cho cái chết của mẹ mình, nhận thấy sự thù hận của mình càng trở nên ác liệt sau khi gặp mặt kẻ thù; trong khi đó, trong một phòng tiếp tân của trại giam, một người đàn ông bắt tay với phạm nhân trong sự hòa ái như tha thứ kẻ đã hại gia đình mình. Những câu truyện trên video này, mặc dù rõ ràng, nhưng chỉ có thể gợi lên một ấn tượng về việc gặp mặt gia đình các nạn nhân của tội ác.

Đến đêm thứ tư, số học viên đến tham dự chỉ còn có tám người. Một người nghỉ học cho biết: "Điều này ngoài sự mong mỏi của tôi." Sự thẳng thắn đến trắng trợn của tù nhân học viên, làm cho nhiều người cảm thấy bị đe dọa. Sự thực, vài người có cảm tưởng họ đang ở trong một phiên tòa. Có lẽ những người đó thấy trước được "áp lực" của buổi gặp mặt với nạn nhân. Đúng vậy, tuy chúng tôi xem những hướng dẫn viên đang giúp chúng tôi chuẩn bị, như những người bạn đồng cảnh ngộ, thế nhưng điều này cũng không giúp cho buổi gặp mặt bớt đi phần nào căng thẳng.

Sau bốn mươi tiếng tham dự khóa học và một buổi sáng nghĩ tưởng mông lung trong lo lắng, buổi chiều thứ bảy cũng đã đến, chúng tôi gặp mặt gia đình của các nạn nhân. Những hướng dẫn viên cùng với người phụ tá giám đốc và nhà tâm lý học của trại tù đã đến trước chúng tôi. Những bàn học trong lớp, thường được xếp theo hình móng ngựa, hiện nay đã được xếp thành hai dãy đối diện nhau. Chúng tôi, một nhóm người tương đối trẻ, văn hóa có phần đa dạng, ngồi một dãy. Nhóm gia đình nạn nhân thuộc đa dạng, tuy tuổi tác của họ khác nhau khá lớn, phần lớn là phụ nữ, im lặng vào cửa và ngồi đối diện với chúng tôi. Mỗi người trong nhóm gia đình của nạn nhân đều cho chúng tôi biết rằng tội ác đã làm tan nát cuộc đời họ thế nào.

Ba mẹ của một nạn nhân tên Kevin bắt đầu trước. Hai

người trạc tuổi trung niên, dáng dấp tao nhã. Ba của Kevin kể lại sự chịu đựng của ông khi tưởng rằng Kevin chết vì tai nạn xe hơi trên xa lộ, rốt cuộc nhà quàn chuẩn bị cho việc tẩm liệm, phát giác là Kevin đã chết vì bị bắn vào đầu. Cảnh sát cũng không tìm ra nguyên do của án mạng.

Kế đó, hai người đàn bà kể lể. Bonnie hai lần bị hãm hiếp bởi những người quen. Sheri là nạn nhân của sự loạn luân khi còn nhỏ và sau khi trưởng thành, bị hãm hiếp « hội đồng ». Chồng của Bonnie bày tỏ sự «thông cảm» một cách nhẹ nhàng trong yên lặng, còn Sheri chịu đựng bằng sự giận dữ cứng rắn như «kim cương» và một ý chí đáng phục «Tôi không tự xem mình là một nạn nhân mà xem mình như một người sống sót».

Kế đến, Trish và Carol chia xẻ câu chuyện về cô em gái bị người chồng nhận nước đến chết. Thủ tục luật pháp về vụ án rất là rắc rối và khó khăn. Kế đó, hai người trình bày việc người chồng đã thách thức họ về quyền khắc bia của em gái họ. Hắn tiếp tục ngăn cản công việc của hai người, mặc dù hắn đang ở tù với bản án có thể được giảm xuống.

Tuy đứa con gái đã chết mười tám năm, nhưng bà Ellen vẫn còn cảm thấy như bị mất mát một cái gì. Bà đã làm việc sát cánh với những quyến thuộc của nạn nhân và lãnh đạo Ủy Ban "Impact Panel" (Ảnh hưởng của Tội Ác). Bà kể lại về việc một người lạ đã bắt cóc con gái bà từ sở làm, hãm hiếp rồi sau đó giết cô ấy bằng thanh sắt mở lốp xe. Ellen và chồng đã tìm ra thi thể của con gái mình. Nỗi đau khổ vẫn còn sôi sục trong lòng bà, nhưng bà đã đem hết tâm mình vào những nỗ lực tranh đấu cho quyền lợi thường bị lãng quên của nạn nhân. Bà cổ võ những luật lệ cứng rắn với những bản án nặng hơn và những biện pháp theo dõi những tội phạm, đôi khi do những sơ hở, len lỏi qua được hệ thống pháp luật, giống như trường hợp hung thủ đã giết con bà.

Gia đình nạn nhân này thuật lại những biến cố tang thương mà họ đã trải qua, một cách đơn giản và thẳng thắn, đã gây cho chúng tôi một ấn tượng mạnh mẽ. Mặc dù có sự tương đồng trong những câu chruyện - những nỗi khổ đau, bất mãn và sự chịu đựng gây nên bởi sự đột nhiên trống vắng của người thân yêu đã từng hiện diện - sự mất mát của mỗi người được trình hiện một cách rõ ràng. Có thể chúng tôi không thể suy đoán được chiều sâu của sự trống vắng đó, nhưng chúng tôi ắt hẳn đã cảm thông sự khổ đau của họ, những người đã chia xẻ sự khổ đau cá nhân với một nhóm tội phạm như chúng tôi. Ellen nói:"Bây giờ các ông nên cho biết nguyên nhân tại sao các ông hiện diện ở chương trình này!"

Bà ta không phải hỏi tại sao chúng tôi bị ở tù mà muốn hỏi tại sao chúng tôi đến tham dự chương trình Ảnh Hưởng của Tội Ác đối với Nạn Nhân? Đây là câu hỏi thật sự duy nhất đặt ra cho chúng tôi và phần lớn những câu trả lời đều không đi sâu vào nguyên nhân đã dẫn đến sự tù tội – dù những tù nhân tham dự đôi khi trình bày chi tiết – về việc tìm hiểu quan điểm của gia đình nạn nhân hoặc bày tỏ sự hối tiếc về những tội ác mà chúng tôi đã phạm.

Mỗi tù nhân đều lộ vẻ khó khăn trong lúc trả lời. Nhìn thoáng vào trong địa ngục mà mỗi gia đình của nạn nhân phải chịu đựng từng phút, từng giờ, từng ngày, gây cho chúng tôi những phản ứng thông cảm sâu sắc. Tự nhiên lòng thương xót nảy sanh khi đối diện với sự khổ đau của gia đình nạn nhân, thế nhưng chúng tôi lại ngần ngại trong việc quay nhìn lại chính mình. Chúng tôi đã xâm phạm, cướp đoạt và tàn hại tánh mạng của người khác và chúng tôi phải sống trong sự cắn rứt của những hành động ích kỷ trong quá khứ. Nhìn thẳng vào sự thật một cách quá rõ ràng thường đưa đến sự mù quáng. Tôi hiểu tại sao có nhiều tù nhân từ chối không đăng ký cho chương trình này. Dù sao, mực độ của sự thẳng thắn không thể tưởng tượng và vài tù nhân đã kể rằng họ đang là nạn nhân của chính mình.

Tình trạng trong nhà tù khiến cho con người trở nên chai đá không còn quan tâm đến người khác, nhưng ngược lại sự quan tâm đến người khác là điều kiện chính để làm người. Trong lớp học, tôi cảm nhận rằng tôi có sự quan tâm. Và điều này làm tôi đau xót. Tôi không những cảm nhận nỗi đau của những kẻ bị đoạt mất những người họ yêu thương mà đôi khi tôi bị xúc động mãnh liệt vì sự hối hận của chính mình. Tôi cảm thấy vô cùng hổ thẹn. Tuy những người đó không phải là thân nhân của nạn nhân bị tôi giết, nhưng tất cả họ cũng có cùng một sự thống khổ. Tôi không thể bày tỏ với gia đình nạn nhân của tôi rằng tôi vô cùng hối tiếc, nhưng tôi phải cho họ biết rằng *họ đáng được bù đắp nhiều hơn là chỉ được nghe một lời xin lỗi.* Mỗi tù nhân đều bày tỏ nỗi niềm tâm sự của mình, không phải chỉ để cầu xin sự tha thứ mà còn là bày tỏ sự hối hận chân thật trong nước mắt.

Phật giáo có đề cập đến tăng đoàn hay còn gọi là cộng đồng tâm linh. Tăng già được thành lập khi mà nhiều người đến với nhau với một mục đích vĩ đại, một sự thức tỉnh tâm linh. Ở đây cũng thế, như là một nhóm những người tham dự chương trình này – tù nhân, nạn nhân và gia đình nạn nhân - sự hàn gắn và nhân ái là mục tiêu vĩ đại của chúng tôi. Tuy không có ai ôm chầm nhau, nhưng bầu không khí trong lớp học đã hoàn toàn đổi khác. Chương trình này giúp gia đình nạn nhân nhanh chóng hàn gắn vết thương hay không? Những thành viên mà tôi nói chuyện đều công nhận có điều này. Hôm đó, khi chúng tôi sắp sửa rời lớp học, chồng của bà Bonnie nói với chúng tôi: "Nếu những lời các ông nói là thành thật thì các ông có bổn phận phải làm một đổi thay. Đem những cảm nghĩ của các ông về trại giam, giúp đỡ vào việc ngăn ngừa bạo động."

Theo lệ thường, sau buổi họp mặt đầu tiên, sẽ có một buổi họp mặt kế tiếp với gia đình nạn nhân, với một bầu không khí khác biệt. Buổi gặp mặt đầu tiên, bầu không khí có vẻ căng thẳng, không phản ảnh được sự đối thoại giữa hai bên, phần lớn là một bên phát biểu, sau đó đến bên kia, còn các buổi họp kế tiếp thì lại có nhiều sự trao đổi giữa hai bên. Theo cá nhân tôi, tôi đã từng cố gắng duy trì sự tiếp xúc với vài gia đình nạn nhân, và đã gặp mặt nhiều người trong nhóm hơn cả chục lần. Đây là một cơ hội để tôi bù đắp lại cho xã hội.

Mặc dù chương trình này không thể thực hiện nếu không có sự hợp tác giữa những nạn nhân trong cộng đồng và những tội phạm trong nhà tù. Những dòng chữ này xin ghi lại cảm nghĩ về ý nghĩa của chương trình này đối với riêng bản thân tôi. Nó cho tôi một lý do để tiếp tục sinh tồn. Tôi không thể tìm lại được mạng sống của nạn nhân, nhưng chương trình này đem cho tôi một cơ hội đóng góp vào những gì mà tôi đã cướp đi. Chương trình này có thể phổ biến rộng hơn ra chứ không phải trong phạm vi nhà tù. Ai bị đánh mất cuộc sống. Ai bị tội ác cướp đi người thân yêu. Mục đích của lớp học này là làm sao cảm nhận được sự bất hạnh đó. Cảm nhận về những người chung quanh. Đem tình thương đến đồng loại. Cảm nhận một cách đơn giản!

Vài Năm Sau

Nhân viên của chương trình "Ảnh Hưởng của Tội Ác đến Nạn Nhân" huấn luyện vài tù nhân trở thành hướng dẫn viên cho những khóa học mới. Chúng tôi có thể soạn lại đề mục. Nhiều năm sau, chúng tôi có cơ hội dùng toàn bộ những đề mục mà chúng tôi soạn và hướng dẫn toàn khóa học. Chúng tôi đã cải cách chương trình của khóa học trên nhiều phuơng diện. Một sự kiện khác là chúng tôi - những tù nhân đang bị giam giữ, trên nguyên tắc, những người tù như chúng tôi không được tiếp xúc nhau, thế mà nhân viên nhà giam lại tin tưởng giao cho chúng tôi phụ trách công việc này. Đây là một điều làm tôi vô cùng kinh ngạc.

Đây có lẽ là lớp học hay nhất mà tôi tham dự và trên nhiều phương diện là lớp khó nhất. Đây quả thật là một sự thử thách lớn. Sự thẳng thắn gần như đã được bày tỏ hết mực ngay trong buổi tối đầu tiên của chương trình. Phải nói rằng, gia đình của nạn nhân đã bày tỏ một cách chân thành như thế đối với chúng tôi, một nhóm người xa lạ, đây quả thật là một vinh hạnh. Tôi chưa hề nghĩ rằng một người tù nguy hiểm, ngồi trong xà lim bị canh giữ tối đa mà có thể dựa đầu trên vai một người đàn ông, khóc ròng khi nghe kể về sự khổ đau của ông ấy. Đây là một kinh nghiệm bùng nổ trong tôi và tất cả những hướng dẫn viên.

Mặc dù tôi không phải là hướng dẫn viên chính của lớp học nhưng tôi cũng có cơ hội để phát biểu. Trong nhiều năm, tôi nghĩ rằng sự hạnh phúc là tránh né, không bàn luận về tánh mạng của kẻ đã bị tôi sát hại. Tôi đã tìm cách dựng khoảng cách giữa hiện tại, con người của tôi hiện nay, thời gian lúc tôi đang gây nên án mạng và lúc mà tôi còn là một thiếu niên. Gần đây tôi có viết một bức thư xin lỗi đến gia đình nạn nhân. Tôi luôn luôn nghĩ rằng tôi có trách nhiệm đối với tội ác mà tôi đã phạm.

Trong lúc lớp học bàn đến đề tài "Giết Người", tôi đứng dậy trước mặt mọi người nói về những gì tôi đã làm và bao nhiêu người đã bị thương tổn vì hành động của tôi. Đây quả thật là một điều khó khăn, nhưng dù sao nó cũng đem đến cho tôi một sự "giải thoát" (nhẹ nhàng khi được nói ra). Hiểu rõ về những gì tôi đã làm và thấy rõ được những người mà tôi đã gây thương tổn là một hành động cần thiết cho tôi trong tiến trình tăng trưởng lòng từ bi. Tôi tin điều quan trọng cho các hướng dẫn viên là nên hăng hái bày tỏ tâm trạng và chấp nhận trách nhiệm về hành động của mình, để cho những tù nhân tham dự sẽ noi theo đó mà hành động tương tự và nỗ lực trong việc quán xét những ảnh hưởng trầm trọng do hành động ngu xuẩn của mình tạo nên.

Ronald Clements

Đây là tấm lộng do Tù nhân Phật Tử Tojin thêu bằng len, có 3 hình Phật với Tam Bảo: Phật (Buddha), Pháp (Dharma), Tăng (Sangha)

Chương 4

Nghi Thức Trì Tụng

Sư cô Tonen năm nay 75 tuổi, sức khỏe tương đối yếu. Sư đang rèn luyện một nhóm nam nữ Phật tử tham gia hướng dẫn chương trình hoằng pháp thiện nguyện tại các trại cải huấn và có thể thay thế sư Tonen sau này.

Đây là một số những điều luật mà vị hướng dẫn tinh thần ở các trại tù nên biết như:

1) Chân thành tôn trọng mỗi cá nhân tù nhân.

2) Tin tưởng và hoan hỷ với giáo pháp.

3) Trên căn bản giữ lời hứa mỗi tháng đến thăm tù nhân một lần.

4) Cũng sẵn sàng đến thăm tù nhân từ thứ hai đến thứ sáu. Thật ra chương trình này bị giới hạn vào ngày thường do nhu cầu về địa điểm nhà nguyện, thời gian của các tuyên úy và thời gian thăm viếng, chỉ thuận tiện vào các ngày cuối tuần.

5) Sự thăm viếng đòi hỏi phải mất suốt ngày, do thời gian lái xe mất từ một tiếng rưỡi đến ba tiếng mỗi lần. Ngoại trừ ở Racine, nơi thường gặp từ 10:00g-11:30g sáng và chúng tôi thường trở về bổn tự (chùa của mình) khoảng 12:30g trưa.

6) Sẵn lòng học hỏi và thực hành nghiêm túc các nguyên tắc của trại cải huấn.

7) Tham gia các buổi huấn luyện do Sư cô Tonen tổ chức (có thể là vào cuối tuần), cùng theo đến nhà tù cho cuộc thăm viếng đầu tiên và thông qua chương trình tình nguyện hướng dẫn của nhà tù.

Hưởng ứng lời kêu gọi hoằng pháp tại các trại tù, nhiều vị trong đó có tôi cũng tham dự làm người hướng dẫn. Để tù nhân có thể hiểu rõ việc học đạo của mình, chúng tôi cũng có những bài Phật pháp tóm gọn để tù nhân có thể hiểu cơ bản về Phật, pháp và tăng và các nghi lễ trì tụng như sau:

1) Đức Phật (Buddha) nghĩa là gì? Đức Phật nghĩa là "Bậc Giác Ngộ" và lần đầu tiên danh hiệu nầy được trao cho một vị bồ tát tên là Siddartha (Sĩ Đạt Đa) hoặc còn gọi là Sakyamuni (Thích Ca Mâu Ni Phật). Đức Phật sống khoảng giữa thế kỷ thứ V và thứ IV trước công nguyên ở phía Bắc Ấn Độ. Sự cống hiến vĩ đại của Đức Phật là chỉ ra con đường để chấm dứt sự đau khổ của con người và ngài đã giác ngộ điều nầy vào lúc canh ba khi sao mai vừa mọc. Sau đó, Đức Phật đã trải qua 49 năm hoằng pháp để phổ biến thông điệp giải thoát này. Ngài đã hóa độ được một cộng đồng rộng lớn và hiện nay đạo Phật được truyền ra nhiều nước trên thế giới.

2) Những lời dạy của Đức Phật được gọi là Pháp (Dharma). Đức Phật đã dạy rằng tất cả chúng sanh đều

bị chi phối bởi đau khổ. Chúng ta đau khổ là vì không nhận được từ những gì mà chúng ta muốn, không thể sắp đặt thế giới này phù hợp với chính chúng ta hoặc để thỏa mãn những tham muốn vô đáy của mình. Đức Phật đã dạy nhiều phương pháp để chúng ta vượt ra sự đau khổ và để ngăn chặn lại sự tham lam bám níu vào những tham muốn của "Tôi" (ngã). Sự bám níu nầy đưa vào ý tưởng "tôi và của tôi" (ngã và ngã sở) là một sự sai lầm. Sự sai lầm cay đắng hơn vì nó dẫn chúng ta đến muôn vàn đau khổ. Pháp là phương pháp để chấm dứt sự đau khổ đó.

3) Tại sao là sự sai lầm? Bởi không có cái «tôi» vĩnh cửu để những ham muốn của nó có thể được nuôi dưỡng. Đây là một vọng tưởng đáng sợ mà hầu hết chúng ta đều lạc vào, tạo ra thế giới nầy để đáp ứng mọi ham muốn của chúng ta. Đức Phật đã nhận ra mọi thứ đều không vĩnh cửu, mọi thứ luôn thay đổi. Vô thường là một yếu tố cơ bản của sự tồn tại. Đức Phật cũng thấy rằng tất cả mọi thứ đều liên quan với nhau và chỉ tồn tại khi nương tựa lẫn nhau. Chúng không thể tách rời nhau. Đức Phật dạy rằng kết quả của mọi việc là do nhân và duyên tạo thành và nó không phát sinh một cách độc lập. Nếu "Tôi" chỉ tồn tại trong quan hệ với tất cả mọi thứ khác và nếu "Tôi" thay đổi cùng với tất cả mọi thứ khác, như vậy sẽ không có cái "ôi" vĩnh cửu ở trung tâm thế giới này.

4) Đức Phật dạy rằng mọi thứ đều quan hệ lẫn nhau theo lý Duyên Khởi và vì thế sẽ là sai lầm khi chấp 'Tôi' là trung tâm trong vũ trụ nầy.

Điều Lệ Tu Tập

1) Để giày dép của bạn ở bên lối vào phòng của nhà nguyện.

2) Nếu quý vị sử dụng bồ đoàn, hãy mở tủ lấy bồ đoàn cho chính mình.

3) Đi vào nhẹ nhàng và ngồi đối mặt với bức tường, ngồi trên bồ đoàn hoặc trên ghế tùy ý.

4) Sau khoảng 20-25 phút thiền định, chúng ta cùng đứng lên và tụng lớn tiếng kinh Từ Bi (*Metta Sutta*), Bát Nhã (*Prajna Paramita*). Tụng năm giới và những lời phát nguyện để nhắc nhỡ chúng ta về căn bản lời dạy của Đức Phật mà chúng ta phát nguyện trì giữ. Như một phần nghi thức của buổi lễ, chúng ta sẽ hướng về tượng Phật quỳ lạy, năm vóc gieo xuống đất. Đây không có nghĩa là chúng ta cuối xuống đảnh lễ một hình tượng. Đây là một hình thức truyền thống để tôn trọng giáo pháp của Phật, nhìn hình tượng ngài nhắc cho bản thân chúng ta nhớ noi theo gương sáng đức hạnh và tinh tấn của ngài.

5) Sau buổi lễ, mọi người an tọa trên bồ đoàn và quý sư sẽ ban pháp thoại. Tiếp theo là thời gian dành cho thảo luận và giải đáp thắc mắc.

6) Khi kết thúc, chư ni cùng các tù nhân giúp dẹp cất bàn thờ, bồ đoàn, v.v...

7) Những người nào muốn gặp vấn đạo riêng với quý sư trong giờ thăm viếng buổi chiều, khi chúng tôi trở lại tháng sau, hãy ghi tên vào tờ đơn có sẵn (thăm viếng). (Điều này phải đăng ký trước một tháng để có đủ thời gian xin phép với ban quản trại).

8) Vài phút cuối cùng là thời gian để cung cấp các tài liệu Phật pháp để học hay cách trao đổi viết thư học đạo với quý sư.

9) Cuối cùng, mỗi thành viên sẽ tự mình tiếp tục thực hành thiền tọa càng nhiều càng tốt và tự nghiên cứu thêm

kinh sách sẵn có của mình hay thư viện trong tù trong khoảng thời gian chờ quý sư tháng tới đến hướng dẫn.

Thực hành thiền không phải là có kết quả nhanh chóng liền. Giáo pháp của Đức Phật không đưa ra cách giải thoát ngay lập tức. Pháp của Phật cho chúng ta cơ hội để hiểu biết tốt hơn về chính chúng ta và để nhìn thấu mối quan hệ giữa người và người trong thế giới chúng ta đang sống.

10) Thường trong cái trại tù có nhà nguyện chung cho các tôn giáo. Có khi nếu nhà tù đông tù nhân thì có nhiều nhà nguyện riêng biệt. Những nhà nguyện thường là khu riêng biệt, tương đối yên tịnh, tránh xa những phòng tù nhân hay phòng sinh hoạt ồn ào khác. Nơi đây chỉ dành cho nhân viên và tù nhân phát tâm tu tập và thực hành nghi thức tôn giáo của họ.

Giới Luật

Giống như hầu hết các tôn giáo, Phật Giáo hướng dẫn cho chúng ta nuôi dưỡng, phát huy và bày tỏ tình thương yêu muôn loài. Mỗi tù nhân tự phát nguyện giữ năm giới để lợi ích cho mình và người như sau:

Với lòng thuần khiết, con nguyện từ bỏ điều xấu ác. Với lòng thuần khiết, con nguyện thực hành những điều lành. Với lòng thuần khiết, con nguyện đem lại lợi ích cho tất cả chúng sanh.

1) Phật tử xin nguyện không sát sanh.

2) Phật tử xin nguyện không trộm cắp.

3) Phật tử xin nguyện không tà dâm.

4) Phật tử xin nguyện không sử dụng các chất làm say người.

5) Phật tử xin nguyện không thảo luận lỗi của người khác.

6) Phật tử xin nguyện không khen ngợi mình và hạ thấp người khác.

7) Phật tử xin nguyện không phỉ báng chánh pháp.

8) Phật tử xin nguyện không ác ý, căm thù hoặc gây hại cho ai.

9) Phật tử xin nguyện không hủy báng Tam Bảo (Phật, Pháp, Tăng).

10) Phật tử xin nguyện hỗ trợ lẫn nhau, làm theo lời giáo huấn của Phật là tôn trọng tất cả chúng sanh, tu học và thức tỉnh. Vì vậy, sự tu tập là để cho chúng ta tự khảo sát tâm của chính chúng ta.

Sau khi ngồi thiền 30 phút đến phần tụng kinh như sau:

Nghi Thức Tụng Kinh Ở Các Nhà Tù Wisconsin

Tán Tam Bảo (Phật, Pháp và Tăng) (Khi chúng ta đề cập đến Đức Phật, Bậc Giác Ngộ là chính chúng ta đề cập tới bản chất chân thật của chính mình, còn thân này vô thường, giả tạm và lệ thuộc vào nhân duyên. Vì vậy, để bày tỏ lòng tôn kính Đức Phật) chúng ta cùng đứng đối mặt nhau và xướng tán như sau:

Buddhaṃ śaraṇaṃ gacchāmi: Đệ tử quy y Phật - bậc Đạo sư hoàn hảo (một lạy)

Dhammaṃ śaraṇaṃ gacchāmi : Đệ tử quy y Pháp – pháp môn tỉnh thức (một lạy)

Sangham śaranam gacchāmi : Đệ tử quy y Tăng - cộng đồng tăng chúng thanh tịnh (một lạy)

Nguyện:

Tất cả chư Phật trong khắp thời gian và không gian

Tất cả bậc Tôn sư, Bồ tát, Đại Bồ tát

Trí tuệ vượt qua trí tuệ, Trí tuệ Bát Nhã.

(*All Buddhas throughout space and time*

All honored Ones, Bodhisattvas, Mahasattvas

Wisdom beyond wisdom, Maha Prajñā Pāramitā).

(ba lạy)

Kinh Từ Bi
(Metta Sutta)

Đây là một bài kinh ngắn trích trong Kinh tập (Sutta Nipàta), thuộc Tiểu bộ kinh (Khuddaka Nikàya), kinh tạng Pàli.

Những ai muốn đạt tới an lạc thường nên học hạnh thẳng thắn, khiêm cung, biết sử dụng ngôn ngữ từ ái. Những vị ấy biết sống đơn giản mà hạnh phúc, nếp sống từ hòa, điềm đạm, ít ham muốn, không đua đòi theo đám đông. Những vị ấy sẽ không làm bất cứ một điều gì mà các bậc thức giả có thể chê cười. Và đây là điều họ luôn luôn tâm niệm:

Nguyện cho mọi người và mọi loài được sống trong an toàn và hạnh phúc, tâm tư hiền hậu và thảnh thơi.

Nguyện cho tất cả các loài sinh vật trên trái đất đều được sống an lành, những loài yếu, những loài mạnh, những loài cao, những loài thấp, những loài lớn, những loài nhỏ, những loài ta có thể nhìn thấy, những loài ta không thể nhìn thấy, những loài ở gần, những loài ở xa, những loài đã sinh và những loài sắp sinh.

Nguyện cho đừng loài nào sát hại loài nào, đừng ai coi nhẹ tính mạng của ai, đừng ai vì giận hờn hoặc ác tâm mà mong cho ai bị đau khổ và khốn đốn.

Như một bà mẹ đang đem thân mạng mình che chở cho đứa con duy nhất, chúng ta hãy đem lòng từ bi mà đối xử với tất cả mọi loài.

Ta hãy đem lòng từ bi không giới hạn của ta mà bao trùm cả thế gian và muôn loài, từ trên xuống dưới, từ trái sang phải, lòng từ bi không bị bất cứ cái gì làm ngăn cách, tâm ta không còn vương vấn một chút hờn oán hoặc căm thù. Bất cứ lúc nào, khi đi, khi đứng, khi ngồi, khi nằm, miễn là còn thức, ta nguyện chánh niệm duy trì trong ta lòng từ bi. Nếp sống từ bi là nếp sống cao đẹp nhất.

Không lạc vào tà kiến, loại dần ham muốn, sống nếp sống lành mạnh và đạt thành trí giác, hành giả sẽ chắc chắn vượt thoát khỏi tử sinh.

(Bài kinh này do HT. Thích Nhất Hạnh dịch lấy tựa là "Kinh Thương Yêu")

Nguyên văn Kinh Từ Bi bằng tiếng Anh như sau:

Karaniya Metta Sutta

(The Discourse on Lovingkindness)

He who is skilled in good and who wishes to attain the state of calm should act (thus):

He should be able, upright, perfectly upright,

compliant, gentle, and humble.

Contented, easily supported, with few duties, of simple livelihood, controlled in senses, discreet, not imprudent, he should not be greedily attached to families.

He should not commit any slight wrong such that other wise people might censure him. (Then he should cultivate his thought thus:)

May all beings be happy and secure; may their minds be contented.

Whatever living beings there may be - feeble or strong, long, stout, or medium, short, small, or large, seen or unseen, those dwelling far or near, those who are born and those who are yet to be born - may all beings, without exception, be happy-minded!

Let not one deceive another nor despise any person whatever in any place. In anger or ill will let not one wish any harm to another.

Just as a mother would protect her only child even at the risk of her own life, even so let one cultivate a boundless heart towards all beings.

Let one's thoughts of boundless love pervade the whole world - above, below and across - without any obstruction, without any hatred, without any enmity.

Whether one stands, walks, sits or lies down, as long as one is awake, one should maintain this mindfulness. This they say is the Sublime State in this life.

Not falling into wrong views, virtuous and endowed with insight, one gives up attachment to sense-desires. Verily such a person does not return to enter a womb again.

Tâm Kinh Bát Nhã

Ngài Bồ Tát Quán Tự Tại khi thực hành thâm sâu về trí tuệ Bát Nhã Ba la mật, thì soi thấy năm uẩn đều là không, do đó vượt qua mọi khổ đau ách nạn.

Nầy Xá Lợi Tử, sắc chẳng khác gì không, không chẳng khác gì sắc, sắc chính là không, không chính là sắc, thọ, tưởng, hành, thức cũng đều như thế.

Nầy Xá Lợi Tử, tướng không của các pháp ấy chẳng sinh chẳng diệt, chẳng nhơ chẳng sạch, chẳng thêm chẳng bớt.

Cho nên trong cái không đó, không có sắc, không thọ, tưởng, hành, thức. Không có mắt, tai, mũi, lưỡi, thân, ý. Không có sắc, thanh, hương, vị, xúc, pháp. Không có nhãn giới cho đến không có ý thức giới. Không có vô minh, cũng không có hết vô minh. Không có già, chết, cũng không có hết già, chết. Không có khổ, tập, diệt, đạo. Không có trí cũng không có đắc, vì không có sở đắc. Nên khi Bồ Tát nương tựa vào trí tuệ Bát Nhã, tâm không chướng ngại, vì không chướng ngại nên không sợ hãi, xa lìa điên đảo mộng tưởng, đạt cứu cánh Niết Bàn.

Các vị Phật ba đời vì nương theo trí tuệ Bát Nhã nầy mà đắc quả vô thượng, chánh đẳng chánh giác. Cho nên phải biết rằng Bát nhã Ba la mật đa là đại thần chú, là đại minh chú, là vô thượng chú, là vô đẳng chú, luôn trừ các khổ não, chân thật không hư. Cho nên nói đến Bát nhã Ba la mật đa, tức nói đến câu chú:

Yết đế yết đế, ba la yết đế, ba la tăng yết đế, bồ đề tát bà ha (Qua rồi qua rồi, qua bên kia rồi, tất cả qua bên kia rồi, giác ngộ rồi đó!)

Nguyên văn Kinh Bát Nhã bằng tiếng Anh như sau:

Heart Of Great Perfect Wisdom Sutra

(Maha Prajna Paramita Hridaya Sutra, Maka Hannya Haramita Shingyo)

Avalokiteshvara bodhisattva, when deeply practicing prajna paramita, clearly saw that all five aggregates are empty and thus relieved all suffering.

Shariputra, form does not differ from emptiness, emptiness does not differ from form.

Form itself is emptiness, emptiness itself form.

Sensations, perceptions, formations, and consciousness are also like this.

Shariputra, all dharmas are marked by emptiness, they neither arise nor cease, are neither defiled nor pure, neither increase nor decrease.

Therefore, given emptiness, there is no form, no sensation, no perception, no formation, no consciousness;

No eyes, no ears, no nose, no tongue, no body, no mind;

No sight, no sound, no smell, no taste, no touch, no object of mind;

No realm of sight...no realm of mind consciousness.

There is neither ignorance nor extinction of ignorance... neither old age and death, nor extinction of old age and death;

No suffering, no cause, no cessation, no path; no knowledge and no attainment.

With nothing to attain, a bodhisattva relies on prajna paramita and thus the mind is without hindrance.

Without hindrance, there is no fear.

Far beyond all inverted views, one realizes nirvana.

All buddhas of past, present, and future rely on prajna paramita and thereby attain unsurpassed, complete, perfect enlightenment.

Therefore, know the prajna paramita as the great miraculous mantra, the great bright mantra, the supreme mantra, the incomparable mantra, which removes all suff'ring and is true, not false.

Therefore we proclaim the prajna paramita mantra, the mantra that says: "gate gate paragate parasamgate bodhi svaha."

Sám Hối

Tất cả chúng sanh sợ bạo động
Tất cả đều sợ chết
Tất cả đều thích sống.
Nhìn người khác như bản thân bạn
Bạn đã làm thương tổn ai?
Bạn đã hại cái gì?
Anh đang tìm hạnh phúc
Bằng cách tổn thương
Những người cũng đang tìm hạnh phúc
Sẽ không bao giờ gặp được hạnh phúc
Anh ấy cũng giống như bạn.
Anh ta muốn vui vẻ
Không bao giờ hại bạn

Khi bạn rời cuộc đời này

Bạn cũng sẽ đi tìm hạnh phúc.

Con xin sám hối về

Lòng ghen ghét và xấu xa của mình.

(*một lạy*)

Con xin sám hối về những lòng

Sân giận và ác ý của mình.

Con xin sám hối về lòng tham lam của mình.(*một lạy*)

Con nguyện nuôi dưỡng lòng từ bi. (một lạy)

Con nguyện nuôi dưỡng lòng hỉ xả. (*một lạy*)

Con nguyện nuôi dưỡng lòng khoan dung. (*một lạy*)

Nguyên văn bài Sám Hối bằng tiếng Anh:

All beings tremble before violence

All fear death.

All love life.

See yourself in others.

Then whom can you hurt?

What harm can you do?

He who seeks happiness

By hurting those who seek happiness

Will never find happiness.

For your brother is like you.

He wants to be happy.

Never harm him.

And when you leave this life

You too will find happiness.

I repent of my hatred and illwill (prostration)

I Repent of My Anger and Malice (prostration)

I Repent of My Greedy Desires (prostration)

I Vow to Embrace Compassion (prostration)

I Vow to Embrace Joy (prostration)

Vow to Embrace Generosity (prostration)

Tứ Hoằng Thệ Nguyện

Chúng sanh vô biên thệ nguyện độ

Phiền não vô tận thệ nguyện đoạn

Pháp môn vô lượng thệ nguyện học

Phật đạo vô lượng thệ nguyện thành.

Kệ Phát nguyện bằng tiếng Anh:

The Four Great Vows

Sentient beings are numberless, I vow to free them.

Desires are inexhaustible, I vow to put end them.

Dharma gates are boundless, I vow to enter enter them.

The Buddha way is unsurpassable, I vow to realize it.

Kệ Hồi Hướng

Cùng với Tăng chúng thực hành hạnh thức tỉnh Vì người bố thí không giới hạn, chúng con nguyện hồi hướng công đức đến muôn loài. Chúng con nguyện phụng sự cho cha mẹ, sư trưởng và muôn loài chúng sanh những người đã dẫn dắt và hỗ trợ chúng con suốt thời gian qua.

(Lạy Phật ba lần và quay vào xá đại chúng)

Kệ Hồi Hướng bằng Anh ngữ:

Sangha Closing Verse

Practicing with Sangha the way of awareness

Gives rise to benefits without limit.

We vow to share the fruits with all beings.

We vow to offer tribute to parents, teachers,

Frideds and numerous beings

Who give guidance and support along the path.

(Prostration and upon rising,
bow in gassho to one another)

Vị chủ lễ xướng:

Nguyện đem công đức này, hướng về khắp tất cả, đệ tử và chúng sanh đều trọn thành Phật đạo.

(*May this merit extend universally to all, so that we together with all beings realize the Buddha way*).

Sau phần tụng kinh này là phần pháp thoại và pháp đàm rồi kết thúc buổi tu tập.

Lễ Quy Y

Chúng tôi cũng thỉnh thoảng tổ chức lễ Quy Y cho tập thể hay cá nhân. Các tù nhân tập trung tại nhà nguyện và học ý nghĩa về quy y, giữ năm giới, cố gắng chuyển hóa tư tưởng trong những hoàn cảnh khác nhau mà các tù nhân đối mặt xúc sự mỗi ngày.

Vào ngày lễ quy y, các tù nhân quỳ nghiêm chỉnh trước Phật, thay vì áo tràng lam thì họ mặc đồng phục tù nhân: các áo màu cam có mã số tù của mình. Thật là thiêng liêng biết bao khi họ phát nguyện từ đáy lòng mình:

1) Con về nương tựa Phật, người đưa đường chỉ lối cho con trong cuộc đời.

2) Con về nương tựa Pháp, con đường của tình thương và sự hiểu biết.

3) Con về nương tựa Tăng, đoàn thể của những người, nguyện sống cuộc đời tỉnh thức.

Rồi đến giây phút long trọng của sự truyền thọ năm giới. Các tù nhân lắng lòng nghe nhận từng giới:

1- Giới thứ nhất: Từ nay đến suốt đời không được giết hại chúng sanh, là giới của người Phật tử tại gia, vậy các vị có thể giữ được không?

Đáp "Dạ giữ được"

2 - Giới thứ hai: Từ nay đến suốt cuộc đời không được gian tham trộm cắp, là giới của người Phật tử tại gia, vậy các vị có thể giữ được không?

Đáp "Dạ giữ được"

3 - Giới thứ ba: Từ nay đến suốt cuộc đời không được tà - dâm, là giới của người Phật tử tại gia, vậy các vị có thể giữ được không?

Đáp "Dạ giữ được"

4 - Giới thứ tư: Từ nay đến suốt cuộc đời không được

nói dối, là giới của người Phật tử tại gia, vậy các vị có thể giữ được không?

Đáp "Dạ giữ được"

5 - Giới thứ năm: Từ nay đến suốt cuộc đời không được uống rượu, là giới của người Phật tử tại gia, vậy các vị có thể giữ được không?

Đáp "Dạ giữ được"

Năm giới là nền tảng cho một cuộc sống có hạnh phúc và có chí hướng vị tha, có năng lực bảo vệ sự sống và làm đẹp cho cuộc đời.

Năm giới là những nguyên tắc hướng dẫn chúng ta về hướng an lạc, giải thoát và giác ngộ. Năm giới là nền tảng của hạnh phúc cá nhân, hạnh phúc gia đình và xã hội. Học hỏi và thực hành theo năm giới, ta sẽ đi đúng con đường chánh pháp, ta sẽ tránh được lỗi lầm, khổ đau, sợ hãi và thất vọng, ta sẽ xây dựng được an lạc cho ta, cho gia đình ta và đóng góp vào phẩm chất an lạc và hòa bình của xã hội.

Kết thúc buổi thọ giới, các tù nhân hướng về Tam Bảo phát nguyện:

Nguyện cho tất cả chúng sanh được tự tại.

Chúng con xin quy y trong tất cả thời.

Quy y Phật, Pháp và Tăng cho đến khi đạt quả niết bàn.

Hôm nay trong sự hiện diện của các bậc giác ngộ, ngưỡng mộ lòng từ bi, trí tuệ và sự nỗ lực của các ngài, chúng con nguyện phát tâm bồ đề vì lợi ích cho mỗi chúng sanh. Hư không vô tận, chúng sanh vô cùng, con sẽ trụ thế, hóa độ chúng sanh.

Thật cao cả thay! Những búp sen hồng đang từ từ sáng

trong đêm tối của ngục tù.

Năm Giới

Sư cô kính, trì năm giới do Đức Phật đưa ra, đã mang cho tôi một trạng thái mới của chánh niệm. Tôi giữ gìn phạm hạnh của mình như giữ con mắt tránh bão cát. Tôi không muốn phạm giới, những giới mà tôi nguyện giữ trước Tam bảo.

Giới thứ nhất là liên quan đến không sát hại. Như nguồn chánh niệm tăng thêm cho tôi từ khi tôi đã bị phạm tội trong nhiều trường hợp do dính líu với các vũ khí. Tôi đã phát một lời nguyện đặc biệt nữa là tôi cũng sẽ không đụng vào các loại súng, vũ khí, không dùng bất cứ một dụng cụ sát khí nào. Tôi thức tỉnh rằng do 'giỡn với vũ khí' hoặc những dụng cụ dùng như vũ khí trong suốt trò chơi của mình, nên cuối cùng tai nạn đã xảy ra. Khi còn nhỏ tôi hay bắn giàn ná. Tôi không nghĩ nó là bạo lực như vũ khí. Tôi đã nhầm lẫn giữa sự chơi giỡn, thể thao và bạo lực trong xã hội và văn hóa của chúng ta.

Tôi nhặt một giàn ná và kéo căng nó ra, kéo giây ná bằng ngón trỏ và bắn vào bạn mình, khi tôi nheo mắt lại để ngắm, bất ngờ cách nào đó dây ná bị giăng hụt nên bắn ngược lại mí mắt của tôi. Tôi thật sự đau đớn. Tôi đã làm tôi bị thương. Tôi thật sự choáng sốc cho sự thức tỉnh này.

Tôi đã từng dùng những dụng cụ như vậy để làm vũ khí. Tôi chưa thức tỉnh về việc này. Nếu tôi bắn bạn tôi, thật sự là tổn thương anh ta. Hoá ra tôi đả thương chính mình. Tôi đã dùng vũ khí và đả thương người khác thì kết quả ngược lại là tôi đã tự hại mình. Như vậy, chúng ta chấp nhận bạo lực và dùng vũ khí trong văn hóa của mình mà chúng ta không nhận thức được việc này thường xảy ra và bằng cách nào nó xảy ra. Từ cái nhỏ đưa đến lớn, tôi sẽ chấp nhận bạo lực và các trò chơi có tiềm năng gây tai hại lớn hơn. Nguồn gốc của tập khí này, dường như tôi quá quen bản thân mình với cách sử dụng vũ khí này trong vô lượng kiếp, lâu xa trước khi đến thế giới này.

Một thí dụ khác, vào một buổi sáng khác, tôi ngủ dậy và đi bộ đến phòng ăn dùng điểm tâm thì một tù nhân chạy tung vào tôi. Nêu không thức tỉnh thì tôi đã đưa súng ra (dù tay không có súng) bắn hắn một phát cho tội bất cẩn làm tôi đau đớn.

Đây thật sự tôi hại mình khi tôi đánh giá sự vô ý của người khác. Chúng ta hại mình khi chúng ta có những tư tưởng tiêu cực. Những tư tưởng này trong tâm mình. Chúng ta phát khởi uy thế cho thêm nhiều ý tưởng xấu và có thể cả hành động xấu, nếu chúng ta tin tưởng rằng trong sự ưu thế, chúng ta có quyền trừng phạt những người hơi xúc phạm đến chúng ta. Rốt cuộc, chúng ta vừa là quan tòa, bồi thẩm và cũng là "người xử hình."

Chúng ta không nhận thấy được tâm vọng tưởng của mình. Không thấy được vọng tâm đang làm chủ nhân sai sử mình. Có thể chúng đang đói khát tham ái, ái kiến, chấp ngã và chấp thủ. Có thể chúng ta không bảo đãm liệu chúng ta có thực phẩm để nuôi dưỡng. Chúng ta đã từng để cho cái sân giận, ích kỷ cùng với vô minh và tham ái của mình làm chủ mình. Chúng ta bị sai xử. Tôi thường xem xét bản thân mình để quán chiếu. Tôi biết tôi là cội gốc của vấn đề và năm giới của Phật là thực phẩm để chữa lành cơn khát bịnh hoạn này.

Nathaniel

Lợi ích của Thiền

Có nhiều tù nhân đã phạm những tội mà thực sự tôi không ngờ. Bên ngoài nhiều vị tù nhân rất trí thức, hiền lành và lịch sự. Nhưng trong quá khứ vì một niệm vô minh nên đã gây án và trở thành một tội phạm nguy hiểm. Tôi phải vượt qua nỗi sợ của mình về những điều họ làm và cố gắng nhìn họ như những con người bình thường. Khi họ viết thư, những câu chuyện họ kể và những tâm tư họ san sẻ khiến cho tôi quan tâm. Ví dụ có một tù nhân biệt giam viết thư nói về sự cô độc vì bị gia đình cắt đứt liên lạc. Đây là nỗi đau của hầu hết tù nhân không may mắn. Nỗi đau hằn trên mặt họ ngày và đêm. Nên khi họ tìm đến quy y Tam bảo, điều này giúp họ hưởng được sự nhiệm mầu của Phật, Pháp và Tăng bảo, có chỗn nương tựa tâm linh bền vững (vì con người vốn cần cái gì đó nương tựa. Tam bảo là nơi vững chắc nhất cho họ nương về). Sau đó, họ được học thiền, nghe pháp, tụng kinh và lễ bái sám hối, thân tâm càng thêm an lạc.

Với sự nỗ lực tinh cần thực tập thiền mỗi ngày đã cho thấy những tù nhân có sự chuyển đổi và biết cách làm chủ tâm mình. Điều này rất đáng hoan nghênh. Họ kể với tôi trước đó họ như thế nào và bây giờ họ ở đây với một tâm hồn rộng mở và sẵn sàng nhìn sâu bên trong tâm của mình. Họ nhận ra phương pháp thiền Phật giáo giúp họ có nơi quay về.

Có nhiều môn thiền và mỗi môn đều có lợi ích. Phương pháp chúng tôi thường hướng dẫn là thiền sổ tức khoảng 30 phút nghĩa là chú tâm theo dõi hơi thở. Sau đó là quán sát các chuyển động của thân và tâm theo thiền Tứ Niệm Xứ, không phản ứng lại với những cảm giác này, chỉ chánh niệm tỉnh giác quán sát nhìn chúng khởi hay biến mất. Do định tâm vào những đối tượng sinh diệt đó từ từ những vọng tưởng tán loạn sẽ biến mất. Sau khi tâm định lắng sâu rồi, ai muốn trì danh niệm Phật thì niệm Phật hay để tâm thanh lặng, nhìn những vọng tưởng đến và đi như khách vãng lai nhưng chủ nhân ông – tánh Phật thì vẫn ở lại (theo pháp môn Tổ Sư Thiền) thì thực hành theo cách đó khoảng 30 phút nữa. Hành thiền mỗi lần một tiếng đồng hồ này rất sâu sắc và thanh tịnh hóa tâm. Phải nỗ lực và tinh tấn thực hành ngày càng nhiều thì mới đạt được kết quả tỉnh thức, tự điều ngự và thăng bằng tâm.

Nhìn chung, thiền là một phương pháp tập trung tâm ý để loại trừ thói quen tập khí xấu của mình. Một phương pháp thực tiễn để tăng trưởng sự thức tỉnh, sáng suốt và từ bi cho tù nhân. Đây là một phương pháp sống của mọi người để luyện thân tâm và trưởng dưỡng đạo đức.

Thiền Phật giáo khác thế nào với nghệ thuật thư giản và giảm căng thẳng? Giảm căng thẳng cũng rõ ràng là từ kết quả của sự tập thiền, niệm Phật hay tụng kinh, nhưng nghệ thuật giảm căng thẳng (less stress) bình thường của các cách tập thể dục thì không tập trung truy nguyên loại trừ nguồn gốc căng thẳng sâu xa (tập đế: nguyên nhân của khổ). Trong khi thiền sinh thực tập thiền Phật giáo mục đích chuyển hóa những tâm tham, sân, si, phiền não làm độc bản thân họ và xã hội mà họ đang sống. Đứng về mặt ý nghĩa này, thiền như một loại giải độc, một phương thuốc điều trị tâm. Đây là một tiến trình khó nhưng giúp thiền sinh, nhất là thiền sinh tù nhân đạt đến một trạng thái tâm cân bằng và lành mạnh hơn.

John, một tù nhân ở trại Kettle Moraine Correctional Institution, Plymouth, WI, bộc lộ rằng một hôm, tôi đang ngồi trên tấm mềm làm tọa cụ trong xà lim để tập trung tâm theo dõi hơi thở ra vào. Thân tâm tôi nhẹ nhàng. Những tù nhân chung quanh vẫn la hét, động loạn như thường lệ, bỗng dưng, tôi nhận thức rằng tâm tôi không còn bị kích động và bực tức nữa. Tôi ý thức rất rõ ràng sự hỗn loạn, tiếng động chung quanh, nhưng tâm tôi không còn dao động như mọi ngày - nghĩa là chạy theo những ý tưởng về sự phản ứng của tôi đối với hoàn cảnh chung quanh hoặc tìm cách ngăn chặn những ý tưởng đó - thay vào đó tôi cảm thấy tĩnh lặng và an bình, đang nghỉ yên trong trạng thái tĩnh thức bất động về tình trạng hiện tiền. Tôi kinh nghiệm trạng thái tĩnh thức trong hiện thực, thế nhưng chưa bao giờ trong tình cảnh động loạn như thế này. Đây là một kinh nghiệm khiến tôi biết rằng tôi có thể chịu đựng tất cả những gì xảy đến trong cuộc hành trình tù tội này, nếu tôi chịu khó luyện tập sự tĩnh lặng và tỉnh thức trong tất cả mọi trường hợp.

Từ sự cố gắng thiền tập này, hình như tôi có thể giải quyết vấn đề bình tĩnh hơn trước nhiều, không nóng nảy vội vàng bộp chộp, vì bây giờ tôi thấy mọi pháp trong một viễn cảnh tốt hơn. Thiền có thể làm thay đổi tầm nhìn của tôi tại đây.

Xin cảm ơn sự cống hiến của các hội, đoàn, cá nhân trong việc làm thiện nguyện hướng dẫn Phật pháp và thiền tập tại các trại tù này. Cũng cám ơn những vị tuyên úy và Sư cô Giới Hương đã tạo điều kiện cho những buổi tu tập thiền hữu ích.

Kết Quả Nhập Thất

Sau nhiều năm huấn luyện tâm thức qua những thời khóa tọa thiền mỗi ngày và "nhập thất tu tập tinh tấn" trong tù, kinh nghiệm của tôi về sự đau khổ và đen tối đã có sự biến chuyển rất lớn. Khi tôi lâm vào tình cảnh đau khổ và tuyệt vọng, bừng cháy với một sự thống khổ gần như đui mù, mất lối thoát và lúc đó, những kinh nghiệm về sự thực tập thiền quán của tôi giúp cho tôi quán sát trực tiếp những sự kiện đó mà không khởi lên những ý tưởng khác về chúng. Khi điều này xảy ra, tôi cảm nhận sự tỉnh thức một khoảng không rộng lớn tỏa rộng, bao trùm lấy sự đau khổ. Rồi thì niềm đau khổ từ từ tan loãng vào khoảng không gian, để lại cho tôi một trạng thái hỷ lạc. Đây là một trải nghiệm khác thường và chưa thành thục khi nó xuất hiện lần đầu; nhưng lần này thì tôi đã chấp nhận và nhận biết những thành quả thiền quán đã thực sự chuyển đổi được sự đau khổ và tuyệt vọng của tôi.

Trải nghiệm về sự buông xả, nhìn thẳng và cảm nhận sự đau khổ một cách trung thực như nó là; rồi kế đó, cảm nhận sự đau khổ tan loãng vào không gian bao la và thay vào đó, một trạng thái hỷ lạc dâng trào, đây là một món quà vô giá. Nó đem đến cho tôi một sự tự tin về cuộc đời, con đường tâm linh, sự thực tập thiền quán và sự khả dĩ chuyển đổi toàn diện, bất luận là nỗi đáng sợ hoặc đau khổ thế nào.

Kinh nghiệm của sự chuyển đổi khởi lên từ sự thực tập thiền quán của tôi trong lúc đang bị chìm ngập trong sự khổ đau và tuyệt vọng do sự giam cầm lâu dài, đem đến một trải nghiệm tổng quát tuyệt vời về hỷ lạc tự nhiên không dựa vào bất cứ sự kiện vật chất nào. Thật sự, trong tù chẳng có gì đáng vui cả. Không có bất cứ sự việc đặc biệt gì trong hoàn cảnh tù tội hoặc trong cuộc sống hàng ngày hỷ lạc, trái lại nữa là khác. Cuộc đời tôi là một sự thất bại hoàn toàn, nhìn từ bất cứ khía cạnh nào. Thế nhưng, ở bờ vực của sự phiền muộn đó, tôi tìm được một niềm an lạc kỳ diệu không tùy thuộc vào ngoại cảnh, đưa tôi đến một niềm tin vững chắc vào sự thánh thiện và tự tin sâu thẳm trong tâm thức. Kinh nghiệm trực tiếp về sự chuyển đổi đau khổ và tuyệt vọng trở thành sự an lạc là một lý do chính đã làm tôi tin sâu vào năng lực của thiền định có thể chuyển đổi nhà tù của chúng tôi từ trong ra ngoài.

Diego

Chuyện Tối Thượng Thừa Thiền

Anthony Baez kể rằng tận trong rừng sâu, thiền sư Uriah đang nhập vào định sâu. Bỗng nhiên ngài bị người thị giả Lugon đến quấy rầy: "Sư phụ, sư phụ!" Thiền sư Uriah mở mắt nhìn thấy Lugon chạy từ đàng xa đến. Khi Lugon chạy đến gần chỗ Uriah đang ngồi thiền. "Cái gì vậy, Lugon?" "Sư phụ, mau đi theo con!" "Đi đâu?" "Sư phụ phải theo con đến thác nước. Yin lại gây sự nữa rồi." "Tại sao ta phải đến đó? Yin đang làm gì?" "Yin đã bắt giữ ba đệ tử mới của sư phụ. Hắn đang tại thác nước và dọa sẽ giết bọn họ. Hắn bảo con về gọi sư phụ ra. Xin ngài đi nhanh ra đó!" "Được, chúng ta đi ngay. Đi!" Thiền sư Uriah và Lugon đi vội qua khu rừng đến bên thác nước. Đến đó, Uriah thấy ba người đệ tử, đang bị trói ở cổ, đứng phía trên, bên cạnh dòng thác, độ cao khoảng ba mươi mét. Uriah đang nhìn mấy người đệ tử với cặp mắt xót thương, thì Yin từ phía sau họ bước ra.

Yin nói: "Uriah! Cuối cùng ông cũng lộ mặt." "Tại sao mi lại dùng mấy người đệ tử để làm khổ ta?" "Uriah, tôi biết ông thương các đệ tử của ông. Nhớ không, tôi cũng đã từng là đệ tử của ông." "Yin, mi muốn cái gì?" "Tôi muốn hành hạ ông, đó là điều tôi muốn. Bây giờ câm mõm lại và nghe tôi nói. Tôi sẽ cho đệ tử ông sống nếu họ đáp trúng câu hỏi của tôi. Nếu không tôi sẽ kéo họ xuống vực. Bây giờ tôi hy vọng ông đã dạy thiền tối thượng cho họ, bởi vì mạng sống họ tùy thuộc vào nó. Bây giờ tôi cho ông một chút hy vọng. Ông có thể giúp đệ tử trả lời những câu hỏi của tôi, nhưng ông không được lên tiếng. Ông chỉ có thể làm một dấu hiệu mà thôi. Nếu ông dám làm thêm động tác thứ hai, tôi sẽ cho họ chết." Uriah nhìn mấy người đệ tử đang ở cạnh dòng thác cao ba mươi mét chờ đợi sự chết. Yin la lên: "Hãy bắt đầu!" "Đệ tử số một." Hắn quát lên, trong khi kéo sợi dây cột cổ của người đệ tử. Người đó lên tiếng: "Dạ". Yin nói tiếp: "Sợi dây cột cổ giống như mầy hay khác? Nói đúng thì sống, nói sai thì chết!"

Người đệ tử nhìn xuống thiền sư Uriah. Uriah để bàn tay phải lên ngang quả tim để ám thị. Người đệ tử nhìn thấy, bèn cố gắng tìm hiểu ý nghĩa. Nghĩa gì đây, trời đất, nghĩa gì đây? Anh ta lẩm nhẩm trong đầu. Bàn tay đặt lên ngang quả tim có nghĩa là gì? Tâm, tâm, tâm. Yin hét lên: "Ờ, tao quên nói, thời gian có giới hạn. Mầy có một phút. Bắt đầu từ bây giờ. Uriah, ông mà di động thì học trò ông sẽ biết luật hấp thu của trái đất." Người học trò nhìn vị thầy. Uriah vẫn để bàn tay ngang quả tim. "Ồ, cái đó nghĩa là gì, nghĩa là gì? Tâm, tâm, tâm", người đệ tử tiếp tục nói trong đầu "Tâm, tâm, Tâm kinh." Yin lại quát lên: "Mầy còn ba mươi giây nữa." "Ok, Tâm kinh, Tâm kinh nói gì về câu hỏi như thế này. À ra rồi, sắc tức là không, không tức là sắc. Sắc tức là không, không là sắc từ ta đến, đến với ta, nếu sắc tức là không và không tức là sắc, có nghĩa là sắc của ta và sắc của tất cả mọi vật đều giống nhau. Tức là ta và sợi dây buộc cổ là một." Yin hét lớn: "Còn mười lăm giây!" Người đệ tử nói với Yin: "Đúng rồi, sợi dây buộc cổ và ta là một.""Mầy nói đúng. Mầy được sống." Uriah thở ra một cách chậm rãi khi nghe Yin tuyên bố: "Mầy được sống."

Yin quát lên: "Đệ tử thứ hai. Tao hỏi mầy câu hỏi giống như vậy. Mầy và sợi dây giống hay khác. Nếu mày nói giống, tao sẽ kéo mày xuống vực, nếu mày nói không giống, tao cũng sẽ đẩy mình xuống vực. Bây giờ trả lời. Một phút của mày bắt đầu." Người đệ tử thứ hai nhìn sư phụ ám thị. Uriah bèn ngồi xuống kiết già giống như đang ngồi thiền. Người đệ tử bắt đầu nói thầm trong đầu: "Ok, sư phụ ngồi xuống như đang tọa thiền. Thiền là gì? Nhanh lên, suy nghĩ, suy nghĩ, đúng rồi, không thể suy nghĩ phải đi trước suy nghĩ, phải đi trước sự suy nghĩ. Chân Không trước tư duy, hê, làm sao trả lời câu hỏi này trong chân không mà không suy nghĩ?" Yin lại quát lên: "Hai mươi giây!" "Chân Không, Chân Không, mình là ai, không biết tâm. À ra rồi, Chân Không là Chân Không, mà không có Chân Không." Người đệ tử dang hai tay ra và vỗ vào nhau." Yin nói: "Mầy trả lời đúng. Mầy được sống." Uriah nhìn lên và thở nhẹ ra lần nữa.

Yin lại quát lớn: "Đệ tử thứ ba, Thiền là gì?" Người đệ tử nhìn xuống thầy mình đợi ám thị. Uriah vội vàng đánh vào đầu người thị giả Lugon. Anh ta la lên: "Ui da! Sư phụ làm gì vậy?" Người đệ tử thấy sư phụ làm như vậy, bèn bắt đầu suy tưởng: "Ok, như vậy có ý nghĩa gì? Nhanh lên, nhanh lên." Yin nói: "Tôi làm cho việc này thích thú. Ê! Đệ tử thứ ba, mầy là đứa kém may mắn. Mầy còn mười giây để trả lời." Người đệ tử nói thầm trong đầu: "Làm ơn đến đây, làm ơn đến đây. Làm sao trả lời đi? Thiền là gì, thiền là gì?" Yin lại quát lên: "Còn năm giây." "Giác ngộ, làm ơn đến đây. À ra rồi!" Người đệ tử nhìn Yin và quát lớn: "Lửa là lửa, nước là nước!" Yin rất ngạc nhiên và tuyên bố lớn: "Mầy trả lời đúng và mầy được sống." Uriah lại thở nhẹ lần nữa và mĩm cười với vị đệ tử cuối cùng của cuộc thi này. Yin nói: "Ba đứa bây hiểu được ba loại Thiền tối thượng: Thiền lý thuyết, Thiền Như Lai và Thiền Tổ Sư. Ba đưa bây được sống an bình và tiếp tục con đường đạt đến giác ngộ. Uriah, hiện nay tôi làm khổ ông đã đủ nhưng tôi sẽ sớm trở lại." Nói xong, Yin lùi bước và biến mất trước mặt mọi người.

Anthony Baez

Lo Sợ

Anthony Baez kể rằng đi xuyên qua một khu rừng ở Nhật, thiền sư Uriah và đệ tử Fhi đi đến một cây cầu dây treo ngang qua một thung lũng. "Fhi! Đợi một chút." "Dạ, sư phụ?" "Ta quên bình nước." "Sư phụ! Con sẽ đi lấy về." "Thôi! Con cứ tiếp tục đi về chùa, một mình ta đi lấy cũng được." "Sư phụ chắc không, con đi lấy không sao đâu." "Cứ tiếp tục đi, ta sẽ gặp con ở chùa." Thiền sư Uriah quay trở lại khu rừng, mắt nhìn xa về phía trước để tìm vị trí mà thiền sư và người đệ tử mới vừa ngồi thiền lúc nãy. Fhi tiếp tục đi trở về chùa, chân bước trên cây cầu dây để băng qua vực. "Hahaha hahahaha"... Fhi nghe một chuỗi cười lớn trong khi đang bước qua cầu. Anh ta ngừng lại giữa cầu để nhìn, cảm thấy bàng hoàng, thấy một nhà sư lớn tuổi tên Yin, mặc một chiếc áo kimono đen và dây đai đỏ. Yin lên tiếng: "Ông thầy đáng thương hại của mi đâu, hởi cậu học trò nhỏ?"Việc gì đến ông? Yin! Tại sao ông làm phiền tôi?"Mầy bị chấp trước vào sự làm phiền hay sao?" "Không, tôi không có." "À, mầy đã mở miệng để biện hộ cho lỗi lầm của mầy." "Yin, ông muốn gì?"

"Cậu học trò nhỏ! Ta biết biết chắc thầy của mầy đã nói về cách dạy pháp của ta." "Đúng, thầy tôi có nói về ông và ba huynh đệ sơ cơ của tôi đã bị ông thử thách." "Thầy mầy và học trò chắc đã nói về dáng dấp của tao cho mầy nghe bởi vì mầy đã gọi tao bằng cái tên thật buồn cười. Tao chưa bao giờ gặp mày lần nào, tên học trò nhỏ." "Tôi gặp ông hay chưa, điều đó không quan trọng, như tôi nói hồi nảy giờ, ông muốn gì?" "Hahahaha... tao thấy trong ánh mắt mày lộ vẻ sợ hãi." "Tôi không sợ ông." "Vậy sao?" Bỗng nhiên những sợi dây thừng của chiếc cầu dây biến thành những con rắn và một cơn gió mạnh thổi đến làm chiếc cầu đong đưa qua lại. Fhi mất thăng bằng, Fhi vội đưa tay nắm vào những sợi dây, bây giờ là những con rắn trơn trợt tuột khỏi tay Fhi. Fhi rơi xuống, vội vàng nắm vào mấy thanh gỗ phía dưới. Fhi nhắm nghiền đôi mắt trong khi tim Fri đập càng lúc càng mạnh. Nỗi lo sợ thấm vào lòng, Yin cất tiếng cười lớn. "Yin!" Một tiếng kêu lạnh lùng từ đầu cầu bên kia vọng lại. "À, lại là thiền sư Uriah, ông đã bắt gặp tôi đang thử thách học trò ông nữa rồi." "Yin, thả nó ra." "Uriah, ông đã biết là ông phải tuân theo điều kiện của ta để cứu học trò ông." "Điều kiện của ông là gì?" "Làm sao ông lại quên được? Đây không phải là lần đầu tiên ta thử thách đệ tử ông."

"Yin, ta biết ông thích trò chơi "tâm". Ông bao giờ cũng làm cho ta hết kinh ngạc." "Uriah, ông lúc nào cũng biết chính xác về việc làm của ta, thế nhưng, chỉ có một cách để cứu đứa học trò chết nhát của ông bằng cách cho nó một ám thị, nhưng không được nói ra tiếng và chỉ được ra dấu. Hơn nữa, học trò ông chỉ có thời gian hai phút. Bắt đầu." Uriah nhìn người học trò đang ôm chặt mảnh ván đong đưa qua lại phía dưới cầu. Fhi vẫn còn nhắm mắt nghĩ ngợi phải làm gì. Anh ta cuối cùng mở mắt ra nhìn thầy mình cầu cứu. Uriah nhìn vào đôi mắt đệ tử thấy được nỗi lo sợ càng lúc càng lớn dần trong lòng đệ tử. Uriah mở bình nước, giơ lên cao phía trước, nhìn bình bằng một con mắt mở lớn, sau đó nhìn vào trong bình. Fhi nhìn lấy hành động đó làm ám thị. Có nghĩa gì? Yin quát lên: "Còn một phút rưỡi." Một làn gió mạnh hơn thổi đến làm chiếc cầu càng lắc mạnh hơn. Fhi bám chặt hơn vào thanh gỗ, trong khi những con rắn xuất hiện và rít lên. "Chết mồ, phải làm gì bây giờ." Âm thanh rạn nứt của những tấm gỗ nghe vang dội. Trước mắt Fhi, những tấm bản gỗ nứt lớn ra giống như động đất tạo một vết nứt trên mặt đất. "Điều này không thể được, tôi không thể chết vô lý như thế này được."

Anh ta ngước nhìn, thấy thầy mình vẫn nhìn vào trong bình nước. "Điều này có nghĩa gì? Tại sao thầy mình lại nhìn vào bình nước? Đâu có gì trong đó." Yin lại lên tiếng: "Còn 45 giây. Đứa học trò nhỏ, hãy tự giải phóng, hay chuẩn bị buông mình xuống vực." "Chờ một chút, à ra rồi! Không có gì trong bình nước, nó trống rỗng. Chân Không! Giữ tâm trống rỗng. Chân Không có trước sự lo sợ. Ta tự tạo nên sự lo sợ trong tâm, bởi vậy tại sao ta sợ những con rắn cắn ta." Người đệ tử buông lỏng tấm gỗ để tránh rắn cắn. Miếng gỗ gãy làm đôi. Chiếc cầu đưa qua bên trái một góc 45 độ, anh ta bị đưa gần đến mấy con rắn, anh vội vàng nắm lấy mảnh gỗ khác cũng đang bị nứt ra. "Ta phải bình tĩnh, tâm ta đang tạo những cảnh tượng này. Ta phải buông xả không còn suy nghĩ thì mọi việc sẽ bình an." "Chỉ còn 20 giây." Fhi nhắm mắt lại và nhập thiền. Anh hít vào Chân Không và thở ra "tâm sáng suốt". Fhi đem tâm mình về trạng thái trước khi phân biệt. Khi ấy anh ta đạt đến "chân không". Fhi mở mắt ra, những con rắn đã biến trở lại thành những sợi dây thừng. những vết nứt trên những tấm gỗ đã biến mất. Fhi lại đứng trên chân của mình. Khi anh ta nhìn thẳng vào mặt Yin: "Yin, đã xong rồi. Tôi đã vượt qua sự thử thách. Sự sợ hãi đến từ phân biệt và chân không không có sự phân biệt. Cho nên, tôi không còn sợ hãi những sự nguy hiểm ông đã tạo ra trong tâm tôi." "À, cậu học trò nhỏ, mầy đã hiểu. Thực tập siêng năng và mầy đã hiểu. Thực tập siêng năng nữa đi và mày sẽ hiểu tất cả." Yin biến mất trước mắt Fhi and thiền sư Uriah.

Sư cô Giới Hương kính, trở lại vấn đề, tôi từ chối để hoàn cảnh cai trị mình. Không có viện cớ nữa. Chính tôi khờ dại tạo nên hoàn cảnh. Tôi cho phép nó sống, tôi để tổn thương, ghen ghét, sân giận, cô độc, không an toàn, xấu xa điều ngự mình. Bây giờ tôi diệt nó bằng bất cứ giá nào? Hoàn cảnh liên quan với tôi nhiều hơn. Tôi sẽ không bị chịu thất bại, không phải bằng trạng thái của tâm mình, cũng không phải bằng thời gian. Bình an bên trong là ở chân trời tại đây – Chân không. Cái nhìn của tôi bây giờ đã rõ. Sợ hãi, tội lỗi, nghi ngờ và xấu hổ đã không còn trong tôi nữa.

Anthony Baez

Đã có Tôn Giáo trong Đời

Tôi biết đạo Phật vào mùa hè năm 2007 do một tù nhân Phật tử nói cho tôi nghe. Càng đọc, càng nghe, tôi càng suy nghĩ về Phật giáo. Tôi mua nhiều sách và nhiều Kinh Phật giáo hơn, tôi học về thiền và cuối cùng tìm thấy sự an lạc của mình. Điều tôi thích đọc là thiền. Tôi luôn luôn suy nghĩ: từ cái gì mà tôi đã nói và từ cái gì mà tôi đã đọc, thiền là cái gì khó nhất để hiểu trong đạo Phật. Bạn càng hiểu nhiều về đạo Phật, thì bạn càng hiểu thiền hơn nữa. Tôi đang trông chờ để gặp Sư cô Giới Hương và những người Phật tử ở Trung Tâm Thiền Milwaukee (Miwaukee zen center) khi tôi được tự do và tôi sẽ được trả lời các câu hỏi của mình. Thật là nhẹ nhàng biết bao! Tôi cuối cùng đã có tôn giáo trong đời mình.

Khi một thiền sư hỏi thiền là gì, anh ta trả lời: Tư tưởng hàng ngày của anh. Có phải nó không có đơn giản và hầu hết là đi thẳng? Nó không phải là gì cả, nó ra ngoài những tinh thần hệ phái. Người theo Thiên chúa hay đạo Phật đều có thể tập thiền cũng giống như con cá lớn và con cá nhỏ và các loài hải sản đều sống trong lòng biển. Thiền là biển, thiền là không khí, thiền là núi, thiền là sấm chớp, sấm của mùa xuân, nóng của mùa hè, tuyết của mùa đông, hơn đó nữa, thiền là con người.

Sosaku, tháng 5, 2008

Casey Rogers

Sư cô Tonen nói: "Trải qua thực tế của bản thân bạn, lần đầu tiên không bị cản trở bởi lời nói, tư tưởng, khái niệm, định nghĩa, phân loại, định kiến hoặc những vọng tưởng làm tê liệt tâm bạn. Và bây giờ, lần đầu tiên bạn được ăn một quả táo đỏ ngon và tuyệt vời. Đó là thiền vị!"

Chương 5

Thế Giới Nhà Tù

Khoảng một nửa của hai triệu ba tù nhân Hoa Kỳ là Mỹ Phi (Mỹ da đen), trong khi dân số Mỹ Phi chiếm 13% toàn nước. Tôi đi hướng dẫn ở một số trại tù ở Wisconsin, có khi thì hơn nửa nhóm học đạo là Mỹ da đen, có khi ít hơn. Phần đông là Mỹ trắng và một số tù châu Á như Lào, Mông, Ấn độ và Việt Nam. Có thể vì những người này gần gũi với đạo Phật trong khi dân Mỹ da đen thì gốc theo đạo Hồi (Islam) hay Thiên Chúa. Nhiều trại tù tổ chức có một nhà nguyện chung cho các tôn giáo nhưng nếu tù nhân thuộc tôn giáo nào nhiều như đạo Hồi hay Thiên chúa chẳng hạn thì họ cũng có nhà nguyện riêng cho họ để an vị ổn định chúa Jesus hay thần Mặt Trời vv.

Quan điểm của chúng tôi khi đi hướng dẫn đạo là không bắt người đó phải quy y Tam bảo. Tù nhân có thể tìm hiểu đạo Phật để biết và thực tập Phật pháp nếu muốn. Họ có thể đi và có thể đến tùy tâm của họ, chứ không phải bắt buộc phải là đệ tử của mình hay Phật tử rồi quý sư mới hướng dẫn. Nên cũng có những lần có Mỹ da đen tới học, nhưng lần sau có thể là không gặp nữa. Có thể họ sang học đạo khác, có thể họ chuyển trại hay được tự do... Chúng tôi chỉ hay tin nếu họ viết thư hay đồng bạn cho hay. Chúng tôi vẫn tới hướng dẫn dù số tù nhân nhiều hay ít, thuộc đạo Phật hay không hay thuộc bất cứ loại dân tộc nào. Chúng tôi hoan hỉ đến, nếu tuyên úy thay mặt tù nhân yêu cầu mà mời chúng tôi.

Sáng ngày 16 tháng 10 năm 2007, tôi đến viếng thăm và thuyết pháp cho tù nhân tại trại cải huấn Dodge (Dodge Correctional Institution, Dorge, WI). Trại có 1.600 tù nhân trong đây có vài tù nhân Việt Nam. Anh Nam cho tôi biết anh phạm tội trộm ngân phiếu người khác và bán xe hơi lậu. Thường các tù nhân gây án tại tiểu bang Wisconsin được gởi về trại này trước. Sau khi ra tòa và quyết định tội phạm rồi chuyển đến các trại khác tùy mức nặng hay nhẹ. Cho nên, nhóm tù nhân học thiền tại đây luôn thay đổi. Tháng này có mặt nhưng tháng sau có thể đã chuyển trại khác rồi và khi đến trại khác hướng dẫn thiền, có thể ta lại gặp họ tại đó. Trái đất tròn lại gặp nhau, nên cũng vui khi tái ngộ.

Tại trại cải huấn Dodge, tôi gặp Phật tử pháp danh Tosetsu (tên: Daniel Kevin) là một giáo sư của trường đại học Wisconsin Madison. Tosetsu đã viết cho tôi vài ý nghĩa về cách thế nào hỗ trợ người thân trong tù. Tosetsu nói rằng:

Khi có một người thân hay một người bạn bị giam, xin chúng ta hãy tiếp tục giữ mối quan hệ với tù nhân. Một trong những điều lo âu, khổ sở nhất cho tù nhân mới vào tù là cảm giác bơ vơ, bụt hẫng khi không có bạn hay gia đình làm nơi nương tựa. Chúng ta cũng nên thường xuyên viết thư tường thuật đời sống hàng ngày và nên viếng thăm tù nhân ít nhất một lần một tháng. Việc tù nhân được thấy thân nhân là quan trọng để giữ mối quan hệ giữa tù nhân và gia đình. Hãy thân thiết như họ đang sống với người thân ở nhà. Khuyến khích tù nhân làm tất cả điều tốt để chắc chắn được thả sớm. Tù nhân nên sống có mục đích và không tự ti. Môi trường trại cải huấn sẽ tạo những cơ hội cho thành công hay thất bại cũng giống như xã hội bên ngoài.

Làm việc một cách thống nhất để ủng hộ tù nhân. Đừng tạo mâu thuẫn những người mà người ấy đang cố gắng ủng hộ tù nhân. Dùng thời gian này để đoàn kết lại như gia đình hoặc như một cộng đồng. Điều này sẽ bảo đãm sự hoà nhập lành mạnh cho tù nhân trở lại cộng đồng bạn bè và gia đình. Thực tập tình thương và sự chấp nhận vô điều kiện. Tránh sự phê bình chỉ trích tù nhân.

Gởi sách, thư và khuyến khích tù nhân tập trung vào sự cải tạo, tha thứ, từ bi và yêu thương cá nhân mình cũng như tù nhân khác. Mục đích là làm người tù tự tin, không phải làm cho họ mặc cảm là nạn nhân. Đây cũng là ý kiến hay để chúng ta giúp các tù nhân giữ tâm lý bình thường.

Ngày 22 tháng 10, năm 2007,

Sư Tonen và tôi có buổi pháp đàm tại trại tù Greenbay (Greenbay Correctional Institution). Đây là trại tù cực trọng (Maximum Security) nên được canh gát rất chặt chẽ, cửa dày nhiều lớp (mỗi lần đóng mở kêu kótkét kótkét vì nặng quá). Cảnh sát canh gát các nơi, phòng khách đều có máy ghi âm và máy chụp hình theo dõi ở các góc phòng. Ngoài cửa trại giam có ngăn kéo (drawers) có khóa để khách viếng thăm có thể để giỏ xách, đồ đạc của mình, rồi vào bên trong nhà tù với tay không để thăm tù nhân.

Dù ở Hoa Kỳ, tôi vẫn giữ thói quen thích đội nón lá và mang guốc vông (văn hóa Việt Nam). Dù lái xe hơi hay đi viếng tù tôi cũng thế, trừ mùa đông phải mang giày cao ống cho khỏi trợt tuyết. Nón lá thì để ngoài trại giam nhưng guốc thì phải mang. Đi qua các máy kiểm soát bom, kêu tít tít liên tục, cảnh sát hỏi tôi có giấu kim loại gì trong người không? Tôi vội tháo đồng hồ tay ra. Đi qua máy vẫn kêu tít tít và cảnh sát không cho tôi vào... Cuối cùng thì khám phá ra các cây đinh ở guốc là kim loại. Cảng sát cầm đôi guốc vông cũ kỹ của tôi lên như một vật gì quái lạ chưa từng thấy, nhìn kỹ cả để guốc, định hỏi cái gì đó nhưng lại thôi và phải chuyển guốc đi vòng qua máy thử bom để tôi vào trong mang lại. Tôi lo lắng (chắc phải đi chân không vào thăm tù). Sư Tonen nhìn tôi mĩm cười trấn an. Nhưng cuối cùng họ cho qua và cảnh cáo không được có lần sau. Từ đó, tôi phải mang dép mỗi khi vào thăm tù.

Tay chúng tôi được đóng dấu mộc thường là mực trắng (không thấy chữ gì), chỉ có một lần là mực đỏ, nhưng rửa cũng tan. Phải có mộc trên tay thì đến cửa thứ hai, ba, bốn, giơ tay lên, máy bắt được ký hiệu dấu mộc trên tay thì mới nháy nháy đỏ và các cửa tự động mở cho vào bên trong.

Thời khóa biểu của chúng tôi, vào buổi sáng giảng cho tập thể tù ở nhà nguyện rồi. Buổi chiều là vấn đạo riêng. Vì chúng tôi đến với tư cách một vị sư nên chúng tôi điền đơn "pastoral" (truyền đạo). Phải nộp đơn cả tháng được chấp nhận rồi mới vào. Còn những vị đi thăm thân nhân thì điền đơn "visitor". Nhiều loại đơn cho nhiều trường hợp.

Ngồi trong phòng khách, nói chuyện với Tojin nhưng tôi kín đáo quan sát chung quanh. Tôi thấy mọi người thuộc mọi chủng tộc và mọi tuổi tác. Khách vào thăm hầu hết là phụ nữ, vợ, mẹ, chị, em của những tù nhân. Có những đứa trẻ, thiếu niên và em bé bồng bế trên tay. Tôi suy nghĩ về cuộc đời của họ. Thế nào sự ảnh hưởng của đứa con khi đến viếng thăm người cha, người anh tù tội? Chúng đã hiểu được điều này bao nhiêu? Thế nào những đứa trẻ ảnh hưởng khung cảnh khắc nghiệt xung quanh, những trại tù cốt thép giăng rào kẽm gai và kiểm soát chặt chẽ các nơi. Những đứa trẻ ngó bâng quơ và nơi đây không có gì để cho chúng chơi.

Một đất nước với số tù nhân nhiều nhất thế giới thì buổi chiều thứ bảy cuối tuần như thế này cũng sẽ diễn ra như ở các nhà tù khác trên đất nước Hoa kỳ? Một buổi chiều thứ bảy thật buồn đó. Người tội phạm đã ảnh hưởng gia đình mình. Đứa trẻ đợi trong nhà tù lớn lên sẽ trở thành công dân gì? Khi chúng ở đây để đợi thăm bố, thăm anh, trong khi những đứa trẻ khác thì hưởng những giờ vui vẻ với ba mẹ ở công viên, đọc sách và ăn uống ngoài trời.

Có nhiều ông bà già 80, 90 tuổi lụm cụm chống gậy đi thăm tù. Chắc tù nhân là con trai hay cháu chít gì đó cũng 50, 60 tuổi. Họ sẽ đau lòng biết bao nhiêu khi nhìn thấy những đứa con, đứa cháu của họ trong bộ đồng phục tội phạm. Cha mẹ luôn luôn xem con của họ như những đứa trẻ "Mẹ trăm tuổi thương con tám mươi". Làm thế nào họ có thể so sánh hình ảnh ngây thơ thuở nhỏ của con mình với hình ảnh tù nhân tội phạm bây giờ?

Khi tôi mới đến Hoa Kỳ xem báo chí nhất là tivi thấy hình ảnh các nhà tù Hoa Kỳ và nhất là được trực diện đến thẳng các nhà tù của tiểu bang Wisconsin, tôi nghĩ có thể trong vài khía cạnh nào đó nhà tù Mỹ cũng sướng về chỗ ăn ở hơn những trại tù của vài nước đang phát triển trong đó có Việt Nam, Ấn Độ, Cam-pu-chia, vv... Đây là một thực tế. Nhà tù Hoa Kỳ có sân chơi bóng rổ cả ngoài sân và trong trại giam, sân bóng chày, môn bóng ném, dụng cụ thể thao, dụng cụ âm nhạc, trò chơi, 45 chương trình cable tivi, thư viện với hàng ngàn cuốn sách và những phòng tivi tập thể cho người không có tivi riêng trong phòng. Trại tù có cửa hàng, tù nhân có thể mua tivi 13inch, máy cassette, máy CD player, máy đánh chữ, radio loại nhỏ, các trò chơi, thức ăn, cafe, thuốc lá, thiệp, giấy viết, quần áo và giày dép. Những phương tiện giải trí và nhu cầu này có sẵn để giúp tù nhân thư thản tâm trí và giải đáp nhu cầu cuộc sống.

Chương trình học và cải tạo thì vô số với nhiều ngân quỹ xã hội trợ giúp. Tù nhân có thể học hàm thụ ở các trường cao đẳng bên ngoài. Trong tù cũng có rất nhiều chương trình học về nhiều nghành và ngay cả giáo viên cũng đích thân đến đây dạy về các chương trình phổ thông cấp ba. Có những chương trình tự nguyện, có những lớp học bắt buộc tù nhân tham dự, lấy đó như một sự nổ lực để được thả tự do sớm. Cũng có những khóa học tôn giáo (Religions), Suy nghĩ về sự thay đổi (Thinking for a Change), Điều ngự sân giận (Anger Management), Chướng ngại cho sự hồi phục (Roadblocks To Recovery), Tự trọng (Self-Esteem) và Làm chủ cơn thịnh nộ (Cage your Rage)... để giúp tù nhân chuyển đổi tánh khí của mình, nên nhà tù thường được gọi là trại cải huấn hay cải tạo.

Chương trình cai nghiện thì rất nhiều nhưng còn những tù nhân bạo động (violent offenders), tù nhân vi phạm tình dục (sex offenders), trộm cắp (fraud), lừa gạt (larceny), vu khống (slander), khai man trước tòa (perjury) và những tội khác (other crimes) thì chương trình tham dự chung

chung hơn.

W.P. trong bài viết "The System"[12] đã kiến nghị chương trình học trong thế giới nhà tù nhằm tạo cho tù nhân những phương tiện thay đổi cuộc đời của họ. Nghe thì khá hay, nhưng tôi ngại chỉ là giấc mơ khó thực hiện được.

"Mở một trường đại học chính, xây một nhà tù tiểu bang cạnh bên. Chánh quyền liên bang hoặc cơ sở tư nhân đầu tư cho việc này nhất là trong hai năm đầu. Sau hai năm, tất cả những chi phí này sẽ do trường đại học chi trả ngoại trừ chi phí thuốc men và lương của các người canh tù, là nhân viên tiểu bang làm việc trong tù nên tiểu bang sẽ trả.

Tù nhân sẽ được làm nhân viên của đại học. Cảnh sát được thành lập là do một ủy ban của các giáo sư đại học tham dự. Mỗi phân khoa trong nhà tù dưới sự kiểm soát của giáo sư lão thành trong từng lãnh vực riêng. Ví dụ phân khoa tài chánh do giáo sư tài chánh đảm trách, thực phẩm thì do giáo viên thực phẩm hướng dẫn.

Hơn nữa, trại giam do trường đại học thực thi chi trả tất cả chi phí trong nhà tù hai năm đầu. Điều này dễ hoàn thành bằng cách yêu cầu mỗi tù nhân làm việc bắt đầu từ $5 một giờ, sau đó là $10 một giờ. Điều này khiến tù nhân có thói quen làm việc đều đặn. Đây là một yêu cầu lớn trong xã hội ngày nay. Cho phép tù nhân làm việc $100 một tháng để mua thực phẩm và các món khác trong cửa hàng của tù nhân. Không cần ngân quỹ bên ngoài bởi vì trại tù sẽ tự lực duy trì.

Nhà tù sẽ có một chương trình cải tạo mở rộng thành lập thứ tự từ trên xuống như:

12. http://www.thubtenchodron.org/PrisonDharma/the_system.html

8) Prison Adjustment (Khoa Chỉnh lý nhà tù);

7) Stress/Anger Solutions (Giải pháp giảm căng thẳng);

6) Specific Area of Offenses (Các tội vi phạm);

5) Violence (bạo động);

4) Drugs (thuốc phiện);

3) Crime Impact On Victims (Tội phạm ảnh hưởng nạn nhân);

2) Job Skills (Kỹ năng nghề nghiệp);

1) Re-entering Society (Hoà vào xã hội).

Mỗi tù nhân nên dự một chương trình trong một khoảng thời gian nào đó. Ví dụ hai giờ một ngày, năm ngày một tuần cho tới khi họ được tự do.

Cũng thế, cố vấn, hướng dẫn viên và nhân viên tội phạm sẽ đóng vai trò chính trong tiến trình nghe bản cam kết của tù nhân. Điều này sẽ giúp một bức tranh hoàn chỉnh về sự tiến bộ của tù nhân hướng đến hồi phục, sẽ là một bước lớn giúp đỡ việc quyết định liệu tù nhân chuẩn bị tự do hay không? Hiện nay các quan tòa tuyên án sẽ quyết định lệnh ân xá dựa trên những tiêu chuẩn này. Họ không có gặp tù nhân cho tới vài tuần trước khi nghe án và rồi chỉ 30 phút phỏng vấn.

Hệ thống này sẽ tốt vì ba lý do chính như sau:

1) Nhà tù sẽ tự duy trì không cần sự trợ giúp bên ngoài. Thật ra, đây sẽ là một nguồn lợi lớn. Ví dụ có một công việc với 50 nhân viên, trong đó bạn trả họ $10 một giờ và họ làm khoảng 40 giờ mỗi tuần. Lương tổng chung của họ sẽ là $1.040.000 mỗi năm. Bây giờ 1.000 nhân viên bạn trả $100 mỗi tháng làm việc trong 30 giờ. Lương tổng tất cả là $1.200.000. Đó là có 1.000 nhân viên làm việc cho

bạn sẽ ít hơn cái giá bạn phải trả cho 50 nhân viên (bạn sẽ có lợi nhuận vô cùng). Tù nhân làm việc 30 giờ mỗi tuần, $100 mỗi tháng sẽ không là vấn đề. Hiện nay hầu hết tù nhân làm việc 30 giờ một tuần và mỗi tháng chỉ có $8.50. Họ sẽ vui vẻ để làm việc kiếm tiền để có thể mua những thứ tối cần thiết như thực phẩm, vật dụng, tem, thiệp... giúp cho đời sống trong trại của họ có vẻ thoải mái hơn.

2) Có những nhà cố vấn và tâm lý học sẵn sàng hướng dẫn với chương trình hồi phục mở rộng, tù nhân sẽ có phương tiện cần thiết giúp thay đổi cách sống. Điều này dễ để nhận ra những tù nhân mà không thật sự nỗ lực. Những tù nhân này có thể chuyển đến những trại tù chủ đạo, vì để trống chỗ cho những người thật sự muốn cải đổi. Cảnh sát có thể làm điều này, chỉ khi tù nhân đạt tiêu chuẩn nào đó để chấp nhận chẳng hạn 15 năm tù hoặc ít hơn 15 năm, hoặc tù nhân lần đầu tiên, hoặc giới thiệu đến trại khác...

3) Trường đại học sẽ được lợi nhuận:

a) Trao những bằng cấp đặc biệt về cải đổi và hồi phục,

b) Cho phép trường đại học cho sinh viên thực hành luyện một số lãnh vực khác,

c) Nhiều nghiên cứu khoa học có thể làm trong nhà tù, bởi vì đây là môi trường quản lý,

d) Ghi danh học sẽ tăng lên tức tăng số lượng sinh viên,

e) Tài sản của trường sẽ tăng vì nhà tù này,

f) Những trường đại học khác chẳng bao lâu cũng tạo chương trình cải tạo này.

Sau năm hay mười năm nghiên cứu và trắc nghiệm những nhà tù trong trường đại học này, tiêu chuẩn mới sẽ được đưa ra và đòi hỏi cho tất cả nhà tù tiểu bang chủ đạo.

Chúng ta cần cho tù nhân một cơ hội để thử thách. Nếu con trai hay con gái bạn có vấn đề và đang làm điều gì đó hại bản thân bạn và những người khác, bạn nên giúp chúng liền. Và nếu những vấn đề của chúng trở nên tệ hơn, bạn có thể giúp chúng hơn. Bạn không thể khóa chúng nhiều năm trong phòng với đầy những dụng cụ giải trí, tivi, thư viện... mà mong cho chúng tốt hơn, bởi vì bạn biết vấn đề của chúng không phải đến từ bên ngoài mà chính từ tâm của chúng. Cô lập chúng từ những người thân và những điều lành mạnh trong đời, sẽ không cung cấp phương pháp điều trị tốt cho chúng, không giúp chúng thì chỉ làm cho điều kiện của chúng càng tệ hơn thôi. Chúng trở nên không bất cần và bị bịnh tâm thần (đây là vấn đề nan giải cho xã hội). Vì vậy, xin vui lòng ban bố cho con trai của bạn, con gái, vợ, chồng, chú, dì, họ hàng, hàng xóm và mọi người cái mà họ cần chúng ta giúp. Xin hỗ trợ!"

Vô thường

Michael mến, Đức Phật dạy rằng các pháp là vô thường, các pháp thay đổi từ trạng thái này sang trạng thái khác, từ tư tưởng này đến tư tưởng khác. Chấp thủ vào các pháp vọng tưởng sẽ tạo đau khổ cho đời mình. Mỗi ngày trải qua là biết bao nhiêu tiến trình thăng và trầm của tư tưởng để đến và đi vào cõi sanh tử triền miên.

Cũng thế, chúng ta cố gắng chuyển những nghịch cảnh vô thường trong thế giới nhà tù thành cảnh tịnh độ. Nhà tù là cõi tịnh. Đúng thế, vì tâm tịnh thì chỗ nào cũng tịnh. Kinh Lăng Nghiêm, Đức Phật dạy "Tâm bình thì thế giới bình".

Thế nên, một trong những cách tốt nhất để chịu đựng nghịch cảnh hay vượt qua nghịch cảnh là thấy sự vô thường của nó. Chúng ta có thể thức tỉnh bất cứ cảnh gì mà chúng ta đối mặt, bao nhiêu đau khổ mà chúng ta trải qua và cuối cùng phải đến cái không có gì của sự chết. Chúng ta phải học mỉm cười khi thấy chúng thăng trầm, sanh diệt và cần nhất là không nắm giữ chấp thủ. Sự thật, tại sao chúng ta muốn nắm giữ chúng, nắm giữ cái mà làm cho mình khác đi, tệ hơn thì nắm giữ làm gì?

Hãy nhìn mọi pháp là đơn giản và nhẹ nhàng. Chúng ta thường cho là vấn đề quá lớn không thể chịu được, nên giải quyết bằng cách khẩu chiến hay thân chiến. Bây giờ tập quán sát sự thay đổi thăng trầm hàng ngày, thấy những lầm lỗi vọng tưởng và tách mình ra khỏi vấn đề. Buông xả.

Michael cố gắng quán cái nghịch cảnh của cuộc đời là không có gì hơn ngoài sự khởi lên và biến mất của các pháp vô thường tạo ra cõi ta bà. Michael hãy cố gắng an định, tránh bị chi phối bởi những náo động đời thường của thế giới nhà tù. Một trong những phương tiện hữu hiệu mà quý sư hay hướng dẫn là nên định tâm qua sáu chữ hồng danh của Đức Phật A Di Đà "nam Mô A Di Đà Phật". Hãy lấy xâu chuỗi tay chúng tôi tặng để niệm Phật mỗi đêm và quán chiếu lý vô thường sanh diệt khi thiền tọa nha.

Sư cô Giới Hương

Hạng tù

Sư cô kính, hôm nay tôi muốn chia sẻ với Sư cô về nhiều hạng tù. Ngoài xã hội có nhiều thành phần thì nơi trại cải huấn cũng có nhiều hạng người và nhiều tư tưởng.

Hạng người thứ nhất là cố ý phạm tội, hối hận bị bắt, không hoạt động được. Vào tù tiếp tục phạm tội trong tù và có kế hoạch phạm tội sau khi ra tù. Nên khi được tự do lại phạm tiếp.

Hạng thứ hai muốn sống lương thiện nhưng ra tù lại phạm pháp.

Hạng thứ ba, trong tù rất tiến bộ nhưng ra tù lại vi phạm.

Hạng cuối cùng là rất hối hận, thật sự cải đổi và ra tù sống lương thiện.

Nhiều tù nhân tiếp tục phạm tội trong tù vì quá khích hoặc hãnh diện về quá khứ băng đảng hào hùng, bởi thế họ không muốn tỏ ra yếu đuối bằng cách giả bộ hối hận và giả bộ đã được cải tạo để đạt được sự tự do sớm. Nhóm này nếu được tự do là phạm pháp liền, tham gia các vụ phi pháp để có tiền nhiều, nhanh chóng và thỏa mãn cái họ tham muốn.

Nhà tù là một sự đối lập rõ ràng với ý nghĩa thế nào mà một xã hội cho là đúng đắn. Ví dụ, bạn có thể chịu trách nhiệm trong xã hội về những hoạt động của bạn và nếu bạn vi phạm luật pháp hay đạo đức, bạn sẽ bị trừng phạt. Tuy nhiên, nếu trong tù mà bạn dám làm điều sai lầm gì đó thì bạn sẽ được bạn tù phong khanh chức tước. Như nếu một tù nhân dám hành hung một người nào thì bạn tù sẽ ngưỡng mộ nhìn vị ấy như một ông thần, một loại anh hùng trong chốn giang hồ của họ.

Khi đông tù nhân sống với nhau trong một phòng tập thể, có nhiều phạm nhân không có những thần sắc con người mà là giống thú hung dữ. Có nhiều tù nhân quan hệ tình dục loạn luân, sống thấp kém nhất trong các điều thấp, những kẻ tham nhũng... được xem là 'những anh hùng đứng thẳng' vì họ đã phạm cái mà gọi là 'tội cứng' (solid crimes).

Thật là ngộ nghĩnh trong xã hội tù hỗn loạn này nơi mà ai mạnh nhất sẽ có đủ thứ. Nếu một người tù nhân vi phạm về tội cưỡng bức tình dục, có thể được xem là một phần của lớp ngang hàng anh hùng. Hắn xây dựng bản thân mình qua thành tích của bạo lực và đả thương người đối xử tệ bạc với mình để tạo sự nể sợ của người chung quanh. Một khi loại nễ sợ bịnh hoạn này thâm căn cố đế trong tù thì khó mà lay chuyển được.

Trong giới tù nhân có một quy luật ngầm rằng "Bạn không được báo với người canh gác về điều gì mà khiến bạn và tôi đều bị mang ra xét xử. Bạn phải giải quyết trực tiếp với người mà đả thương hay lấy đồ của bạn. Bạn phải chân thật và không được nói láo với bạn trong nhóm nhưng với người khác bạn có thể nói láo" (thà chết, nhưng phải trung thành với đảng phái).

Điều mai mĩa là mặc dù các tù nhân đưa ra luật này, thề sống chết với nó, nhưng thật ra ít ai sống với nó. Trong tù cũng có những thuật ngữ nặng nề như là đồ mọi da đen, đồ đồng dâm nam, tên trấn lột... dán đủ nhãn hiệu xấu cho tù nhân. Thật ra, dù dán cho họ bất cứ nhãn hiệu nào, nói lên tật xấu của họ bao nhiêu thì họ vẫn là những con người. Trước mắt quần chúng, chính sách tù nhân dường như làm mất tính người nơi tù nhân, hoặc có thể vì tội phạm của họ mà họ phải lãnh việc thi án. Họ có thể là những tội phạm như không có cảm giác, không có tình thương và không đáng để thương hại. Nhưng sự thật không phải là vậy. Thật sự rất nhiều tù nhân ăn năn cho tội lỗi quá khứ của mình, nhận trách nhiệm cho hành động tội lỗi và muốn có sự chuyển hóa. Họ ước mơ một cuộc sống tương lai. Họ muốn làm những con người bình thường và có một đời sống bình thường. Thế nên vẫn còn rất nhiều người tốt đang hiện diện bên trong thanh song sắt này.

Tojin

Văn Hóa Tù

Dù sao có một vài điều hấp dẫn về cuộc đời cũng như văn hóa tù. Có nhiều tù nhân muốn được tôn trọng và muốn làm kiểu mẫu trong niềm tự hào bị thất sủng của họ. Đây là việc mà tôi rất ghét. Vì muốn được tôn trọng nhưng không ai tôn trọng mình cả. Khi họ không đạt được sự tôn trọng này trong một dục vọng hư ảo đòi cho được sự tôn trọng không thực thì họ bị cuốn hút trong cái vòng điên đảo triền miên đó.

Matthew

Vươn lên

Nelson Mandela nói: Bạn có thể quán chiếu trong tù là một nơi lý tưởng để biết mọi người. Hãy minh sát tuệ tiến trình tâm và cảm giác thực tế của bạn. Những yếu tố bên ngoài như là vị trí xã hội, ảnh hưởng dân số, sức khỏe và tiêu chuẩn giáo dục... cũng quan trọng, nhưng những yếu tố tâm linh bên trong có thể là điều cốt yếu quan trọng hơn trong tiến trình phát triển của một con người. Hãy quán sát những đức tánh: chân thật, thành thật, đơn giản, khiêm tốn, thanh tịnh, rộng rãi, vắng mặt của sự phù phiếm, sẵn sàng phục vụ những tù nhân khác và vị tha góp phần làm bạn có giá trị.

Suy cho cùng chúng ta có thể thấy, nhà tù là nơi cho chúng ta nhiều cơ hội đa dạng để mỗi ngày nhìn lại hành động của mình, để vượt qua điều xấu và phát triển cái gọi là tốt trong bạn. Tập thiền thường xuyên, ít nhất 20 phút trong ngày sẽ gặt đầy trái quả. Bạn sẽ tìm thấy những khó khăn đầu tiên để vượt qua những yếu tố tiêu cực trong đời bạn, nhưng cứ tiếp tục nỗ lực đến bước thứ mười thì sẽ gặt kết quả. Nên nhớ rằng ông thánh cũng là một con người bình thường hoặc như một người có tội nhưng đã biết cố gắng để vươn lên thánh thiện.

Nelson Mandela

Chú sóc nhỏ

Sư cô kính, thỉnh thoảng trong tù có những chú sóc nho nhỏ ngoài vườn thoăn thoắt chạy vào xà lim (nếu cửa sổ lưới của xà lim đó bị rách, đủ để chú chui vào) để tìm bánh trái vụn ăn. Sự xuất hiện của những chú sóc đó cũng mang niềm vui trong ngày cho tôi. Tôi biết rằng thú vật có giá trị thấp hơn người, nhưng thỉnh thoảng dường như chúng thân với người hơn là những con người với con người, nhất là tù nhân với tù nhân.

Đức Phật dạy rằng tánh Phật giữa người và thú bình đẳng. Đúng vậy, tôi xem nó như bạn của tôi. Sự xuất hiện của nó đã mang ánh mắt và nụ cười cho tôi. Sóc không có chạm tự ái của tôi vạ làm tôi nổi giận. Trong khi nói chuyện với tù nhân chỉ vài phút là sinh sự bất đồng ý kiến rồi. Đây là sở ngã, ngã kiến như Sư cô thường giảng đó phải không?

Drug Abuse Correctional Center, Winnebogo, WI

Alexander Buczko

Lựa chọn và Thay Đổi

Sư cô kính, lý do tôi bị tù là tôi đã từng là một người ích kỷ, một người chỉ quan tâm đến mình. Tư tưởng và hành động của tôi luôn luôn bao trùm ý nghĩa làm cái gì mà tôi vui lúc đó và thỏa mãn ham muốn của tôi. Ít khi nào hành động hay lời nói của tôi hướng cho người khác. Bây giờ, tôi hiểu đó là ngược với đạo lý.

Khi tôi lớn lên, tôi luôn luôn sợ người khác và rất cảnh giác xung quanh. Điều này khiến tôi không xây dựng được lòng tin tưởng vào người khác. Và khi tôi bị phản bội, như cô bạn gái đã bỏ tôi hay mẹ tôi bỏ cha ghẻ của tôi hoặc cha ruột của tôi không quan tâm đến tôi. Những việc này khiến tôi hiểu lầm những người khác và đẩy tôi xa rời mọi người. Cuối cùng, tôi trách móc những người khác và xem họ là đối thủ thù địch của mình.

Tiến trình tư tưởng của tôi lúc thời gian này và năm ngoái đã hòa cùng hướng với những hành động của tôi. Tôi đã làm mất thiện căn con người trong tâm tôi. Điều này đưa đến tội lỗi và hành động bất chánh của tôi. Điều này đã trải qua 41 năm vừa rồi của 42 năm tôi đã sống (tức chỉ có một năm biết điều thiện). Đó là sự hiểu của tôi và những yếu tố, điều kiện đưa đến sự lựa chọn của tôi.

Tôi muốn cái gì thay đổi? Đổi ghen ghét thành từ bi. Tôi muốn thương yêu mọi người và tôi muốn giúp họ hạnh phúc, bởi vì Đức Phật đã dạy: "Tất cả đau khổ đến từ ngã ái và tất cả hạnh phúc đến từ thương yêu người khác."

Đây không phải là một điều mà tôi đã từng làm trong đời, để mang hạnh phúc lâu dài cho tôi và rất ít điều tôi đã làm để mang an lạc đến cho người khác. Tôi rất chán nản về mình.

Năm ngoái tôi vượt ngục và bị biệt giam cho đến ngày nay. Từ thời gian đó, tôi cố gắng mở rộng tâm mình với người khác, thay đổi suy nghĩ và sở thích (thích quan hệ tình dục). Cho tới tuần vừa rồi, tôi rất là nhạy cảm, tôi khóc rất nhiều, cảm thấy rất xấu hổ, tội lỗi và thương những nạn nhân của tôi, những người bạn và gia đình mà tôi đã xâm phạm đến họ. Tôi rất thất vọng và giận bản thân mình.

Sáu tháng nay, ngày nào tôi cũng tập thiền từ 60 đến 90 phút. Tôi hiểu rằng tư tưởng và hành động chỉ thay đổi khi tôi chuyển chúng theo hướng thiện. Thật thú vị khi tôi san sẻ cho người khác thế nào là sự thay đổi hành động xấu ác thành tốt qua sự tiếp thu giáo lý từ bi và trí tuệ của Phật.

Tuần vừa rồi, tôi thực hành thiền và sự an lạc đến với mình. Tôi cảm thấy tràn đầy hy vọng và cũng có hướng đi rõ ràng. Tôi cảm nhận có cái gì mới trong trạng thái của tôi, an lạc chảy vào tôi mỗi lần tôi thở ra hay thở vào. Tôi có cảm giác sự an lạc từ tôi toả ra cho những người xung quanh. Đây là điều mới đối với tôi. Tôi xin san sẻ với Sư cô.

Anthony

Chuyện Điên Đảo của Năm Mới

Ngày 31, tháng 12, năm 2007,

Sư cô kính, tôi muốn nói về chuyện điên đảo trong nhà tù. Năm mới đang tới nhưng sự bạo loạn trong ngục tối tiếp tục diễn ra không đổi. Tôi nghĩ rằng những ồn náo, tiếng thét và những tiếng nện lên cửa ngục tối là lời chúc mừng cho Năm mới đang tới. Sự thật thì tôi biết chỉ là một đống thằng điên cố làm những chuyện mà chúng nghĩ chúng nên làm cho được. Khó có thể tự chủ được bản thân của mình trong khi ở chung với mấy thằng ngốc để tránh mình không bị ảnh hưởng những chuyện của tụi nó làm, dù tôi biết rằng tôi cũng là một phần của tụi nó.

Tojin

Ngày 01, tháng 01, năm 2008,

Thế giới đang ăn mừng năm mới đến. Khi năm mới tới cầu cho chúng tôi có nhiều cơ hội để giải quyết vấn đề tốt hơn, cải tiến tốt hơn. Mục đích của tôi là ngồi thiền tịnh tập trung làm sao mà không bị chi phối trong lòng để đạt được giác ngộ. Có mấy tù nhân nói với tôi rằng tôi hành động nhạy cảm quá, thường hiểu được ý chúng định cái gì. Đơn giản thôi, dục vọng của chúng nó quá lớn nên chưa nói, chúng tôi cũng đoán được chúng đòi hỏi cái gì?

Tôi biết rằng tôi hiểu như thế nào về tính phân biệt trong tư tưởng. Điều khó khăn là nhớ được ý thức của mình trong những giây phút căn bản nhất, tức chánh niệm những gì đang sanh khởi (Tứ niệm xứ). Tôi tìm cho mình những niềm an lạc mà mấy tù nhân khác không có được và ngược lại. Có chuyện tôi thiệt là bực bội là mấy tù nhân ngồi không thì không chịu được, nên thích ngó tôi và ngó thiên hạ để quấy phá. Tôi thực sự nhận biết sự đối lập này. Tôi đúng là cố giữ lòng thanh tịnh giữa thế giới tù nhân não loạn này.

Tojin

Về Nhà dự Đám Tang

Sư cô kính, được thả khỏi tù để về nhà dự đám tang là một việc chưa từng nghe qua ở trại tù an ninh tối đa này (maxium security). Thông thường, tù nhân bị còng tay chân và được hộ tống bởi hai nhân viên an ninh, đôi khi bốn. Bạn chỉ được phép tham dự nghi lễ an táng và phải trả tiền cho mọi chi phí, bao gồm cả thời gian quá hạn của mấy nhân viên an ninh theo canh giữ mình. Tôi đã từng cảm thấy hổ thẹn khi tham dự đám tang của mẹ tôi, hộ tống bởi nhân viên an ninh của nhà tù. Lúc đó tôi là một tù nhân của trại tù an ninh bậc thấp. Từ lâu tôi đã được phép chuyển qua trại tù an ninh bậc thấp và lý do duy nhất mà tôi ở lại trong trại tù an ninh tối cao là để tiếp tục làm công tác thiện nguyện "hospice" (hộ niệm) mà tôi đã làm từ lâu và chưa gặp ai tự nguyện thay thế để tôi đi đến nhà tù bậc thấp.

Kỳ này, ban quản trại vẫn có vẻ miễn cưỡng cho phép tôi đi về nhà dự đám tang - ba tôi qua đời. Tôi rất đội ơn tấm lòng từ bi của ban quản trại và tất cả. Đây có lẽ là nhờ công đức đi hộ niệm các người chết của tôi mà ba mẹ tôi được hưởng. Chẳng lẽ tôi thường hộ niệm những người tù chết được mà ba mẹ tôi chết lại không cho tôi về hộ niệm sao? Cho nên trường hợp của tôi là hy hữu, chắc Sư cô chưa từng nghe.

Tôi đã làm công tác "hospice" (hộ niệm) trong nhà tù. Đây là một công việc rất có ý nghĩa và hạnh phúc trong một hoàn cảnh mà người tù thường thường không được coi trọng hoặc được xem như những người đáng được thương yêu và tin tưởng. Khi một trong những tù nhân bịnh hấp hối, tôi sẽ ở bên họ hai tiếng, có khi ba, bốn, năm tiếng và vào lúc họ lâm chung, tôi ở bên họ cả ngày, bất cứ lúc nào tôi rãnh công việc nhà tù. Điều này đòi hỏi một sự chịu đựng bền bỉ và thương yêu người sắp chết.

Vai trò của một người hộ niệm, khi ngồi bên cạnh bịnh

nhân đang nằm trên giường, mặt mày hốc hác, đang ho hen khạc đàm, tôi phải chăm sóc họ như là một vị y tá, một lương y như từ mẫu. Sau khi họ nằm yên và chịu lắng nghe rồi thì tôi bắt đầu niệm Phật và khai thị nói về lý vô thường, vô ngã của đạo Phật. Tôi đóng vai trò như một vị cư sĩ hộ niệm với tâm hồn mở rộng và thương yêu.

Năm năm rồi, công tác hộ niệm vẫn theo tôi và hôm nay nhờ công đức đó mà tôi được rời nhà tù cực trọng để về và hộ niệm cho thân sinh của mình. Cám ơn các hương linh tù nhân gia hộ và ban quản trại đã hoan hỉ cho phép tôi. Hương hồn thân sinh tôi sẽ vui nơi chín suối vì điểm ưu tú này tôi đã có.

William

Quà Năm Mới

Sư cô kính, Brian Kelley là một thành viên của nhóm tu tập chúng tôi. Brian Kelley nhận được một số tiền do một người thân gởi cho. Anh ta đã nhờ mua một hộp đèn cày thơm nhiều màu bằng số tiền này. Vào ngày 1/1/2009 Brian Kelley đi đến sân nhà tù và tặng cho mỗi xà lim tù bất kể lạ hay quen một cây đèn cày.

Hôm qua vào giờ cơm trưa, một tù nhân lạ đến và nói với Brian Kelley rằng: "Cây đèn cày là món quà duy nhất mà tôi nhận được trong Lễ Happy New year 2009 này. Cám ơn bạn rất nhiều."

Sư cô biết không, Brian Kelley là một trong những tù nhân nghèo, tuy nhiên biết khởi tâm đại bi bố thí chia sẻ lợi lạc vật chất của mình cho những tù nhân ở xà lim cạnh bên. Đúng là của ít lòng nhiều. Brian Kelley đã đem lại nụ cười lớn và trí sáng cho mình và người. Brian Kelley đã tìm thấy được ý nghĩa cao cả trong việc bố thí này.

Cầu cho ánh nến của Brian Kelley sáng mãi trong đêm tối của ngục tù này.

John

Hiệu Quả của Giáo Huấn

Ngày 12, tháng 01, năm 2009,

Sư cô kính, câu chuyện tôi sắp kể là tốt đối lập với xấu, tù tiểu bang đối lập với cai tù. Chuyện này làm áp lực cho cả đôi bên.

Mới cách đây mấy hôm, mấy thằng cai tù muốn tách một tù nhân ra riêng. Nhưng người tù đó thì không chịu nghe lời cai tù. Lý do là như vầy, khi cai tù muốn tách người nào, thì cai ngục ra lịnh tù nhân đưa tay qua lỗ trâu mai của cửa ngục. Sau đó, cai tù mới còng tay tù nhân lại rồi mới dẫn đi. Nhưng mà thằng tù đâu có chịu nghe lệnh đâu. Khổ nỗi, chuyện này nó xảy ra ngay trước mặt của tôi. Chuyện kết cuộc thì tàn bạo lắm. Mấy thằng cai ngục phải mang đồ bảo vệ nào là mặt nạ chống hơi cay, nón cối, xịt hơi cay để ép tù nhân khuất phục. Khi mấy thằng tù chạy tán loạn vì hơi cay thì cai tù nó mở cửa cho từng thằng tù một chạy ra cửa nhỏ và sau đó muốn bắt thằng nào nó sẽ giật thằng đó xuống.

Sư cô biết là chỉ có sáu hoặc bảy người cai tù mà thôi. Để di chuyển tù nhân chúng phải dồn mấy thằng tù lại với nhau để tránh quơ tay quơ chân. Xong chuyện thì cả một trại tù đều chịu ảnh hưởng của hơi cay, đỏ mặt, đỏ mày. Có một sĩ quan cấp chỉ huy của cai tù hỏi tại sao chuyện xảy ra như vậy? Một trong những cai tù trả lời tại mấy thằng tù không chịu tuân thủ lệnh cách ly nên họ mới làm như vậy. Tôi hỏi cai tù tại sao không giải thích với mấy tù nhân trước cho dù nó có lắng nghe hay không? Tôi cũng có hỏi người chỉ huy cai tù là tại sao tôi không nghe cai tù giải thích cái gì hết ngay từ khi mới bước vô cửa nhà tù. Đùng một cái, cai tù xịt hơi cay như vậy, nên không có ai hiểu chuyện gì xảy ra. Mặt khác, mấy tù nhân cũng chướng lắm. Tụi nó cặp bè cặp lũ thành từng bầy để nổi loạn, như là đánh lộn với mấy cai tù và làm rộn lên để được chú ý, được nổi tiếng như là *anh hùng chốn giang hồ*.

Tóm lại, tôi nghĩ nếu các cai tù giải thích rõ ràng với tù nhân ngay từ lúc mới bước vào trại giam như là chuyện bất tuân lệnh của cai tù (không phải là giỡn chơi hay là trò đùa) mà là kỷ luật. Cuối cùng thì tôi thấy được một điều cần thiết trong chuyện này là *hiệu quả của giáo huấn*. Tôi nghĩ rằng chuyện căng thẳng trong nhà tù chỉ có thể giải quyết một cách đơn giản bằng cách giáo huấn. Nhưng mà chuyện trở ngại ở trong tù này là người cai tù coi trọng việc an ninh là trên hết tất cả mọi chuyện. Tôi đâu có đui mù đâu. Tôi đã từng ở tù với những tù nhân 'máu lạnh' nguy hiểm nhất nên tôi biết. Nếu như nhà tù biết trích ra một ít tiền thuê giáo viên về hướng dẫn, tức chú tâm vào việc giáo huấn mấy tù nhân trẻ cũng như mấy thằng ngốc khác thì có thể an ninh sẽ tốt hơn.

Sư cô, tôi đã đề nghị cải tiến và đưa ra một số ý kiến hay tới các cai tù, nhưng hình như ý kiến của tôi đụng nhằm mấy thằng tai điếc. Một vài lý do khác là mấy đứa tù cho là ý kiến của tôi không có giá trị gì cả, vì tôi là tù nên biết gì đâu mà nói. Với tôi đây là ý kiến cấp tiến, sự thật thì nhiều lần tôi bị tụi tù chửi tại vì chúng cho là tôi bênh mấy cai ngục. Tôi giải thích với tụi nó rằng tôi chỉ làm theo lẽ phải, nhưng nhiều khi làm cho chuyện xấu hơn và tụi nó còn buộc tội tôi là ba sạo đưa ý kiến cho cai tù hại tụi nó. Tôi biết được Đức Phật dạy rằng có những trường hợp, ý kiến hoài bảo của mình khiến mình mang khổ vào thân. Tôi thực sự hiểu được điều này, tôi thường góp ý tới mấy tù nhân khác, không phải vì Phật tánh nhưng cốt để tù nhân có thể sử dụng thời gian rảnh trong tù hướng thiện theo cách nhìn tự nhiên của họ (trong tù thì nhìn tới nhìn lui cũng là tù). Nhà tù thường có những nội qui khắc khe của nhà tù, chỉ vì chuyện bạo loạn hàng ngày, ẩu đả không ngừng, nói tóm lại là không ngừng nghỉ được giờ nào. Là một Phật tử, hơn nữa là một người giữ giới Phật và hướng dẫn người khác, tôi luôn nghĩ rằng tôi cần phải làm sao dù sống trong khuôn khổ của nhà tù, nhưng nên tránh tham gia vào các cuộc nổi loạn, tránh ẩu đả và giúp dàn xếp hỗn loạn. Đó là cách tôi nghĩ có ích trong môi trường hỗn loạn này. Tôi hiện giờ thì bận rộn với thú giải trí thêu thùa và đan móc len của tôi. Việc này rất tốt, giúp cho tôi tịnh tâm và tiêu thời gian vào chuyện tích cực. Tôi sẽ móc một tấm phướng lớn có chữ Phật, pháp và tăng trên đó. Tôi hy vọng khi hoàn thành sẽ bán để gây quỹ cho chùa Setoid Ancestor đang xây ở bên Trung Quốc.

Tojin

Con Nai

Bo Flack viết rằng khi tôi còn trẻ, tôi thường đi săn và giết thú vật. Tôi say cuồng trong thú vui hoang dã này. Thỏ, chim cút, nai, linh miêu, con gì mà đang chạy nhảy được đều không an toàn thân mạng nếu tôi thấy được. Tôi cũng đã từng bắn chó, mèo, sóc và chim sáo nữa.

Khi tôi sắp trưởng thành, tôi bắt đầu cảm nhận những việc này là sai. Lần cuối cùng, tôi săn và giết một con thú là cách đây hai mươi bốn năm. Chính con nai này đã làm thay đổi cuộc đời tôi. Tôi đã bắn con hươu đốm cách khoảng 200 yard (1 yard = 0.914 mét) với khẩu súng trường 30.06. Nó bị thương và bỏ chạy khoảng 2 miles (mile = dặm, 1 mile = 1.6km) xuyên qua bụi rậm và rừng cây trên đồi, tôi cuối cùng rượt đến nó. Khi con hươu thấy tôi, nó cố gắng rướn mình lên để chạy, nhưng vết thương nơi đùi quá sâu và máu ra nhiều khiến nó không nhấc mình lên nổi. Nó đã kiệt sức. Chỉ còn vài feet (1 feet = 0, 3048m) là tôi tiếp cận nó. Nó nhìn tôi van lơn. Một cái gì đó tha thiết van lơn trong đáy mắt nó dấy lên. Tôi sững sờ nhìn vào mắt nó. Ánh mắt đó đã làm thay đổi tôi mãi mãi.

Tôi đứng bất động nhìn nó. Bạn tôi chạy đến và hổn hển nhắc tôi hãy bắn hạ nó. Tôi không bắn và bạn thân tôi đã bắn nó. Tôi đưa xác con nai đó cho bạn tôi và từ đó, tôi không bao giờ săn bắn nữa cũng như không có tư tưởng thích thú săn bắn nữa. Tuy nhiên, cách đây 19 hay 20 năm, có con bò rừng vào vườn nhà tôi định húc con chó của tôi. Tôi bắn nó với súng lục .357. Để cứu con chó, tôi đã phải giết một con vật khác.

Cái cảm giác mạnh mẽ anh hùng tính của tuổi thanh thiếu niên như quyện với cái thú hung bạo sát sanh, như kích thích bày tỏ lòng hiếu chiến của kẻ nam nhi, anh hùng hảo hán trong tôi.

Thanh thiếu niên muốn mình trưởng thành như một người lớn và mẫu biểu tượng trượng phu đối với một thanh thiếu niên như tôi lúc đó là hướng đến xây đắp cho mình giống như ba, chú, bạn của ba và những họ hàng nghiện rượu của tôi. Họ đã làm gì? Đi săn, câu cá, lái xe mô tô, rượu say túy lúy và ma túy.

Tôi lớn lên trong sự suy nghĩ rằng săn bắn và những

loại thú vui như trên sẽ giúp cho tôi trở thành đàn ông. Tôi muốn thô bạo và anh hùng. Tôi muốn uống rượu suốt đêm và săn đuổi đàn bà con gái. Khi tôi đạt được những điều này thì đó là một trong những cách chứng tỏ tôi có tánh chất đàn ông. Vâng! Tôi đã bắn chim, chỉ một viên đạn là trúng ngay đồng tâm giữa hai mắt của con chim cút. Tôi phải theo dấu con chim đó suốt cả ngày trước khi tôi bắn nó.

Ồ! Còn hơn thế nữa. Có một lần, lúc tôi 16 tuổi, một phát súng của tôi đã hạ một lúc ba con vịt trời. Đây là việc khó làm nhưng nếu làm được thì là đúng là anh hùng xạ thủ. Nếu có cả bày vịt trời 60 con, muốn bắn là chết hết cả đàn. Đây cũng là một biểu tượng của tay xạ thủ cừ khôi. Ngay cả những con chim bồ câu hay chim cu bé tí, hạ thủ được chúng mang cho tôi một cảm giác phiêu bồng thỏa mãn thú tính của mình.

Cái cảm giác săn thú hòa quyện với bạo lực. Chỉ một ngón tay nơi cò súng thôi, đã toát ra quyền lực tha mạng cho thú vật hay thủ tiêu chúng. Mạng sống của chúng do tôi quyết định. Tôi là Thượng đế. Đó là một cái gì lầm lạc trong tư tưởng của tôi. Nhưng khi bạn là một người trẻ tuổi chưa kinh nghiệm, bị lèo lái bởi một tư tưởng hiếu chiến mà bạn cho là mình khôn ngoan thì khả năng tiếp nhận những điều thiện, những điều đúng đắn, hoặc cái gì cao cả rất bị giới hạn hoặc bạn sẽ không đồng tình với những điều hướng thiện đó.

Trí tuệ sáng suốt không phải là cái đích cho lứa tuổi 16 của tôi hướng đến. Với tuổi đó, tôi đã rời nhà, sống tự lập một túp lều nhỏ trên ngọn đồi ở số 833 Riverside County, California. Nơi đây tôi có thể tự do săn bắn cả ngày.

Thời gian bốn năm trôi qua, tôi đã sống ở túp lều đó. Lúc ấy, tôi 22 tuổi và bỗng nhiên một ngày tôi muốn bỏ thú săn bắn của mình. Thật ra tôi muốn bỏ, nhưng chưa nói ra và chưa thật sự bỏ, nên tôi mua một cây súng chuyên bắn ngỗng trời. Nhìn lại cách đây 25 năm, thật là rồ dại. Bây giờ tôi không còn hứng thú săn bắn nữa.

Tôi nhớ rất rõ cách đây 27 năm có một kỷ niệm thật buồn. Có một con ngỗng trời lớn màu xám tránh băng tuyết lạnh của đất nước Canada đã bay từ ngàn dặm để đến xứ ấm California đây. Nhưng nó sẽ không bao giờ còn bay nữa bởi ngón tay xạ thủ cừ khôi của tôi. Khi 15 tuổi, tôi thường thấy đàn ngỗng bay thành đàn trên trời và lúc ấy tôi hay ước rằng nếu có khẩu súng trong tay, tôi sẽ thử tài nghệ bắn cao của mình. Khi 25 tuổi tôi thường thấy đàn vịt trời như thế và tôi nhớ rõ những con chim xinh đẹp rơi lả chả xuống đất vì trúng đạn của tôi. Khi tôi 35 tuổi, tôi tự hỏi tại sao tôi muốn tiêu hủy những sự sống đáng yêu kia? Chúng xinh xắn, vui tươi tung bay trong không gian bao la với nhiều hình dạng. Có khi chúng tự xếp hình như hình chiếc máy bay có hai cánh, có khi hình vuông, hình chữ nhật, hình song hành, chữ V hay một hàng dài thẳng tắp kỳ diệu. Chúng như tự ngầm hiểu ngôn ngữ lẫn nhau và tự biểu diễn cho thế nhân dưới đất xem. Và bây giờ tôi 45 tuổi, tôi ngưỡng mộ nét đẹp tự nhiên của chúng vô cùng. Tôi ngữa mặt lên trời và cầu nguyện cho chúng bay tự do mãi mãi. Nếu tôi thấy ai giương súng bắn chúng, tôi muốn van xin họ: "Xin hãy mạng tha cho chúng! xin đừng hủy hoại những sinh vật đáng yêu và đáng thương ấy!"

Thời gian đã thay đổi tôi. Đây là sự thăng hoa của một con người trong tôi.

Bo Flack

Hiểu và Thương

Sosaku, tháng 5, 2007, Shannon Ross, Brian Locks viết rằng: Điều buồn nhất tôi gặp trong tù (không phải kinh nghiệm bị khóa nhốt trong xà lim mà là cái gì tôi thấy và cảm giác hàng ngày) là chúng ta thiếu sự hiểu biết lẫn nhau. Sự không chấp nhận khi một người ngã xuống hoặc từ chối nỗ lực để hiểu thương người khác. Thật hoàn toàn thảm hại khi chúng ta như những người gây hận lẫn nhau, chúng ta nhìn chăm chăm vào tù nhân khác và quyết định tìm lỗi lẫn nhau. Những người mạnh hơn đã dùng uy thế để ức hiếp kẻ yếu khiến họ bất lực, thất bại và không có khả năng. Làm sao cho những điều này chấm dứt trong thế giới nhà tù? Làm sao cho sự hiểu và thương của đạo Phật được thấm nhuần trong tâm của tù nhân?

Brian Locks

Sợ Hãi Lấn Áp

Ngày 19, tháng 1, năm 2008,

Sư cô kính, hôm nay trong buổi tọa thiền, tôi có phản quang quán chiếu nhìn lại quá khứ của mình "Tôi đã làm sai chỗ nào?" Tôi nghĩ tôi cần phải thành thật và mở lòng mình ra trong lúc viết thì sẽ dễ hơn. Nếu tôi để lòng mình bị chi phối bởi những áng mây mù thì ngòi bút sẽ bị ức chế. Tôi sẽ cố gắng trung thực.

Tôi đã đi sai ở chỗ nào? Bây giờ tôi 32 tuổi rồi. Tôi nhớ lúc tôi 25 tuổi tôi chứa chấp trong lòng mình một nỗi sợ hãi và ngu muội không thể tả nổi. Tôi không biết nguồn gốc của sự ngu muội và sợ hãi này bắt đầu từ đâu nhưng khi tôi biết là nó đã có rồi. Lúc tôi lên sáu tuổi, đi học lớp một thì hay bị tụi lớn tuổi hơn đánh đập tối ngày (bullying), còn lấy đồ của tôi nữa, thường là tiền ăn trưa và các vật dụng khác của tôi. Tôi không biết danh dự là gì vào lúc này, nhưng có một điều tôi nhận ra được là tôi cảm thấy không an toàn. Ngôi trường mà tôi đi học cách nhà tôi một phố còn mấy thằng khác thì nhà xa hơn. Có thể chuyện này làm cho tôi thấy không an toàn ngay cả mảnh đất sau vườn. Những sợ hãi này đã chồng chất trong lòng của tôi cho tới một ngày tôi đã phải phạm tội vào tù. Đã nhiều lần khi tôi còn đi học trong độ tuổi 6-12 hàng ngày thường bị dọa nạt, ăn hiếp bởi những đứa bạn lớn hơn tôi. Bây giờ nhớ lại tôi biết là tâm trí của tôi bị dồn nén do bị những thằng khác lớn hơn hâm dọa trong thời gian quá lâu đã dẫn tôi đến đường phạm tội. Đó là câu chuyện của tôi.

Trong thời thơ ấu, Ba của tôi là một người nghiện ngập. Dù tôi không bị Ba hành hung về thân thể chỉ thỉnh thoảng bị phạt, nhưng tóm lại những gì đã dẫn tới sự sai lầm của cuộc đời tôi là sợ bị đàn áp và do ức chế lâu năm nên nhìn cái gì cũng sợ dẫn tới tình trạng cảnh giác cao độ và cuối cùng dẫn đến tình trạng mất tự chủ. Riêng về gia đình của tôi thì Ba Má tôi lo lắng chăm sóc đàng hoàng lắm. Chúng tôi có ăn, mặc và nhà cửa đầy đủ, không thiếu thốn. Ba anh em tôi: thằng Ray nhỏ nhất, chị gái tôi và tôi được Ba Má chăm sóc tốt, nhưng lúc đó tôi không mang ơn họ nhiều cho lắm. Nhưng bây giờ thì khác tôi rất cám ơn họ vì tôi đã hiểu. Tôi cũng hiểu được rằng hồi đó tại sao mấy thằng lớn thường ăn hiếp tôi làm cho tôi sợ là tại vì tôi đã tạo cho mình một cảm giác luôn sợ tụi nó. Cũng vì tôi cảm thấy thất vọng chính mình không thể làm được gì trong chuyện này. Nhưng khi hiểu được thì đây không phải chỉ riêng ở bản thân tôi mà nó xảy ra ở khắp nơi. Càng lớn lên tôi biết là phải làm như thế nào trong trường hợp đó bằng cách cư xử hòa hợp với tụi nó. Nó chơi cái gì tôi chơi cái đó thì không tạo ra sự khác biệt và hiềm khích với tụi nó lúc còn nhỏ.

Khuya ngày 19, tháng 1 năm 2008 (viết tiếp)

Tôi đã để cho sự sợ hãi ngự trị trong lòng mình quá lâu làm cho tôi bị cảnh giác cao độ trong những việc làm của mình. Vì những ký ức ép bức của bạn bè dọa nạt, ăn cắp tiền, Ba tôi đã la mắng và phạt vạ tôi phải thức cả đêm. Rồi Ba còn đổ thừa cho tôi mỗi khi ông gặp khó khăn. Khi tôi đã phạm tội tôi còn nghĩ tới chuyện thằng Lucian đe dọa tôi như thế nào? Như là nếu tôi không giúp nó giết Ba ghẻ của nó thì nó sẽ hại tới gia đình của tôi? Thời gian trôi qua sự sợ hãi đã lộ rõ trong lòng của tôi và tôi không còn sự chọn lựa nào khác. Dù những hành động phạm tội của tôi là việc làm xấu nhưng những giải thích của tôi sẽ giúp, Sư cô hiểu được căn nguyên của việc phạm tội này phả không?

Tôi đã đọc đi đọc lại những gì đã xảy ra trong quá khứ của tôi mà tôi chưa bao giờ nói với ai. Tôi đã lục soát tất cả trí nhớ của mình để tìm ra lý do của hành động mình làm thì đây thực sự là những chuyện đã xảy ra. Tôi nghĩ rằng những suy tư này đã mang lại sự xấu hổ khi tôi nhận ra nó.

Sư cô, tôi đã viết hơn một trang rồi. Tôi tự hỏi rằng những ký ức trong lòng tôi đã nói ra với Sư cô Giới Hương như là một gánh nặng tôi đã trút xuống. Để từ đó tôi không vướng bận trong lòng mình những phiền toái từ bao lâu này. Dù vậy, nhưng mỗi khi tôi tịnh tâm những ký ức này cứ thỉnh thoảng quay trở lại. Tôi mong Sư cô hiểu sự khó khăn của tôi mà tôi phải vượt qua.

Tojin

Nhà Tù và Cầu Nguyện

R là một người nướng bánh và dạy người khác nướng bánh. Nhiều người đã học nướng bánh rất giỏi. R xem nghề nghiệp này như một cơ hội cho R ra khỏi tù sớm và một cái gì đó tặng cho người khác. Nhưng có chuyện không may xảy ra khiến R bị nhốt trong biệt giam. Phòng biệt giam này là nhốt 24 giờ mỗi ngày, một tuần bảy ngày. Được phép ra ngoài hai lần, hai giờ trong một tuần. Phòng biệt giam thiết kế chỉ có cửa sổ nhỏ, thấy bầu trời hay mặt trời là một điều khó. Không cần phải nói, đời sống ở biệt giam khó khăn hơn.

Nguyên nhân đưa R đến biệt giam là một dụng cụ nhà bếp - đồ lột vỏ khoai tây đã bị biến mất. Không ai biết nó bị mất hay bị ăn cắp. Đầu tiên mọi người đi tìm khắp không thấy. 14 người của nhóm nấu ăn bị biệt giam trong khi chờ kết quả tìm lần thứ ba. Tôi đã bị biệt giam ba tuần rồi và sẽ ở đây cho đến thứ sáu tuần tới. Lúc đó, tất cả chúng tôi hoặc có thể được tự do không bị giam và hoặc không được làm bếp nữa. Quy luật này có thể như phạt tất cả chúng tôi hoặc cuộc tìm kiếm sẽ tiếp tục thêm 30 ngày nữa. Cũng khó để đoán rằng cái gì sẽ xảy ra. Đây là một tai họa khá nghiêm trọng kết quả là nhà tù bị khóa bốn ngày và toàn nhà tù bị soát.

Thành thật mà nói tôi không tin dụng cụ đó bị mất cắp. Không ai ngu để làm điều đó. Ai cũng biết hậu quả sẽ cực kỳ nghiêm trọng. Tôi nghĩ có thể ngẫu nhiên bị quăng trong thùng rác thế thôi.

Tuy nhiên, nếu chứng minh người nào lấy nó. Tôi chắc người đó sẽ bị vấn đề trầm trọng. Tôi không lo lắng về điều này bởi vì tôi không có liên quan với dụng cụ lột vỏ khoai tây bị mất này. Tôi không ăn cắp dao. Dĩ nhiên, không làm cái gì nhưng không thể bảo đãm là không bị phạt vì tôi cũng trong ban nhà bếp. Thứ Sáu tới hy vọng sẽ có tin khá hơn cái gì xảy ra.

Một tháng sau đó...

Cuộc tìm kiếm đã kết thúc và tôi được ra khỏi phòng biệt giam. Mọi việc trở lại bình thường. Tôi cám ơn vì thoát ra được hoàn cảnh đau khổ này.

Tôi đang hết sức cầu nguyện cho vượt qua hoàn cảnh này. Tôi tin là sự cầu nguyện của tôi đã được cảm ứng đạo giao khó nghĩ bàn, chứ không đơn giản như là ngẫu nhiên. Tôi tự hỏi tại sao tôi tin điều này. Bạn có thể đơn giản nghĩ rằng sự thử thách cá nhân đã kết thúc tốt đẹp vì những lý do khác. Nhưng Sư cô có thể thấy, cho tới khi tôi bắt đầu tu tập Phật pháp, tôi chưa bao giờ cầu nguyện và rất ít trong bất cứ cách nào đã từng xảy ra trong đời ngay cả tình cờ. Hơn nữa, lời cầu nguyện của tôi ít khi nào chung chung. Chúng rất cụ thể. Cũng thế trong tù mỗi cá nhân không cần thiết phải bị phạm tội hoặc làm điều gì sai lầm để bị phạt. Luận lý của người làm công thường không có bằng chứng hoặc sự chứng minh khác thì không đủ để bảo đãm tù nhân bị phạt. Hoàn cảnh đặc biệt này được xem như một vấn đề cực kỳ quan trọng. Bên cạnh đó, tôi cũng hết sức tin rằng tính cách trong đó mỗi việc được giải quyết là đáp án cho lời cầu nguyện chân thành của Đức Thích Ca Mâu Ni, thần Kim cang tạng cùng với hàng ngàn lời tụng thần chú khác mà tôi đã học.

Tôi chắc Sư cô sẽ biết không phải tôi muốn cung cấp tất cả các chi tiết bẩn thỉu rằng nhà tù là một môi trường khắc nghiệt nhất, nơi mà những điều kinh tởm khủng khiếp nhất có thể xảy ra. Nhà tù chứa một số con người tồi tệ trong xã hội, những tù nhân của những hành động ghê tởm nhất. Giống như vậy, ở mọi nơi khác, có những người 'yếu' và có những người 'mạnh'. Dã thú luôn luôn bẫy mồi người yếu đuối, người trẻ, người khờ dại, luôn luôn với những hậu quả phá hoại. Một số tù nhân tống tiền và thúc bách tù nhân yếu, lấy tiền của tù nhân yếu, thực phẩm, đồ dùng và bất cứ cái gì họ muốn. Đàn ông hiếp dâm đàn ông, bắt họ quy phục mình, bắt họ đi mại dâm, bắt họ làm những hành động không đúng đắn. Những kế hoạch của từng tội phạm Sư cô khó có thể tưởng tượng ra. Tù nhân bị hâm dọa, bóc lột, tống tiền, đánh đập, hành hung, gạ gẫm và thỉnh thoảng bị giết. Họ bị những tù nhân khác hành hung về cả thân thể và tâm lý, làm mất danh giá và làm thành hung ác dã man. Những nguyên nhân để những điều này xảy ra là vô số và bởi vì đó là cách nhà tù luôn luôn có. Một số những người khủng hoảng gặp chúng thì đã bị quăng trong biệt giam, trong những hoàn cảnh tệ hơn mà họ đã có ở thế giới bên ngoài, vì vậy họ chấp nhận và trở nên nguy hiểm hơn, mong muốn lợi dụng người khác và vô nhân đạo. Hệ thống nhà tù tiểu bang đã trở thành tương đối tốt hơn trong những năm gần đây, bởi vì một sự nỗ lực lớn của chánh quyền đã đưa ra và hiệu quả đến, để loại trừ những hoạt động băng đảng và quản lý những khu hay gây vấn đề cho đời sống tù nhân. Nhưng tù là tù và ở đây sẽ có những điều khủng khiếp xảy ra bên trong. Tù nhân là phản ảnh xã hội. Họ là thế giới thu nhỏ lại của thế giới bên ngoài.

Tôi đề cập tất cả điều này bởi vì tôi muốn Sư cô hiểu và đánh giá thế nào ngay cả hơn tất cả những nơi khác. Điều này thật không thể để có một tình bạn chân thật với bất cứ ai trong tù. Những tù nhân thường nhắc chúng ta rằng điều này tốt nếu có sự kết hợp và thân quen nhưng chưa bao giờ làm bạn. Có bạn trong tù đòi hỏi bạn phải tin cậy. Điều này có thể làm cho bạn dễ bị hại và những người tù khác có thể chỉ ra cái nhược điểm này. Bên cạnh những gì có thể xảy ra trong tù rõ ràng có nhiều tình dục và trượng phu giả xung quanh. Vì vậy về căn bản, cần phải thận trọng, cảnh giác bảo vệ những ấn tượng sai lầm. Cần thiết phải luôn mang mặt nạ.

Cách đây ba năm, tôi gặp một thanh niên trẻ đang lo lắng. Anh ta dáng người nhỏ, ngây thơ, dễ bị hăm dọa và thao túng. Anh ta đã trải qua một cuộc thử thách bị một tù nhân khác lột trần và lấn lướt những việc khác nữa. Anh ta 28 tuổi. Mặc dù bản chất tội của anh ta tương đối nặng và anh ta đã phục vụ một số năm trong nhà tù, nhưng anh ta vẫn tương đối ngây thơ, tốt, bản chất trong sáng và có suy nghĩ. Anh ta không phải là mẫu người tù điển hình. Tôi thích anh ta ở sự chân thật và chúng tôi thường nói rất nhiều chuyện. Từ đó, mặc dầu không dự định trước nhưng tình bạn của tôi từ từ phát triển. Tôi có thể thêm vào, tôi hơi ngạc nhiên, tôi đã cẩn thận tránh điều này trong nhiều năm, đó là tất cả lý do tôi đã giải thích ở trên. Mọi vật giống như tình bạn trong tù làm phức tạp cuộc sống. Tôi biết nhiều tình bạn tan rã, xa nhau và thất vọng. Vấn đề của họ trở thành những cái mẫu cho tôi học tập.

Nhưng anh bạn này của tôi thì khác và tôi nghĩ trong sự hồi tưởng, tôi cũng trở thành khác luôn. Chúng tôi không có nhiều điều giống nhau. Anh ta thích đọc sách giả tưởng trong khi tôi thích đọc kinh sách Phật. Anh ta thích chơi môn bóng đá trong khi tôi thích tập tạ. Tuy nhiên, cả hai chúng tôi thích đá banh và lòng tin của chúng tôi cũng có nhiều điểm trùng nhau. Sự hoà hợp, hài hước và ngây thơ của chúng tôi là một sự giảm nhẹ đáng hoan nghênh giữa môi trường nặng trĩu khủng khiếp chung quanh của tù đày.

Điều này khá dài và giải thích vòng vòng vì nó liên quan đến lòng tin của tôi trong sự cầu nguyện. Anh ta là một trong 14 người tù ở nhà bếp. Vì vậy, nên tôi quan tâm về sự sắp xếp việc làm của anh ta và anh ta có thể định đoạt việc của mình. Mặc dù tôi không đặc biệt cầu nguyện cho việc này, tôi tin lời cầu nguyện của tôi cho anh ta được an ổn thoát những điều hại và ngăn anh ta việc ở chung với bất cứ ai trong năm ngày (vì anh ta được thả khỏi biệt giam năm ngày trước tôi) và đó là lý do một khi tôi ra biệt giam, tôi sẽ ở với anh ta lại. Chúng tôi thường ở cùng phòng. Một loạt những câu chuyện không chỉ là sự ngẫu nhiên mà thật sự chưa nghe được ở đây. Tôi sợ những tại nạn xảy ra khi anh ta ra trước và không có tôi bảo vệ (nạn cưỡng dâm, tống tiền...). Vì vậy, tôi chỉ biết nương vào sự cầu nguyện Phật và Bồ tát. Đây là cách mà tất cả điều này có thể xảy ra như nó đã xảy ra. Tôi rất vui khi mọi việc bình yên. Dù sao có lẽ không có gì xảy ra cho anh ta trong một hoàn cảnh như vậy.

Nhà tù này thật là cực kỳ khó khăn nhiều hơn là những chỗ khác. Đối với tôi là phải giữ hạnh nguyện bồ tát trong khi ở biệt giam. Biệt giam là một nơi đầy sự cuồng bạo, sân giận và ghen ghét. Những tù nhân la hét thường xuyên, 24 giờ mỗi ngày trong mỗi tuần, không ngừng nghỉ. Không có sự quan tâm và kính trọng người kế bên. Tôi chưa bao giờ gặp ngay cả ở tuổi của tôi và sau những năm ở tù. Một loại đê mạt, ngôn ngữ dơ dáy, kỳ thị chủng tộc và khinh thường những người khác khi tôi bị 29 ngày ở đó. Điều này rất buồn. Không có sự liên lạc giữa những tù biệt giam nên không dẫn đến đánh đấm nhau, thay vì vậy họ khạc nhổ lẫn nhau, quăng phân và nước tiểu vào nhau. Thật khó để lắng nghe sự la hét, than phiền và chưởi rủa giữa những người bị tinh thần bất ổn (như bịnh nhân điên) trong những chuồng giam này. Vì vậy, tôi tin rằng có nhiều sự tàn bạo, không tánh người bị xảy ra.

Thật khó để biết những điều này, phải ở giữa những chỗ này để tu tập không cho sân giận khởi sự xấu xí của nó lên. Tôi quán chiếu điều ngự không để khởi tư tưởng hay lời nói xấu với người khác và thay vào đó là thân khẩu ý thanh tịnh. Tôi trì năm giới và tụng kinh thường xuyên. Đó là cái duy trì đời tôi trong biển khổ luân hồi và ứng dụng lời dạy của Phật.

Tâm là một điều tuyệt diệu không thể tưởng nổi một khi bắt đầu hiểu và học cách chế ngự nó. Tôi biết rằng tôi đang bắt đầu tiến bộ và lòng tin của tôi đối Phật pháp dần dần tăng lên. Có một sự vui mừng chắc chắn (không có hãnh diện hay tự ngã) trong việc hiểu rằng tôi đã thay đổi đời tôi một cách có ý nghĩa và tôi có sự ảnh hưởng sâu sắc trên cuộc tái sanh tương lai tôi sẽ trải qua. Cuộc sống trong tù vẫn giúp tôi tiếp tục học và tu tập Phật pháp cho đến khi đạt đến giác ngộ. Tôi mang ơn Phật pháp và tất cả. Tận đáy lòng của tôi, xin cám ơn tất cả.

Ryan

Giành Phòng Tắm

Ngày 17, tháng 1, năm 2008,

Như Sư cô biết, thế giới nhà tù thì nhiều chuyện phiền phức hàng ngày xảy ra do việc tranh chấp chỗ ăn, chỗ ở và ngay cả chỗ tắm. Chuyện là tôi chia chỗ tắm với một người tù nhân khác mà chỗ này thuộc về nó. Sự thật thì không thuộc về ai cả mà người tù này nằn nặc đòi cho được là chỗ của nó thường tắm. Thôi, tôi cũng không tranh chấp với hắn làm gì trong khi còn có ba bốn chục chỗ tắm khác.

Điều quan tâm của tôi muốn nói ở đây là tôi đụng độ với cái thằng mà thường thì không bao giờ tôi nghĩ tới. Nếu như tôi không biết giáo lý Phật, tính nhẫn nhục, chịu đựng, không tự chủ được chuyện này thì trong khoảnh khắc có thể là ẩu đả, bạo động, lớn chuyện với nhau rồi. Tôi thấy nhẹ nhõm trong lòng vì không có việc gì xảy ra.

Tojin

Tự Do Tôn Giáo

Sư cô kính, Điều Thứ Nhất của Hiến pháp[13] có nói: "Quốc hội sẽ không ra đạo luật đề cao một tôn giáo hoặc cấm đoán sự tự do tín ngưỡng nào". Tuy nhiên, một số nhà tù Mỹ không hoan nghênh lắm những tôn giáo khác với hệ thống Ky tô. Tuyên úy Ky tô giáo từ lâu thiết lập thế đứng vững chắc trong hệ thống nhà tù. Đạo Do thái và đạo Hồi gần đây cũng dành được quyền lợi bổ nhiệm tuyên úy của họ đến một số nhà tù. Quyền lợi thâu hoạch này cũng phải do các tù nhân của tôn giáo khác, đặc biệt là tù nhân Do thái, Hồi giáo da đen và da đỏ, tranh đấu, trải qua nhiều sự kiện tụng lâu dài mà mới có được tuyên úy của tôn giáo họ.

Chúng ta cũng cần phải có tuyên úy Phật giáo ở nhà tù. Việc này cũng hiếm hoi quá. Đạo Phật ở Wisconsin chưa phát triển rộng và tù nhân Phật giáo cũng ít thì tuyên úy Phật giáo cũng càng hiếm hoi. Thôi thì chúng ta cố gắng những gì trong khả năng vậy như Sư cô nói tuyên úy của tôn giáo nào cũng vậy, miễn làm sao chấp nhận cho quý sư, quý vị hướng dẫn tinh thần của các tôn giáo khác trong

13Thứ Nhất của Hiến pháp Hoa Kỳ (The First Article of the Constitution). https://constitutioncenter.org/interactive-constitution/article/article-i

đó có Phật giáo đến giảng đạo là quý rồi. Cho nên, nhiều khi chức năng của một tuyên úy trong trại tù là chức năng của liên tôn giáo (Interfaith). Có lẽ tôi cũng mở tầm nhìn của mình thoáng một chút.

Nicholas

Để Sống trong Tù

Tôi lớn lên trong thành phố. Đánh lộn là một chuyện bình thường đã xảy ra và đó là thế nào để chúng tôi đạt được sự nễ trọng nếu chúng tôi thắng. Cũng giống như trong nhà tù, bạn được kính trọng nếu bạn mạnh mẽ. Nếu bạn không tranh đấu thì chứng tỏ bạn rất yếu hèn. Vì vậy, khi cần, tôi cũng sẽ tranh đấu, xỉ vả người nào muốn đấu với tôi. Tôi cảm thấy thỏa mãn với hùng khí như vậy. Tôi nghĩ rằng nếu ai đập vào mắt tôi, tôi sẽ thủ tiêu người ấy. Nhà tù là một nơi khô khan, hoàn cảnh bắt người ấy phải tranh đấu vì sự sống còn dù anh ta không muốn. Vì sao phải đánh trả? Vì để mình sống, để bảo vệ mình hay để chứng minh rằng không ai được quyền lợi dụng hay ăn hiếp mình.

Thật ra, không ai muốn tỏ ra mình bất lực. Vì vậy, đeo mặt nạ vào để hung dữ lên và bắt đầu trận chiến, cho khỏi bị ăn hiếp. Chúng ta hãy nhìn vào tâm của mình. Tâm ta là cái đã tạo ra động cơ. Khi tâm mình có động cơ, rồi thì miệng và thân sẽ chuyển động theo hướng ấy. Vun trồng động cơ tốt là trung tâm của lời Phật dạy. Vun trồng động cơ xấu thì quả móp méo tương lai sẽ theo mình. Rất ít tù nhân chịu nghe giải thích điều hay lẽ phải mà họ cứ muốn nuôi hòn than ngầm, chỉ đụng vào là phực cháy thiên hạ liền.

Tyler

Buồn Giận

Sư cô kính, thêm một chuyện buồn giận xảy đến với tôi. Cái gì đã làm cho tôi giận dữ? Tôi giận và thất vọng cho chính mình về những hành động trong quá khứ, ngay cả trong hoàn cảnh hiện tại và sự phung phí của hệ thống nhà tù. Trong 6-7 năm qua tôi đã chứng kiến cảnh ba tù nhân được ra tù một thời gian ngắn rồi cũng vô tù trở lại. Tôi buồn không phải vì tôi không được nhà tù thả ra để tôi có cơ hội làm một người mới, mà buồn cho thân phận của ba tù nhân này. Dĩ nhiên, tôi hiểu rằng mấy tù nhân được ra tù phải chịu trách nhiệm cho những việc họ làm, nhưng những người giáo huấn tù nhân trở thành người tốt cũng có phần trách nhiệm trong chuyện này. Trong trường hợp điển hình, nếu tù nhân nào muốn làm người tốt thì chính họ phải biết thay đổi cho họ tốt hơn. Có nhiều vấn đề ở đây, có người hành hung trẻ con, rồi bị bắt lên bắt xuống lúc ra tòa, quan tòa tuyên án một năm. Trong thời gian một năm rồi thả ra, được ra rồi, hắn lại tiếp tục chuyện cũ, như vậy có bực mình không? Điều tôi bực mình ở đây là mỗi khi có chuyện này xảy ra là bắt quan chánh án đó chịu trách nhiệm về việc phán tội không thỏa đáng. Khi một người phạm tội thì hắn bị trừng trị cho những tội hắn làm. Còn mấy người chánh án phán tội không thỏa đáng, không đúng thì sao? Đây là cái đã làm cho tôi bực mình và vì vậy mà tôi nghĩ đây cũng là chỗ khiếm khuyết của nhà tù.

Như Sư cô nói quan chánh án đâu có túc mạng thông để thấu suốt bản chất trong ngoài và nguyên nhân nhiều đời của sự việc. Chúng ta không nên trách quan chánh án vì chánh án cũng dựa bằng chứng trên các sự kiện và mức định tội của tòa để định tội. Đừng nên trách ai hết. Bản thân tội nhân phải trách nhiệm cho những tập khí hung tàn của mình. Tôi hiểu như vậy nhưng trong lòng vẫn buồn giận?

Tojin

Báo Oán

Sư cô kính, tôi biết trong tôi có một tập khí rất hung tàn. Thỉnh thoảng tôi nổi lên ý muốn báo oán những người mà tôi hận thù. Cũng có khi tôi muốn nhấn chìm mình trong biển rượu, thuốc phiện để chôn vùi cơn đau. Cũng có lần tôi muốn có súng ngắn để bắn chính con người mình, mong thoát khỏi cảnh đau khổ này. Nhưng Phật Pháp và sự quan tâm của mọi người trong đó có Sư cô đã giúp thay đổi con người đó trong tôi.

Hôm nay, Sư cô không nhìn thấy Kenvin như một kẻ vô vọng. Hôm nay tôi rất muốn sống và muốn lợi ích mọi người dù việc nhỏ chỉ bằng ngọn cỏ lá cây. Tôi đã là người Phật tử, một người luôn tu dưỡng tâm mình, yêu thương những người khác và tìm cách chuyển hóa tâm theo lời Phật dạy.

Kenvin

Đổ Lỗi

Cuộc sống hàng ngày trong tù đưa đến những kinh nghiệm khác hẳn với bên ngoài. Thay vì sự tử tế và cảm thông thì sự giao tiếp hàng ngày trong một trại tù chỉ toàn là những sự "tủi nhục".

Luôn luôn có những tín hiệu "tủi nhục" gắn liền vào trong hệ thống sinh hoạt hàng ngày của nhân viên và tù nhân, rõ ràng hoặc ẩn ý, nhắc nhở rằng chúng tôi, cao lắm, cũng chỉ là công dân hạng nhì - chỉ là một con số, không có giá trị gì khác hơn là một mắc xích trong guồng máy kỹ nghệ nhà tù đang trên đà phát triển. Ngay cả khi nhân viên và tù nhân trao đổi những câu xả giao thoải mái, tín hiệu vẫn có đó, tế nhị hoặc không tế nhị: "Mầy là tù nhân, một tội phạm và một thằng tồi. Tao không phải như mầy, tao là người. Tao đáng kể, còn mầy thì không."

Tôi thường ngạc nhiên về việc các tù nhân có vẻ thích nghi với mọi hoàn cảnh xấu ác và chán chường. Vậy là chúng ta đang trả một giá rất đắt cho sự thích ứng đó. Chúng ta tự vây bọc chính mình trong nhiều lớp vỏ thép của sự giận dữ và cay đắng, che giấu chúng ta từ những sự lên án gắt gao của thế giới bên ngoài và từ những sự yếu hèn và đau khổ bên trong - một sự sợ hãi và lạc loài. Chúng ta bị chôn vùi dưới quả núi của mặc cảm tội lỗi. Ít khi nào tù nhân đề cập đến chính họ, lỗi của họ trong những quá trình dao động và đau khổ đó. Những câu chuyện của chúng ta phần lớn là sự giận dữ, hờn trách, đính chánh và hiềm hận. Chúng ta đổ lỗi cho người khác và không bao giờ biết tự trách mình.

James

Đừng Phê Phán

Cái gì là 'chuột nhắt', 'đồng tình luyến ái', 'tên hiếp dâm' và tất cả những 'cặn bả' khác trong hệ thống nhà tù này? Ồ, có thể công việc của chúng ta là không phải để phê phán những người này. Chúng ta đã bị phê phán và chúng ta không thích điều này. Tại sao mọi người muốn mặc áo quan tòa chỉ trỏ lỗi lầm của người này kia? Riêng tôi không muốn.

... Có phải chúng ta tạo những nghiệp xấu cho mình khi chúng ta tạo đau khổ cho người khác? Vâng, không những chúng ta hại họ mà hại cả chúng ta. Nếu chúng ta không thể vị tha ngay lúc đầu thì chúng ta ích kỷ. Từ bỏ nguyên nhân gây cho mình và người nhiều đau khổ. Những tên hiếp dâm tổn thương người khác, nhưng sau đó họ cũng cố gắng ăn năn, hối lỗi và cải tạo tốt. Tại sao chúng ta muốn phạt họ hơn nữa? Chúng ta còn nhiều việc khác hữu ích để làm. Chúng ta không có thời gian để xen quấy vào việc người khác, để ngồi phê phán và chỉ nhược điểm của người khác. Phải dành thời gian cho việc tu tập của mình.

Những tánh khí giận, ghen, tham nổi lên, tôi biết chúng không tách rời tôi. Chúng theo chúng ta hàng ngày nên chúng trở nên thân thuộc với chúng ta. Tôi chấp nhận chúng như bản chất của mình. Vì vậy, chúng được hoan nghênh. Bây giờ, một khi chúng ta kéo màn hoan nghênh đó ra, cuộc tiệc không còn nữa (không chịu hoan nghênh tâm xấu nữa). Tôi thấy nhiều người trong tù, họ hay buộc tội những người xung quanh một cách vô tội vạ. Tất cả do vì họ không thỏa mãn đời sống của chính họ và trách nhiệm của họ. Cho nên, chúng ta phải trách nhiệm đời mình và tất cả cái gì đã xảy ra cho chúng ta và để người khác bẻ gãy cần câu đổ thừa đi. Thật là ý nghĩa khi chúng ta có thể tạo lòng tốt, kiên nhẫn, từ bi với những người khác. Trong bất cứ hoàn cảnh nào, những điều hướng thiện này sẽ loại bỏ đau khổ của chúng ta và người khác.

Làm thế nào chúng ta giải quyết nổi sân giận, thất vọng và buộc tội? Hãy nhẹ nhàng để chúng tan đi. Chúng ta đang bám vào những mặt ý nghĩa của tiến trình tư duy từ xa xưa tới giờ. Đây là lúc để cho chữ nghĩa bay đi. Tôi nghĩ đó là cái cuối cùng đã gây ấn tượng cho tôi. Thỉnh thoảng nó quá mạnh để suy nghĩ về những công phu miên mật phía trước trên con đường đến Phật quả hoặc giải thoát. Thỉnh thoảng tôi nhìn vào chuyến du hành của cuộc đời có quá nhiều điều để thực hiện. Rồi tôi chú tâm vào bây giờ và ở đây, thì tự nhiên sẽ thấy đạt được hiệu quả an lạc hay công phu. Chúng ta chú tâm bây giờ vào giây phút hiện tại đang phát khởi. Chúng ta bỏ tất cả thứ tâm linh khỉnh mà mình cho là mình. Khi chúng ta nhặt một quả táo, có một chỗ bị hư thì chúng ta ăn xung quanh. Chúng ta không nên quăng toàn quả táo đi. Khi chúng ta nhìn vào chính bản thân chúng ta, chúng ta cho mình có một sự kính trọng như chúng ta cho quả táo. Chúng ta không làm như vậy. Chúng ta nghĩ chúng ta phải bỏ tất cả hoặc giữ tất cả. Chúng ta kết luận bằng cách giữ cả những chỗ hư thối bởi vì chúng ta (toàn thể trái táo) quá quý, chúng ta không thể quăng đi. Chúng ta cần phải ăn xung quanh những chỗ hư và cần bỏ những chỗ hư đi. Cũng thế, đừng đánh bạn khi bạn phản ứng theo phản xạ và nhận thấy tham sân đang khởi. Cố gắng thấy điều này. Thật là vĩ đại nếu bạn đã đủ nhận ra điều này. Rồi để chúng đi. Buông tư tưởng chấp thủ ra. Đừng hành động gì cả và đừng đánh bản thân bạn bởi vì nó vẫn chính ở bên trong bạn.

Cuối cùng điều này đã đến với tôi. Khi tôi bắt đầu nhận ra phiền não, tôi cảm thấy tội lỗi vì phiền não ở đó. Rồi tôi giải thoát khỏi tội lỗi và để những chấp thủ về những cảm giác giải thoát này khởi lên. Rồi có một sự thừa nhận rằng điều này xảy ra như vậy, như vậy, bạn đừng phản ứng theo phản xạ tập khí như bạn trước đó. Không quan trọng cái gì đã xảy ra, bạn đã tạo cho nó xảy ra hoặc kiếp này hay kiếp trước. Đây là những việc mà tôi cố gắng chánh niệm. Tôi chánh niệm an trú nhận biết tất cả những gì đã xảy ra như đề mục thiền định và chúng rõ ràng có khả năng trừ diệt những phiền não từ thân, khẩu, ý của tôi.

Hãy quán tưởng tất cả chúng sanh là gia đình ruột thịt của mình, bây giờ và trong kiếp quá khứ. Quá khứ, tôi đã từng lắng nghe họ khi họ nói với tôi và tha thứ cho tôi khi tôi có lỗi. Tôi đã từng chịu đựng để tìm cách hòa giải khi họ đang sân giận và chấp thủ. Tôi chấp nhận tất cả những điều đang xảy ra với tôi là kết quả của thân, khẩu, ý ảnh hưởng từ quá khứ. Khi tôi chấp nhận những hậu quả xấu với sự tha thứ, tự trọng và buông xả thì những vọng tưởng tan đi. Nếu tôi khởi tư tưởng xấu thì chúng sẽ hiện tiếp tục không dừng. Đây là những điều tôi đã quán chiếu và trải nghiệm.

Tôi không biết những điều này có ý nghĩa gì không? Tôi chỉ là một tù nhân đang cố gắng tu tập Phật pháp. Tôi cầu nguyện rằng tôi sẽ có sức khỏe để vượt qua những chướng ngại và khiến những thành quả giác ngộ của Đức Bổn Sư được hiển hiện ở tôi. Trong nhiều trường hợp ở thế giới nhà tù này, tôi hầu như không đả thương mọi người và như thế tôi cũng không bị tổn thương. Chúng ta rất khó tránh bạo lực ở đây nhưng tôi đã tránh được. Đây là hiệu quả trong việc tu tập.

David

Dạo phố

Sư cô kính, tôi là một tên tù bị biệt giam (the hole, Administrative Segregation)[14] đã 20 năm rồi. Từ lâu

14. Phòng Biệt giam [The Security Housing Unit (SHU)]: một nhà tù-trong-nhà tù. Đây là nơi các Trung tâm Kiểm soát và Dự phòng Bệnh tật (CDC) gọi là "nơi tồi tệ nhất trong những nơi tệ hại nhất." Các tù nhân của Phòng Biệt giam bị giam giữ trong những gian phòng không có cửa sổ 23 tiếng mỗi ngày trong nhiều năm liền.

không tiếp xúc với người, chỉ có bốn vách xà lim trong 23 giờ mỗi ngày. Người mà tôi được thấy là tên lính canh, mỗi buổi đem thức ăn đến.

Hôm nay ra xe để chuyển trại đến nhà tù cực trọng Wisconsin Secure Program Facility của tiểu bang Wisconsin (Super Maximum security, Boscobel, WI). Ngồi trên xe van, qua khe hở của cửa, tôi thấy ngoài phố cuộc sống nhộn nhịp quay đều. Hôm nay chủ nhật nên rất nhiều người đi mua sắm. Mọi người đi tới lui rộn rã, tay mang những giỏ hàng, miệng trả lời điện thoại di động trước các 'mall' (siêu thị). Khách đổ xăng nơi cây xăng thì trả tiền bằng thẻ credit, chỉ cần quẹt vào máy một phút là xong. Thật khác xa thời của tôi cách đây 20 năm, lúc đó chưa có hệ thống internet hay trả tiền bằng visa card. Rõ ràng có nhiều sự thay đổi quá. Rồi xe chuyển trại chạy qua những đường ngoài thành phố đầy những bóng cây. Sắc thu đã đến. Những lá nâu vàng rơi xào xạc. Thật sự là nhẹ nhàng khi tôi được thấy cánh đồng và bầu trời từ xa. Nhiều tư tưởng và cảm xúc đã khởi lên. Đã lâu rồi tôi mới nhìn thấy được thiên nhiên đáng yêu này. Tôi mong xe chạy lâu hơn để tôi được kéo dài giây phút này.

Paul

Ăn Cắp

Sư cô kính, công việc của tôi là làm việc văn phòng để trợ giúp thụ lý hồ sơ tù nhân. Tôi thẳng thắn với cấp trên và hoàn tất công việc chu đáo. Mặc dù nhiều tù nhân cố gắng tìm cách làm việc càng ít càng tốt, thế nhưng họ vẫn

Những người bị giam giữ trong những điều kiện này đã phát triển trạng thái tâm lý được gọi là "Hội chứng SHU" – sự suy giảm năng lực tinh thần do bị cô lập quá mức.

nể nang những người đại lao lo việc cho người khác chu đáo. Nên tôi cũng được kính nể.

Đôi khi có những tù nhân bảo tôi ăn cắp dụng cụ văn phòng xài. Những nhân viên cấp trên luôn luôn cho tôi những dụng cụ văn phòng mà tội cần đến, cho nên tôi thường chia cho tù nhân một phần. Khi tù nhân áp lực bắt tôi cần phải ăn cắp số lượng nhiều, tôi bảo họ tôi không làm việc đó. Tôi thường giải thích là nó không đáng so với sự mất việc làm tốt của tôi. Nếu như người tù đó tỏ vẻ cởi mở, tôi sẽ giải thích cho họ nghe về năm giới của người Phật tử tại gia mà tôi phát nguyện giữ, nên tôi không thể phạm giới "Lấy của không cho".

Ít người cho rằng ăn cắp của nhà tù là phi đạo đức. Tù nhân xem đó như giải phóng đồ vật từ kẻ thù hoặc như là hành động trả thù. Ngay cả những con chiên Tin lành ngoan đạo mà tôi biết cũng không xem việc trộm cắp của nhà tù là vấn đề. Đối với tôi, việc ăn cắp đó là một vấn đề kỷ luật và liên hệ đến giới luật mà tôi đang trì giữ.

Tôi hiểu rõ tại sao nhiều tù nhân cảm thấy bắt buộc phải chống lại bằng mọi cách đối với sự phi lý của hệ thống nhà tù, và họ xem sự trộm cắp như một phần của sự đấu tranh, nhưng rất tiếc, suy nghĩ đó chỉ đem đến sự tự hại. Tôi suy ngẫm nhiều về việc nhà tù có thể được chỉnh đốn, để xây dựng lòng tự trọng và khuyến khích sự phát triển nguyên tắc luân lý, giống như Chánh Nghiệp trogn Bát chánh đạo[15], thay vì chỉ tăng gia sự đắng cay, giận dữ

15. Bát chánh đạo (tiếng Phạn gọi là āryāṣṭāṅgika-mārga) là con đường chánh tám ngành đưa đến Niết-bàn giải thoát, còn gọi là Bát Thánh đạo, gồm có tám chi sau:

1. Chánh kiến (skrt: samyag-dṛṣṭi, pāli:sammàditthi): thấy đúng.
2. Chánh tư duy (skrt: Samyak-saṁkalpa, pāli: sammàsankappa): suy nghĩ đúng.

và trộm cắp. Biết đâu một ngày nào đó tôi sẽ có cơ hội thực thi những ý tưởng đó ở một nơi nào.

John

Tự Tử

Tôi nhớ có một đoạn kinh Đức Phật dạy rằng: "Thói quen hiện hành mạnh mẽ khi đã có hàng loạt những hành động như vậy xảy ra, tâm của bạn tự nhiên hướng về đó... Nếu tập khí được lập lại nhiều lần và ấn tượng trở nên mạnh mẽ thì chúng ta sẽ thực sự nhuần nhuyễn với thói quen ấy".

Sư cô kính, từ lâu tôi hay nuôi ý tưởng tự tử khi bị nhiều đau khổ đè nén chịu không nổi và rồi tôi đã bắt đầu suy nghĩ đến việc tự tử ngay cả khi không có đối mặt với sự bức bách đau khổ. Rõ ràng như vậy là quẫn trí.

Ý muốn tự tử và tự làm tổn thương mình thường xuyên xảy ra. Tất cả đều là từ sự đau khổ của kiếp người. Nhưng may mắn thay nhờ nhập vào nhóm tu học do quý sư hướng dẫn, tôi đã kịp nhận ra rằng tự tử là đại vọng tưởng và hãy dùng thân thể ô uế này làm các việc thiện khác để bù đắp, như người nương thuyền để qua sông. Tôi như người tỉnh khỏi cơn mê. Khi tôi nghe nói có một tù nhân hay ai đó đòi tự tử hoặc chết rồi, tôi đau lòng vô hạn. Tôi không nghĩ đó

3. Chánh ngữ (skrt: Samyag-văc, pāli: sammàvàca): nói đúng.
4. Chánh nghiệp (skrt: Samyak-karmānta, pāli: samm kammata): làm việc đúng.
5. Chánh mạng (skrt: Smnyag-ājīva, pāli: sammààjiva): sống đúng.
6. Chánh tinh tấn (skrt: Samyag-vyāyāma, pāli: sammààyàma): siêng năng đúng.
7. Chánh niệm (skrt: Samyak-smṛti, pāli: sammà satti): nhớ đúng.
8. Chánh định (Samyak-samadhi, pāli: sammà samàdhi): tập trung đúng.

là trò đùa. Thỉnh thoảng tôi tự hỏi làm thế nào giúp tù nhân biết quý giá mạng sống của mình để tu tập và đem hương hoa cho đời? Phật giáo là một con đường sống cho họ.

Nathan

Hấp Hối

Sư cô kính, tôi kể Sư cô nghe về một tù nhân vừa mới ra đi để về cõi tịnh. Ken là một người cao lớn bị bịnh ung thư phổi vào hạng chót của thời kỳ. Anh chỉ có thể sống khoảng một tuần nữa thôi. Tôi là một Phật tử hay phát tâm thiện nguyện đến hộ niệm cho người hấp hối nên ông tuyên úy bảo tôi đến thăm Ken. Tôi vào phòng và lên tiếng: "Ken, anh có nghe tôi nói không?" Nghe tiếng tôi gọi, anh hơi chuyển mình và hé mắt ra một chút. Anh thở thoi thóp và rất khó khăn. Anh ta gật đầu chầm chậm. Tôi nói lý do tôi đến đây cho Ken nghe.

Ken đang còn bị thuốc làm buồn ngủ. Đối với một người bị bệnh ung thư thì anh vẫn còn một thân thể to lớn và khỏe mạnh. Hơi thở của anh tuy cạn, những vẫn chưa phải là hơi thở vừa cạn vừa gấp của người sắp chết.

Tôi ngồi niệm Phật nho nhỏ cho Ken nghe. Ken gật đầu mỉm cười. Trong vài lần thăm viếng kế tiếp, Ken gần như không phản ứng gì hết. Đôi khi anh mở mắt ra nhìn tôi, nhưng phần lớn thì cứ nằm ỳ ra đó vật lộn với hơi thở. Tôi đem hình Phật A Di Đà đến để anh thấy và cảm thấy không cô đơn. Tôi tiễn anh đi trong tiếng niệm Phật nho nhỏ của mình.

Michael

Hơi Ấm Từ Bi

Sư cô kính, tôi đã chuyển đến nhà tù bậc năm. Đây không có sự khác biệt giữa trại này và trại vừa rồi tôi ở, ngoại trừ nơi đây như có nhiều sự căng thẳng về tinh thần. Có rất nhiều tù nhân tôi biết cũng chuyển trại giống tôi và nhìn tên dán trên bảng, tôi nghĩ có lẽ chỉ có tôi là Phật tử. Đây không phải là vấn đề lớn, nhưng tôi hy vọng là biết những người tu tập khác ở trong trại này để trao đổi tư tưởng và kinh nghiệm tu tập "Ăn cơm có canh, tu hành có bạn".

Tôi muốn nói một chút về lòng từ bi. Cách đây vài ngày, tôi xem tivi và thấy kết cuộc của một cuốn phim buồn quá. Tôi cũng đau lòng không muốn các nhân vật gặp chuyện buồn trong đời ngay dù chỉ là phim không thật.

Tôi thật ủy mị nhưng điều này cho tôi thấy sự cảm xúc mạnh mẽ của mình. Bây giờ tôi hiểu thật sự lòng từ bi là gì? Tôi cố gắng nuôi dưỡng và phát triển lòng từ này cho mỗi chúng sanh bất kể họ là ai, là tù nhân và họ đã làm cái gì? Điều này cho thấy tù nhân ở trong tù đanh thép lạnh lùng, nhưng không có nghĩa là anh ấy hay cô ấy đang không có trái tim nhiệt tình thương yêu. Đối với tôi, từ bi là thấy sự đau khổ trong một đời người, nhận ra chúng sanh đau khổ thì giống nhau và tìm cách giúp họ.

Cố gắng gieo lòng từ cho một người nào đó trong tuần này ngay cả chỉ một người. Nhớ rằng hành động của mình là hành động của trượng phu. Cầu cho mọi loài an vui và hạnh phúc nhất là trong thế giới tù nhân đang cần hơi ấm đó.

Samuel

Cõi Lòng Địa Ngục

Làm việc trong trường học nhà tù hơn 13 năm, tôi đã giúp những tù nhân cáu tính và giận dữ -- càng giận dữ hơn vì bị bắt buộc phải đi học -- học đọc, học toán, học viết và thi đậu bằng trung học tương đương (*GED-General Educational Development, thi một số môn có giác trị tương đương như cấp III*), hoặc phải hoàn tất một số tín chỉ đại học. Tôi làm việc với những thành viên băng đảng trong nội thành, gốc Á châu, gốc Phi châu và những người gốc Nam Mỹ bị tù vì buôn lậu ma túy hoặc nhập cảnh bất hợp pháp. Tôi cũng làm việc với những tù nhân tâm thần đang hồi phục.

Tôi quyết định mở rộng cõi lòng trong thế giới địa ngục tràn ngập vô lượng khổ đau, giận dữ, chua cay, tuyệt vọng và sầu não. Tôi biết những sự thực tập và học hỏi về tâm linh là chìa khóa [để trợ giúp người khác] và tôi cũng đang theo học một khóa tôn giáo học với một ước mong giúp được nhiều tù nhân an ổn tinh thần.

Christian

Lặng lẽ ra đi

Được tin báo một người bạn của tôi bất ngờ chết trong xà lim khi đang ngủ. Anh ra đi lặng lẽ nhẹ nhàng, không người đưa tiễn... Những nhân viên an ninh đi vào để chụp hình thi thể và gom góp tất cả đồ đạc của anh. Tôi cố gắng giấu đi giọt nước mắt khi bước ra ngoài. Tôi cảm thấy vui, buồn, trần trụi và tầm thường lẫn lộn. Giây phút này là một món quà quý báu cho thế giới tù tội ở đây, một thế giới đã làm cho con tim tù nhân trở nên chai đá nhưng cũng làm cho trái tim tù nhân *rung động dừng lại* – một phút tưởng niệm – *"một cái bi thẫm mỹ" tiễn chân một tù nhân đã vĩnh viễn rời thế giới tù đày* và thế giới con người để ra đi về bên kia.

Noah

Tu Tập

Sư cô kính, cách đây vài tháng có một tù nhân hay tới dãy tù của tôi để chơi bài xì phé. Sau đó, anh ta đổi phòng và ở cạnh tôi. Từ khi anh ta là hàng xóm của tôi, tôi đề nghị anh ta thay vì chơi bài, thì theo tôi gia nhập nhóm ngồi thiền và tụng kinh. Từ đó, anh ta trở thành một người tu tập rất tinh tấn.

Tu tập trong tù có thể là một cơ hội tuyệt vời để trải nghiệm sống với cái gì bạn đã học. Không giống 'bên ngoài tù', tìm thời gian thích hợp tu tập có thể khó khăn, đặc biệt nếu người cùng phòng không thông cảm từ ái (tôi may mắn có người bạn cùng liêu rất hiểu biết), nên tôi có thể tu tập tại phòng.

Sự tu tập của tôi diễn ra tốt đẹp và tôi thật sự rất vui về điều này. Buổi sáng trước khi đi làm, tôi tọa thiền một giờ và buổi chiều một giờ. Có khi 5g chiều khi bạn tù của tôi đi chơi thể thao rồi và lúc 9 giờ đêm là những giờ công phu của tôi. Tâm của tôi nhẹ nhàng thanh thản với sự tu tập đều đặn của mình. Sự thực tập giống như một người thầy tinh thần trên vai tôi, nhắc nhở tôi khi cần thiết, nhắc tôi ở lại giây phút này và chia sẻ từ bi bác ái đến mọi người. Thật là những ngày tu tập tuyệt vời tại thế giới tù nhân này.

Dylan

Thế giới ồn ào

Rất có thể sẽ hữu ích nếu bạn xem thế giới nhà tù như một tu viện, bởi vì điều này có thể giúp bạn xem chốn lao tù như một nơi thực tập và là một trải nghiệm tâm linh lớn lao. Nhà tù, cũng như tu viện, bạn sống trong một cộng đồng cách biệt với thế giới bên ngoài. Cuộc sống trở nên đơn giản. Không phải trả tiền nợ, cũng không có trách nhiệm gì nhiều, ngoài những gì mà người khác bảo mình phải làm và làm đầy đủ bổn phận những việc trong tù hay tu viện của mình. Bạn cũng không còn liên hệ trực tiếp với gia đình, mặc dù cũng có nhiều người vẫn liên lạc với thế giới bên ngoài bằng thư tín và điện thoại.

Phần lớn các nhà tù, giống như tu viện nam và tu viện nữ, là môi trường của từng giới tính riêng biệt. Tuy nhiên, nhân viên nhà tù có thể có cả nam và nữ.

Thật ra, nhà tù chẳng giống một tu viện hay đạo tràng tu tập Phật pháp. Một trong những lý do chính là tính chất của nhà tù là ồn ào, náo loạn, giận dữ, thù hận, buồn chán, v.v... Đặc biệt, một cảm giác "tuyệt vọng" bao trùm toàn thế giới tù nhân, nhất là trong các tháng mùa đông, khi mà các sân chơi đóng băng tuyết. Mùa đông ở Wisconsin lại kéo dài cả nửa năm nên tình trạng lê thê này thật dài hơn cả thế kỷ. Thật là "Một ngày trong tù bằng trăm năm tại ngoại".

Lúc mới vào tù, cuộc đời tôi như rớt vào hố sâu hỗn loạn. Tôi không ngủ được, trong tâm rần rật những trạng thái bứt rứt, dày vò, hối hận và mơ tưởng đến chuyện vượt ngục. Tôi ở chung với một bạn tù trong một xà lim nhỏ, với một bàn cầu và một bồn rửa mặt, thường bị nghẹt. Đây là một sự sống rất chung đụng, bạn không muốn đi cầu nếu người bạn tù đang ở trong xà lim, anh ta cũng không muốn ở đó, cho nên bạn phải xếp đặt mọi việc cho ổn thỏa. Cơ hội cho sự xung đột lúc nào cũng hiện diện trước mặt bạn.

Phòng thì hầu như là giường hai tầng, có phòng tập thể khoảng 60, 70 người thì biết sự ồn ào đến như cái chợ thế nào! Tù nhân bày tỏ sự bất lịch sự và ngang tàng với những người mà họ đã sống chung một thời gian lâu dài chán ngán. Vào buổi sáng, buổi trưa, buổi chiều và buổi tối, tiếng ồn náo lại vang ầm. Hình như không ai thích im lặng cả. Trong phòng tập thể là nơi náo động nhất của đánh bài, chơi lô tô và cãi nhau. Tiếng ồn ào và thiếu thốn sự yên tĩnh cá nhân là những chướng ngại lớn nhất cho vấn đề thực tập tọa thiền trong nhà tù. Từ 7 giờ sáng đến 11 giờ đêm, nhà tù đầy chật tù nhân nên luôn luôn có tiếng ồn ào liên tục. Ngay cả những giờ "yên tĩnh nhất" cũng có tiếng nhạc hay âm thanh từ tivi, radio phát ra.

Chúng tôi sống với sự ồn ào liên tục, tivi và radio mở hết ga 24 giờ mỗi ngày, tù nhân la hét với nhau và các vụ đánh lộn gần như xảy ra liên tục. Thật là khổ!

Benjamin

Đứng Lên Sau sự Sụp đổ

Sư cô kính, tôi nhớ lại ngày đầu bước vào tù cả người tôi nặng nề với bao sự phiền muộn. Sự phiền muộn luôn luôn hiện diện, ngay trên bờ vai của tôi, trong xó của sự nhận thức của tôi, một lỗ đen ngòm của sự tuyệt vọng và đen tối. Nhớ lúc ở nhà tù quận, trong lúc đang đợi hầu tòa và đợi bản án, tự nhiên tôi cứ muốn nằm xuống và chết. Buổi sáng khi nghe tôi bị án 20 năm không ân xá, hai đầu gối tôi quỵ xuống. Luật sư của tôi phải đỡ tôi đứng dậy. Tôi vẫn còn nghe phía nguyên cáo vui mừng, giống như họ đã vui mừng khi mà bồi thẩm đoàn ra quyết nghị kết tội toàn bộ những điều án. Tôi cảm nhận như cuộc đời tôi đã chấm dứt ngay tại chỗ này. Hiện thực của sự mất đứa con trai, mất mái ấm gia đình và cả cuộc đời mà tôi đã từng trải, đã giáng xuống cho tôi một sự đau khổ và tuyệt vọng mà tôi chưa bao giờ trải qua. Lúc đó, đầu óc tôi quay cuồng, tôi không còn có thể nhận rõ hoàn cảnh chung quanh. Lúc đó chỉ còn một ý nghĩ thoáng qua trong đầu: "Đừng để bọn chó đẻ đó thấy mình khóc." Đó là quá khứ.

Trong lòng tôi vẫn nuôi sự oán thù và phiền muộn, cho đến ngày tôi gặp được Phật pháp. Tôi không còn trách cứ họ và tôi chấp nhận thời gian tù của mình như một sự thử thách và nơi khiến tôi đến với đạo Phật.

Logan

Tiền

Sư cô kính, mặc dù nhà tù không hạn chế số tiền bạn để trong trương mục của ngân hàng, nhưng bạn chỉ được phép chi tiêu tối đa 125 đô la mỗi tháng. Bạn cũng có thể đổi tiền cắc mỗi tuần lễ tối đa là 15 đô la, để chi trả cho các máy giặt, máy sấy và các máy bán ăn uống đồ vặt, thế nhưng, bất cứ lúc nào, bạn không được phép giữ trong người hơn 20 đô la tiền cắc. Nếu bạn bị bắt gặp, bạn sẽ bị mất số tiền đó, đồng thời, đôi khi có thể bị biệt giam. Tối thiểu, bạn bị mất quyền lợi "chỗ ngủ thâm niên", nghĩa là lại phải bắt đầu từ đầu, ngủ trên giường tầng trên trong một phòng ngủ công cộng rộng và rất ồn ào. Tuy thế, vẫn có người giữ nhiều hơn số tiền hạn định, bằng cách tìm cách giấu, hoặc chia cho những bạn tù khác giữ dùm.

Hạn định chi tiêu 125 đô la một tháng, mục đích chính là để giới hạn tù nhân tiêu dùng quá mức dù là tiền của người thân. Phần lớn tù nhân không có ai gửi tiền và việc làm toàn thời gian trong nhà tù chỉ trả từ 11 đô la đến 60 đô la một tháng, thế nhưng đa số chỉ kiếm được 25 đô la một tháng và nhiều người, đặc biệt là những bệnh nhân, chiếm khoảng hai phần ba số tù nhân, chỉ kiếm được độ 4 đô la một tháng làm việc bán thời gian, hoặc không kiếm được đồng nào cả. Vài tù nhân tìm một vài công tác "lương thiện" khác, hoặc là giặt, ủi quần áo, lau phòng hoặc hớt tóc cho các tù nhân khác. Vài người làm thiệp chúc, vẽ chân dung, thêu khăn hoặc làm các món đồ nghệ thuật để gửi bán hầu tăng gia lợi tức. Nhiều người đem thức ăn đi bán lén, hoặc bất cứ việc gì để tìm ra tiền. Có vài người lại may mắn có thể tìm ra tiền để gửi về cho gia đình!

Bạn có thể sống trong tù mà không cần tiền. Nhà tù cung cấp cho bạn mỗi ngày ba bữa ăn, quần áo làm việc và những đồ lặt vặt cần thiết. Bạn có thể liệng quần áo nhà tù có in tên và số tù của bạn vào thùng quần áo giặt và vài ngày sau nó sẽ xuất hiện trong ngăn quần áo của bạn. Vớ và khăn tắm có thể thay đổi mỗi ngày.

Bị "nghèo" trong nhà tù cũng là một sự "phiền muộn". Bạn có cảm tưởng bất lực vì không thể mua sắm vật dụng mà điều này trong xã hội chúng ta xem như một tiêu điểm "tối cao" của địa vị con người. Thế nhưng, trong tù, không ai xem thường người nghèo, với điều kiện bạn đừng đi chung quanh vay mượn tiền bạc, vật dụng của mọi người. Vài người đã thích ứng với cuộc sống đạm bạc, mặc dù họ rất có "thớ" (địa vị cao) ở ngoài xã hội. Tuy thế, phần lớn đều tìm đủ mọi cách để có tiền.

Tù nhân không được phép tặng nhau những món đồ giá trị, cho nên tất cả những vụ đổi chác đều vi phạm nội quy và bị xử phạt. Nhưng việc này không thể nào kiếm soát và tù nhân thường mua, bán những vật giá trị, trao đổi hàng hóa và sự phục dịch, cho vay tiền lấy lãi, đánh cá thể thao và bài bạc. Phương tiện trao đổi là tiền cắc, những tập tem bưu điện, thuốc lá và những món linh tinh. Đó là thế giới nhà tù mà chúng tôi đang sống.

Brandon

Nhẫn nhịn

Phòng tôi có hai tù nhân và giường ngủ hai tầng. Người bạn cùng phòng tên Peter. Peter ngủ ở tầng giường trên, hắn thường ít tôn trọng mọi người, nhất là tôi. Hắn chỉ xã giao với người gác cổng và không thân với tù nhân nào khác. Đêm đến là đến giờ hắn nằm trên giường hắn la toáng lên, ca hát, chửi bới um sùm. Tôi ở giường dưới thường im lặng mong cho hắn im mồm sớm. Tôi không dám mở miệng than phiền và khuyên can vì sợ sẽ là cái cớ cho hắn chưỡi mình.

Tôi cần phải phản quan lại mình, bởi vì thỉnh thoảng mình không thích cái ngu của người khác vì cho mình thông minh hơn. Mình thỉnh thoảng đánh giá hành động, lời nói của người khác làm mình bực bội, giống như tên tù nhân Peter kia. Peter đang hênh hoang cho rằng hắn sáng suốt hơn mọi người và mọi người xung quanh đáng ghét, đáng nguyền rủa và đáng hành hạ. Tôi không biết Peter theo đạo nào? Chúng tôi ở cùng phòng mà giống như hai thái cực, không hút vào nhau. Tôi không muốn trình việc gây rối này lên nhân viên, vì không muốn hắn bị tống vào biệt giam lạnh lẽo.

Tôi đang bị giam trong song sắt tù. Peter cũng bị giam trong song sắt tù và hơn thế nữa Peter đang bị giam bởi sự tự ngã, vô minh, sân giận và cơn điên của mình. Tôi nhẫn chịu từng ngày và vui vì kết quả mỗi ngày chịu đựng đã qua.

Thuốc giải của sân giận là nhẫn nhịn. Nếu người nào đánh bạn với cây gậy. Bạn sẽ giận cây gậy? Không, bởi vì chính con người là chính. Nhưng cái gì làm cho người ấy chuyển động? Chính giây phút người ấy mất sự tự chủ do nỗi khổ sở của tinh thần. Chính nỗi khổ sở của tinh thần là vấn đề chứ không phải con người. Suy nghĩ về cách này, sẽ làm sân giận biến đi bằng cách tu tập kiên nhẫn và thương xót nỗi khờ dại làm họ trở thành người khác.

Chúng ta cùng tụng 'Án ma ni bát minh hồng' gia hộ cho họ vậy.

Zachary

Thực trạng Nhà tù

Tôi đã ở nhà tù tiểu bang 10 năm và tôi là môt người đàn ông lăng nhăng (có quan hệ tình dục với nhiều phụ nữ), một người sử dụng thuốc phiện, nhà nghệ thuật, nhà âm nhạc và người không biết sử dụng thời gian thế nào cho việc hữu ích. Tôi không biết người khác làm thế nào và tôi thật sự không có chuẩn bị trước loại đời sống trong thế giới tù tội này. Tôi đã phạm tội vì một sự khờ dại, đã giữ tôi bên lề xã hội là vì tôi cho một người mượn xe để làm những chuyện bất hợp pháp.

Tôi có học triết, thiền và vũ trụ học Phật giáo. Khi lần đầu tiên, tôi bị tù và tôi có gắng thực tập tu để chuyển hóa quãng đời còn lại của mình. Sự tu tập mới mẻ chưa hiển hiện những thay đổi thanh tịnh trong dòng vận hành tâm của tôi, nhưng kết quả chắc chắn sẽ đến nếu tôi chân thật tu tập.

Tôi không gặp bất cứ sự phiền gì khi tôi đến nhà tù lần đầu tiên. Đây là một nhà tù tệ hại, có nhiều bạo động, tục tĩu, hãm hiếp, ăn trộm, đâm chém và hành hung. Xà lim nhỏ và dơ dáy, không có nước nóng. Chỉ có nước nóng một lần một tuần trong năm phút, trong phòng tắm tập thể với hơn hai trăm tù nhân một lần. Không có điện thoại gọi về nhà, không có tivi, không có máy làm nóng thức ăn (*microwaves*) và không có những trang trí hoa mỹ (chỉ sau này mới có).

Có một lần tôi đứng ra ngăn cản một bé trai nhỏ bị hiếp dâm trong một căn phòng nhỏ của bịnh viện. Sau đó tôi thành kẻ thù của tên hiếp dâm, nhưng anh ta chưa đụng động gì tôi cả. Tôi cao 6 feet 5 inch và nặng 200 pound vào lúc đó. Kích cỡ thân người này không có ý nghĩa gì cả trong tù này, nhưng tôi cũng khiến chúng đáng sợ. Tôi không phải là mục nhắm dễ dàng. Vì vậy, dã thú có thể tránh xa người có thể cho họ một cái gì đó đích đáng hơn họ muốn.

Lúc đó, tôi đã "đủ tư cách" trở thành một thành viên của họ. Tôi ghét ăn cắp. Tôi tha thứ việc dùng bạo lực đối với bọn "chuột nhắt" (ký sinh, ăn hại, những người thường dùng những thủ đoạn bẩn thỉu). Điều này khiến tôi đủ điều kiện trở thành một thành viên của "gang" (băng đảng). Tôi không phải "chuột nhắt", cho nên tôi "OK". Tôi cũng không phải là "đồng tính", hay "nghiện ngập". Những người trong "đảng", hoặc trong "đảng truyền thống" đã lớn lên cùng thời với James Cagney và Humphrey Bogart, cùng những tội phạm "gương mẫu" không tới lui với những tên "chuột nhắt", đồng tính, nghiện ngập. "Tội phạm tốt", "tội phạm cứng" không quan tâm nếu một tên chuột nhắt, đồng tính hoặc nghiện ngập bị đâm hay bất cứ chuyện gì. Những tội phạm "cứng" không bao giờ bàn luận cho "những người áp bức" và họ không bao giờ chứng tỏ mình "yếu đuối". Tôi đã học tất cả cái này rất nhanh chóng. Tôi đã thích ứng và giống như một diễn viên rành nghề, tôi đã trở thành một trong những "tội phạm cứng" và được thâu nhận vào trong thế giới tù nhân mới này.

Tôi không được ân xá bởi vì tôi dùng thuốc phiện dọc đường. Luật sư của tôi nói tôi không có tiếp tay người khác làm bậy, tôi cũng không có dùng LSD, côcain hay thứ khác làm hại tinh thần. Tôi thật sự không phải là tội phạm, tôi chỉ là người ngu ngốc dùng thuốc thiện.

Điều đó trở nên đỡ hơn. Tôi đã ra khỏi tù và sau nhiều năm, cuối cùng đã đến New Mexico, bị rơi vào trong một bi kịch ở đó, khiến một người đàn ông chết, còn tôi thì gán ghép vào vụ án mạng này. Dĩ nhiên, khi tôi vừa ra khỏi nhà tù cực trọng ở phía đông nam của Santa Fe, tôi lập tức trở lại dáng anh hùng 'lạnh' liền bởi vì tôi bị kết tội giết người, tôi bị tù từ 10 đến 50 năm. Thằng bạn chó đẻ của tôi bị tù chung thân. Tôi là một người tái phạm tội và bị giam vào nhà tù mà tôi đã ở trước đó.

DF là một trong nhà tù tệ nhất ở tỉnh này. Những lính gác cổng là những người bán thuốc phiện cho tù nhân và những người khác, đánh người tàn nhẫn (thỉnh thoảng đến chết). Những điều này khiến cho nhà tù nhiều bạo lực hơn phải tránh xa trong sợ hãi. Nhưng không được tò mò tọc mạch chuyện ra bên ngoài. Ít nhất có đến 133 người chết trong ba ngày náo loạn của phong trào 'Groundhog Day Riot' năm 1980.

Tôi vẫn là một người tán thành việc bạo động như là một giải pháp cho những hoàn cảnh nào đó. Khi tôi nhìn những người đàn ông hành hạ lẫn nhau đến chết. Tôi không can thiệp. Tôi đã nhìn nhiều tù nhân ngả xuống trên vũng máu của họ. Những lính canh chỉ đến khi trận đánh đã chấm dứt. Ở SF, nếu người nào muốn bạn chết thì bạn phải chết. Lính canh không xen vào. Thỉnh thoảng họ là những người ăn chịu 'ngó lơ' trận đánh đó. Tôi thì không thấy khó chịu gì cả. Tôi ra khỏi trận đụng độ đó, ai muốn làm gì thì làm.

Hơn nữa, tôi thật sự không quan tâm. Tình cảnh thật là kinh khủng ở SF. Những cửa sổ bị bể vì thế bụi, mưa, tuyết có thể quanh năm bay vào. Nước nóng có khi hết ở mùa đông. Thực phẩm là đậu, cơm, thỉnh thoảng vài miếng thịt với tóc dính vào đó... Tôi muốn viết đầy cuốn sách những gì tôi đã thấy, nhưng tôi không viết bây giờ, có thể sau khi ra trại.

Mấy năm sau, tôi bị nhân viên liên bang bắt giữ với lý do cựu tù nhân giữ súng, khẩu súng trường .22 của con trai tôi, trong một cuộc cắm trại trong Lâm viên quốc gia. Đây là một sự sở hữu hợp pháp, vì đó là súng của con trai tôi, chứ không phải của tôi. Thế nhưng, khi bạn đã có hồ sơ "án mạng" trong xứ này, bạn phải cẩn thận đề phòng mọi "bất trắc" và tôi đã không tránh thoát như vậy.

Vì vậy, tôi đang lãnh án 15 năm tù cho tội ác có vũ khí (an Armed Career Criminal). Tôi đã ở 13 năm một tháng. Tôi còn gần hai năm để rời khỏi đây.

Elijah

Háu ăn

Sư cô kính, hầu hết các tù nhân là thanh niên và đàn ông nên sức ăn rất mạnh và rất háu ăn hơn người tự do bình thường bên ngoài, có lẽ lý do là thiếu thốn. Chế độ ăn uống trong tù thì tạm đủ để họ có thể sống và lao động được, nên ngày nào được đãi món ngon như ngày lễ hay thứ tư thì tù nhân rất phấn khởi. Chỉ tưởng tượng có miếng thịt bò nướng thơm phức, miếng bánh pizza đầy cheese béo ngậy thôi là miệng chúng tôi đã chảy nước miếng rồi.

Tôi xin kể Sư cô nghe một câu chuyện của bạn tôi tên David. Vì không chánh niệm, nên một bữa sau khi nhận phần ăn của mình rồi, David vội tìm chỗ ngồi trong góc cho yên. Chưa kịp ngồi tề chỉnh, David đưa ngay miếng thịt bò bít tết vào miệng và không kịp nhai, David nuốt trọng nó ngay như sợ ai đó cướp mất. Khổ nỗi thịt bò tái rất dai, dài và to, nằm ngang cuống họng không trôi đi cho David thở. David khủng hoảng tột độ. Trợn trừng mắt nhìn tên tù ngồi cạnh bàn cầu cứu, nhưng chẳng ai để ý đến David, vì ai cũng tập trung thưởng thức món ngon của mình. Không còn cách nào khác, cố nuốt mà không được, David dùng hết sức bình sinh với hai tay hỗ trợ bóp cuống họng của mình và đẩy miếng thịt to dai đó ra. Nó bung ra ngoài mâm và to như cả bàn tay năm ngón của đàn ông. Từ đó, David luôn chánh niệm cân nhắc thói háu ăn mà suýt nữa David phải trả giá bằng cả cuộc đời.

Tôi khuyên David nên thực hành ăn chánh niệm, từng miếng nhỏ nhai kĩ và thở thì David sẽ thật sự hưởng hương vị món ăn và hương vị hơi thở của mình. Đây là oai nghi và cách ăn chánh niệm của nhà chùa.

Drug Abuse Correctional Center

Rustad

Buông Bỏ Chấp thủ

Tôi là Kenvin, con trai cưng 18 tuổi trong một gia đình giàu có. Vì có tiền nên tôi sống buông thả với rượu chè và trác táng, nhưng tôi thương mẹ tôi và người yêu của mình vô cùng. Vào tù, mỗi tuần tôi phải nhận thư với những câu thương yêu chăm sóc của mẹ tôi và cô ấy thì tôi mới sống được. Mẹ tôi bớt viết thư dần. Cô ấy thì có viết, nhưng tuần nào vắng thư hay vắng lời nồng ấm của cô là tôi như khó thở, đời sống trở nên khó khăn và quạo quọ với bất cứ ai tôi gặp.

Sau này gặp được đạo Phật, ngồi thiền và đọc kinh sách. Tôi bớt chấp thủ vào những lá thư đó rồi. Tôi biết đây là chấp thủ, cố gắng không sân khi đụng việc không vừa ý. Tôi nhắc mình không cần những lá thư làm cho tôi hạnh phúc vì đó là vật bên ngoài. Tôi có thể hoàn toàn tự lực, không cần thư và cũng có thể hạnh phúc từ nọi tâm của mình làm mình hạnh phúc. Tôi cũng không còn bị ảnh hưởng bởi những nội dung trong thơ, có thư hay không và thư của người thân hay sơ. Nếu thấy và nhận thức lầm về đời sống và môi trường sẽ làm cho chúng ta trở nên tham đắm chấ thủ vào mọi vật, rồi tự gây đau khổ cho mình. Tôi cảm thấy mọi thứ là vật tạm bên ngoài đến đi nên lòng tôi bình thản hơn. Lời Phật dạy rất quan trọng và rất hay. Tôi đồng ý. Tôi không chấp thủ, không vụ lợi. Tôi thăng bằng tư tưởng và tình cảm của tôi đối với các pháp. Hãy nhìn vào thực tế của các pháp và hiện hữu trong hiện tại, chúng ta sẽ loại bỏ chấp thủ và nhận ra sự hạnh phúc. Lòng tôi bỗng nhẹ như mây. Như thế, tôi có thể ở an lạc và sống vui nơi nhà tù mà nghiệp tôi đã kết.

Kenvin

Nhà Tù trong Tâm

Khi tôi còn nhỏ tôi thấy bản thân mình là thấp kém và không có giá trị hơn những người khác. Khi tôi lớn lên, tôi khẳng định điều này bằng cách làm giảm những nỗ lực muốn tiến bộ của mình. Chẳng bao lâu, tôi ghét mọi người xung quanh tôi và tôi bắt đầu nhúng tay phạm tội. Tôi luôn luôn nhớ về nỗi đau của mình, tổn thất gây cho người khác và sự thù ghét họ đối với tôi.

Bây giờ tôi đã 20 năm ở tù rồi nơi mà tôi bắt phải nhìn vào thân tâm mình hoặc là bị chết. Lần thứ ba tôi trốn tù và bị bắt. Tôi đang nhìn vào tội lãnh án sẽ tăng trong nhiều thập kỷ tới nữa. Lòng tôi tràn đầy đau khổ và xấu hổ. Tôi muốn tự tử. May cho tôi, đó là lúc tôi biết Phật pháp và quán chiếu tâm.

Sau đó, tôi san sẻ với quý sư về nỗi đau bên trong của tôi. Tôi muốn dừng sự bạo hành trong đời tôi, nhưng đồng thời tôi nhận ra sự tự ghét mình cũng là *một loại bạo lực và sức hủy hoại của nó còn hơn dùng vũ khí bạo lực đả thương người khác*?

Điều này giống như một sự khám phá mới cho tôi bởi vì tự ghét mình là một vọng tưởng vô ích, không có hiệu quả, trong việc phát triển từ bi với người khác. Tôi biết rằng điều tôi làm là tham, sân và si và thấy chúng như một phần của cái gì mà bản chất của chúng không thật sự là tôi. Tôi là tánh vô tham, vô sân và vô si là tánh Phật. Điều này khiến tôi đã có thể tha thứ cho tôi, dừng sự bạo động ghét mình. Tôi cảm thấy có một cảm giác tự tại thoát khỏi cái trạng thái mà đã giữ tôi trong *chính nhà tù tâm của tôi.* Tất cả điều này đến như một sự tỉnh thức.

Angel

Tịnh Khẩu

Sư cô kính, vào một ngày rằm tháng giêng trăng sáng, tôi phát tâm tịnh khẩu một ngày một đêm như một phương pháp hạn chế sự loạn tâm, điều ngự thân, khẩu và ý. Tu tập được hạnh này trong nhà tù cũng rất hữu dụng. Vì đây là nơi mà các gây hấn, hận thù, tranh đấu xảy ra, đều xuất phát từ những lời nói khó nghe. Không ai chịu thua và chịu nghe lời ai. Khi mà nói thì nói huyên thuyên vô số điều vô ích và tổn thương. Đúng là "Họa từ khẩu ra".

Đây là sự tu tập thầm kín của cá nhân. Bạn tù biết tôi đang có lời nguyện thì ngó lơ tôi, nhưng nhân viên không biết và có công việc thì tôi cũng uyển chuyển trả lời như Sư cô cũng có nói không sao vì giới có "giá" (cấm không được làm để tránh buông lung) và "khai" (uyển chuyển khai mở làm được vì có duyên sự). Đây là duyên sự tôi phải mở miệng trả lời và sau khi xong việc, tôi giữ tâm tịnh lại.

Đây là lần đầu tiên tập cũng hơi khó chịu. Cô bạn tù cùng phòng cũng tế nhị không hỏi. Nhưng thói quen hay nói cứ bít bùng như muốn nổ bung khi thấy cô bạn cùng phòng làm những việc trái ý và cứ đi tới đi lui bắt chóng mặt. Nhưng tôi nhẫn chịu và ngó lơ, nghĩ mình đang tịnh khẩu nên im lặng.

Tôi chánh niệm tụng kinh Từ Bi, Bát Nhã và ngồi niệm Phật. Sau đó tôi phát nguyện:

Với lòng thuần khiết, con nguyện từ bỏ những gì xấu xa.

Với lòng thuần khiết, con nguyện làm những gì hữu ích.

Với lòng thuần khiết, con nguyện đem lại lợi ích cho

tất cả chúng sanh.

Với lòng thuần khiết, con nguyện từ bỏ điều xấu ác Với lòng thuần khiết, con nguyện thực hành những điều lành. Với lòng thuần khiết, con nguyện đem lại lợi ích cho tất cả chúng sanh.

1) Phật tử xin nguyện không sát sanh.

2) Phật tử xin nguyện không trộm cắp.

3) Phật tử xin nguyện không tà dâm.

4) Phật tử xin nguyện không sử dụng các chất làm say người.

5) Phật tử xin nguyện không thảo luận lỗi của người khác.

6) Phật tử xin nguyện không khen ngợi mình và hạ thấp người khác.

7) Phật tử xin nguyện không phỉ báng chánh pháp.

8) Phật tử xin nguyện không ác ý, căm thù hoặc gây hại cho ai.

9) Phật tử xin nguyện không hủy báng Tam Bảo (Phật, Pháp, Tăng).

10) Phật tử xin nguyện hỗ trợ lẫn nhau, làm theo lời giáo huấn của Phật là tôn trọng tất cả chúng sanh, tu học và thức tỉnh. Vì vậy, sự tu tập là để cho chúng ta tự quán chiếu tâm của chính chúng ta.

Sau khi phát nguyện và nhắc lại các giới mình nguyện trì giữ, tôi cảm thấy vô cùng an lạc. Tôi trải qua suốt ngày tịnh khẩu với ý hướng thanh cao, khiến tôi thật nhẹ nhàng và hạnh phúc giống như đang ở trong một ngôi chùa yên tĩnh.

Taycheedah Correctional Institution,

Maximum/medium security, Fond du Lac, WI

Susan

Một Góc Xà Lim

Sư cô kính, trong nhà giam đầy gai góc này, chúng tôi có những hoàn cảnh giống nhau là thức dậy mỗi ngày và thở mỗi giây phút. Nhiều người thiếu chánh niệm, thiếu giáo dục hoặc thiếu đạo đức thì sẽ ảnh hưởng những tù nhân khác đang bị giam trong xà lim nhỏ bé của họ. Hôm qua có một tên tù nhân xen ngang vào hàng sắp của mọi người. Đây là tôn ti thứ tự. Ai đến trước đứng trước. Ai đến sau đứng sau. Nhưng mà sự bất lịch vẫn xảy ra trăm lần mỗi ngày trong tù. Hầu hết tù nhân bị điên dại. Họ không sợ tạo cái bực bội cho những tù nhân xung quanh. Họ không thỏa mãn và muốn phá phách bằng cách cắt ngang hàng mọi người đang đứng. Họ muốn những người khác cũng bị điên với họ luôn. Hắn ta bị đánh một cách tàn nhẫn sau bữa cơm trưa và chúng để hắn ta nằm với vũng máu. Tuần vừa rồi, một tên xen ngang hàng như vậy, cũng bị phục kích, đánh đến bất tỉnh. Có nhiều người bị chém trên đường trở về phòng.

Tôi nghĩ rằng lời dạy của Đức Phật về sự chấp nhận, từ bi và trong nhiều trường hợp nơi mà hay có những hành động bạo động và ác khẩu thì chúng ta nên hoà giải bằng lời nói ái ngữ thương lượng là hay hơn cả.

Như có người vừa chạy đụng vào tôi hoặc xen vào hàng trước mặt tôi, hoặc nhảy vào miệng khi tôi đang nói, tôi nghĩ anh ta là một dạng người đau khổ. Anh ta đang đau khổ như chúng ta đang đau khổ. Anh ta đang tìm hạnh phúc như chúng ta đang tìm hạnh phúc. Anh ta muốn được đối xử như những người khác, nhẹ nhàng và tích cực. Nếu anh ta không đau khổ từ tham, sân, si thì anh ta sẽ thức tỉnh thân, khẩu, ý của mình và anh ta sẽ không làm cái gì làm phiền người khác. Nghĩ quán như vậy, tôi sẽ im lặng và thông cảm cho những hành động phí lý của anh ta.

Vào điểm này, chúng ta nên nhớ những việc chúng ta phải làm. Ví dụ, nếu chúng ta phải làm một cái gì cho việc đó, chúng ta không nên phiền người khác. Chúng ta không thấy bản thân chúng ta là quan trọng, quan trọng hơn những người khác. Ngã ái làm chúng ta khinh khi những người khác xung quang và dừng thấy mình là trung tâm điểm. Chúng ta phê bình họ, trở nên chỉ trích nhiều hơn, thấy họ như những người khác, bên ngoài và khi sự xa lánh này tăng trưởng, chúng ta loại chúng ta ra khỏi những vấn đề của họ. Vì vậy, chúng ta không thích họ không có đau khổ. Mặc dù những hậu quả phủ định này đã ảnh hưởng chúng ta. Những tâm lý thói quen mà chúng ta thâm nhập như ghét, hận, chỉ trích, những điều có hại này duy trì trong dòng vận hành tâm lý của chúng ta. Chúng là nơi đả thương chúng ta nhiều nhất. Chúng ở một nơi mà dường như chính là chúng ta, bên trong tâm của chúng ta. Chúng ta có thể cắt bỏ một cánh tay hay bàn chân nếu nó mục nát hay tổn hại mình, nhưng có bao giờ mình bỏ thói quen hại tâm tốt mình không?

Mỗi lần chúng ta suy nghĩ cách hại người khác, chúng ta hại bản thân mình bởi vì chúng ta tiếp tục duy trì tâm lý tiêu cực này, thái độ tiêu cực này. Lời nói và hành động tiêu cực luôn luôn bắt đầu với tư tưởng dự định và động cơ tiêu cực. Nếu chúng ta thật sự như vậy thì thật sự cầu mong những nguyên nhân tích cực đến trong đời ta, rồi chúng ta phải bắt đầu từ bên trong. Chính qua sự quán chiếu này, chúng ta sẽ tìm thấy động cơ sâu sắc bên trong đã ủng hộ cho hành động của chúng ta.

Đây là kết quả của những giờ thiền định nội quán nhìn vào bên trong của tôi.

Jack

Tù nhân có quá nhiều Quyền Ưu Tiên

Sư cô kính, tôi là người bị tống giam biệt ngục (Administrative Segregation) do hành động quá khứ của tôi và quản lý tôi vì sự an toàn cho mọi người. Tôi bị hạn chế rất nhiều quyền ưu tiên. Tuy nhiên, tôi được phép đến mượn sách ở thư viện. Nếu tôi thật sự muốn tiến bộ thì tôi có cả thư viện đầy những kiến thức cho tôi học và mở mang.

Dĩ nhiên, nhìn chung dân tù ở đây cũng có nhiều cơ hội để đăng ký lớp học để chuẩn bị cho sự trở về thế giới tự do sau khi được thả ra. Bộ Cảnh sát quản lý về tội phạm (the Criminal Justice Police Council) mới đây cho biết việc làm sau khi được tự do có kết hợp trực tiếp với trình độ học thức mà tù nhân có, nên tù nhân cố gắng nâng cao kiến thức khi ở trong tù.

Không chỉ người tạm tha với trình độ học vấn cao sẽ có việc làm tốt đẹp, lương cao. Người có ân xá lương cao trong khi người tái phạm lương thấp. Mỗi hệ thống trại có chương trình giáo dục mà chúng tôi phải tranh thủ học nếu có điều kiện. Có những chương trình khác như là tránh lạm dụng tài sản, chế ngự sân hận, nghề nghiệp, tôn giáo cũng có sẵn lớp học. Tôi tin là nếu vào học với sự mong muốn cải tiến cho bản thân thì chúng tôi sẽ gặt được kết quả đó. Trách nhiệm cá nhân và động cơ đứng đắn sẽ làm một sự khác biệt trong con người chúng tôi.

Hệ thống pháp luật có nhiều khuyết điểm. Hoặc do tham nhũng, hoặc do sự tắc trách, khiến hệ thống pháp luật không hoàn thành trách nhiệm đối với những tù nhân bị giam giữ, cũng như đối với xã hội mà pháp luật bảo hộ. Đây không phải là do hệ thống không thực tiễn hoặc không điều hành được. Vấn đề là do quan niệm về tội ác và hình phạt được thai nghén ngay trong xã hội. Còn những tù nhân chúng tôi lại xem sự bất công như một chiêu bài cho sự thù ghét và giận dữ của mình. Xã hội đang ở trong trạng thái sợ bị trở thành nạn nhân của tội ác và kêu gào cho sự trả đủa và báo thù. Tôi tin rằng các nhà chính trị và công chúng sẽ không thay đổi lập trường và thành kiến của họ, trừ phi những tù nhân chúng ta cải đổi trước nhất.

Cuộc thăm dò ý kiến mới đây tại trường đại học Connecticut cho biết: có 52 % sinh viên cho rằng lúc này tù nhân có quá nhiều quyền ưu tiên. 24% sinh viên cho rằng trại tù nghiêm khắc trong việc xử án. Cái gì để thay đổi thái độ này? Cái gì sẽ thay đổi thái độ của đại chúng nếu chúng ta không làm một sự thay đổi trong chính những tù nhân. Có rất nhiều chướng ngại cho chúng tôi. Một số người không muốn thấy chúng tôi thay đổi. Một số người muốn chúng tôi thay đổi nhưng không tin điều này có thể làm được. Một số người đặt lòng tin nơi chúng tôi trong quá khứ, nhưng chúng tôi làm họ thất vọng hoặc lợi dụng lòng tin đó làm bậy. Tôi không hy vọng nói lời xin lỗi rằng tôi già rồi, tôi không thích gì nữa và nghĩ rằng mọi người sẽ tha thứ hay quên đi. Quần chúng sẽ cảnh giác và thận trọng nhìn chúng tôi, những phạm nhân. Chúng tôi phải chứng minh bản thân mình. Chúng tôi phải tìm một cách tốt hơn. Mỗi lần chúng tôi thấy một cái gì thiện, chúng tôi cần phải giữ để thực hành. Chúng tôi phải tin vào bản thân mình. Không hề gì, cho dù có sự thiếu xót trong hệ thống cải tạo và tiêu cực của đại chúng, chúng tôi phải quyết định cải hóa mình chống lại những định kiến cũ, những sự chống đối. Phải tự mình đứng lên.

Caleb

Niềm Vui trong Tù

Sư cô kính, hôm nay ngồi trong xà lim, tôi (Randy) nhận ra một điều sâu sắc về cuộc đời và hoàn cảnh của tôi. Sự nhận diện này như một tia sáng. Tôi cảm thấy giống như tình cờ mình gặp một tài sản lớn vậy.

Trong xà lim tôi có rất nhiều sách Phật, sách của những hội đoàn và sư cô Giới Hương cho tôi và sách của thư viện. Đọc sách giúp tôi rất nhiều về sự tiếp cận của tôi trong cuộc đời như chìa khóa để tìm ra nơi hạnh phúc trong thế giới tù nhân này.

Vì tôi trốn trại bốn lần rồi nên tôi đang bị giam trong nhà tù Waupun Correctional Institution (a maximum security prison) tức nơi đây bị canh giữ rất nghiêm nhặt. Trại cải huấn này giống như một thành trì thuộc thời Trung cổ cấu trúc bằng đá đỏ vươn lên trên bầu trời xanh, trong khi không gian đầy những tiếng kêu cọt kẹt do những cánh cửa to nặng của thành tù đóng và mở. Tôi đã ở tù 30 năm rồi trong án 40 năm tù giam. Tại sao phải phí phạm cuộc đời trong nhà tù này? Thế nên, tôi cứ tìm cách vượt ngục hoài nhưng không thoát. Cuối cùng tôi đành chấp nhận ở đây và tu sửa lại mình.

Được bạn tù giới thiệu, tôi bắt đầu học Phật và xin sách Phật nghiên cứu. Tôi đã 50 tuổi rồi. Trong thời gian qua, tôi rất ích kỷ và tự tôn. Nếu một cái gì mà không thuộc về tôi, tôi sẽ không quan tâm đến. Nếu một người nào mà không khen khả năng hay sự thành đạt của tôi, tôi sẽ không quan tâm đến họ. Vì tôi cho rằng "Tôi là tất cả các vấn đề. Tôi là quan trọng, trung tâm của vũ trụ".

Nhìn ngược lại chính cuộc đời mình vừa qua, tôi thấy sự phí phạm của đời mình. Tôi bỏ cơ hội để giúp người khác và chia sẻ tình thương. Thức tỉnh được nỗi đau và giải quyết để bắt đầu từ giây phút này và không để mất một cơ hội tốt nào nữa. Lòng tin chắc chắn của tôi là tôi sẽ mở rộng tình thương và trí tuệ cho chuyến du hành cuộc đời và hàn gắn vô số vết thương mà tôi đã gây ra cho người khác. Thật là nhẹ nhàng trong sự hiểu biết này, tự do đã đưa tôi khỏi song sắt xà lim khóa tôi trong đó. Chuyến du hành này có thể là ích kỷ, vô ích hoặc bây giờ có thể lấy con đường rộng mở cao hơn để thương và trân trọng người khác. Do suy nghĩ như vậy, nên tôi không thất vọng nữa mà hân hoan khi tôi biết về nét đẹp cho đời mà tôi sẽ là một phần nhỏ trong đó.

Randy

Bạn Tù

Sư cô kính, đối với những tù nhân, việc kết bạn là một trong những điều khó nhất để làm. Chúng tôi thường lo lắng liệu người bạn này có hại chúng tôi hoặc anh ta sẽ chuồn bất thình lình khi chúng tôi đến đường cùng khó xử. Thế giới tù nhân là một thế giới đa nghi và không tin tưởng lẫn nhau. Nên thường ít ai nghĩ đến việc làm ý nghĩa là nên có một huynh đệ kết nghĩa lâu dài.

Tôi sống chung với một người tù tên Mark và chúng

tôi kết bạn đã hơn 30 năm rồi. Chúng tôi cũng gặp nhiều va chạm trong đời sống và Mark đã dạy những bài học lớn trong tình bạn cho tôi.

Chúng tôi mỗi sáng chủ nhật hay tụng kinh Phúc âm với nhau. Dường như trong những ngày đó, tôi mù quáng trong lòng tin và hành động của mình. Dù vậy, một ngày đã đến, tôi mất lòng tin vào Thiên chúa và bắt đầu sa đọa vào đường cũ như hút xì le, tranh đấu và đối xử mọi người xung quanh thật tồi tệ. Rồi chẳng bao lâu, Mark cũng theo gương xấu của tôi. Chúng tôi bắt đầu bán thuốc á phiện và làm môi giới hành dâm đồng tính lén trong tù để có tiền. Có tiền rồi cũng chán. Tôi lại tìm cách vượt ngục để rút ngắn thời gian địa ngục này, nhưng không thoát và bị chuyển trại. Trước khi đi, tôi lấy trộm tiền của Mark. Mark cũng không than phiền hay báo cáo việc này lên cấp trên. Tôi đang sống ở trại Redgranite Correctional Institution, WI. Chính tại đây, tôi quyết định sống và làm sự thay đổi trong đời bằng cách đến với Phật pháp. Cùng lúc đó, Mark hay tin tôi và viết thư tha thứ cho tôi vì dù sao chúng tôi đã là bạn hơn 30 năm rồi.

Điều này làm tôi cảm động và cho tôi thấy tình bạn chân thật quý báu là sự tha thứ và hàn gắn vết thương. Điều này khiến tôi nghĩ đến những người khác, người mà đối xử tệ với tôi, tôi nên tặng cho họ tình bạn như Mark đã cho tôi. Cầu mong tất cả chúng ta có những bạn tù như vậy trong thế giới tù đày này. Thật là vàng ròng trong sỏi đá.

Racine Correctional Institution,

Medium Security Sturtevant, WI

Jacky

Ưu Điểm

Sư cô kính, không biết câu chân ngôn do ai nói nhưng tôi rất thích:

"Không có sợ thất bại chỉ sợ lòng không bền.

Không có sự đánh gục chỉ sợ không dám tiến.

Không có thành trì nào không vượt qua được

rào cản yếu đuối bên trong chúng ta."

(There is no failure except in no longer trying. There is no defeat except from within. No real insurmountable barrier save our own inherent weakness of purpose!)

Câu chân ngôn này đã truyền cảm hứng cho tôi bởi vì nó đánh thức tôi không được đầu hàng, bất kể hoàn cảnh như thế nào dù thân thể nữ nhi yếu đuối nhưng tâm hồn mạnh thì cũng có thể làm được việc có ý nghĩa. Phải khắc phục những yếu điểm của mình.

Nhìn lại quá khứ, tôi thấy tôi chống xã hội và ghét những người xung quanh tôi. Tôi vội vàng kết luận, đánh giá người khác bằng những tâm nhỏ hẹp và kiêu ngạo không chịu lắng nghe... Đây là môt số tật xấu tôi đã có.

Tù tội không bắt buộc phải là tự giam mình vào trong sự dầy vò và mặc cảm tội lỗi. Đây là yếu điểm phải vượt qua. Chúng tôi có thể mang sự an lạc và từ bi đến người khác và bản thân mình sau thành trì kẽm gai bằng cách chuyển hóa chúng ta thành những người đầy từ bi và yêu thương. Đây là ưu điểm. Chúng tôi có thể thân cận những người khác bằng cách chia sẻ nỗi sợ hãi và khuyết đểm. Cuối cùng, sự chấp nhận nỗi đau do chúng tôi gây ra và quyết định dùng từ bi thay vì hận thù và tội lỗi, để khuyến khích chúng tôi vượt qua môi trường xung quanh.

Taycheedah Correctional Institution,

Maximum/medium security, Fond du Lac, WI

Hary

Tuyệt Thực

Sư cô kính, tôi có phạm một lỗi và bị tống vào biệt ngục. Phòng biệt ngục này lạnh và xung quanh khá yên tĩnh. Chưa kịp nhận đủ ý nghĩa của hai chữ "yên tĩnh" thì tôi đã nghe tiếng la hét, đập vào song cửa rầm rầm. Tôi cảm thấy đây không phải là chỗ tốt cho tôi. Tôi định phản đối bằng cách tuyệt thực (hunger strike) để phản đối sự bất công bị giam trong tầng thấp u tối này. Nhưng *tôi nhớ thực đơn hôm nay chủ nhật có món thịt bò bít tết phục vụ nên tôi liền bỏ ý định tuyệt thực.* Và tôi khởi tâm thương và chấp nhận sự la hét của tên tù tâm thần đầu góc kia.

Ngày qua ngày, tôi hiểu rằng tôi cố gắng làm chủ hoàn cảnh mà tôi đáng lẽ không làm nổi. Thiếu năng lực và điều ngự trên những điều nhỏ nhất trong đời là một trong những điều tồi tệ nhất một người tù thường gặp phải khi ở tù. Hầu hết những nhà tù thống trị tù nhân. Vì vậy, khi chúng tôi bị tùy thuộc người khác thống trị mình, chúng tôi bị tạt ra ngoài và cố gắng để nắm sự điều ngự. Điều này thường được biểu hiện trong một cách phá hoại. Chúng tôi tìm phương pháp cực đoan để đối với sân hận và điều này chỉ đưa bản thân mình đầy máu và bị gông cùm trong xà lim biệt giam.

Tôi phải làm chủ mình và phải làm chủ thân, khẩu và ý mình theo hướng thiện. Còn thế giới nhà tù thế nào cũng được. Nếu tâm an thì cảnh an. Đó là giải pháp. Tôi bắt đầu quán nỗi khổ của tên tù tâm thần kế bên, những người xung quanh và tôi truyền sự bình an và thanh thản đến họ. Thật nhẹ nhàng và dễ thở làm sao! Tâm tôi yên hình như mọi vật cũng yên.

Justin

Sống hiện tại

Sư cô kính, có một câu chân ngôn nói rằng: "Hôm qua là giấc mơ. Ngày mai chưa tới. Nhưng hôm nay bạn sống từ kinh nghiệm của hôm qua. Hãy biến mỗi hôm nay là mỗi ngày hạnh phúc và mỗi ngày mai là mỗi tia sáng hy vọng".

Điều này đã tóm gọn cái mà tôi đang cố gắng để sống khỏe trong hiện tại. Chúng tôi có thể chuyển hóa đau khổ quá khứ của chúng tôi và mang hy vọng cho tương lai bằng cách không chấp thủ trong hiện tại, đơn giản chỉ sống với nó trong giây phút an lạc hiện tại và bây giờ.

Đối với một số người, quá khứ giữ những kỷ niệm đẹp hào hùng vì vậy họ thích sống trong tâm quá khứ của họ. Họ chỉ đi xuyên qua những dấu vết của hiện hữu ngày nay trong tù, không biết rằng họ đang tạo thêm sự đau khổ của họ ngay khi sự hiện diện của họ trở thành quá khứ.

Rồi có những người thích mộng tưởng cho tương lai. Họ tin rằng một khi được tự do, cuộc đời sẽ vĩ đại hơn, mọi việc trở nên dễ dàng hơn và họ sẽ hạnh phúc hơn bây giờ. Họ thuyết phục bản thân họ bằng cách sống tưởng tượng tương lai. Họ đã tự nói với bản thân họ rằng những điều này tự nhiên sẽ trở thành sự thật và họ dễ dàng có những điều mà họ tưởng tượng đó.

Thật ra, họ sẽ vỡ mộng với loại suy nghĩ về quá khứ và tương lai này bởi vì tại đây và bây giờ là điểm cho chúng ta có thể làm sự thay đổi cần thiết để trở thành người tốt hơn, là thời gian duy nhất để tạo hạnh phúc mà chúng tôi tìm kiếm.

Bằng cách sống trong giây phút hiện tại, chúng tôi có thể thật sự sống và chuyển hóa đau khổ của mình thành sự hiểu biết nhìn sâu vào trong nguyên nhân và làm sự thay đổi cần thiết để tạo hạnh phúc. Chúng tôi phải thức tỉnh rằng không có quá khứ hoặc tương lai là một cái gì để giữ hoặc để trốn bởi vì ngay khi chúng ta làm ngơ hiện tại của mình và sống trong quá khứ và tương lai, sự đau khổ của chúng ta bị nhân đôi lên. Bởi lẽ Đức Phật dạy: "Quá khứ đã qua, tương lai chưa đến, chỉ có hiện tại là pháp an lạc."

Sư ông Nhất Hạnh cũng đã dạy dù hiện tại chúng ta đầy đau khổ, nhưng cứ chăm sóc nó thì sẽ chuyển hóa quá khứ của chúng tôi. Đơn giản, nếu chúng ta chăm sóc hiện tại và rồi chuyển hóa quá khứ của ta, chúng ta sẽ biết thế nào để đối phó tương lai. Thêm vào đó, chúng ta sẽ được hạnh phúc hơn ngay bây giờ.

Austin

Ngày Tụng Giới

Tojin và một số bạn đạo là người đã thọ năm giới và Bồ tát giới (10 giới trọng và 28 giới khinh) rồi. Mỗi tháng một lần, họ thường tụng giới một lần tại nhà tù Greenbay. Thỉnh thoảng thì có sư Tonen hoặc tôi đến chứng minh, còn không thì họ tự tụng giới lấy. Tojin viết:

Sư cô kính, chúng tôi rất trân trọng ngày Bố Tát. Ngày mà chúng tôi quỳ cạnh nhau nhắc lại những giới mình đang nguyện giữ, sám hối giới đã phạm và nguyện giữ tốt hơn trong tương lai.

Chúng tôi rất vui khi thấy mình đang làm một việc khá tốt trong nếp sống thiền môn từ khi chúng tôi gặp được sợi dây Phật pháp. Chúng tôi đang có một bước tiến khá xa trong lãnh vực tâm linh.

Chúng tôi nguyện đời đời giữ giới cho Phật pháp được tương tục không dứt trong ba đời quá khứ, hiện tại và tương lai. Đó cũng là sự phát nguyện của chúng tôi trước mười phương chư Phật. Nguyện cho những tham vọng, chướng ngại được chuyển hóa và bình minh của tỉnh thức bản lai sẽ chiếu mãi nơi chúng tôi. Xin tri ân Sư cô và sư Tonen rất nhiều.

Tojin

Tùy Thuận Chúng Sanh

Sư cô kính, một ngày khác lại trôi qua. Tôi đã không hoàn thành bức thư ngày hôm qua để gởi Sư cô bởi vì một tù nhân khác đòi đến phiên dùng máy đánh chữ. Tôi hỏi anh ta bao lâu xong? Anh ta nói 30 phút. Tôi đợi hơn một tiếng đồng hồ. Anh ta tiếp tục xử dụng máy. Tôi hỏi anh ta khoảng bao lâu nữa và anh ta không trả lời với nét mặt không vui. Thấy vậy tôi nghĩ mình phải đi về để mai đánh tiếp vậy. Khi tôi chuẩn bị đi thì anh ta nói: "Chờ đó, năm phút thôi!" Tôi mỉm cười nói vì tôi có việc phải đi. Cả hai vui vẻ. Việc nhẹ nhàng.

Nhưng có một lần tôi không sắp xếp được hoàn cảnh. Khi tôi thấy tên tù nhân dùng máy mà tôi cũng muốn dùng. Khi anh ta tiếp tục sử dụng quá giờ dự định, quá giờ ước định thì tôi bực bội nghĩ rằng hắn không xem ai ra gì hoặc ít nhất không quan tâm nhu cầu của tôi. Tôi liếc nhìn nội dung anh ta đang đánh thì thấy ít quan trọng hơn của tôi.

Điều này làm tôi bực bội. Tôi đã muốn nói cái gì đó thật thô tục để hắn đi. Và giả sử nếu điều này xảy ra thì chúng tôi sẽ không bao giờ nhìn mặt nhau dù có đi ngang qua, hoặc không tha thứ nhau, hoặc xảy ra bạo động tệ hơn nữa.

Kinh nghiệm bản thân đã chỉ ra rằng khi tôi đặt bản thân mình trên những người khác, nhu cầu của tôi, tư hữu của tôi trên những người khác thì người khác có thể phá hủy vì mục đích nào đó. Khi những hoàn cảnh tiêu cực khởi lên, bất kể lớn hay nhỏ, tôi không nên đánh giá và buộc tội bất cứ ai, cứ để cho nó đi và cứ kiên nhẫn nhường nhịn. Khi tôi đặt bản thân tôi và người khác trên ván cờ bình đẳng này, tự nhiên tôi ít tự phụ và chỉ trích hơn. Tôi ít phạm lỗi hoặc phản ứng quá nhanh khi gặp hoàn cảnh khó chịu khởi lên. Khi chúng tôi thấy mọi người chung quanh theo đuổi những việc giống như tôi theo đuổi, họ chịu đựng những nỗi khổ giống như chúng tôi và đáng được hưởng tất cả những gì chúng tôi đang được hưởng, thì lúc đó chúng tôi không còn nghĩ gì khác ngoài lòng từ bi và tùy thuận chúng sanh.

Tojin

Cơ Hội Tốt

Sư cô kính, khi đang đối mặt với một người muốn đả thương tôi thì tôi tập quán chiếu mở tình thương đến người đó. Tôi thật sự tạo tình thương và bác ái đến người đó: "Người này đang đau khổ. Anh ta nghĩ tôi đang có trách nhiệm hoặc anh ta cảm thấy thoải mái nếu được trả thù tôi, vì vậy tôi giúp cho anh ta thực hiện ý này." Tôi giúp cho anh ta cảm thấy tốt hơn. Tôi không làm cái gì hại tôi hay anh ta, nhưng cố gắng cho anh ta thấy rằng tôi không muốn anh ta đau khổ và nếu tôi là nguyên nhân đau khổ, tôi sẽ xin lỗi và hứa sẽ chánh niệm hơn.

Người đứng trước tôi là một người bạn tốt, vì người ấy chỉ ra cho tôi những nguyên nhân khiến gây đau khổ trong tương lai và nguyên nhân dừng dòng vận hành của đau khổ. Người ấy đang đứng trước tôi là một sự thử thách để hoàn thành sự tỉnh thức. Đây là cơ hội tốt. Thật là uổng khi chúng ta bỏ phí nhiều cơ hội vàng trong quá khứ. Họ như người hy sinh làm đối tượng để chúng tôi xem sự ứng xử tu tập của mình đến đâu. Đây là cơ hội để giải thoát chính mình cho đời mình. Đây là biểu hiện của từ bi và an lạc. Hãy quan tâm đến người khác và hãy để trái tim của mình dẫn dắt lý trí. Nếu làm điều này, sẽ không có hoàn cảnh xấu trong đời, chỉ có cơ hội thực tập để đến hạnh phúc. Như vậy, chúng tôi sẽ sống an lạc giữa thế giới nhà tù và giữa những người gây sự vì tất cả đều là những cơ hội tốt cả.

Robert

Nghệ Thuật sống trong Tù

Sư cô kính, khi giao thiệp với người khác, hãy đặt người khác trên mình và chấp nhận bị thua cuộc, tặng sự vinh quang cho người khác là những nghệ thuật giúp chúng tôi sống bình an giữa thế giới nhà tù.

Khi thở vào, tôi cho tất cả mọi tù nhân là thiện hữu tri thức và đáng trân trọng. Điều này giúp tôi bỏ những tư tưởng ngã ái, chấp thủ ngã và sở ngã. Khi thở ra, tôi cảm thấy đau khổ mà người khác đang trải qua. Những người này giận dữ, cô đơn, bấp bênh, sợ bị làm chứng hay bị đả thương, sợ bị loại ra khỏi nhóm, băng đảng hay bạn bè. Họ bị vọng tưởng đánh lừa và bị tàn tật bởi vô minh. Nếu chúng tôi thật sự nghĩ về điều này, chúng tôi sẽ cảm thấy thương hại và không hung hăng với họ nữa.

Đối thoại là quan trọng. Nhớ rằng chúng tôi không có quan trọng hơn bất cứ tù nhân nào khác, phải khiêm nhường. Chúng tôi không buộc tội người khác với những lời lẽ cay nghiệt. Chúng tôi không nghe sự chỉ trích người khác. Người im lặng là đáng nể. Chỉ nói như chánh pháp. Người trong sáng là đáng nễ. Người tu tập chân thật là đáng nễ. Chắc chắn tập con đường chánh kiến mà Đức Phật đã dạy. Hành động hóa lời nói và cái nói được thì phải làm được.

Tôi đã từng ở tù biệt giam tàn bạo nhất vì hành động quá khứ của mình, nhưng bây giờ tôi biết tôi là người yêu hòa bình, cảm thấy tất cả đều là gia đình mình bởi vì tính chất liên kết của chúng ta như những chúng hữu tình tương quan và không phân biệt ai cả. Nếu một người nào tấn công tôi, tôi sẽ không đả thương họ lại. Khi chúng ta loại bỏ mục tiêu, thì không còn là mục nhắm cho người khác. Khi chúng tôi loại bỏ khỏi vòng đấu thì không có người nào muốn đánh đấm với mình. Khi chúng tôi đã để lá bài úp xuống thì cuộc đấu bài chấm dứt.

Nơi đây không có thắng trận hoặc phong chức tước khi một anh hùng trong trại giam tấn công con cừu non (tù nhân mới vào hiền khô như cục đất), tù già, người yếu hay người chuộng chủ nghĩa hoà bình. Không có cái gì để đạt được. Hơn tất cả, họ sẽ bị cười vào mặt và bị làm nhục vì đánh một nạn nhân không kháng cự đánh trả lại. Thế giới như vậy có thể đẹp hơn không?

Luke

Tù Nhân nào tu nhiều nhất?

Sư cô kính, thường những tay giết người biểu hiện cho những mẫu anh hùng «lạnh » đáng ngưỡng mộ trong số dân tù này. Trong tù, họ là những người hay im lặng nhất, vững vàng và cố thủ. Họ thường không phải là nguồn vấn đề gây rối cho hầu hết các môi trường tù tội. Chính những tay ở tù dài hạn này vì có tiền án giết người này như Tojin, Samuel và tôi (Andy)... lại là những người Phật tử thuần thành, thường gia nhập vào các chương trình hữu ích nhất. Vì chúng tôi biết chúng tôi sẽ bị giam suốt đời ở đây, nên có lẽ niềm vui tinh thần của tôn giáo là nơi chúng tôi đặt hết tâm huyết vào. Dĩ nhiên, cũng có những ngoại lệ.

Cũng có những tên tù sát thủ thích hưởng cái thú làm người khác đau và không muốn chuyển đổi và phần lớn các tù nhân khác phải né tránh họ như né cọp dữ. Những sát thủ này là những người thuộc dòng dõi bịnh hoạn. Họ thì giống như những trẻ nhỏ hung ác đã giựt cánh của những con chuồn chuồn, con chim xinh đẹp ra rồi cười kha kha trước thú vui ác độc của mình. May mắn thay! số lượng những tên "máu lạnh" này chỉ là một số nhỏ trong dân số tù.

Số lớn tù nhân mà bị kết tội nhẹ thì lại có khuynh hướng ít tin tưởng, ít thuần thành phục vụ hơn. Họ ăn cắp đồ của những tù nhân khác và nhân viên. Họ lừa gạt và nói láo. Đây là loại hành xử bên trong tù thường tạo căng thẳng và gây rắc rối khác. Loại tù này sẽ tiếp tục gây án sau khi được tự do và họ thường trở thành kẻ tái phạm vì không tự chuyển hóa mình và nghĩ mình không nguy hiểm bằng các tay sát thủ kia.

Thế giới nhà tù rõ ràng là một nơi rất lạ, với tất cả quy luật của hành động, đối xử thích ứng và thường là khó để mô tả. Mỗi cực đoan được trình bày khác và những cực đoan này đưa đến cực đoan khác. Mỗi giây phút có thể là cái cuối cùng của một người. Có những câu chuyện có thể liên quan đến tù khác. Rồi lại, có thể không, đơn giản mà nói, nếu tôi bị nhốt trong phòng tối với lố nhố các tù nhân, tôi thích là một nhóm kẻ giết người hơn là những tên trộm và nhóm kẻ hiếp dâm. Vì lũ giết người lại không giết tôi, nếu tôi không làm gì. Nhưng lũ hiếm dâm sẽ hãm tôi dù tôi có xấu xí thế nào!

Sư cô kính, hầu hết các tù nhân tu tập thiền Phật giáo ở nhà tù Waupun Correctional Institution, WI, này đều là tù chung thân do giết người vì đây là nhà tù cực trọng. Có thể vì chúng tôi biết mình sẽ trải suốt đời ở tù, chúng tôi không thể đợi một cái gì tốt hơn khác hoặc hào hứng xảy ra và vì vậy chúng tôi cố gắng xây dựng lại cuộc đời tốt hơn mà chúng tôi có thể cho chúng tôi trong tù này. Tôn giáo là cái gì đó thiêng liêng mang ý nghĩa và niềm vui cho đời chúng tôi. Điều này cũng giúp chúng tôi đối mặt vượt qua những khó khăn sẽ gặp phải trong tù.

Bởi chúng tôi biết rằng suốt cuộc đời sẽ ở trong tù, nên chúng tôi muốn đem hết tâm trí để thực tập và phụng sự. Người mà bị giam ngắn hạn do tội trộm cướp, thuốc phiện... thì có nhiều liên lạc với thân quyến bên ngoài, với băng đảng bên ngoài nhiều hơn để sắp xếp cho tương lai khi ra tù. Thế nên, những gì trong tù đối với họ chỉ là tạm thời. Họ có đang làm, đang học đạo, hay đang sống ở đây cũng như chơi để giải trí chứ không hết tâm. Đa phần tâm lý chung là vậy. Vì họ sẽ có tương lai sáng sắp đến.

Andy

Chấp Tác

Chiều ngày 16 tháng 10 năm 2007, sư Tonen và tôi đến viếng thăm và thuyết pháp cho các nữ tù nhân tại nhà tù Taycheedah (Taycheedah Correctional Institution, Taycheedah, WI). Trại cải huấn có 780 nữ tù nhân.

Đây là một nhà tù nữ nên tương đối nhiều cây xanh và hoa lá hơn một số nhà tù nam tôi đã đi qua. Thảm cỏ xanh mát và những bụi hoa nhiều màu xinh xắn trải dài từ cổng đến nhà ăn. Nhà nguyện thì nằm sát cổng, nhưng vì Tonen và tôi đến đây thì đồng hồ gõ 1g trưa rồi nên bà Warden Ana Boatright (Giám đốc của trại) có mời Tonen và tôi vào dùng cơm trưa cùng tù nhân.

Mỗi phần ăn gồm có một ly sữa tươi hoặc coka, bánh mì, khoai tây luộc tán nhuyễn với bơ, cà rốt luộc, xà lách cắt nhỏ nhuyễn trộn chinese, bơ đậu phọng và một miếng thịt bò bít tết thật to. Tonen và tôi ăn chay nên không lấy thịt bò. Có lẽ, Tonen ăn như vậy với tôi cho vui chứ thật ra theo tông phái Tonen có thể dùng gì cũng được. Món ăn này chẳng hạp khẩu vị của tôi chút nào cả (vì thiếu tương chao!). Thêm nữa có lẽ không khí nặng nề không tinh khiết của nhà tù, khiến tôi ăn không có ngon (cũng giống như không khí ở bịnh viện vậy, có mùi cõi âm nặng quá, hình như có ma quỷ nhiều) nhưng tôi cũng phải ăn hết đĩa chứ không dám bỏ mứa (vì bỏ thì mang tội phung phí). Thật ra, tôi có chuẩn bị hai khúc bánh mì chả lụa và trái cây tươi ngon cho Tonen và tôi, nhưng vì cơ quan nhà tù không cho đem vào nên đành để bên ngoài xe hơi rồi. Vì chúng tôi vào cuối giờ ăn, nên tương đối ít tù nhân hơn, khoảng chỉ hai, ba chục cô là còn ở phòng ăn. Các cô tò mò nhìn tôi, có lẽ vì xuất hiện nét châu Á trên gương mặt và dáng dấp của tôi.

Vì đây là tù nữ nên có vài quy luật khác lạ hơn như khi tiếp khách thì nữ tù nhân phải ngồi đối diện thân nhân và chỉ được ôm hôn hai lần (mới gặp và lúc tạm biệt). Thân nhân không được âu yếm chải tóc cho nữ phạm nhân. Tù nhân chỉ được đeo nhẫn cưới hay dây chuyền có tượng Thánh/Phật (tín ngưỡng tôn giáo). Góc nhà nguyện hay nhà khách bao giờ cũng có nữ cảnh sát ngồi theo dõi hoạt động thăm viếng của mình.

Cô tù Mary cho biết công việc chấp tác của cô tại đây là tưới cây và cô phối hợp với thiền tập như sau: Sáng sớm, cô đi tới vườn hoa và bắt đầu làm cỏ. Khi cắt dẹp những cây cỏ nhú cao ra ngoài, cô quán như thiền sinh dẹp cỏ phiền não. Khi thấy hoa nở tròn, cô quán đây là phước báu xinh đẹp của những tâm hoan hỉ. Khi dãy cỏ héo khô thì cô quán đây là sự vô thường đang biểu lộ. Khi tưới nước thì cô tưởng rằng đây là nước pháp tưới mát các côn trùng sâu bọ dưới đất thoát khỏi sự ngu si.

Sự thức tỉnh của Mary gắn với công việc bỏ hạt, trồng hoa, nhổ cỏ, tưới nước và chăm sóc. Vườn hoa được xinh đẹp cùng với sự thực tập thức tỉnh của cô. Cô tìm niềm vui và hạnh phúc giữa các hoa cỏ. Tất cả hoa sống chỉ trong một thoáng, rồi sẽ chấm dứt. Một loại đời sống ngắn ngủi phù du như kiếp đời con gái của cô, nhưng hy vọng trong tánh hoa có sự chân thường.

Sư cô Giới Hương

Thiền

Sư cô kính, đối với tôi, thiền không phải là trò giải trí cho khoẻ, thiền là điều chỉnh lại những tà kiến và tư tưởng phá hoại. Thiền thật hữu ích bởi giúp cho chúng ta chánh niệm suốt ngày. Tại sao? Bởi vì tôi thích cafê, hút thuốc, đi ngủ, nghe nhạc, xem phim hơn thay vì thiền toạ. Nhưng sau này khi tôi biết về điều tôi không nên làm, tôi nhớ niềm vui đầu tiên của mình là từ bỏ được chúng để chọn ngồi thiền. Tôi vui vì tôi đã thắng mình như kinh Pháp Cú, Đức Phật đã dạy: «Thắng mình là thắng tất cả».

Thời gian là tài sản lớn nhất của chúng ta, bởi vì chúng ta không có nữa khi nó đi qua. Vì vậy, chúng ta cần đầu tư thời gian ở thiền quán để chiến thắng tâm xấu này.

Aidan

Hút thuốc

Luật nhà tù có những điều ngược ngạo. Luật cấm không được hút thuốc trong phòng, nhưng căn tin lại bán thuốc lá, lại cho phép mua thuốc và nhốt bạn từ 20 đến 23 giờ mỗi ngày trong biệt giam, làm sao hút?

Hút thuốc là chất hưởng thụ số một trong nhà tù. Vì thế, một số người bất kể là luật hay không cứ hút trong phòng. Nếu tôi là người nghiện thuốc thì tôi sẽ bị vô số thẻ đen phạt. Tôi không biết hút thuốc mà ở nhằm với thằng hút thuốc thì khổ không biết sao nói.

Gavin

Khó Khăn

Sư cô kính, có rất nhiều tù nhân là đàn ông, nghèo nàn, nghiện ngập rượu chè, á phiện và bị gia đình bỏ. Đời sống của họ đầy bạo động, đau khổ và nhiều người dấn mình vào băng đảng. Bởi vì họ được khuyến khích cố vượt qua nhân duyên điều kiện của mình và bởi vì họ không có sự lựa chọn nào khác.

Một số tù nhân từ mọi tầng cấp (nhẹ, trung bình và nặng) bao gồm cả chung thân cố gắng viết thư chia sẻ để tìm con đường tốt hơn trong điều kiện có thể. Tuy nhiên cũng có một số tù nhân có ít tiền và ít cơ hội để đi làm việc; ngay cả dường như không có tiền cho việc mua giấy, viết, tem, bìa thư... hay những thứ cần dùng khác như dao cạo râu, sữa, bánh, khăn, xà phòng... có bán sẵn ở căn tin. Mọi thứ đều phải cần tiền và tôi không có việc làm trong tù, nên không có tiền nhiều. Cũng có một số nhà tù mà tuyên úy là Thiên chúa, nên có vẻ không nhiệt tình lắm trong việc mở phong trào học thiền tại trại tù đó hay chấp nhận nhiều sách Phật vào thư viện. Như Sư cô Giới Hương đã gởi vài ba chục cuốn sách Phật tặng cho một số thư viện nhà tù mà Sư cô viếng thăm. Tuy nhiên vẫn có một, hai thư viện vẫn chưa nhận sách Sư cô gởi. Khó đoán biết nguyên nhân quá.

Scott Louis

Đời Sống ở Biệt Giam

Terrell McCraw[16] kể khi Terrel khoảng 30 tuổi và bị tù khi 17 tuổi sau khi cố gắng sống như một người trưởng thành. Mới đây Terrell có đánh lộn với một phạm nhân khác bị bỏ vào biệt giam. Terrell đã viết thư cho người bạn đạo về việc Terrell tu tập trong biệt giam.

Đời của chúng tôi là một tia sáng đơn giản đến rồi đi như mùa xuân.

Dâng tặng sự nở hoa rồi tàn trong mùa thu.

Một thời trên mặt đất rồi hủy diệt.

16. http://www.thubtenchodron.org/PrisonDharma/life_in_the_hole.html

Bạn đừng sợ gì cả.

Chúng như một giọt sương trên đầu ngọn cỏ.

Tôi muốn thăng hoa và trở thành một con người. Đó là khả năng kết hợp với xã hội. Mỗi ngày thì mới đối với tôi và mỗi đêm thì tôi ngồi thiền nhiều giờ. Tôi quán tưởng: những chướng ngại tôi phải đối mặt (nhân viên cai ngục, tù nhân và nỗi chán chường) và những tâm lý hồi hợp, lo sợ và đa nghi. Đây là những thách thức hàng ngày. Và tôi thay chúng bằng Phật, pháp và tăng. Bạn có thể thảo luận về điều này. Tôi hướng về: từ bi, đức hạnh và lòng từ. Chính sức mạnh của những đức hạnh này đã nuôi dưỡng sự thay đổi ở tôi, chính tâm tôi.

Nói về sự tu tập, tôi có thể ngồi quán và lễ lạy trong xà lim. Tôi bị nhốt 23 giờ mỗi ngày, vì vậy tôi không được dự những buổi nghi lễ tôn giáo ở nhà nguyện tập thể.

Sau sáu tháng bị giam được thả ra, tôi có nhiều chướng ngại. Chướng ngại lớn trong khi tu tập là những người hàng xóm. Họ muốn tôi đọc kinh ra tiếng. Họ là những người tốt và không muốn im lặng ngoài giờ ngủ. Thật sự, tôi tin rằng chướng ngại lớn nhất của tôi là sợ thất bại, đó là điều ẩn phía sau của tôi nhất.

Đơn độc! Tôi có thể bắt đầu từ chỗ nào? Cái hộp xà lim là những nơi người cai ngục dùng để quản lý tù, để nhốt tù. Mỗi người bị bắt ở đây đều vì một số tội này hay khác. Không có công việc, không tham dự các lớp học, không niềm hy vọng, chúng tôi bị bỏ vào những bức tường thành ảm đạm tối tăm này để cải tạo. Mặc dù, không có cái gì giống như cái gọi là phục hồi hay cải tạo. Thay vì vậy, chúng tôi đi bộ qua những cái cửa và tìm thấy sự thoái hóa ở mức độ cao nhất. Đó là sự thật.

Ví dụ có điều luật: "Không được cho mượn hay mượn". Khi bạn chuyển đến một nhà tù mới và như kẻ nhát gan từ nhà tù tỉnh lỵ đến, bạn muốn mượn những vật hay dùng như cục xà phòng, bàn chải đánh răng và tem để dán thư, nhưng điều này không cho phép. Nhân viên nói rằng thà là bạn xin họ cả đến một chục lần hoặc đi xin tiền để mua chứ không được mượn. Hầu hết các tù nhân đã bần cùng khi đến đây và cần một sự lịch sự có thể. Tôi biết tôi đã ở đây nhưng nhân viên sẽ phạt nếu họ bắt gặp tù nhân đi mượn hay cho mượn vì tránh rắc rối tranh cãi.

Thật ra, họ sợ có những nguy hiểm xảy ra từ việc mượn này. Không tên tù nào muốn ngửi mùi nhát gan của tên khác. Nhớ rằng chúng tôi đang bị thử thách nếu vi phạm là sẽ để nhà vệ sinh (bồn cầu) trong xà lim ngang chỉ 8 feet và dài 10 feet thì hôi không chịu nổi, giường ngủ hai tầng, chứ không cho riêng. Và bị nhốt với hai người trong một nơi nhỏ 23 giờ mỗi ngày thì việc gây sự và hiếp dâm thường xảy ra.

Hãy để tôi giới nhiệu nhà tù ngang 8 feet và dài 10 feet gọi là xà lim trừng phạt. Bạn có một phiến gạch làm giường có tấm đệm, có vài vòng tròn bằng thép dùng để cột những tù nhân bất trị. Rồi cũng có những ngọn đèn do cai tù sử dùng để hành hạ tù nhân. Đèn rất sáng, bật lên là bạn thức dậy liền. Có bồn rửa mặt và nhà cầu. Mỗi lần giật cho nước chảy thì âm thanh kêu âm ầm như sắp sập. Vì xà lim làm bằng thép và gạch nung, nên rất nóng. Nhiệt độ cũng tùy thuộc khi bạn ở trên hay dưới. Dưới cầu thang có nghĩa là bạn đang ở dưới đất sâu sáu feet thường lạnh và ẩm thấp. Nếu bạn ở trên lầu thì là nhà giam rất hẹp gọi là biệt giam.

Để sống trong hoàn cảnh này tinh thần bạn phải vững.

Khi bạn bị biệt giam, không có cái gì ngoài sự sân giận và chính mình im lặng. Có thể bạn đang rửa máu người nào từ cánh tay của bạn. Có thể bạn đang cám ơn Phật rằng bạn đang sống. Có thể bạn đang rơi những giọt nước mắt thầm lặng, chán nản vì đời sống không có ý nghĩa. Bạn không muốn nói gì nữa. Tất cả những cái bạn muốn làm là đi ngủ. *Giấc mơ là lối thoát.* Nhưng bạn luôn luôn giật mình bởi tên cai ngục giật mạnh cửa để thả mâm đồ ăn vào. Bạn nhận ra rằng cuộc chiến tranh không bao giờ ngừng. Khoảng 10 hay 15 ngày trước đó, bạn trong tình trạng chờ đợi lời khiển phạt vì lỗi của mình. Không có radio, tivi hay sách. Chỉ có đếm gạch và hình thức mới nhất của sự chết đang đến gần, bởi vì biệt giam có nghĩa là bạn đang làm cái này một mình ở đây. Nhưng đó không thật sự là chân thật, bởi vì bạn có thể nghe sự la hét của những người tù khác, gọi lẫn nhau bằng thằng chó đẻ hay mãi dâm. Bạn có thể nghe tiếng thét của những tù nhân tâm thần. Mỗi ngày, xà lim của bạn bị xâm lăng bởi lũ lụt của nước dơ hoặc hoặc tiếng đóng mạnh của những cánh cửa khi cai tù từ chối không cho nhân viên thức ăn của họ vào. Tiếng cười, la hét khi bị xịt nước, gas vào những tên tù này "Có phải đây là hơi thở cuối cùng?"

Luôn luôn bạn tìm thấy tội lỗi ở tù nhân này và sự thơ ngây trong trắng là phía nhân viên. Vì vậy, bây giờ bạn bực mình bởi vì bạn đang tranh đấu cho chính bạn. Sân giận đang lướt trên bạn. Ồn ào đang làm chủ bạn. Mùi hôi đang chung quanh bạn. Cai tù đang chế giễu bạn. Nhưng cuối cùng, sự sạch sẽ đang với bạn. Không có sự sạch sẽ thì dễ quăng phân cứt vào nhân viên hoặc chơi giỡn dương vật của bạn mỗi khi bạn vừa làm tình với một người. Ồ ngay cả bị tạt nước, la hét, cắt ngón tay của bạn đều là sáng suốt. Làm thế nào để nó biểu tượng cho thời gian thử thách? Nếu tôi có một lời ước, tôi sẽ tập trung các thầy của mình, mẹ và bạn của mình vào trong một phòng và tôi có thể nói với họ rằng: "Bởi vì họ mà tôi sống và bởi vì họ mà tôi có thể tập trung mình lại và bắt đầu điều trị vết thương".

Rất nhiều chuyện buồn trong nhà tù. Sự vô minh của tôi là nguồn thêm nhiên liệu vào lửa và điều đau đớn này là tôi có thể trở thành nạn nhân cho chính vô minh của mình. Thân thể yếu đuối. Tâm thì sống với những ý tưởng mới, nhưng không có sự thỏa mãn trong đó. Chúng tôi gọi cuộc tranh đấu này là suốt cuộc đời. Và khi tôi tu tập từ từ. Tôi theo ngón tay giáo lý chỉ để thấy mặt trăng tâm Phật của tôi, nhưng tôi không thể đi khỏi góc đó để ôm giữ cuộc chiến đấu hay thử thách với cai ngục. Xà lim của tôi đầy hình ảnh của thầy tôi. Tôi có vài cuốn sách Phật rất hay để đọc. Tôi có một tivi trắng đen và một máy nghe băng giảng pháp. Nhưng khi cửa xà lim mở, nó giống như một cuộc tranh đấu bắt đầu. Tất cả tự ngã vươn ra và đời sống của bạn sẽ trở thành một mục tiêu sắp tới.

Terrell McCraw

Tấm Mềm Tình Thương

Leighton Bates[17] kể cách đây sáu mươi năm cũng vào tháng 8, quần đảo Nagasaki và Hiroshima, Nhật bản bị Hoa kỳ bỏ bom để chấm dứt chiến tranh, nhưng không chấm dứt nỗi đau của những người chết hoặc người dân vô tội. Danh sách người chết do hậu quả của quả bom nguyên tử là 270.000 người.

---

17. *www.thubtenchodron.org/PrisonDharma/a_quilt_of_compassion.html-26k-*

Tôi chưa sanh ra khi bi kịch này xảy ra, nhưng hiệu quả của chúng đã ảnh hưởng tôi trong nhiều năm qua. Tôi nhớ hình ảnh một em bé trên mặt bìa của tờ tạp chí Life. Em loã lồ chạy ra đường vì quần áo bị cháy hết và gương mặt vô cùng kinh hãi. Tôi muốn quay ngược lại thời gian, lấy áo choàng của tôi choàng cho cô bé ấy và nói với em rằng em đừng sợ nữa. Có thể hai mươi năm sau nữa, trước khi tôi có thể làm cái gì để hàn gắn vết thương cho cô bé ấy, bản thân tôi và thế giới còn lại - người sống và người chết.

Tại trại tù Oregon State Prison, nhóm tu tập của chúng tôi gặp nhau hai giờ. Chúng tôi là một nhóm đa dạng với nhiều dân tộc khác nhau nhưng tất cả dường như có một dấu vết chung là chấp nhận và làm việc với nhau. Điều này phú hợp với tất cả chúng tôi.

Vào tối thứ ba tôi đến nhà nguyện (chỗ mà chúng tôi họp mặt) nghĩ rằng mọi người đã (bắt đầu) ngồi thiền theo hình tròn trên những tọa cụ. Thường thường tôi là người đến sau cùng bởi vì khu tù của tôi hơi xa và tôi phải lẹ chân chạy lên cầu thang, sau đó chạy xuống hành lang dài, trước khi phòng thiền đóng cửa.

Nhưng tối nay khi tôi đến nhà nguyện, nhìn vào bên trái tôi không thấy ai cả. Bàn thờ chưa sắp lên, chưa có nhang đèn và chưa có ai. Tôi nghĩ chắc về phòng lại thôi. Chợt tôi nghe tiếng cười vang lên từ phòng sau và tôi tiến về đó.

Khi tôi bước vào phòng, điều đầu tiên tôi thấy là tấm 'quilt' (mền do kết từ những miếng vải nhỏ vụn mà thành) được treo trên ổ khóa bằng gỗ. Tôi có thể nói là có những hình giấy và chữ ở mỗi góc nhưng không nhiều. Mắt tôi chỉ thấy khoảng tám feet. Đây cũng có hai cái bàn dài 6 feet gập xuống và hầu hết các bạn đạo của tôi ngồi xung quanh. Một bạn nói cho tôi nghe rằng mỗi người mỗi tay sẽ kết 270.000 jizos (khoanh vải nhỏ) kết lại thành tấm mền Hoà bình (Jizo for Peace' blanket). Một khoanh vải hình thoi là tượng trưng cho một người chết. 270.000 là số người chết trong hai trận bom nguyên tử. Nhóm Phụ nữ Phật giáo ở Coffee Creek Prison tại Oregon đã may hơn 1,500 Jizos trên tấm mền đang treo trên cửa và bây giờ nhóm tù nam làm số jizos còn lại.

Lúc đó tôi cũng hơi bị áp đảo. Tôi vừa ở ba năm biệt giam, vừa được ra sinh hoạt cùng tập thể mới hơn một tháng. Tôi đau khổ vì sự quá tải của giác quan và hơi hồ nghi khi được sống với tập thể 2.000 người so với tập thể 15 người mà tôi vừa trải qua. Tôi nhận ra rằng mặc dù những người này đáng tin, tốt, từ bi và làm lợi ích cho xã hội. Họ đang bày tỏ tình thương và từ bi đến mọi người mà không cần biết cá nhân đó, chỉ hữu ích hữu tình bằng hành động cụ thể của từ bi. Thế là tôi nhiệt tâm tham gia khâu tấm mền tình thương.

Nghe rằng một trong hai thành phố bị bom đã hoan hỉ nhận tấm mềm của chúng tôi và những người khác đã kết để kỷ niệm những người đã khuất. Đó là đủ vui cho chúng tôi. Với một nụ cười tươi trên mặt, tia hy vọng trong mắt. Cô gái nhỏ tôi nhớ trên bìa tạp chí Life. Mọi người bao gồm tôi đã nỗ lực xóa nỗi đau của bé, xin bé tha thứ và tấm mềm này sẽ che sự loả lồ của em. Đây là sự nỗ lực làm của những người lạ, người mà em chưa từng gặp trong đời. Dù phần đóng góp của chúng tôi chỉ là một phần nhỏ của số 270.000 Jizos. Nhưng điều đó cũng tốt vì chúng là biểu tượng của tình thương của chúng tôi – những người tù trong trại cải tạo.

Leighton Bates

Làm Tốt Dù Hoàn Cảnh Nào

Có một người ông già sống một mình ở Idaho. Ông muốn đào vườn khoai tây, nhưng việc nặng nhọc quá. Con trai ông, Bubba, thường giúp ông, nhưng giờ Bubba ở tù rồi. Ông bố viết thư nói tình trạng khó khăn của mình như sau:

Bubba thương,

Bố lúc này yếu quá đến nỗi không thể trồng khoai tây trong năm nay. Bố quá già để mà đào xới khu vườn. Nếu con đừng có ở tù thì thôi không có vấn đề gì cả. Bố biết, con có thể đào cho bố.

Thương con,

Dad

Thư hồi âm của Bubba

May quá, Bố đừng đào vườn khoai. Đó là nơi con có chôn những xác người. Xin Bố thương con đừng đụng vào!

Thương Bố,

Bubba

4g sáng ngày hôm sau, nhân viên cảnh sát đã đào xới khắp cả khu vườn bao la không sót một chỗ mà không thấy xác người nào. Họ xin lỗi ông già rồi đi. Cùng ngày, ông già nhận thư khác từ con trai:

* *Bố thương, như vậy tiếp tục trồng đi. Đó là khả năng con có thể làm cho Bố dù trong hoàn cảnh nào.*

Thương Bố,

Bubba

Tù Chung Thân Tặng Học Bổng[18]

Theo tờ báo 'The Associated Press': Một nhóm tù nhân gởi tiền học bổng cho cậu bé 19 tuổi, người mà có em gái bị giết. Tin được loan lúc 7:25 sáng, tháng 6 ngày 7 năm 2005.

Tại Raleigh, phía Bắc Caroliana, Zach Osborne nhớ suốt đời những ký ức về người em gái nhỏ. Lúc đó Osborne là cậu bé 6 tuổi và em gái 4 tuổi đã bị hiếp và giết chết. Bạn trai của mẹ chúng đã làm việc này và bị tù chung thân. Osborne vì việc này đã ước mong lớn lên làm cảnh sát hình sự. Osborne hiện nay là sinh viên năm thứ hai của trường đại học East Carolina với sự hỗ trợ tài chánh của một số tội phạm chung thân.

Thứ Ba, ngày 19, Osborne đã nhận $5.000 từ một số tù nhân do xuất bản báo 'Compassion' hai tháng một kỳ. Tính tiền tài trợ đến nay, tù nhân đã tặng cho Osborne bảy xuất học bổng trị giá $27.000.

Dennis Skillicorn, một tội phạm chung thân ở Missisouri là chủ biên của tờ báo và viết trong bài "Our intent is genuine" (Hướng đến của chúng tôi là Tài Năng), tháng 5 ghi rằng: "Chúng tôi muốn ủng hộ cậu bé hoàn thành giấc mơ cảnh sát hình sự để tìm cách ngăn chặn những bạo động tương lai".

Chị của Osborne là Natalie bị giết tại Asheboro vào tháng 4 năm 1992. Thủ phạm là Jeff Kandies đang bị tù chung thân tại North Carolina.

Hung Osborne nói: "Qua kinh nghiệm sống này sẽ là động cơ khiến tôi giải quyết nhiều trường hợp hoặc đặt

18. http://www.thubtenchodron.org/PrisonDharma/scholarship_from_death_row_prisoners.html

nỗ lực hơn nữa. Sự mất mát đau thương của gia đình tôi là động cơ khiến tôi sẽ cố gắng ngăn chặn những sự kiện đừng để xảy cho ở những gia đình khác."

Để đạt được học bổng này, Osborne phải viết một bài luận về tội phạm và hậu quả của nó ảnh hưởng cho Osborne và gia đình anh ta. Ngoài Osborne, cũng có những người khác nhận thưởng như Brandon Biggs, người bị xe tung tại Fort Worth, Texas, năm 2001.

Zach Osborne

Đổi Khác ở Thế Giới Nhà Tù

Sự tu tập của tôi bắt đầu với nhiều giọt nước mắt, đặc biệt quán chiếu về sự hối hận. Tôi tập thiền nhiều hơn mỗi ngày, càng tập tôi càng nhận ra vẫn có những điều tiếp tục gây khó chịu cho tôi. Trong khi tôi thích ẩn mình để thiền quán thì lại có một số công việc, khóa học cao đẳng, chương trình ban đêm khiến tôi hơi bận rộn.

Trong những hoạt động này, tâm của tôi đi lang thang vô định, vọng tưởng khó chịu của tôi khởi lên khi gặp những thái độ và thành kiến khác. Nhớ lại những lời Phật dạy, tôi liền quán sâu vào dòng vận hành tâm của mình. Mỗi buổi sáng và tối tôi đều có ngồi thiền. Tôi cũng tụng kinh ở mỗi trưa, giờ nghỉ và ngay cả khi đứng sắp hàng lãnh thức ăn hay điểm danh. Nhờ sự hướng dẫn của quý Sư, tôi đã nỗ lực chánh niệm liên tục để làm một sự đổi khác ở thế giới nhà tù này.

Cadence

Mọi pháp đều có nguyên nhân của nó

Sư cô kính, tôi vẫn còn trẻ chỉ 30 tuổi. Tôi sống một đời sống phức tạp vì hành động bất lương, bạo động, thuốc phiện và tội phạm. Đời sống của tôi khiến thân tôi tàn rụi dẫn đến điểm mà tôi khó vượt qua nếu không có gặp Phật pháp.

Lúc đó, tôi bị nhấn sâu vào sự đau khổ rất nhiều đến nỗi tôi không nhận ra cái gì chung quanh mình. Tôi bị tích tụ bởi một tấm màn của sân hận, thù ghét, bối rối và tự thương hại. Nhân viên nhà tù canh gác tôi cẩn thận vì sợ tôi tự tử. Theo lời đề nghị của người canh tù, nên tôi được chuyển sống với tập thể tù nhân. Do đó, tôi được chuyển đến nhà tù Dodge (Dodge Correctional Institution), Dorge, WI.

Tại đây, một tù nhân tên Brodwin đối xử với tôi rất tốt và dường như thấy xuyên qua bình phong của tôi và Brodwin thấy rằng tôi đã mất tất cả vợ con, tài sản và tôi cần tình thương nương tựa. Chẳng những Brodwin mà một số bạn của Brodwin cũng thế rất hiểu biết. Tôi không hiểu cái gì làm cho tôi bị thu hút về những tù nhân này. Có thể tinh thần tích cực của họ. Tôi vui khi tôi gặp được những người này làm bạn với họ. Sau này, tôi biết cái hấp dẫn tôi là tánh cách của họ vì họ là nhóm Phật tử tu tập rất thuần thành. Hèn chi, họ có một phong cách khác các tù nhân thường.

Tôi học đạo ở một số nhà thờ nhưng chưa học đạo Phương Đông. Tôi lắng nghe những người này nói và ngầm hiểu tôi có thể học cái gì đó ở họ. Khi tôi tập làm Phật tử, tôi cảm thấy tốt hơn. Cái mà tôi cần mà cái đó lãng vãng trước mắt tôi hoài: đó là *con đường thoát khổ*. Thật là đơn giản! Thật là hoàn chỉnh! Thật là tuyệt vời! Sau khi tôi tu tập, tôi biết tôi gặp thấy cái mà tôi đã tìm cho đời tôi. Thật sự, điều tôi tìm kiếm là tìm tôi.

Năm mới đã đến và mặc dù xa gia đình, tôi cố gắng làm tốt hơn. Những người bạn đạo đã ôm tôi vào vòng tay của họ. Tôi không có gì và họ chia sẻ những gì họ có cho chúng tôi. Họ cho tôi quà và card giáng sinh. Điều quan trọng nhất, họ đã tặng sự đồng hành, sự hiểu biết và tình thương chân thật cho tôi. Rất nhiều sự ngạc nhiên, họ đã cho tôi. Tôi đã có những ngày tu học tuyệt vời tại trại cải huấn này.

Điều quan trọng là tôi đã lấy kinh nghiệm này mở tầm nhìn của mình đến sự thật là con đường thoát khỏi đau khổ và tôi đang đi trên đó. Thay vì sống với những tình cảm tiêu cực, tôi bây giờ tập trung về sự thay đổi bình an và phát huy lòng từ có sẵn trong tôi. Tôi đã làm lễ quy y và trở thành Phật tử rồi.

Tam bảo là nơi cứu đời tôi. Tôi cám ơn những người bạn đạo cho những gì họ đã cho tôi và gia đình tôi. Cám ơn những người ủng hộ chương trình hoằng pháp tại nhà tù. Cảm ơn quý Sư, Sư cô Giới Hương - những hiện thân của Bồ tát đã giúp chúng tôi thực hành từ bi ngay những hoàn cảnh khó khăn nhất. Chỉ biết rằng chính những điều này đã làm tôi thay đổi. Phật giáo không chỉ thay đổi đời tôi mà còn cho tôi cuộc đời.

Mason

Hối hận

Sư cô kính, tôi đã phát nguyện trong tương lai tôi sẽ hữu ích cho những người đã bị tôi hại hay cưỡng hiếp. Trong khi làm điều này, tôi cũng cầu nguyện rằng hiện tại họ cũng làm thiện hạnh để được hạnh phúc và an lạc.

Người mà bị tôi giết sẽ được may mắn trong lần tái sanh tới và gia đình anh ta vẫn thăng tiến dù vắng bóng anh.

Tôi nhìn quá khứ, thấy những ác hạnh của mình. Tôi thật sự xấu hổ và hối hận những gì đã gây ra. Tôi cũng nghĩ đến những con thú mà tôi hại. Lời nhục mạ hay hành động hung hăng mà tôi đã gây cho người khác. Thỉnh thoảng ký ức về những sự kiện này khởi lên, tôi thấy tôi vô minh tội lỗi biết chừng nào!

Nhưng tôi vẫn hy vọng mình có những tiềm năng tốt mà đạo Phật gọi là tánh Phật. Tôi sẽ hành động với lòng tốt. Tôi sẽ nghĩ người khác trước tôi. Tôi sẽ nâng niu và thả một con thú bị thương. Tôi sẽ nói lời tốt và thiện hạnh với người khác. Đây là một sự bắt đầu. Dù sao, tôi cũng không phải là thánh, nhưng tôi sẽ cố làm điều tốt. Bất cứ cái gì tôi có thể làm là lành mạnh và luôn cảnh giác tránh xa điều bất thiện. Tôi đang thực hành điều này. Tôi tiếp tục cầu nguyện cho những người tôi hại và hứa sẽ cải thiện.

Jordan

Nguyện khó làm

Sau khi đọc sách đạo Phật khuyên ăn chay. Tôi đang cố gắng thay đổi và tập ăn chay suốt tuần Thanksgivings (Lễ Tạ ơn của Hoa Kỳ) này.

Một ngày kia, tôi nghe người lính canh kể có một tù nhân ở đây đã lâu cũng giữ chay trường và đang ở biệt giam như tôi. Vào một buổi, nhà tù hết thực phẩm chay, lính canh hỏi anh ta hoặc phải đói bụng hoặc phải ăn gà nướng. Anh ta quyết định không ăn.

Sau khi nghe câu chuyện. Tôi chuyển cho anh ta ít súp chay và bánh kẹo với vài lời ghi rằng: “Đừng hỏi súp này ai biếu? Tôi chỉ lo là bạn đang đói bụng".

Vài ngày trôi qua. Người đó biết thí chủ cúng dường nên viết vài lời tạ ơn rằng: "Cám ơn, đây là lời tốt đẹp nhất mà ai đó đã làm cho tôi từ ba năm này".

Tôi chưa bao giờ nghĩ rằng mình đã làm một việc ý nghĩa giúp người tù này, nhưng tôi thấy sự quan trọng thế nào là để ý và giúp người khác duy trì nguyện tốt của mình trong tù. Nhất là chí nguyện trường chay giữa nơi thiếu thốn thực phẩm này. Thật là sao sáng trong đêm!

Jackson

May Mắn

Sư cô Giới Hương kính, tuyết lại đổ xuống trắng xoá khắp sân. Chúng tôi cảm nhận lòng từ của Sư cô và sư Tonen đã vượt đường tuyết nguy hiểm và lạnh lẽo để đến đây. Nên chúng tôi cố gắng rủ thêm nhiều bạn tù mới tham dự cho đông, đáp với tấm lòng của quý sư.

Trong buổi pháp thoại, chúng tôi thật vui khi nghe sư khen anh em tù chúng tôi trông ai cũng tươi tắn, khỏe tốt và chắc nhận được sự chăm sóc kỹ của nhà bếp. Sư còn khen trông chúng tôi như các trẻ nít đón mừng lễ giáng sinh, thật xinh với áo mũ len, khăn choàng tất vớ nhiều màu. Chúng tôi sẽ cố gắng cải tạo tốt xứng đáng với phước báu của mình.

Kettle Moraine Correctional Institution, WI, Connor Tojin

Chương 6

Sự Hỗ Trợ Của Phật Pháp

Tuyên úy Joseph Baker của trại tù Greenbay (*Green bay Correctional Institution*) nói rằng cách đây mười năm ông có qua Việt Nam và ông rất mến đất nước nhỏ bé và thân thiện này. Ông cảm thấy vui khi thấy tôi tham gia Hội Thiền Milwaukee cùng với Sư Tonen trong chương trình hướng dẫn người tù học Phật pháp, trao đổi thư tín và tặng sách Phật giáo cho các thư viện trại tù và các tù nhân.

Qua các bài viết trong Bản tin Sosaku, tuyên úy Joseph Baker nhận thấy khả năng suy tư Phật pháp của tù nhân ở Greenbay rất hiểu ý đạo và ứng dụng sống với tinh thần đạo trong những sinh hoạt trong tù. Đây là một sự cố gắng lớn của tù nhân góp phần tạo an lạc và hòa hợp trong môi trường trại tù này. Cám ơn chư tôn đức Ni đã hết lòng tạo cơ hội tốt này. Phật pháp là con đường thức tỉnh và thấy thế giới như thật, hành động tương ứng với quan điểm đó thì được giải thoát khỏi lửa tham, sân và si và ngục tù giam mình.

Joseph Baker hỏi tôi: Tại sao tôi phát tâm tham gia chương trình giúp những tù nhân?

Tôi trả lời: Động cơ chính là từ bi thương nạn nhân và tội phạm là những con người đang đau khổ. Phật pháp là một con đường để ra khỏi đau khổ do Đức Phật đã thực nghiệm qua. Nhận thấy Phật sự hoằng pháp tại các trại tù mà Hội Thiền Milwaukee đang thực hiện là một trong những phương tiện hoằng pháp rất hữu hiệu nên tôi xin tham gia. Chúng tôi sẽ mang lợi ích nếu tù nhân chịu học hỏi và có khuynh hướng chuyển đổi. Tình hình tái phạm tội nhiều lần là một bằng chứng sự trừng phạt không đem đến kết quả. Theo như báo cáo về tội phạm (a Sentencing Project Report) thì tù nhân Hoa kỳ chiếm số lượng cao nhất thế giới. Báo "the Associated Press" ngày 30 tháng 06 năm 2005 nói cứ 136 công dân Mỹ thì có một người bị ở tù (quá sức tưởng tượng). Nhiều người, nhiều bậc thức giả và các vị chức sắc của các tôn giáo khác ở Hoa Kỳ đã và đang phát tâm giảm hiện tượng này bằng cách đem triết lý và điều hay của tôn giáo mình để thực nghiệm trong nhà tù.

Phật sự của chúng tôi là không xúi tù nhân phải từ bỏ tôn giáo của họ. Khi tù nhân muốn học về thiền, về phát triển lòng từ, bi, hỉ, xả qua thư tín thì chúng tôi đáp ứng nhu cầu đó bằng cách tặng sách Phật, trao đổi Phật pháp qua thư từ, thiện hữu trên thư từ. Hoặc nếu họ muốn tổ chức tu thiền, niệm Phật, tụng kinh thì chúng tôi sẽ vào trại tù hướng dẫn tập thể hay cá nhân (pastoral visits) để giúp tù nhân có thể tu tập trong những hoàn cảnh khó khăn nhất, trái nghịch nhất của môi trường trại giam. Mặc dù tù nhân phạm những nghiệp xấu, tiêu cực và gây phiền toái, tổn hại hay xâm phạm nạn nhân, nhưng bản chất họ là tốt, muốn học điều tốt nếu chúng ta biết cách khơi dậy tiềm năng Phật tánh này. Với hy vọng đó, nên chúng tôi phát nguyện dấn thân vào đây.

Dù các trại cải tạo của Wisconsin tọa lạc trong tiểu bang Wisconsin, có trại cách nhau cũng 3, 4 tiếng đồng hồ lái xe, nhưng Sư Tonen và tôi vẫn vui vẻ đi. Lái xe thật xa, thật lâu, đôi khi đến trại tù chỉ có ba, bốn tù nhân vấn đạo, nhưng chúng tôi cũng hoan hỉ vì biết những tù nhân này thật sự cần Phật pháp và kiên nhẫn chờ đợi chúng tôi một tháng mới đến viếng một lần. Trong khi những người ngoài xã hội nhiều khi lại không có động cơ tha thiết để tu tập như những người ở đây.

Tôi nhớ có một chiều nắng đẹp tại New Lisbon, tôi và 10 tù nhân ngồi thành vòng tròn. Họ là những người Mỹ cao to xác trong khi tôi - người hướng dẫn - thì thân hình châu Á bé xíu. Kenvin nói tôi giống cô gái nhỏ (a little girl) hơn một nữ Viện Chủ/ nữ Trụ Trì (an abbess) 45 tuổi. Vị tuyên úy cũng mếm mộ ngồi nghe pháp thoại. Tôi đã nói về cuộc đời và sự giác ngộ của tổ Huệ Năng (Pháp Bảo Đàn Kinh). Bản chất của tâm là thanh tịnh và giải thoát khỏi phiền não. Những vọng tưởng giống như đám mây che mờ tâm mình. Rồi tôi cũng nói về lòng tốt, tha thứ, kiên nhẫn và khoan dung. Phía sau những mặt tiêu cực của tù nhân như tâm thất vọng, sân giận, buồn bả, tội ác, hận thù là những tánh tốt của vị tha, tùy hỉ, hướng thiện, thanh tịnh và tỉnh thức đang ẩn nằm đó đợi duyên sẽ lấp lánh chiếu sáng.

Trong phần pháp đàm có một tù nhân hỏi tại sao tôi đi xuất gia sớm, mới 15 tuổi mà chôn kín cuộc đời hoa mộng ở chốn thiền môn vậy? Ở Mỹ hầu như mọi người nên hoàn thành xong bổn phận xã hội (đi làm), có gia đình (vợ chồng, con cái) rồi, về già nghỉ hưu rồi, mới có thể nghĩ đến việc đi xuất gia (nếu thích) nên thường là bán thế xuất gia. Việc sư cô mặc sắc phục tu sĩ (đầu tròn và áo nhật bình) vào nhà tù như vậy và quan điểm quần chúng Mỹ thấy hình ảnh đó thì cảm giác thế nào?

Tôi trả lời: Trong luật dạy có hai dạng xuất gia là đồng ấu (từ nhỏ) và bán thế (có gia đình rồi). Cả hai đều đáng được tán thán. Nhưng nếu từ đồng ấu, bạn sẽ có thấm nhuần tư tưởng Phật pháp hơn và sự hoằng pháp sẽ hữu hiệu hơn, vì bạn có nhiều thời gian huân tập Phật pháp với tâm hồn trong sáng thanh tịnh. Tuy nhiên, nếu bán thế xuất gia như sư cô Tonene mà sự đóng góp của sư Tonen lớn và có nhân cách thì được sự kính nể lớn và công đức vô lượng. Nói chung, tự thanh tịnh được mình và lợi ích người khác thì bất kể đồng ấu hay bán thế xuất gia đều có giá trị và đáng kính ngưỡng.

Việc mang sắc phục tôn giáo vào trại tù thì một số tù nhân không biết đạo Phật, nên có vẻ nghi ngờ, xa lạ, nhưng nếu Phật tử tù nhân gặp vị xuất gia thì họ kính trọng và chấp tay chào. Nhiều nhân viên nhà tù kính trọng chúng tôi khi họ biết chúng tôi là tu sĩ. Trại giam là một hệ thống có tôn ti. Nhiều người đã đồng hóa chúng tôi không khác những cư sĩ tự nguyện làm việc thiện. Khi họ nghĩ thế, họ không phân biệt giới tính và họ phải cư xử chúng tôi chiếu theo luật và chúng tôi cũng phải theo luật như một công dân. Nhìn chung, tôi thấy người Mỹ đối đãi nhau rất bình đẳng ít có khoảng cách lắm giữa xuất gia và tại gia. Họ hình như không coi trọng hình thức và nghi lễ nhưng chú trọng ý nghĩa và mối quan hệ.

Để duy trì được việc thiện nguyện này lâu dài, chúng

tôi phải tuân theo quy luật trại tù. Kính trọng và lịch sự đối với nhân viên, cảnh sát và vị tuyên úy. Đừng nghĩ bạn có thể làm ngắn gọn quy luật xin phép hoặc không theo quy luật thì không sao, giấy tờ xin phép từng mỗi tháng phải rõ ràng. Thật ra nếu xảy ra chuyện gì, người sẽ trả cái giá đó không phải chúng tôi mà chính tù nhân sẽ phải bị thiệt thòi.

Nhà tù là một nơi tốt để thực tập đạo Phật dấn thân. Nhà tù là nơi có những hoàn cảnh sống không bình thường, cần có tình thương và tôn giáo đến chia sẻ. Chính tại đây các tù nhân cùng chúng tôi có thể ngồi thiền, tụng kinh và niệm Phật. Thật là đẹp vô cùng.

Tôi nhớ có một lần đến nhà tù Racine. Vị tuyên úy đón, rồi đưa Tonen và tôi đến nhà nguyện. Chúng tôi đi qua hai điểm duyệt xét ID[19] và đóng dấu mộc trắng trên tay. Chúng tôi qua vài cánh cửa sắt lớn, rồi bước qua thư viện, dãy nhà tù và vào nhà nguyện. Một số tù nhân đã sắp bàn thờ Phật lên rồi và sắp bồ đoàn theo hình vòng tròn. Một số người tóc nâu, một châu Á, một châu Phi, có trẻ, già, cao, lùn, vạm vỡ và mãnh khảnh. Họ mặc áo tù quần xanh, áo sơ mi có chữ 'inmate' sau lưng. Chúng tôi chào nhau và ngồi xuống trong im lặng. Tôi nghĩ rằng tôi không thể quên nhóm người tinh tấn tu tập trong chốn tối tăm với cách đối xử rất dễ thương và khiêm tốn của họ.

Sau khi ngồi thiền là phần vấn đáp. Có nhiều tù nhân hỏi về ý nghĩa Phật pháp giúp họ điều ngự tâm trước những khiêu khích thách đố hàng ngày. Một người mô tả rằng sự nguy hiểm và căng thẳng khi có những tên lạ đeo mặt nạ mang súng ở trên trần mái tù khi họ đang chơi trong sân. Tôi hỏi họ thế nào là tên giết người đã ảnh hưởng đến

19. Identification: giấy tờ chứng minh tùy thân như thẻ căn cước hay chứng minh nhân dân.

họ? Dĩ nhiên rất ảnh hưởng. Vào một ngày rất nóng. Thật là dễ chịu và đa tạ khi được cai ngục thả tù ra sân cho mát. Một người đàn ông chơi bài với nạn nhân và vì thắng thua cãi nhau đã hạ sát anh ta khi không có ai. Anh ta là một con người, anh ta chơi bài và muốn thắng. Nhưng người bị thua không chịu được cảm giác thua thiệt này nên dùng dao khử anh ta. Chuyện của thế giới nhà tù thật đáng thương tâm!

Khi chuẩn bị rời nhà nguyện, tôi nhìn chỗ tôi ngồi, có dấu thánh giá khắc với chữ Nhà Tù (prison) trên chỗ dựa. Nhà tù đúng là một nơi thật khó để sống, đầy sự ghen ghét, sợ hãi và thủ tiêu lẫn nhau. Tuy nhiên, hôm nay có tám tù nhân học Phật pháp và làm thanh tịnh nghiệp của mình bằng lễ lạy và thiền định. Họ có một cộng đồng Phật giáo và hy vọng nhóm Phật tử tù này mang ánh sáng mỗi ngày đến cho không khí xung quanh nhà tù.

Sư cô Giới Hương

Những người tìm đạo

Ngày 4, tháng 9, năm 2008,

Sư cô kính, chỉ trong một thời gian ngắn từ khi tôi biết Phật pháp, tôi thường tu tập với nhóm bạn đạo trong tù. Tôi thấy tôi có sự thay đổi mà bản thân tôi chưa từng biết điều này. Thật ra, tôi có tìm hiểu vài tôn giáo khác, chủ yếu là Thiên chúa giáo. Đó là tôn giáo của gia đình tôi, nhưng không phải là tôn giáo của tôi. Cho dù tôi đã cố gắng nhiều lần, tôi đã đi nhà thờ nhiều lần, những tôi vẫn chưa bao giờ hiểu được ý của đạo này.

Tôi đã tự hỏi vài lần, tại sao tôi quyết định tu tập theo đạo Phật? Câu trả lời là tôi cần phải bắt đầu thay đổi đời tôi và nhận ra khả năng điều ngự mà tôi có, cũng như mọi người, ở ngay chính hành động của mình. Với đạo Phật, tôi đã tìm thấy một cái gì đó mà tôi đã hiểu và một cái gì đó mà tôi thích thú tu tập. Xin gởi lời chúc tốt đẹp đến mọi người đang tìm đạo.

Kowach

Vào Nhà Tù

Sư cô kính, không phải là một dấu hiệu tốt khi quốc gia Hoa Kỳ đang xây cất nhiều nhà tù bởi vì số phạm nhân ngày càng đông. Nhưng đồng thời cũng là một niềm an ủi khi thấy phong trào mạnh mẽ của các hội đoàn tôn giáo tham gia vào công tác thiện nguyện cho nhà tù và đã đem nhiều lợi ích cho tù nhân. Trong đó, tư tưởng và thực tập Phật giáo đã tìm được lối đi vững chắc vào những nơi đen tối của hệ thống nhà tù.

Tôi biết có nhiều Phật tử tù nhân đang thực tập quán từ bi, khi bị biệt giam; hồi hướng sự lợi ích cho những tù nhân hoặc nhân viên, những kẻ đang bị bao bọc bởi sự tàn nhẫn và ác độc; nhiều người dùng sự Quy y Tam bảo hoặc quán chiếu lý Tứ thánh đế để che chở cho mình, để có thể chịu đựng bản án tử hình hoặc trong lúc bị biệt giam năm này qua tháng khác không có gì để làm. Sự khuyến tấn tù nhân tìm hiểu tâm linh càng trở nên khẩn yếu. Khi tù nhân hiểu được chánh pháp thì cuộc sống tâm linh sẽ nở rộ như một đóa hoa.

Amanda

Tâm Tôi, Tên Tôi

Ngày 8, tháng 8, năm 2007,

Sư cô kính, tôi rất ngưỡng mộ bài thơ của sư ông Thích Nhất Hạnh "Please Call Me By The True Names" (Xin Gọi Tôi bằng Tên Thật). Tôi nghĩ rằng tất cả tên hay địa vị mà tôi giữ trong đời tôi như con trai, cháu nội, anh em, bà con, cháu, bạn, sinh viên, trẻ bán báo, người đá banh, người tốt nghiệp, bạn trai, người yêu, người nấu ăn, gia sư, tài xế, người rửa chén, người cố vấn, người lính, thợ mộc, nhà văn, người thất bại, người bị kiện, người tù, kẻ giết người, Phật tử, thợ đóng đồ gỗ mỹ thuật, thợ sơn hay một bồ tát... đều là những nhãn hiệu, chỉ có bản chất chân thật bên trong của các danh từ này là giống nhau bởi lẽ khi chết nằm xuống, ai cũng là đất nước gió lửa và các nhãn hiệu sẽ bay theo chiều gió.

Điều này đã khiến tôi nghĩ về tất cả nền giáo dục, rèn luyện, kỹ năng, những mối liên quan cá nhân, thời gian và nỗ lực... trở thành mỗi một trong những tiêu đề này. Khi liệt kê những tiêu đề tốt và xấu, tôi nghĩ về tất cả sự vô minh, sân hận, sợ hãi có thể tôi biết bởi những nhãn hiệu này. Sau khi liệt kê những nghề nghiệp liên quan đến cái tôi này và nhìn ngược lại cuộc sống tương đối ngắn ngủi của tôi, tôi đã có một sự tỉnh ngộ. Tôi thấy tâm mình với tất cả hiện tượng: tốt và xấu, tương đối và tuyệt đối và có khả năng vô cùng vô tận.

Tất cả đều do tâm. Đây là một lời tuyên bố mạnh mẽ mà kinh Hoa Nghiêm đã từng đề cập "Nếu muốn biết rõ, ba đời chư Phật, quán 'Pháp giới tánh,' đều do tâm tạo" và như trong Kinh Pháp Cú Đức Phật đã dạy:

1. Tâm dẫn đầu các pháp

Tâm là chủ, tạo tác
Nếu nói hay hành động
Với tâm niệm bất tịnh
Khổ não liền theo sau
Như xe theo bò vậy.

2. Tâm dẫn đầu các pháp
Tâm là chủ, tạo tác
Nếu nói hay hành động
Với tâm niệm thanh tịnh
An lạc liền theo sau
Như bóng chẳng rời hình.
(*Pháp cú kệ 1 và 2*)

Biết điều này, chúng ta phải biết năng lực 'thay đổi tâm'. Chúng ta có năng lực được gọi theo nhãn hiệu mà chúng ta chọn và không theo hoàn cảnh bên ngoài để nhặt tên cho mình.

Tojin

Phật pháp nhiệm mầu

Ngày 27, tháng 12, năm 2007,

Sư cô kính, trước khi tôi gặp Phật Pháp, tôi bị chìm ngập trong bể ngu muội và lòng dối trá. Lòng tôi tràn đầy những sự oán hận và thù hằn. Thật không ngoa mà nói Phật Pháp đã thay đổi linh hồn tôi. Phật tánh là nhân tố thay đổi ý nghĩ cũng như hành động của tôi. Trước đó thì tôi chạy theo những kêu gọi của sự hợp thời, theo những gì tôi tin hay thích dù có lúc tôi cảm thấy có cái đó không đúng. Thật ra, lúc còn trẻ thì tôi cũng khó mà nhận ra chuyện gì đúng hay sai? Chúng tôi có thể làm chuyện gì đó miễn có lợi cho nhóm và hại cho đối phương, vì vậy dẫn tới cặp bè kết bạn xấu với nhau.

Ms. Helene

Tham Ái

Sư cô kính, dường như có một sự bối rối tự nhiên xảy ra khi chúng ta khởi tham ái về người hay vật. Riêng tôi, tôi cần phải buông bỏ những tư tưởng và tình cảm của tôi để giải thoát tôi khỏi chấp thủ ái luyến.

Khi chấp vào pháp và người nghĩa là cho chúng như là yếu tố mang hạnh phúc vĩnh viễn cho mình và thấy chúng như là thường trú không thay đổi. Khi chúng ta yêu một người nào, chúng ta tưởng tượng người đó thật hoàn hảo, thật đẹp và chúng ta phải sống với người đó nếu không, chúng ta sẽ không vui. Chúng ta cảm thấy thèm khát cô ấy và nếu không gặp được mặt cô ấy chúng ta cảm thấy tương tư, nhung nhớ.

Nhưng sau khi được chung sống với cô ấy, chúng ta bắt đầu thấy cô ấy không hoàn hảo như mình tưởng, nên lòng yêu mến có giảm xuống và mình trở nên không vui. Chúng ta không vui cho tới khi chúng ta bắt đầu một tiến trình khác bằng cách ly dị cô ta và rồi bắt đầu sinh yêu thương một đối tượng khác và tạo sự đau khổ tiếp tục.

Khi chúng ta giải thoát khỏi tham ái thì vấn đề lớn thứ hai là nhận các pháp bên ngoài như là cho chúng ta niềm hạnh phúc mãi mãi. Ví dụ chúng ta tin nếu có tiền, sẽ trả những giấy nợ và mua bất cứ cái gì mình muốn. Nhưng chúng ta không có hạnh phúc lâu dài như chúng ta tưởng. Chúng ta trải nhiều thời gian lo lắng làm sao để trộm khỏi lấy tiền, làm thế nào có nhiều tiền hơn, khiến tăng lòng tham muốn trong chúng ta.

Chúng ta có thể bị bịnh hoang tưởng rằng tất cả người bạn của chúng ta thích chúng ta vì tiền và chúng ta có thể mua những người bạn của mình để làm giảm sự cô đơn. Và rồi chúng ta khám phá họ chưa từng làm bạn của mình và mình còn cô đơn hơn trước đó. Bất cứ điều gì chúng ta tìm hạnh phúc bên ngoài hoặc bằng người hay đồ vật, chúng ta chấp thủ và thật sự chúng chưa bao giờ mang hạnh phúc vĩnh viễn cho mình.

Thứ ba, khi chúng ta nhìn các pháp là thường còn, không đổi. Chúng ta có vọng tưởng lớn lao là những chấp thủ này mang hạnh phúc nhưng thật sự lại là đau khổ. Thí dụ sống và chết. Chúng ta có thể tin rằng sanh trong thế giới này là bắt đầu sự hiện hữu của mình và chết là chấm dứt. Nhưng giữa giao điểm của hai điều này, chúng ta đã lừa gạt mình. Khi chúng ta còn trẻ, chúng ta cảm thấy mình trẻ mãi và không thay đổi. Ngay cả khi mình già, mình tiếp tục dối với mình rằng "Tôi vẫn cảm thấy như 18". Chúng ta nghĩ chúng ta sẽ thực hiện những hoạt động lúc 60 tuổi như đã làm ở 20 tuổi. Nhưng chúng ta đã thay đổi và nếu chúng ta không thức tỉnh sự thật rằng mọi thứ thay đổi, chúng ta sẽ thức dậy một buổi sáng và đau khổ không thể tả, đầy đau khổ cho đến suốt đêm.

Chúng ta không cần dừng những tình cảm của mình. Chúng ta cũng không cần dừng những cảm xúc nữa. Cái chúng ta cần là giác tỉnh các pháp như chúng thật là. Một khi chúng ta làm điều này, chúng ta sẽ thấy hạnh phúc và trong sáng.

Đức Phật nói trong kinh Pháp cú (Dhammapada) kệ số 340 là:

Dòng sông ái dục dâng tràn
Như dây leo dại mọc lan khắp miền
Thấy dây leo mới nhổ lên
Dùng gươm trí tuệ diệt liền cho mau
Diệt trừ tận gốc thật sâu.

Nếu chúng ta không ứng dụng khái niệm sai lầm vào các pháp. Nếu chúng ta không nghĩ đến mọi người, tiền và các pháp bên ngoài sẽ mang hạnh phúc đến cho chúng ta và hy vọng chúng hành động trong cách sẽ mang hạnh phúc đến cho chúng ta và nếu chúng ta thấy chúng trong bản chất thật của mình và chấp nhận các pháp như chúng đang là thì chúng ta sẽ thoát tham ái. Nhưng chúng ta có thể sống thương yêu những người khác và mang hạnh phúc đến họ (không để các pháp mang đau khổ đến cho chúng ta).

Một cách để làm điều này nữa là thiền quán và nhìn sâu vào sự vô thường của vạn pháp: để tỉnh rằng các pháp luôn thay đổi. Chúng ta có thể sống trên ngọn sóng của hiện hữu hơn là bị mây mù của khổ đau do chúng ta tạo ra và bị nhấn chìm trong đó. Khi chúng ta nhìn một người ăn xin khất thực như một người thân trong gia đình là chúng ta đã đạt được sự từ bi, buông ngã ái. Một khi chúng ta trả phiếu nợ do tiền kiếm được và cho tiền người lạ mua áo ấm trong mùa đông, hai cảm giác này như nhau là giúp chúng ta đạt được lòng từ bi. Một khi chúng ta nhìn ngoài thân mình thấy sống và chết là dòng vô thủy vô chung, là chúng ta đạt được sự thức tỉnh này. Đức Phật nói:

Biết rõ thế, người đệ-tử Phật

Chẳng thích tìm thú vui vật-chất,
Dầu đó là lạc-thú cõi Trời.
Người hiền-thích diệt ái-dục mất.
(Kệ số 187)[20]

John

Vô Minh và Sân Hận

Sư cô kính, vô minh là nguồn gốc của tất cả tai họa. Chúng ta có thể biết điều này trong kinh Phật. Thoát khỏi vô minh là trí tuệ. Nếu có trí tuệ thì sẽ xua tan vô minh. Vì vậy, nếu chúng ta hành động giận dữ, chính giận dữ có thể khởi lên, bởi vì nó pha trộn với vô minh, thiếu sự thức tỉnh. Nếu chúng ta không giận dữ thì nó không khởi lên. Nếu chúng ta sở hữu trí tuệ, xua tan vô minh thì không có một tai họa nào có thể khởi lên. Vì thế, vô minh là nguồn gốc của tất cả tham, sân, giận và ghen ghét.

Mỗi một chướng ngại hay ưu phiền đều có thuốc giải tức là pháp do Đức Phật dạy. Vì thế, bất ngờ có kẻ vô duyên đứng xen vào hàng trước mặt, nhưng tôi không giận. Tại sao? Bởi vì tôi biết anh ta không hại tôi. Tôi không có lý do gì để phiền. Anh ta đói bụng, thiếu kiên nhẫn và gia nhập vào hàng đứng. Tôi không có tha tâm thông, nhưng tôi đoán chuỗi tái sanh và nhân quả của anh ta và tôi. Có thể rằng một kiếp nào trong quá khứ, tôi đã ttừng cắt ngang đứng trước anh ta rồi. Đây là thành quả nghiệp của tôi. Nếu tôi im lặng đồng ý cho anh ta xen và

20. Kinh Pháp Cú. Hòa Thượng Thích Minh Châu dịch. Viện Nghiên Cứu Phật Giáo Việt Nam. 1994. https://thuvienhoasen.org/images/file/ZSqWfkb40QgQAJh6/kinh-phap-cu-19-10-2014-.pdf

thế là nhân quả giữa tôi và anh ta đưa đến sự chấm dứt. Nếu tôi phản ứng tệ hại thì tôi tạo điều kiện cho sự tiếp tục của những quả tiêu cực và có thể tạo ra những nguyên nhân phủ định mới cho những quả tương lai.

Sự không khoan dung không phải là một thói quen tốt. Khi chúng ta không khoan dung cho người khác thì chúng ta không khoan dung cho chính mình. Vì vậy, cái gì xảy ra nếu một tù nhân khác không làm giống như chúng ta làm? Chúng ta là những người hoàn hảo? Rõ ràng là không. Ngay khi chúng ta nuôi dưỡng những tư tưởng về người khác mà không có lòng rộng lượng, kiên nhẫn, bác ái, từ bi, bình đẳng với mọi người, thì chúng ta có thể ít hoàn hảo hơn. Thế nào đánh giá thái độ chỉ trích những người khác? Thật ra, chúng ta không thật sự nhận ra Đức Phật hay Bồ tát nếu các ngài không hiện ra trước mắt mình bằng tấm thân tướng hảo của các ngài. Chúng ta không thể nào nhận ra Phật hay Bồ tát, nếu các ngài không biểu hiện trong thân phàm tục như là thân thú hoặc người như chúng ta.

Vì vậy, một đạo sư thánh thiện khởi lên trong một hình thức chúng ta có thể thấy, một thân thú hay người bình thường và chúng ta không biết các ngài là ai. Các ngài có thể giúp chúng ta học kiên nhẫn và từ bi, khoan dung và chấp nhận. Đây là điều tốt để nhớ khi chúng ta tiếp xúc với chúng sanh hay thú vật khác. Tất cả chúng là thầy ta. Chúng đã cung cấp cho ta cơ hội để học, để phát triển, hoàn thành và tạo ra sự hoàn hảo.

Chúng ta nên thấy tất cả người khác như Phật, Bồ tát, như các đạo sư cung cấp cho chúng ta những cơ hội vàng để tu tập và phát triển. Tôi cũng tập quán những chúng sanh khác như mẹ của mình, vì chúng ta đã tái sanh vô số kiếp. Có thể những chúng sanh chúng ta gặp, đã là mẹ của chúng ta trong đời nào đó. Chúng ta không nên đối xử tệ với bất cứ ai. Chúng ta nên thương họ và không hại họ. Nếu chúng ta có thể tiếp xúc với người khác trên giả thuyết rằng họ là những người thân thương hoặc họ đã là, thì mình dễ đối xử tốt với họ. Khi chúng ta nhớ lòng tốt của cha mẹ mình, gia đình, bạn bè trong đời này, thì dễ cho chúng ta đối xử với người khác với lòng tốt trong giây phút hiện tại. Dù sao, đây cũng là cái gì mà tôi đang tu tập.

Khi một người nói chuyện bất kính với tôi, tôi vẫn bình tĩnh, thanh thản và chân thật hướng về giải tỏa sự sân hận và những phiền não khác của người ấy. Tôi bắt đầu bày tỏ sự kính trọng của tôi đối với anh ấy trước và không có nuôi dưỡng lòng ác để hại anh ấy. Thứ hai, tôi thật sự chúc anh ấy luôn cảm thấy tốt về mình và người khác để loại trừ và giảm những đau khổ của anh ấy. Ngay cả khi anh ấy không cảm thấy mình thật sự nói hay làm cái gì phiền người khác hay phiền tôi, mà chính chúng tôi làm anh ấy bực mình thì tôi cũng sẵn sàng nói một lời xin lỗi. Tôi sẽ làm nguội cơn giận của anh ấy, khiến anh ấy bình tĩnh. Tôi sẽ giảm nỗi sân giận của anh ấy và ngăn anh ấy không làm cái gì mà cái đó tạo nhiều đau khổ cho bản thân anh ấy. Cuối cùng chúng tôi đã thật sự ngăn nhiều điều tai hại mà có khả năng xảy ra.

Susan

Giữ Thăng Bằng

Thưa sư cô, khi cuộc đời không có hướng đi thì sẽ là một cạm bẫy chết người. Đây là cái bẫy mà tôi bị sụp và tôi muốn trốn khỏi sự kìm kẹp đó (mặc dù dường như tôi đã rút chân lên để thoát).

Khi tâm của tôi trở nên tập trung và định tĩnh thì sự tự ngã của tôi phai nhạt dần. Tôi bắt đầu thấy hầu hết hoạt động của tôi bị các thói quen tập khí làm cho mạnh mẽ thêm. Tôi nhận ra rất ít cái mà tôi làm là vị tha hoặc ngay cả lợi ích cho bản thân tôi, vì vậy tôi bắt đầu dẹp những tập khí xấu của mình và những hoạt động vô nghĩa cho tới một ngày không có cái gì để lại, lợi ích hay hại xấu. Hầu hết mỗi hoạt động dường như là vô nghĩa, xấu hại và đời sống hoàn toàn trống rỗng. Tôi trở nên chán nản với những ngày giờ của mình. Nhiều đêm tôi tranh đấu liên tục để giữ sự sáng suốt khi đầu tôi muốn đau (giống như đau nhói trong tâm) do tôi cảm thấy thất vọng và nản lòng. Thỉnh thoảng tôi cảm thấy quá tệ đến nỗi phải nằm xuống giường cuộn tròn như một trái banh, nghiến răng cắn chặt cơn đau, cho tới cuối cùng chìm vào giấc ngủ nửa khuya. Tôi thỉnh thoảng không quan tâm về cuộc sống ngay cả nếu tôi được thả tự do hay còn sống. Không có gì đáng có ý nghĩa nữa. Tôi không quan tâm liệu tôi nhận được thư từ gia đình hay bạn bè không? Tôi muốn giữ bản thân tôi và tránh mọi cuộc đàm luận và về căn bản tôi hy vọng sẽ đến lúc kết thúc.

Có một thanh niên Tây phương di du lịch khắp Đông Nam Á (chuyện trong cuốn sách "The Gift of Well Being" của Ajahn Munindo). Anh ta muốn đi tìm sư học đạo và tuyển chọn đạo sư nổi tiếng. Anh ta tìm hết thầy này đến thầy khác để tham vấn. Gặp ai anh cũng hỏi: "Đức Phật đã giác ngộ điều gì dưới gốc cây bồ đề?" Tôi tưởng tượng anh ta thâu thập tất cả câu trả lời và rồi quyết định chọn minh sư. Mỗi thầy đều trả lời theo cái nhìn của họ. Đầu tiên một đạo sư người Nhật ở Bồ-đề-đạo-tràng trả lời: "Đức Phật đang hành thiền". Rồi một đạo sư khác trả lời: "Đức Phật đang quán về Vô ngã". Một đạo sư khác trả lời: "Đức Phật đang tịnh tâm". Một đạo sư khác: "Đức Phật đang thực hành minh sát tuệ".

Khi người này sang đến Thái Lan và hỏi một thiền sư giống câu trên. Thiền sư trả lời: "Bất cứ chỗ nào Đức Phật đi ngài đều dưới cây bồ đề. Bồ đề là biểu tượng của chánh kiến."

Câu chuyện này giúp mở cái tâm hẹp hòi "ếch ngồi đáy giếng" của tôi và tôi nhận thấy rằng chánh kiến là quan trọng. Tôi cũng nhận ra rằng tôi đang nắm cái lý thuyết trở thành bậc giác ngộ và tôi đang bị ngạt thở bởi nó. Loại bỏ chấp thủ của tôi và tu tập sự thức tỉnh, trí tuệ là chưa đủ để thoát khỏi sự đau khổ và buồn phiền. Đời sống không phải trở nên đơn giản hơn và vui hơn chỉ bằng cách tọa thiền và nó không phải tự nhiên làm chúng ta trở thành một người từ bi và tuyệt diệu. Nhiều đức hạnh liên quan khác nữa là cần thiết.

Vun trồng thức tỉnh và trí tuệ qua thiền định là rất lợi ích. Đây là bước đầu tiên để vượt qua phiền não của mình, bởi vì chúng ta phải có khả năng thấy những điều này. Kế đó, chúng ta phải tu tập từ bi và lòng tốt. Đây là phần khó nhất của sự tu tập khi tôi giữ bản thân mình hầu hết cho đời tôi.

Peppers

Chuyển đổi

Sư cô kính, sau nhiều năm, tôi làm việc trong chương trình "hospice" (hộ niệm cho người tù hấp hối) của nhà tù, hoặc trong trường học, nơi tôi dạy các lớp GED[21] và trong

21. General education Development: Bằng giáo dục tương đương với Trung học, lớp 12. Phát triển Giáo dục Tổng quát (GED) là cuộc thi kiểm

các nhóm tọa thiền mà tôi hướng dẫn trong nhà nguyện. Tôi thấy rất nhiều tù nhân buông xuôi, bỏ mặc chính mình trôi lăn theo sự tuyệt vọng, buồn chán và đôi lúc tự vận. Cũng có một vài tù nhân đi tìm con đường hình phạt hoặc trở thành điên loạn, không còn khả năng tìm thấy ánh sáng và tương lai phía ngoài nhà tù.

Tôi vô cùng cảm kích là tôi đã không đầu hàng sự tuyệt vọng này mà tìm được lời giải qua sự thiền định, đã dùng phương tiện này để hàng phục sự phiền muộn và chuyển nó thành sự hỷ lạc, đây có thể gọi là một sự kỳ diệu. Tôi hy vọng các bạn tù khác, trên con đường tìm giải đáp cũng sẽ tìm được năng lực chuyển đổi ở đây.

Diana

Tự Do

Thưa sư cô, hy vọng lớn nhất của chúng tôi trong việc giúp cho tù nhân trở thành những "con người" sâu sắc hơn, biết quan tâm hơn, mặc dù phải đối diện với những nghịch cảnh to lớn. Tù nhân hầu hết là đa tôn giáo, cho nên đối tượng ở đây là những tù nhân chưa có niềm tin đối với Phật giáo. Thế nhưng, bất cứ một ai với tâm hồn cởi mở, muốn hay không muốn trở thành Phật tử, sẽ tìm thấy những kiến giải và thực tập giá trị ở đây, để trưởng dưỡng những phẩm chất tâm linh, hầu trợ giúp vào việc giải tỏa sự khổ đau trong bất cứ hoàn cảnh nào.

Trong đây có những tù nhân đang nỗ lực cải thiện phẩm cách, giá trị, tư tưởng, ngôn ngữ và cảm xúc của họ. Nhiều

tra 4 môn. Sau khi đậu, sẽ cung cấp chứng nhận rằng người dự thi có các kỹ năng học tập cấp trung học của Hoa Kỳ hoặc Canada... Pearson là nhà phát triển duy nhất cho bài kiểm tra GED. https://en.wikipedia.org/wiki/General_Educational_Development

người đã bắt đầu tìm hiểu Phật giáo như là một hướng đi để thăng hoa ý nghĩa cuộc đời và cũng là một hướng đi để giải đáp vấn đề sanh tử của đời người. Bên ngoài những bức tường của thành tù, Phật giáo Hoa Kỳ đang tìm một hướng đi đặc thù trong một bối cảnh tôn giáo và lý trí của nước Mỹ tân tiến. Tù nhân cũng tham gia với mọi người trong việc đi tìm một giải đáp khác với một sự bất mãn hoặc chưa từng kinh nghiệm qua với những tôn giáo đang hiện diện. Phật giáo Mỹ đã bắt đầu đáp ứng những sự thắc mắc và nhu cầu của tù nhân đang muốn học hỏi những gì Phật pháp có thể cung ứng.

Có những tù nhân có cảm tưởng là họ đang bị tù tội, cũng có những người có cảm tưởng họ đang được tự do. Dĩ nhiên không được tự do về thân xác, nhưng họ đã khám phá được sự tự do qua thiền định, nuôi dưỡng lòng từ bi và thực tập giới luật Phật giáo. Những nhân viên an ninh nhà tù nghĩ rằng họ tự do, bởi vì họ sống phía ngoài ranh giới nhà tù, thế nhưng nhiều người trong bọn họ vẫn bị tù tội giống như các tù nhân, bị mắc kẹt vào công việc làm buồn chán, nghi ngờ và bạo động. Chúng ta, những người sống bên ngoài đôi khi cảm tưởng không được tự do, vì bị trói buộc bởi các thói quen, sự sợ hãi và bốc đồng.

Andreas

Tránh Bàn Bạc Lỗi Người

Ngày 29 tháng 8, năm 2008,

Sư cô kính, trong giới luật có hai giới hơi giống nhau: không nói dối và không khen mình chê người. Những điều này là một phần của chánh ngữ (trong bát chánh đạo: tám điều chân chánh). Chánh ngữ là nói sự thật và vô hại.

Nếu không may, khi chúng ta bàn về lỗi của người khác là chúng ta đã tạo sự oán hại. Có thể kết quả không đến liền nhưng sẽ kéo đau khổ hoài trong tương lai và hậu quả khó tránh.

Khi nhàn rỗi hay ngồi lê đôi mách là sanh những lời nói không chân chánh. Nói xấu người khác bằng cách bàn bạc tội lỗi và tánh cách của họ, trong khi cho là tội lỗi và tánh cách của mình thì tốt hơn. Thật ra, tôi cũng tái phạm điều này. Tôi cũng bàn bạc về tôn giáo của những người khác và cách họ tu tập trong tôn giáo của họ. Rồi tôi cho rằng một số bạn đạo đó là đạo đức giả, thiếu kém, trong khi chúng tôi đúng và tốt hơn, là do tôi không chánh niệm, gây sự mất đoàn kết hay hoà hợp giữa những cá nhân và đoàn thể. Học Phật, chúng ta biết sự im lặng như chánh pháp, đó là trí tuệ.

Hy vọng của tôi khi viết bài này, tôi sẽ thức tỉnh và chánh niệm trên chính lỗi của mình và quán chiếu thức tỉnh hơn để tránh việc nói lỗi người.

Tojin

Trần tục

Sư cô kính, ngày tôi được chuyển trại từ Dodge (Dodge Correctional Institution, WI) đến Greenbay, (Greenbay Correctional Institution WI,) mặc dù có bị tay chân cùm lại, nhưng được ra ngoài trời hít thở không khí trong lành thật thoải mái.

Lúc đó vào thời điểm hai ngày nữa sẽ là lễ Thanksgiving. Xe áp tải tôi chạy qua khu ngoại ô, rồi qua nhiều phố xá, rạp hát và điểm ăn uống. Chúng tôi bị kẹt xe, vì nhiều người đi mua sắm cho lễ, chúng tôi phải đợi và đợi. Qua khe cửa hở của xe áp tải, tôi nhìn thế giới bên ngoài rất sống động. Tôi nhìn các quán ăn giới thiệu món ăn hấp dẫn cho lễ Thanksgiving, những bộ đồ sang trọng mặc trong dịp lễ, những xe hơi bóng loáng... Các shop quãng cáo các món hàng 'on sale' (đại hạ giá). Tất cả như kích thích lòng tham muốn của tôi. Tôi cố gắng nhìn như để thỏa mãn đáp ứng một chút nào đó sự thiếu thốn thèm muốn của mình.

Tôi biết rằng tôi vẫn chấp thủ. Sau khi học Phật một thời gian khoảng sáu tháng tại trại tù Dodge, tôi vẫn khao khát có một máy video mới, có ly cà phê ngon, có tivi riêng, có nhiều bạn trao đổi thư tín… Nói chung, tôi vẫn là người trần tục lúc nào cũng thấy thiếu thốn và cầu mong đủ thứ. Nói hoài cũng không hết sự ham muốn "vô đáy", không thiểu dục tri túc của tôi.

Greenbay Correctional Institution, WI

Jack

Pháp khí

Tù nhân thường thích thú với ý tưởng tu thiền. Đôi khi, những người muốn trở thành Phật tử trở nên thích thú với những vật "lạ" (pháp khí) trong Phật giáo như hộp nhang, hình Phật, y áo, chuông mõ và chuỗi hạt. Những vật này chỉ là phần nhỏ của sự thực tập. Phần quan trọng hơn là nắm được tông chỉ lời Phật dạy hay thiền định. Công thức của sự khám phá này gồm ba phần: thường xuyên thực tập thiền định, cương quyết giữ gìn giới luật và thực tập tình thương, cởi mở cho tất cả chúng sanh trên mặt đất này.

Tôi không thể diễn tả kinh nghiệm cá nhân về cảm tưởng của những tù nhân đang đợi tử hình, hoặc những người đang bị án chung thân không ân xá. Nhiều tù nhân này đang sống trong những trại tù "giống địa ngục" gọi là "supermaxes" - nơi kiểm soát cực kỳ nghiêm nhặt.

Vài tù nhân chung thân đã trở thành những Phật tử thuần thành của Phật giáo. Những người khác chú trọng đến việc thực tập thiền định từ quan điểm của những truyền thống tôn giáo khác, dùng những phương pháp này để giảm bớt sự căng thẳng, hoặc trợ giúp vào việc chuyển đổi tâm tánh. Chương trình căn bản của Phật giáo là giúp tù nhân thoát khỏi sự khổ đau và tiến bước đến tự do giải thoát. Phương pháp của thiền là quán sát tâm mình. Sự thực tập này, dĩ nhiên, có thể áp dụng cho bất cứ ai, bất cứ tôn giáo nào, như Thiên chúa, Do thái, Hồi giáo, không cần phải đổi sang Phật giáo mới học được. Thiền định có thể trở thành một phần cuộc đời của mỗi người và là phương pháp sống cho mọi người.

Trong trại cải tạo, tù nhân muốn cải đổi tự thân hay tìm sự an tĩnh, thường phải tự tìm một mình. Nếu như có sự chuyển đổi tự thân thì hoàn cảnh bên ngoài không còn chi phối được nữa. Đối với đa số tù nhân, toàn thể những giai đoạn bị bắt, bị buộc tội, hầu tòa, bị kết án, lần đầu tiên bước vào nhà tù là một kinh nghiệm hãi hùng, một sự sỉ nhục nhân phẩm đem đến sợ hãi, giận dữ và một cảm nhận về sự hoàn toàn bất lực của mình. Mọi việc đều bị áp đặt lên bạn. Bạn không được có ý kiến gì. Bạn hoàn toàn bị cô lập và không được nói chuyện với ai (trừ phi, đôi khi nói với luật sư) về những gì đang xảy ra cho chính mình.

Câu hỏi đặt ra cho người bước vào tù lần đầu là: Làm sao để giữ sự sống sót về tâm lý, vật lý và tâm linh? Làm sao giữ nhân phẩm mình trong hoàn cảnh bị chà đạp nhân phẩm? Làm sao tự làm chủ chính mình trong khi có vẻ hoàn toàn bất lực? Nhà tù là chỗ của sự khổ đau, bạo động, náo loạn, thù ghét mà cũng là chỗ của tình bạn, tình thương và tôn giáo. Mặc dù, không hoàn toàn khác với thế giới bên ngoài, đời sống trong tù vẫn xấu ác hơn, căng thẳng hơn và cứng rắn hơn.

Thiền định là một phương pháp an lạc hiệu nghiệm giảm bớt sự căng thẳng và là một phương cách chuyển hóa sâu xa. Phối hợp với niềm tin và giới luật Phật giáo, thiền định có thể đưa dần đến sự chuyển đổi tinh thần, cảm xúc và đời sống đạo đức của hành giả. Sự thực tập có thể trở thành một chuyến xe cho sự cải đổi vĩnh viễn. Thế nhưng, sẽ có những chướng ngại và phân tâm vì vọng tưởng. Rất khó mà ngồi yên tĩnh. Rất khó tập trung, dễ bị vọng tưởng dẫn vào sự phân tán. Rất khó sắp xếp thời gian để thực tập mỗi ngày.

Tôi được may mắn là đã gặp và thực tập Phật pháp hơn mười năm trước khi bị tù tội. Thiền định đôi khi có vẻ như một cuộc hành trình vào thế giới huyền hoặc. Dù sao, khi vào tù, tôi đã may mắn có sẵn những công cụ Phật pháp mà tôi có thể sử dụng.

Ansley

Mong dễ hơn

Sư cô kính, tôi cảm thấy trống trải, ngu tối và dày đặc như một bước tiến, nhưng tới hai bước lùi. Ví dụ khi tọa thiền tôi cảm thấy mình có tiến bộ và thỉnh thoảng tôi cảm thấy như ngược lại hình như đầy phiền não nổi lên. Tôi tự hỏi hay do tôi quá nỗ lực hay quá chôn chân một chỗ. Phần tôi là người luôn luôn có động cơ thúc đẩy, muốn bản thân tôi phải thấy chắc chắn cái gì muốn làm, không để người khác xen vào. Có thể bây giờ tôi nôn nóng muốn biết kết quả từ sự thực tập của tôi ra sao?

Dù sao, tôi cảm thấy lạc quan hơn về cuộc đời và môi trường của mình. Tôi cám ơn rất nhiều sự hướng dẫn của Sư cô Tonen và Sư cô Giới Hương.

Samantha L.

Phật Tử

Ngày 01, tháng 03, năm 2008,

Sư cô kính, tôi suy nghĩ rất nhiều về việc thế nào tôi trở thành một tù nhân Phật tử và tôi vẫn là Phật tử từ nhiều năm qua cho đến suốt đời, nhiều đời và đến ngày thành Phật.

Theo kinh nghiệm và những gì tôi đang học thì tôi biết một điều là thực tập. Thực tập! Thực tập! Thực tập! Ứng dụng triết lý và giáo huấn của Phật pháp đã giúp tôi giác ngộ được sự hiện hữu của cuộc sống và với mối quan hệ giữa người và người. Trước khi sống theo ý đạo, đời tôi luôn chất chứa bởi những sự sợ hãi bí ẩn và thiếu vắng trách nhiệm cho chính mình hầu như về mọi mặt của cuộc sống.

Tôi biết là có điều gì đó thiếu vắng trong tôi nhưng tôi không buồn tìm kiếm nó để trả lời cho những thắc mắc của mình, sự thật mà nói tôi chưa bao giờ tự hỏi chính mình. Phần lớn tuổi trưởng thành của tôi thường thích tụ tập với bạn bè, rượu chè, hút sách và cố nắn mình cho thích hợp với đám đông cùng lứa. Chưa có một giây phút nào tôi biết nghĩ tới việc mang ơn cuộc sống hiện hữu và nhịp sống sắp tới mà mình sẽ có được. Tôi cho rằng chuyện này là sự thật cho cả bọn trẻ. Sau khi bị ở tù thêm vào một thời gian hồi tưởng lại, tôi nghĩ có một giây phút bất chợt nào đó đã đánh động lòng tôi bằng câu "Tại sao tôi phải ra nông nỗi này?" và cũng là lúc này tôi đã lĩnh hội được những câu trả lời từ Phật pháp. Tôi đã học thuộc những thiền cú của tổ sư Huệ Năng, kinh Kim Cang và có những bước đột phá trong tâm thức đã đưa ý nghĩa của tôi lên một bậc khác xa trong cuộc đời tôi. Lĩnh hội được Phật pháp cũng ảnh hưởng rất nhiều trong tôi. Tôi nghĩ một trong những lý do quan trọng mà tôi học Phật từ bấy lâu nay là ấn tượng của lễ Quy y Tam bảo. Giây phút khi tôi cùng với các bạn tù phát nguyện nương tựa vào Phật, Pháp và Tăng như là một sự trở về bên trong sâu thẳm của tôi. Quý sư đã hướng dẫn tôi về với pháp và chính pháp đã khiến tôi hướng đến Phật và chính Phật đã khiến tôi nhìn bên trong chính mình. Tôi đã hiểu được rằng *Phật, Pháp và Tăng chỉ có một.*

Tôi thường tự trách mình đã không giúp đỡ nhiều người khác, như lời Phật dạy. Tuy nhiên, thật không dễ chút nào một khi ở trong cái nhà tù này, nhưng tôi cũng giúp một vài tù nhân chuyển đổi. Tôi được biết có một số tù nhân nếu như không có lời khuyên của tôi về Phật pháp thì nó sẽ còn tệ hại hơn trong một vài trường hợp. Một đàng tôi nghĩ chắc rằng mình đang đi đúng lối, nhưng đàng khác thì tôi cảm thấy rằng mình nên làm nhiều hơn nói. Tôi biết là một con én thì không dệt được mùa xuân và nhất là chuyện của mấy thằng ngốc trong tù này thì nói hoài không hết, nhưng tôi nguyện là sẽ làm nhiều hơn.

Tôi có lần đề cập tới việc tôi đã thức tỉnh và tự hỏi chính mình, "Tại sao tôi tới nông nỗi này?" Sự thực sau lần đó thì tôi nhận thức rõ chấp nhận một sự thật trong hiện hữu này. Có tù nhân tới hỏi tôi cho lời khuyên hoặc khi tôi tự tới họ mà không cần họ yêu cầu tôi bảo họ rằng hãy đặt lòng tin vào chính bản năng của họ. Tôi nghĩ rằng mọi người đều biết như thế nào là đúng hay sai, tuy nhiên những ảo tưởng cùng với sự ngu muội đã khiến họ vẫn sai lầm. Trong cuộc sống hàng ngày, chúng ta hầu như dựa theo lối suy nghĩ trần thế mà không dựa vào lý trí của mình để dẫn đường. Việc này đã giúp tôi rất nhiều trong việc khuyên bạn tù hàng ngày, nhất là ở trong tù này nơi mà những tên du đảng tửng tửng thần kinh làm trùm ở đây.

"Có quá khứ hay tương lai nào là thật sự? Chúng ta có mỗi nguyên nhân để hỏi? Có phải quá khứ chỉ đơn thuần là một thoáng của ký ức? Còn tương lai không gì khác hơn là một khát vọng ngập tràn sức tưởng tượng của ngày mai? Tất cả chỉ là hư vô trong hiện hữu."

Tojin

Đời Tôi

Ngày 3, tháng 5, năm 2007,

Sư cô kính, tôi muốn giải thích thế nào Phật giáo đã thay đổi đời tôi. Tôi sẽ không phiền sư cô nhiều với những chữ nghĩa của chi tiết, bởi vì đời sống tù nhân của tất cả chúng tôi thì phần đông giống nhau. Hoàn cảnh là hoàn cảnh. Tôi thấy cuộc đời như một cỗ bài. Mỗi người chúng ta lấy một con bài khi chúng ta sanh ra trên đời. Mỗi một lá bài chứa một vận hạn đời mình. Liệu chúng ta chọn bài hay không, chúng chỉ thỏa thuận với chúng ta. Trách nhiệm của chúng ta dùng những lá bài này để tốt cho mình. Nếu chúng ta không tu tập đủ với những lá bài này để trở thành người tốt, chúng ta sẽ vấp ngã bên vệ đường. Rồi chúng ta lấy một lá bài khác. Mọi người đều có vấn đề khác nhau, nhưng họ vẫn có những cái giống nhau... là gặp vấn đề.

Một trong những nguyên nhân tôi thích đạo Phật là

Phật giáo đến từ đất nước khác và học Phật pháp là bước vào một đời sống hoàn toàn mới. Nó là sự thay đổi dễ chịu và tôi có thể cải thiện đời sống của tôi nhanh chóng, thay vì phí phạm thời gian trong sự giải mã những kinh cổ điển trông chờ những bí mật ẩn dấu của kinh thư. Phật giáo tùy thuộc vào bạn. Nó là chìa khóa để giải quyết những khó khăn và trưởng dưỡng lòng từ bi. Tôi tin thuyết tái sanh và đó là kết quả nghiệp của tôi. Bây giờ tôi biết tu học, trưởng dưỡng lòng từ, tạo nghiệp tốt, trả nghiệp xấu và chuẩn bị chính tôi cho kiếp lai sanh sắp đến. Tôi không biết bao nhiêu lá bài tôi đã để trên bàn của tôi, nhưng tôi trông chờ sự chuyển động.

Brian Locks

Tỉnh Thức

Sư cô kính, thực tập tỉnh thức là những phương pháp hiệu quả để giúp cho tù nhân đối diện với chính mình và phát triển sự tự kiểm soát. Qua sự thực tập này, tù nhân học được phương cách quán xét và từ từ chuyển đổi những tư tưởng và thói quen xấu đã khống chế cuộc đời mình. Kết quả của những sự thực tập này sẽ giúp cho tù nhân có khả năng kiềm thúc một cách hữu hiệu những phiền muộn của sự động loạn trong nhà tù, của sự cách biệt với gia đình và bị giam cầm.

Nói rộng ra, thực tập tỉnh thức, bao gồm thiền quán, là con đường đưa đến sự thay đổi xã hội. Qua sự thực tập minh sát tuệ, chúng ta có khả năng thay đổi thái độ, tánh cách và niềm tin. Thực tập tỉnh thức cho phép chúng ta đến gần với những cảm xúc mà không bị chúng sai khiến hoặc áp lực. Tội ác xảy ra phần lớn đều do sự sai khiến bởi sự kích động cực đoan của cảm xúc. Sự tỉnh thức rằng chúng ta luôn luôn có một sự lựa chọn trong việc phản ứng và hành xử khi gặp những trường hợp xảy ra bất ngờ và qua sự minh sát, chúng ta có thể phán đoán sáng suốt và quyết định hành động một cách thích đáng hơn.

Nhiều người cho biết rằng thiền quán giúp cho họ cảm thấy quân bình và tỉnh táo. Đó là một cách trị liệu sự bất mãn, lo âu, căng thẳng, chấm dứt sự xoay vần của nghiện ngập, bình thường hóa giấc ngủ của tù nhân và giải tỏa sự sầu muộn đã ăn sâu vào tâm khảm tù nhân. Ngoài ra, còn giảm thiểu những hoạt động gây rối loạn, tạo một không khí an tĩnh hơn cho tù nhân và nhân viên, một hoàn cảnh sinh hoạt sạch sẽ và vệ sinh hơn và có sự cải thiện trong việc tiếp xúc giữa nhân viên và tù nhân.

Các buổi thiền tập đã cung cấp một sự trợ giúp an toàn và kín đáo để tù nhân có thể quán chiếu những tập tính xấu đã chuyển biến cuộc đời họ. Lúc bắt đầu của khóa tu, tù nhân đều phát thệ giữ giới không sát hại để bảo đảm sự an toàn, tin tưởng và hòa ái hiện hữu trước khi khóa giảng về thiền quán bắt đầu. Tù nhân cũng phát nguyện giữ gìn sự kín đáo những chuyện tư của các tù nhân khác khi được nghe pháp sư giải tỏa trong khóa tu.

Trong không khí yên lặng tĩnh tọa, thiền sinh được khuyến khích quán xét cảm xúc của mình trong môi trường vô tư, an toàn, nâng đỡ và không bị chèn ép. Qua quán chiếu, sự thật về cuộc đời tù nhân bắt đầu ló dạng và sự chuyển đổi tâm linh cũng bắt đầu. Tiếp sau buổi thiền quán là pháp đàm, trong đó các tù nhân có thể bày tỏ công khai những vấn đề của cuộc sống tù tội và những vấn đề sẽ gặp phải sau khi được tự do khỏi cánh cổng tù. Các tù nhân có cơ hội học hỏi những quan niệm cùng lối cư xử mới và tốt lành. Những người tình nguyện hướng dẫn có thể được huấn luyện thành hướng dẫn viên trong các buổi lễ tôn giáo khi quý sư cô vắng mặt hay chưa đúng thời gian đến hướng dẫn.

Tình bạn đạo của những người đồng chí hướng và sự nâng đỡ của quý sư đã đem đến cho tù nhân sự phản chiếu, an tĩnh, thư thái, tự giác và thăng hoa. Tù nhân được khuyến khích buông bỏ hình ảnh nạn nhân, lấy lại quyền năng trong sáng mà tù nhân đã đánh mất, đồng thời nuôi dưỡng những ý tưởng, thái độ và hành động từ ái, khoan dung. Điều này giúp cho họ học hỏi, hy vọng sẽ đưa đến sự thay đổi trong cuộc sống của họ, sự ham tu và kiểm soát nội tâm ở một trình độ cao hơn. Sự thật về cuộc đời của tù nhân bắt đầu xuất hiện trước mắt họ.

Steven

Nhãn hiệu

Mới đây, tôi đưa ra một kết luận với sự cân nhắc kỹ lưỡng và quyết định là không gắn bảng hiệu gì cho bản thân tôi. Tôi không xem mình như một thành viên của tôn giáo nào hay một triết lý tôn giáo nào hay ngay cả tôi không xem tôi như một người vô thần hay không tôn giáo. Tôi có cái mà tôi tin là chân lý, chân lý của tôi, chân lý là sự thật khi tôi nhận ra nó. Nếu một người nào đặt nhãn hiệu cho tôi là một Phật tử, bởi vì tôi giữ năm giới, tôi ngồi thiền, đó là nhãn hiệu của họ.

Mặc dù tôi không tin tổ chức tôn giáo nhưng tôi tin vào tinh thần con người. Có một năng lực không thể giải thích được trong đời sống chúng ta và nó được gọi tên là linh hồn, tinh thần hay bất cứ cái gì. Tôi nghĩ tôn giáo như một cách thiêng liêng để giải thích về chúng.

Phật pháp là một cái gì gần với văn kinh và đã hợp với cách tôi suy nghĩ. Nhưng tôi không tin tất cả tín điều hay các lễ nghi vì chúng là biểu tượng, là ý nghĩa của các pháp. Những khái niệm về vô thường và mục đích cao cả của tình thương là hợp với tôi như đôi găng tay vừa kích cỡ của tôi. Các tiến trình Phật pháp, thiền định, quán chiếu, tâm tôi và tư tưởng đều có sự thay đổi. Có thể tôi đã trưởng thành. Lại có thể Phật pháp, tự giác tỉnh và thiền định là những nguyên nhân cho tôi trưởng thành.

Lý vô thường là một trong nhiều triết lý đặc sắc của Phật giáo đã giác tỉnh tôi. Quan điểm của tôi thay đổi một cách có lý trí và triết lý vô thường đã ảnh hưởng đời sống hàng ngày của tôi. Tôi chưa bao giờ tuyên bố mình là người Phật tử thuần chất nhưng tôi là một người tín thành với triết lý đạo Phật. Triết lý đạo Phật đã thay đổi cuộc đời tôi. Tôi nói với mọi người, tôi không có nhãn hiệu Phật tử, cứ gọi tôi là một con người. Tôi muốn trở thành một con người tốt, đúng nghĩa cho tới những ngày cuối cùng của đời tôi. Pháp đã giúp tôi trở thành người như tôi là và cái gì tôi thật sự sẽ là. Đó là một con người quan tâm những lời Phật dạy và có tâm giúp những người khác.

Charles

Tình bạn

Đức Phật dạy về chọn bạn mà chơi rằng: Một người bạn đáng sợ không phải là một người với sừng và răng nanh mà là người rất thân thiện, thích chúng ta không có đạo đức. Họ muốn chúng ta vui nhưng đó là niềm vui ngũ dục, ích kỷ. Vì vậy, trông họ có vẻ tốt, nhưng nếu chúng ta thân với họ thì họ sẽ dẫn chúng ta xuống hầm ái kiến.

Trong tù tôi đã có những người bạn như thế và bắt đầu tôi nhận thức họ như những người tù giàu có, quay cuồng trong cuộc vui và sống không mục đích.

Bây giờ ở đây, tôi cố gắng để trở thành một con người tốt. Tôi chỉ muốn làm bạn với những người đồng chí hướng, người mà thương yêu tôi, muốn thấy tôi hạnh phúc, thành công và trở thành một công dân tốt. Nhưng rất khó, nếu bạn bắt đầu thân cận những người tốt thì người xấu sẽ bằng mọi cách làm què quặt bạn. Họ là thành trì cản bước đường bạn đang hướng đến. Môi trường trong tù càng khó hơn ở ngoài, bởi vì ở đây có rất nhiều người muốn kéo bạn xuống nếu bạn để cho họ kéo dễ dàng.

Tôi muốn trở thành con người tốt trong cuộc đời còn lại của mình. Đa phần mọi người trước kia và người ở trong tù không thật sự thương yêu lo lắng và quan tâm cho điều gì mà tôi muốn trở thành. Họ chỉ muốn tôi là trò giải trí của họ, con mồi chiến thắng của họ, bào chữa cho họ, giành sự kết thân cộng tác của tôi, v.v...

Người mà thật sự quan tâm cho tôi là người muốn tôi trở thành một người tốt, hướng về điều thiện thì người đó hiếm có ở đây. Một nhóm nhỏ bạn thân và gia đình mà tôi có bây giờ là những người luôn luôn ở đó. Tôi sẽ chôn họ khi họ chết và họ sẽ chôn tôi khi hơi thở và mạng căn của tôi chấm dứt.

Tôi thấy một phần vấn đề trước kia của tôi với bạn bè là tôi đã đặt quá nhiều tin tưởng vào những người mà người ấy không đáng tin. Tôi hy vọng họ nhiều hơn cái họ có thể. Trong vài trường hợp, rõ ràng là lỗi tôi tin người mà người ấy đã làm sụp đổ lòng tin của tôi. Nhiều người tôi tin, nhưng tính cách của họ đã phá hủy lòng tín cậy này. Tôi nhận ra sự hoàn toàn trách nhiệm cho những lỗi lầm này.

Tôi bị ở tù và giác tỉnh rằng có hai điều căn bản nhưng cực kỳ quan trọng. Một là chất lượng của tình bạn là một triệu, không phải, thật ra là một tỷ lần quan trọng hơn số lượng đông đảo bạn bè xã giao. Một người bạn chân thật thì giá trị hơn một triệu người bạn chỉ đến khi mình làm lợi cho họ, còn không thì họ biến mất.

Brandon

Nghiệp

Nghiệp là cái gì rất đơn giản mà lại là trung tâm của hành động, tư tưởng và khái niệm. Trong ý nghĩa này, liệu chúng ta thức tỉnh sự ảnh hưởng của nghiệp này hay không, điều này là không liên quan. Tiến trình của nhân và quả, liệu là tốt hay xấu, tiếp tục cái xoay vòng không dứt của sanh, già, bịnh và chết và vòng này vẫn tiếp tục và tiếp tục, không mất.

Chúng ta có thể thật sự đặt vào một cuộc chơi tích cực nếu được kết quả. Khi có một tư tưởng hay hành động tích cực sẽ tạo ra một hiệu quả hạnh phúc. Tuy nhiên, điều này nói thì dễ hơn làm. Nhưng trong chính đời tôi, nơi chính tôi quá khứ và nơi chính tôi bây giờ là bằng chứng để chúng ta có thể thay đổi, là chúng ta có khả năng thay đổi toàn tầm nhìn của mình thế nào mà mình nhận cuộc đời này, sự hiện hữu này, nhận cảnh giới của thực tại này. Cái mà tôi khám phá ra là tôi càng lấy 'ngã' ra khỏi 'đại ngã', tất cả mọi điều trở nên dễ hơn. Bạn càng nhận diện ra nó hoàn toàn không phải thuộc về cái tôi thì bạn càng muốn làm nhiều hơn nữa cho người khác, phục vụ cho người khác. Vì vậy, thay vì cái mà một khi chúng ta nhận như là một công việc gay go giúp người khác thì bây giờ mình thấy như niềm vui của đời mình. Một niềm vui khiến mình trở thành thay đổi lớn trong thế giới này, một niềm vui cho mục đích và hướng sống như Đức Đạt Lai La Ma thứ XIV nói: "Mục đích của cuộc sống là phục vụ những người khác".

Thật là tuyệt vời.

Ms. Hedva

Sai Lầm

Biệt giam (administrative segregation) như một cái lỗ (the hole), nơi bạn được đối xử như một con người hay chính xác hơn hoặc tệ hơn là một con người. Đây là một hành phạt, hậu quả của việc vi phạm pháp luật và gây khổ đau cho người khác.

Tôi gây ra khổ đau cho người khi tôi vừa 16 tuổi. Là một bợm rượu, du côn và không sợ bất cứ ai hay điều gì. Tôi đã nuôi tôi trong sự khinh khi của mọi người. 16 tuổi, tôi đã nếm đủ sự đau khổ mà tôi đã hình thành trong tôi. Đơn giản tôi có đủ trong đời và tôi quyết định đây là thời gian cho thế giới biết về sự căm phẩn và nỗi đau của tôi.

Khi 18 tuổi, tôi đến nhà tù với một thái độ tích cực. Sau hai ngày, tôi có cuộc nói chuyện vui vẻ với một tù nhân, người đó muốn tôi tin rằng với kinh nghiệm của ông ta, trại tù sẽ là nơi 'mượt mà' cho tôi nếu tôi làm tay sai cho hắn. Sự đồng ý này là một tai nạn để khiến tôi ở tù rồi mà còn bị tống giam riêng biệt, nơi mà tôi hầu như đã ngửi thấm hết mùi đau khổ trên đời. Phải hơn hai năm tôi mới thắng được việc tranh đấu kiện thưa để ra khỏi nơi thối tha đây.

Nhưng rồi vì nhiều nguyên nhân này kia, tôi lại nảy sanh ý hãm hại một thằng bạn mới của tôi. Tôi biết tôi không muốn chấm dứt đời mình bằng án tử hình, nghĩa là tôi không muốn giết thằng bạn mới của mình mà chỉ hại nó thương tật thôi. Tôi muốn đây là cuộc đối đầu cuối cùng của mình (hứa không làm ác nữa). Vì vậy, tôi đã khảo sát tỉ mỉ cho kế hoạch hành động của tôi. Người bạn mới của tôi thường đánh cờ mỗi sáng thứ tư trên cùng cái bàn. Nếu tôi có thể núp sau anh ta, cắm phập đỉnh của dụng cụ gắp đá giữa xương sống của anh ta, tôi có thể làm tê liệt hắn ta mà không giết. May mắn thay, vào ngày thứ ba, tên gát tù đã tìm thấy cái dụng cụ gắp đá đó trong chai phấn của tôi và tôi bắt đầu bị tống giam. Tôi bắt đầu bị còng và tra khảo lý do vì sao tôi muốn hạ thủ như vậy.

Tôi bây giờ 20 tuổi và đang ở phòng biệt giam. Quán chiếu lại đời tôi đầy những đau khổ. Tôi phá hoại đời tôi quá nhiều đến nỗi không còn nhớ đến nữa. Tôi say xỉn hết nửa đời. Biết bao đau đớn và gánh nặng tôi đã gieo cho người khác. Tôi mệt mỏi với giận dữ, thuốc phiện, tranh cãi với gia đình, phiên tòa giết người mà tôi đã kéo gia đình tôi và gia đình nạn nhân vào. Tôi không muốn có một quá khứ như vậy nữa. Nhìn vào tương lai: phần còn lại của đời tôi là ở tù chung thân. Tim và đầu óc tôi đang chìm vào sự đau khổ khủng khiếp.

Phải chi tôi đã giết bản thân tôi vào ngày đó, nếu tôi không tin vào thuyết tái sanh. Bây giờ, tôi sợ cảnh giới địa ngục và không có gì tệ hơn bằng nơi tôi đang ở biệt giam đây. Tái sanh nghĩa là chết mà không phải là hết. Tôi ngồi đây bao trùm đầy sự sợ hãi và nuốt những rác rưởi của đời mình. Nước mắt rơi xuống mặt lần đầu tiên trong 10 năm. Chính giây phút ấy tôi đã đến với đạo Phật.

Một ngày nọ, một tên tù đến nói với tôi: "Mày sáp nhập vào băng của tao nha?" Tôi trả lời rằng: "Tao không phải là thằng tay sai". Tôi trở về phòng và lấy lại cuộc đời của mình. Tôi đã chán sự sai lầm của cuộc đời 16 và 20 tuổi của mình, bây giờ tôi muốn xa rời sự đáng chán đó. Tất cả mọi điều, ngay cả bị tống giam biệt ngục dường như là một sự thay đổi lớn cho thằng đê tiện như tôi và bây giờ dường như nó là đời tôi.

Có phải tôi muốn tìm một người cứu rỗi? Chắc chắn không! Tôi không tin khả năng đó. Có phải tôi nhận ra cái gì đó thiêng liêng trong lời Phật dạy? Không chính xác như vậy. Thật ra, tôi không biết thế nào là thiêng liêng? Tôi là thanh niên 20 tuổi nghiền xì ke ma túy đang bị ở tù do tội giết người. *Thiêng liêng hay thánh thiện không có trong bộ từ vựng trong đầu của tôi.* Một chút đời đau khổ. Tôi không cần phải bày ra điều này. Tôi biết từ kinh nghiệm của cá nhân, sâu hơn bất cứ người nào. Đây là ý kiến có sự lựa chọn mà cái đó là cái móc tôi kéo đời tôi. Đây là một sự thăng hoa cho tôi và tại sao tôi chọn Phật pháp để tu tập mỗi ngày, từng giây phút. Tôi tu tập bởi đây là một điều tự nhiên, chứ không có cái gì siêu việt và tôi có thể tu tập ngay cả ở thế giới ngục tù cực trọng này.

Gabriel

Chính Lỗi Họ

Đức Phật dạy trong Kinh Pháp cú, kệ số 1:

Tâm dẫn đầu các pháp
Tâm là chủ, tạo tác
Nếu nói hay hành động

Với tâm niệm bất tịnh
Khổ não liền theo sau
Như xe theo bò vậy.

Nếu bạn là một con bò như tôi, thì câu kệ này sẽ cho bạn một suy nghĩ. Nhìn con đường dài tôi đã đi trong 27 năm qua, tôi thấy vết lún của toàn bộ bánh xe mà tôi đã kéo trong thời gian qua.

Thời còn nhỏ, xe của tôi chất đầy hầu hết là sân giận, hung dữ mà tôi đã học từ các thành viên trong nhà mình. Bởi tôi lùn và mập nên họ thường gọi tôi là két xe hay con heo.

Khi bắt đầu thanh thiếu, tôi cho rằng sự sân giận của mình là kết quả của sự bất bình đẳng. Đây là lỗi của cha và mẹ ghẻ của tôi. Tôi kết án tất cả do lỗi họ và những người làm việc từ thiện xã hội không thể giúp được tôi. Thế giới không thể nghe tiếng khóc oán trách của tôi.

Khi thanh thiếu, tôi kết án thêm tòa án, chánh quyền như người khởi tố, thám tử, phiên tòa và lời họ kết tội tôi đã tạo sự sân giận nơi tôi.

Khi tôi 20 tuổi, sự sân giận hay lối sống lún sâu của tôi là do người phạm tội hãm hiếp gây ra. Thằng tù đồng giam cùng phòng của tôi đã để cửa phòng mở trong khi tôi nằm trên giường ngủ và tôi bị một thằng khác vào hiếp. Đây không thể không phải là câu trả lời cho sân hận của tôi.

Sân giận không phải là gánh nặng duy nhất đã đào lối sống mòn của tôi sâu vào bùn lầy. Có rất nhiều sự xấu hổ, hố núi thất vọng, đau khổ, đầy xe bò nghiện ngập đã đào hố đời tôi sâu hơn.

Phật pháp đã đến vào thời điểm này của đời tôi. Pháp

như thuốc đắng nhưng là cái tôi cần. Đức Phật dạy tôi tha thứ nếu tôi muốn hạnh phúc và an lạc. Tôi phải hiểu năng lực của 'xin lỗi'. Đó là một cách tôi tháo tôi ra khỏi bánh xe của con bò.

Lần đầu tiên, tôi nói câu xin lỗi. Nó thật là khó. Tôi không biết thế nào sắp xếp khi nói. Tôi ở trong phòng biệt giam và mỗi tháng được một lần gọi điện thoại trong 15 phút. Có một lần trong cuộc nói chuyện với chị tôi, câu xin lỗi đã thốt lên. Tôi hỏi chị tôi địa chỉ của mẹ ghẻ, chị hỏi làm gì? Tôi nói chuyển lời với Dì, là tôi đã tha thứ cho dì. Tại sao tôi muốn nói lời xin lỗi tới một mẹ ghẻ đã làm những điều tệ hại cho tôi?

Chính vào điểm này của cuộc đời tôi hiểu ra Dì đã hành động từ sự đau khổ của dì. Trong tâm dì, dì tin rằng điều dì làm sẽ chấm dứt khổ đau, không muốn khổ nữa. Dì hành động như vậy không phải để tăng khổ đau cho tôi mà mục đích là để giảm khổ đau cho dì. Điều tôi muốn nói xin lỗi là do "*tôi không hiểu nỗi đau của dì*". Tôi xin lỗi là khi trước không ủng hộ để chấm dứt nỗi đau của dì trước khi tôi ở tù. Tôi xin lỗi đã không hành động để dập tắt chúng trước khi tôi tạo nghiệp. Tôi xin lỗi trong nhiều năm, tôi đã đổ cái sân giận lên đầu của dì.

Mặc dù tôi chưa từng nói những điều đó, nhưng tôi biết rằng ngày đó có cái gì đó rất hay trong vũ trụ hơn là lời xin lỗi. Ngày đó, tôi sẽ ngồi cạnh người cha quá cố của mình và xin lỗi cha cho việc không hiểu nỗi khổ của cha. Tôi không hiểu bịnh ung thư hành cha, rồi cha còn chịu sự hành hung sân giận của tôi. Tôi nói với các hương linh người quá cố là tôi xin lỗi và sẽ không bao giờ nhắc nỗi khổ này nữa. Danh sách người để tôi xin lỗi rất dài, kể không hết.

Rồi tôi lại ngồi xuống với chính kẻ thù của bản thân, người duy nhất trong 'họ' có thể gọi là kẻ thù của tôi và nói rằng: "Tôi xin lỗi cho những cơn đau tôi đã gây ra và tôi phải chịu đựng". Xin tha lỗi cho tôi.

Tận thân tâm, tôi nguyện chấm dứt mối quan hệ xấu ác do nghiệp sân giận, tham lam gây ra và thay vào đó là một trái tim lớn để yêu thương mọi loài. Ít nhất là cho chính bản thân tôi.

Robert

Đọc Giữa Những Giòng

Đời sống như vòng tròn
Không có ngày kế
Ngày gì có thể
Không có hôm qua
Không có ngày mai?
Giờ gì mà không có phút
Sát na nào mà không có kéo dài?
Đọc giữa những giòng?
Để tìm chân lý
Rất đơn giản:
Rất đơn giản
Vì đơn giản nên chúng ta nhỡ nó mỗi giây.
Tổ thứ sáu của Dòng Thiền Trung Quốc hỏi:
Hạt bụi bám vào đâu?
Con người dừng ở đâu?

Cái gì là con người?

Tuyết mùa đông trong một ngày nắng ấm.

Mặt trời lặn, mặt trời mọc.

Đám mây bay qua mặt trăng

Gió hè

Ngụm trà

Miếng bánh

Có phải bạn lấy đường ngọt?

Giống như dòng sông, đám mây và đại dương.

'Đi bộ trong sương mù' của Dogen

Hãy để tất cả cùng ướt.

Sosaku, tháng 5, 2007

Ryan Kelsheineir

Thử Thách Hạnh Nguyện Bồ tát

Sư cô Giới Hương mến,

Sư cô hỏi vì sao tôi bị biệt giam? Chuyện như thế này. Có một người muốn tống tiền tôi. Người sống cùng nhà tù với tôi. Hắn ta muốn cái gì? Hắn muốn tôi cho hắn 200 Mỹ kim. Hắn là tù nhân chung thân, sống trong tuyệt vọng và phá hoại bằng cách bày tỏ những cử chỉ hung tợn hoặc chuyển những sự sân hận của mình cho người xung quanh. Đúng là "Giận cá chém thớt".

Tôi trở thành đối tượng để hắn ta nhắm đến vì hắn biết tôi là một Phật tử bất bạo động. Trong hoàn cảnh này không có gì để đứng lên, tôi quán từ bi đến hắn và xin nhà tù bảo vệ tôi bằng cách biệt giam tôi để hắn không xâm phạm tôi được. Thế nên, trường hợp tôi không phải biệt giam vì phạt mà do tôi xin được biệt giam.

Tôi chấp nhận là có sợ hắn ta vì hắn hâm dọa sẽ đâm tôi, nhưng tôi không để những nỗi sợ này đẩy tôi đến giận dữ hay bạo động đánh trả và dùng bạo lực với hắn. Mặc dù có một cuộc chiến dữ dội bên trong tâm và đây là lần đầu tiên từ khi tôi làm Phật tử tôi đã quán sát tâm trạng của mình. Nếu là tôi trong quá khứ thì tôi sẽ phản ứng lại bằng bạo lực rồi. Tôi vui mừng được thọ và giữ bồ tát giới. Giới đã giúp cho tôi thoát khỏi những đối xử ngu si, đã cho tôi thấy nỗi khổ người khác khiến cho bạo hành khởi lên.

Đó là một câu chuyện hay một bài học tuyệt vời trong tù.

Có một câu chuyện kể rằng vị tăng sĩ vào rừng ngồi thiền. Một bữa, sư kinh hãi khi thấy một con cọp. Sư muốn rúm người lại bỏ chạy. Nhưng sau đó sư nghĩ mình đừng để tư tưởng hoảng sợ đó hành hạ. Cuối cùng sư nói: "Thà để cọp ăn còn hơn là sống với nỗi sợ hãi. Nếu thật sự ta có tạo nghiệp thì cọp sẽ tấn công ta dù ta có chạy. Nhưng nếu ta không tạo nghiệp sát thì cọp không làm gì được".

Lần sau, sư thấy cọp đến, ngài ngồi im không bỏ chạy. Cọp nhìn rồi từ từ bỏ đi. Từ từ, ngài làm chủ được nỗi sợ cọp. Sau này khi sư già rồi, không thấy sư nữa. Cũng không thấy xác sư đâu. Không ai biết. Chúng ta tự hỏi ngay cả sư có bị cọp tấn công, nhưng chắc chắn sư sẽ ra đi trong bình an, không sợ hay ghét con cọp.

Trở lại chuyện trong tù. Một tháng sau tôi được ra khỏi biệt giam và sống tập thể. Điều đó là thế nào? Đó là điều mà tôi hy vọng thực hiện. Nó không khác với nơi tôi sống trong biệt giam. Tôi đã thức tỉnh rằng chính tâm tôi đã làm sự khác biệt, chứ không phải là môi trường bên ngoài. Môi trường có thể tốt hay xấu. Khi tôi nghĩ môi trường đáng sợ thì nó sẽ đáng sợ. Bây giờ tôi ổn định một chút, tôi có thể sống gần nhiều tù nhân khác, bởi vì đây là cách tôi chọn để thấy mọi người. Nói một cách khác, các tù nhân có tốt và xấu. Nó thuộc về thế nào sự thức tỉnh của tôi vào buổi sáng tôi mới ngủ dậy.

Tôi lại có một mâu thuẫn khác. Một tù nhân cứ khăng khăng là tôi thiếu hắn 30 Mỹ kim. Nhưng tôi thật sự không có liên quan. Hắn muốn tôi phải trả hắn tiền như tên tù vừa tống tiền nói trên. Đây là chuyện con cọp của chính tôi. Tôi cuối cùng chấp nhận rằng tôi có nghiệp trong chuyện này. Hoặc là cọp tấn công tôi hay không? Đây là vấn đề của nghiệp mà tôi đã tạo ra. Tuy nhiên, đây vẫn không phải là vấn đề khởi lên từ việc sống chung với tù nhân. Tôi biết người tống tiền mà tôi thường đối mặt không phải từ xung quanh và không làm gì chỗ tôi sống. Đó là tôi tạo ra anh ta. Đó là sự xuất hiện của anh ta trong đời xuyên qua hành động của chính tôi: "Ác quỷ ở trong tâm. Tên của hắn là ích kỷ".

James

Cọp Bên Trong

Tôi thường bị sợ. Tôi lo lắng về một người nào đụng tôi và tôi phản ứng bằng cách trút sự sân giận lên người đó. Nếu nó không phải là sợ thì bây giờ tôi đã không ở tù. Người đàn ông chết trong vụ án của tôi là hắn hâm dọa sẽ giết tôi. Ít nhất đó là cái tôi cảm thấy lúc đó. Bây giờ tôi biết rằng tôi làm cái gì cho nỗi sợ của tôi. Tôi tự hỏi nếu tôi quá tăng cường sự nguy hiểm. Bất kể, sợ hãi là cái động cơ thúc đẩy tôi, cuối cùng đó là cái bắt đầu làm cho tôi chuyển động. Rồi, tôi giận về nỗi sợ ấy. Cuối cùng tôi đã đả thương hắn ta, người đã làm tôi sợ hãi.

Vì vậy, bây giờ tôi cười rất nhiều. Tôi nhận ra cái mà tôi thật sự đang nói chính là tôi sợ nỗi sợ của mình. Thật là một điều ngớ ngẩn. Ngớ ngẩn hay không, đó vẫn là cách cho tôi cảm thấy hay trải nghiệm. Tôi lo sợ nếu tôi bị con cọp tấn công, tôi sẽ phản ứng bằng nỗi kinh hãi của mình và tôi đã làm điều mà chưa bao giờ thành tốt đẹp cả.

Owen

Nỗi sợ từ đâu đến?

Sư cô kính, sư cô hỏi tôi rằng: Nỗi sợ của tôi từ đâu đến? Đây là một câu hỏi khó, tinh tế. Tôi không biết thế nào để giải thích nhưng tôi sẽ cố gắng. Khi tôi là một đứa trẻ, nỗi sợ đến là do bị thương tổn. Rồi trải qua một giai đoạn của cuộc đời nơi gắn với nhiều nỗi đau khổ đã thống trị tôi, làm chủ tôi. Rồi tôi trở thành một người bạo hành, hung tàn và nghiện xì ke.

Sau khi bị bắt, tôi nảy sanh nỗi sợ mới. Nỗi sợ của tôi không phải đau hay chết mà là nỗi sợ về tranh đấu hay tâm lý giằng co. Tại sao? Bởi vì tôi làm thương tổn quá nhiều người. Như bị đẩy vào đường cùng, nỗi sợ ám ảnh luôn luôn đẩy tôi đến điểm hợp lý và rồi dùng bạo lực. Bây giờ tôi sợ điều đó hơn bất cứ điều gì khác. Ngay bây giờ khi tôi nghĩ về con cọp, tôi không thật sự sợ cọp tấn công tôi ngay dù cọp tấn công thật, nhưng tôi sợ khi cọp tấn công thì tôi đã dừng sự suy nghĩ hợp lý rồi.

Sebastian

Tứ Đế và Tánh Phật

Sư cô kính, tôi đau khổ vì thất vọng đã 11 hay 12 năm rồi. Tôi đã thử tự tử bằng cách đâm, đốt mình hay hành hạ trong tâm. Nhưng vẫn như vậy, tâm lý tôi bị phiền nhiễu. Đối với tôi, nó đến từ điều này. Lớn lên với sự lạm dụng của mẹ ghẻ về mặt tinh thần và vật chất đối với tôi, hay của cha tôi đối với anh em tôi. Tôi bị hành hung và lạm dụng tình dục ngay tại trong tù. Tất cả điều đó đã đưa đến điều mà tôi cảm thấy bất tịnh và sa đọa.

Làm thế nào tôi ra khỏi những điều này? Lý Tứ Đế và Phật Tánh. Đơn giản và dễ hiểu. Một ngày, một người nào đó đưa tôi quyển sách 'Con đường dẫn tới hạnh phúc và bình an' (The Way to Peace and Happiness). Cuốn sách giảng về Lý Tứ Đế rằng đời đầy đau khổ và chính con người là người giải quyết, là nguyên nhân của chính đau khổ. Đó là cái tôi đã từng nói 'tôi không tốt'. Rồi sách nói về 'Diệt khổ' là cái gì? Niết bàn. Cái gì là tái sanh? Tôi không thể tự sát và ra khỏi vòng đau khổ này bằng cách ấy? Tin tôi, tôi muốn dùng phương pháp sáng suốt này. Tư tưởng tái sanh là điều duy nhất đã dừng tôi lại từ điều này. Cái gì là địa ngục? Địa ngục nằm sâu dưới đất.

Lại nữa, diệt khổ là sự thanh tịnh bên trong? Tôi trải qua trọn đời mình gây đau khổ, tổn thương và ghét mọi người, mọi điều. Tôi đã giết người. Cái gì là tánh Phật? Tôi giác ngộ rằng mọi điều là đau khổ. Tôi biết tôi đã tạo ra đau khổ cho người khác. Tôi thật sự muốn chết. Tôi biết tôi không thể thoát khỏi điều này bằng sự chết, vì vậy tôi bị mắc kẹt. Thật là đơn giản không có chỗ nào khác để đi và không có cách nào. Rồi tôi được cho một niềm hy vọng. Quý sư cô đã giảng cho chúng tôi nghe về tánh Phật. Bản lai của tôi vốn chưa từng bị bất tịnh và không bất tịnh.

Tôi có tánh Phật. Dĩ nhiên, điều này được minh họa trong chuyện chàng tướng cướp Vô Não (Angulimalla). Một tên giết người đã gặp Phật và trở thành A-la-hán và như đất đã lọc hết cặn bả thành vàng. Thật là lạc quan. Bây giờ tôi vẫn có thói quen muốn bất tịnh nhưng tôi biết nó sẽ dẫn đến đâu và tôi biết có một ngày tôi sẽ thoát khỏi nơi này. Tôi biết từ đáy tim mình là tôi có Phật tánh. Tôi cũng biết chân lý cuối cùng của Tứ Đế là con đường đưa đến chấm dứt khổ (Bát chánh đạo).[22]

Chúng ta có vô số các yếu tố lạc quan, khả năng Phật tính. Làm sao lại để các tính tiêu cực thất vọng làm chủ mình nữa?

Devin

Nắm Giữ Pháp

Dear Sư cô Giới Hương,

Tôi hỏi Sư cô Giới Hương về triệu chứng bịnh của mình? Sư chỉ cho tôi thuốc uống. Thuốc Sư cô chỉ là tốt có thể trị bịnh tôi. Vì tôi bớt bịnh, nên ngưng liên lạc với bác sĩ (tức tạm ngưng viết thư liên lạc Sư cô). Thứ hai nữa, tôi

22. Bát chánh đạo: tám con đường chân chánh.
Luận sư Thanh Biện (sa. bhāvaviveka) giải thích như sau:
- Chánh kiến là tri kiến về Pháp thân (Tam thân).
- Chánh tư duy là từ bỏ mọi chấp trước.
- Chánh ngữ là thấu hiểu rằng pháp vượt trên mọi ngôn ngữ.
- Chánh nghiệp là làm vô số thiện nghiệp, hành động chân chánh.
- Chánh mạng là tri kiến rằng, tất cả các Pháp (sa. dharma, pi. dhamma) không hề sinh thành biến hoại.
- Chánh tinh tấn là an trú trong tâm thức vô sở cầu.
- Chánh niệm là từ bỏ mọi thắc mắc về có-không (hữu-vô).
- Chánh định là giữ tâm vô phân biệt bằng cách vô niệm.
https://vi.wikipedia.org/wiki/bat-chanh-dao

có thể đoán lời khuyên của Sư cô, hỏi hướng dẫn đến tiệm thuốc. Tôi vẫn còn đắng miệng (bởi vì tôi chưa quen với vị thuốc). Tôi vẫn còn là bịnh nhân, nhưng sẽ lành sớm.

Đó là lý do lâu rồi sư không nghe tin tức gì ở tôi. Thật sự, tôi được rất nhiều lợi ích từ Phật pháp, tôi quyết định về nhà và tự uống thuốc. Nếu tôi bị phản ứng phụ, tôi sẽ gọi bác sĩ (là quý sư cô, những đạo sư). Nếu mọi việc trôi chảy như bác sĩ nói, tôi sẽ không gọi phiền bác sĩ. Nếu không, thì tôi phải 'check up' (thăm bác sĩ, yêu cầu quý sư đến gặp tôi) thường xuyên để tiếp tục điều trị.

Theo triệu chứng tình huống bịnh này, chắc tôi vẫn là Phật tử chưa thuần thành, nhưng từ từ sẽ được. Ngài Thánh Thiên dạy rằng: "Không có gì khó hơn tập khí cũ". Vì thế, nếu tôi chưa là Phật tử tốt thì tôi sẽ gắng tốt hơn. Bên ngoài tôi như thế, nhưng thật ra bên trong tôi đỡ hơn nhiều lắm.

Vâng, tôi đã có những lúc thăng trầm ở đây. Tôi không thể nói thế nào thất vọng trong tôi với những điều tham muốn đó. Tôi suy nghĩ một phút: "Ồ, bao lâu nữa tôi sẽ đắp y xuất gia?" Tôi đang đợi thời gian trả lời.

Antonia

Tại Sao không ở đây mà lại ngoài kia

Sư cô kính, tôi đang ngồi đọc báo Tam bảo (Tricycle), một tờ báo Phật giáo. Đằng kia có ba người đạo Hồi giáo đi bộ tới góc hành lang bên ngoài chuẩn bị buổi cầu nguyện. Tôi nhìn họ đứng, chấp tay, tụng nho nhỏ trước khi hướng về phía mặt trời lặn đãnh lễ. Họ làm với tất cả niềm tin. Đức Phật không bắt các đệ tử của ngài phải theo lời ngài dạy một cách mù quáng mà phải kiểm chứng nếu thấy lợi ích thì nên theo, còn không thì đừng làm.

Có 15 tôn giáo được 900 tù nhân tu tập trong nhà tù này. Không có sự tranh giữa đạo Hồi và Thiên chúa. Phật giáo chưa bao giờ quăng đá vào nhóm người Mỹ bản xứ. Tối hôm qua tôi trông thấy ở sân tù, một nhóm tù nhân đạo Hồi nghiên cứu kinh Koran trong khi đạo Thiên chúa học kinh thiên chúa. Không có sự tranh đấu nhóm này đúng, nhóm kia không đúng. Tất cả tôn trọng hoà hợp.

Cái gì xảy ra đặc biệt ở đây? Tôi nghĩ là tu tập với sự kính trọng. Kính trọng là việc lớn trong tù, một lý tưởng mà không cần nói ra, chỉ thực tập. Tôi nghĩ rằng tù nhân phải hiểu nỗi đau khổ của mình và mỗi cá nhân đi tìm hạnh phúc. Tôi hiểu điều đó rất rõ. Bởi vì nỗ lực để chấm dứt khổ đau, nên chúng tôi cùng những tù khác cùng gặp nhau trên con đường tìm kiếm hạnh phúc, liệu con đường đó là Do thái, đạo Hindu, Thiên chúa hay đạo Phật. Chúng tôi đều kính trọng sự tìm cầu của họ cũng như của mình. Mong cho tất cả đều đến đích từ những cửa ngõ khác nhau.

Mong lắm thay!

Richard

Đôi dòng

Tôi thường ngồi và ngẫm nghĩ thế nào lời dạy của một nhân vật vĩ đại cách đây 2600 năm tại Ấn độ và xa hàng ngàn dặm để đến trại tù cực trọng Greenbay, Wisconsin, Hoa Kỳ? Chính tại trại tù này, tôi đã khám phá ra lời dạy đầy trí tuệ này, đã tìm thấy con đường tự tại giải thoát trong xà lim này và trong trái tim tôi.

Thật là lợi ích nếu chúng ta tìm một quyển sách Triết Lý Đạo Phật để biết về kinh nghiệm giác ngộ của ngài là con đường hạnh phúc và thức tỉnh của chúng ta. Ngài tuyên bố ngài chỉ là một con người như chúng ta, chứ ngài không phải là thần thánh gì cả và Phật pháp ngài để lại chính là kinh nghiệm giải thoát mà ngài đã trải qua.

Đây là món quà lớn mà chúng ta có trong đời lại không tốn kém nhiều tiền bạc. Thư viện các trại tù cũng có sẵn cho chúng ta. Xin mời!

Sosaku, tháng 11, 2007,

Tojin

Khắc Phục Thất Vọng và Lo Lắng

Nhà tù là một nơi xấu hổ, một kinh nghiệm phá hủy, không chỉ cho bạn mà còn cho gia đình bạn. Giây phút bị còng vào tay là đời bạn đã thay đổi mãi mãi, tinh thần bạn đi xuống hướng tuyệt vọng. Như tôi phải trải qua hệ thống - từ những nhà tù thành phố, địa phương và cuối cùng là liên bang – tôi ngả vào đám sương mù của thất vọng và lo lắng. Sau khi lo lắng và thất vọng trong nhiều năm, tôi đã quá thân với những nhãn hiệu: ngủ quá nhiều, không ăn, ăn nhiều, lờ phờ, giận dữ, vô vọng và ám ảnh tự tử. Tôi cảm thấy tất cả chúng là bản thân tôi.

Sau nhiều năm thiền định và tâm lý trị liệu, mâu thuẫn tinh thần tôi có giảm đi. Phật tử tin rằng tất cả chúng ta có Phật tánh, tâm thanh tịnh, từ bi, trí tuệ và an lạc nhưng bản chất thức tỉnh này bị che mờ bởi tự ngã. Tự ngã của chúng tôi bị vướng vào những vọng tưởng tạo nên khổ đau. Chúng ta đã có định kiến và so sánh 'Hắn ta là tên ngu ngốc', 'Tôi ghét khi cô ấy làm như vậy', 'Đời tôi đáng chán' đã trở thành thực thể của tôi. Bản chất rõ ràng của tâm.

Qua thiền định, tôi bắt đầu hiểu thế nào là tâm của

mình? Thế nào tôi tạo sự thất vọng, lo lắng và không có thăng bằng? Đức Phật dạy rằng: "Quá khứ đã qua và tương lai chưa đến". Khi thức tỉnh, tôi thấy nhiều thời gian tôi đã trải qua trong quá khứ đầy những tội lỗi và lo lắng về tương lai.

Tôi quán chiếu những dòng tư tưởng khởi lên trong một sát na: quá nhiều tham ái, ác cảm, thất vọng, bồn chồn và tôi buông xả để chúng tan theo tánh chất vô thường của chúng. Tôi học không nắm giữ những tư tưởng này và không ngu dại theo chúng. Tôi có thể tĩnh tọa đầy thức tỉnh trong dòng chảy của tâm và không phản ứng.

Từ từ mỗi ngày tọa thiền, tôi bắt đầu chuyển hoá, trầm tĩnh và nhận thức rõ ràng. Tôi trở nên ít thất vọng và buồn chán. Khi những vọng tưởng khởi lên, tôi trở nên thân thuộc khi nhận ra chúng và để chúng đi, không chìm trong vũng lầy của tuyệt vọng.

Tôi cũng khám phá rằng bằng cách thiền định về thuốc giải độc của những tư tưởng nhiễu loạn, từ từ quan điểm trở nên tích cực hơn. Tôi không nhìn sự kiện và hoàn cảnh qua mắt kiếng đen. Ví dụ, nếu tôi muốn dẹp sân giận, tôi quán về nhẫn nhục và tình thương. Thuốc giải độc của sân giận là từ bi, thiền về vô thường là giải độc về chấp thủ. Thiền thật sự giúp điều chỉnh quan điểm ích kỷ để trở thành lợi tha hơn.

Bạn có thể chuyển hóa tâm mình. Bạn có thể khắc phục những tiêu cực và tu tập những yếu tố tích cực. Phật giáo đã cung cấp cho bạn với một phương pháp làm chủ tâm mình.

Một trong bài kinh đầu tiên của Đức Phật là Tứ diệu đế. Những ý nghĩa này thật sự đã nói với tôi sự hiện hữu của chúng ta, tự ngã của chúng ta là đau khổ do chúng ta tạo ra. Nhưng ta cũng có thể dừng sự đau khổ của mình bằng cách thực hành pháp, nghiên cứu cách làm chủ.

Miguel

Người Ngu Xuẩn và Khoai Tây

Jeffrey S. Bell viết rằng: Bạn có nhớ đến một bộ phim Phật giáo rất hay. Trong các phim như "Bảy năm ở Tây Tạng" (Seven Years in Tibet), "Kundun" (Đức Đạt Lai La Ma thứ XIV), "Đức Phật Nhỏ" (The Little Buddha) v.v... phim mà tôi thích nhất có lẽ là "Người Ngu Xuẩn" (The Jerk) hình như vai chính là Steve Martin trong thập niên 70. Tôi tin câu chuyện trong phim mô tả về nỗi đau khổ của chấp thủ, tự ngã, từ bi và phim mô tả khá hài hước.

Ai có thể quên sự phấn khởi của Steve Martin vào cái ngày sổ điện thoại được giao. Steve Martin mở ra xem và vui mừng khi thấy tên mình in nơi cuối cuốn sổ ấy. Một ví dụ tuyệt hảo cho thấy sự chấp thủ của mình. Rồi thế nào là lời tuyên bố của Bernadette Peter để bám vào trung tâm của cái gì mà gọi là vật chất và nắm giữ tài sản ấy? Cảnh chiếu trong phim Bernadette và Steve là những người giàu có đang chơi binh bong trong một ngôi biệt thự. Bất ngờ, họ nghe tin từ tivi nói rằng họ đã mất hết gia tài của họ do thương mại chứng khoán cổ phần xuống giá. Những người bạn nhận ra ông chủ của họ mất hết của cải rồi, nên rời bỏ ông và đám đông đi. Bernadette than thầm: "Nó không phải chỉ đơn giản là tiền bị mất mà mất tất cả mọi việc".

Cuối cùng Steve Martin, một người môi giới, rời biệt thự của anh ta vào cuối phim, cầm những vật thừa còn lại của của cải và than rằng: "Tất cả những cái tôi cần là hủ đựng tro cốt. Tôi cần cái chai và hủ đựng tro cốt này."

Trôi dạt trong cõi luân hồi, vô minh của chúng ta làm chúng ta dễ bị suy sụp bởi những chấp thủ. Chúng ta nắm giữ bất cứ cái gì chúng ta mộng ảo là hạnh phúc và thường còn như tiền tài, sắc đẹp, danh vọng, vật chất và tự ngã. Những chấp thủ trần tục của chúng ta sẽ kéo dài sự đau khổ của mình ở cõi ta bà này.

Cuộc đời của tôi đã trải qua những lúc nghiện rượu, quan hệ tình dục, ăn cho-co-la-te, hút xì gà, uống cà phê, chạy xe thể thao, tivi, ăn khoai tây chiên, bánh mì Pháp với đường và bơ trên mặt là những buổi điểm tâm suốt hai năm khi tôi làm việc trong hãng bánh. Mặc dù tôi thực tập Phật Pháp, tôi cuối cùng biết rằng sự chấp thủ của tôi đối với thế gian và hậu quả sẽ là đau khổ vì tôi đã sống trong nhà tù của những cực đoan chấp thủ.

Trong thời trẻ, chúng tôi bị đầu độc rằng để làm cho tôi cảm thấy tốt hơn, hạnh phúc hơn thì phải uống rượu, hút á phiện, mặc những bộ quần áo nhãn hiệu tôi thích v.v... Chúng tôi trở thành bị kẹt trong vòng xoáy của thỏa mãn trên những ham muốn vô độ của mình. Đó là một trận đánh biết chắc sẽ thua.

Bạn có thể nghĩ đến nhà tù là nơi khiến mất đi những sở hữu, danh tiếng, bạn bè của bạn, nhưng những điều này lại là vị thuốc hay sẽ trị bịnh chấp thủ của bạn. Thật ra, bạn vẫn đang chấp thủ. Những tù nhân ở đây chấp vào hình ảnh của họ, thường cố gắng tạo một mẫu người cứng cáp máu lạnh đáng sợ.

Mới đây, tôi gặp vấn đề với khoai tay chiên. Cách mỗi tuần, khi chúng tôi lãnh bánh mì phô mai (cheese) kèm theo là túi khoai tây chiên. Tôi thích khoai tây chiên như danh sách những món tôi thích đã liệt kê ở trên. Một trong những người bạn tôi bắt đầu cho tôi những túi khoai tây chiên (chips). Một người khác cũng bắt đầu cho tôi. Thật là tuyệt vời! Ba túi chips cho tôi. Tôi bắt đầu mong đợi ngày có chip để lãnh chip.

Rồi một ngày, người bạn không ăn chip của tôi cùng ngồi cạnh tôi ăn trưa. Tôi hồi hợp nhìn mâm thức ăn của anh ta với gói chip. Khi tôi bắt đầu ngồi xuống và có vẻ thèm thuồng, anh ta mở túi chip và trút hết vào tô súp của mình. Anh ta chú ý gương mặt kinh ngạc của tôi và nói: Tôi thích ăn như vậy.

Tôi thở sâu và cảm thấy ok. Người bạn tù khác của tôi đến và chẳng bao lâu anh cũng ăn hết gói chip. Và anh ta nói: "Tôi quên cho ai gói chip này". Anh ta nhìn tôi tội nghiệp. Tôi buồn bả nhìn xuống túi chip trồng rỗng vì tôi vừa nhai hết vài miếng chip còn lại của mình. Thế giới chip của tôi tan biến.

Tối hôm đó, khi tôi tọa thiền, tôi nghĩ về chuyện chip và đó là bài học về lòng tham muốn của cõi ta bà. Trước khi bạn tôi đã cho tôi túi chip của họ. Một túi đã đủ cho tôi. Tôi nhai chúng một cách thích thú. Và rồi được hai túi, ba túi. Một túi trở thành không đủ cho tôi nữa, tôi cần hơn. Tôi đầy những tham muốn. Tôi đã thức dậy sớm trong ngày phát chip để đợi giờ ăn trưa được lãnh ba gói chip. Một lần nữa tôi trở thành nạn nhân những điều tham muốn trần tục. Lòng tham không đáy.

Tôi chạy vòng vòng trong vòng luân hồi, cố tìm hạnh phúc nhưng chưa nhận ra mục tiêu. Cho tới khi tôi đạt đuợc trí tuệ thật của bản chất đau khổ, vô thường và vô ngã thì chúng tôi đã bị rơi vào vòng hiện hữu vô nghĩa và cạn cợt. Đầu tiên, tôi chấp nhận lý Tứ đế, điều này có thể khiến tôi hiểu được đau khổ của chúng ta và nhận rằng chúng ta có thể vượt qua bằng cách thực hành lời Phật dạy. Bằng cách quán và thiền trên tánh không và vô ngã, chúng ta thoát khỏi những khát ái của mình. Chúng ta thấy những hiện tượng là vô thường và không có bản chất và chúng ta không nắm giữ tự ngã này nữa. Bây giờ, chúng ta có thể hiểu hoàn toàn nỗi đau khổ của người khác, phát triển từ bi và phục vụ các chúng sanh, cuối cùng tìm hạnh phúc chân thật.

Điều này không dễ. Rất nhiều công việc liên quan đến vòng sanh tử của chúng ta. Tôi nghĩ câu chuyện chip khoai tây đã ảnh hưởng tôi. Làm thế nào để chúng ta có một cơ hội chống lại vòng luân hồi quyến rũ nhiều màu này?

Đức Phật dạy chúng ta cố gắng, chớ có buông lung để ra khỏi vòng luân hồi tìm hạnh phúc chân thật. Giống như tên ngớ ngẩn, trong đời chúng ta đã nắm giữ những cái sai lầm. Đó là sự lựa chọn của mình.

Jeffrey S Bell

Sum Hợp

Sư cô kính, cách đây vài ngày, tôi có đọc kinh Bát Đại Nhân Giác (Tám Điều giác ngộ của Đức Thế Tôn). Tôi thấy Đức Thế Tôn rất vững lập trường và thật sáng suốt trong tám điều này. Biết bao thời gian, năng lực và tình cảm chúng ta đã bỏ ra để chạy theo sự giàu sang, hạnh phúc, danh tiếng, lời khen, hỉ nộ, ái ố... Nhưng tất cả đều là vô thường tan rả.

Ý nghĩa hạnh phúc và thành công ở phương tây chính là của cải trần gian. Của cải là những cái cực tham muốn ám ảnh chúng ta và khiến chúng ta luôn bị vướng mắc.

Cái mà chúng ta chú ý về tám điều giác ngộ là gì? về tự ngã, về cái tôi và của tôi. Ngã là ích kỷ, xem mình là trọng. Tôi muốn trở thành giàu có, hạnh phúc, danh tiếng và lời khen. Tôi chắc chắn không muốn nghèo thiếu, đau khổ, tiếng nhơ và chỉ trích.

Nhìn vào đời sống của mình, tôi thấy sự tu tập pháp đưa đến loại trừ pháp xấu như đau khổ, chỉ trích và danh nhơ. Nghĩ lại quá khứ, tôi đã từng điên rồ với những hão huyền, thất vọng, nghi ngờ, sân giận và cuối cùng, chúng đốt tôi, để rồi đẩy tôi vào tù.

Ám ảnh với ngã không phải là ái ngã. Trái lại, tôi khinh tởm ngã. Hình dáng tôi quá tệ, tôi cảm thấy tốt hơn là thành lập một danh tiếng thanh tịnh và khen người khác. Tôi bị tù với một thân hình méo mó và bản án cực kỳ tồi tệ. Tôi bắt đầu học Phật pháp. Tôi học về nỗi khổ đau do tự ngã gây ra và làm thế nào để phát triển động cơ lợi tha. Hạnh phúc của người khác thì quan trọng hơn hạnh phúc của mình. Thói quen xấu khó bỏ, đặc biệt những người phương Tây. *Văn hóa Mỹ là văn hóa thần tượng những cá nhân nổi bật giữa đám đông*. Chúng ta như là những cá nhân, chúng ta muốn trở thành những nhân vật thần tượng.

Con đường Đức Phật hướng dẫn qua tiến trình thay đổi tầm nhìn của cá nhân thành tập thể. Đầu tiên, chúng ta phải hiểu nỗi khổ của chính mình và nắm nguồn gốc thật của nỗi khổ đó. Điều này có thể giúp chúng ta nhận nỗi khổ của tất cả chúng sanh. Chúng ta đang ở trong cùng hoàn cảnh, vòng luân hồi. Bao lâu chúng ta còn ở trong vòng luân hồi thì chúng ta khó tìm được hạnh phúc chân thật.

Từ nhận ra nỗi khổ của chúng sanh sẽ khởi lên lòng từ bi. Mục đích cuối cùng của chúng ta là đạt từ bi tâm, muốn lợi ích tất cả mọi người và trở thành bậc thức tỉnh. Chúng ta nhận ra khả năng giới hạn của mình để lợi ích người khác và để trở thành Phật chúng ta phải có tâm từ bi.

Tiến trình này bao gồm tu tập bình đẳng, tâm thoát khỏi những chấp thủ và sân giận, bình đẳng với tất cả chúng sanh. Chúng ta phải quán chiếu việc này. Quán kiếp sống luân hồi này.

Cảnh giới nhà tù là một cảnh giới khó nhất, nhưng đồng thời, cảnh giới ý nghĩa nhất để tu tập bồ đề tâm. Ở đây, tôi cố gắng phát triển sự bình đẳng với mọi tù nhân xung quanh. Tha thứ ngay cả họ lấy trộm máy radio, giày thể thao, bánh nhân hạnh, quần xả-lỏn... Tôi phải tập thương những người xung quanh dù họ là những người tệ hại.

Đối với tôi, tọa thiền không đủ, cố gắng khi xúc sự mà tâm không dính mắc. Tôi phát tâm làm ban hướng dẫn Hộ Niệm cho những tù nhân hấp hối để tôi có thể lợi ích những người khác.

Tôi đang tu tập tánh lợi tha. Sự thay đổi và tiến tu đang đến từ từ trong tôi. Gốc là từ bi mặc dù còn có những giây phút chấp ngã. Nhưng điều này cũng tạm được: tôi học từ bi cho bản thân tôi. Tôi phải kiên nhẫn và nhớ rằng đã bao lâu rồi tôi toàn lo cho cái tôi.

Chúng ta nên nhớ rằng tiềm năng của từ bi có sẵn ở mỗi chúng ta. Tánh vốn sẵn. Lòng tham muốn và sự vô minh đã che mờ Phật tánh. Chúng ta phải trở lại và kết hợp với tánh Phật của mình.

Julian

Ác Quỷ Tự Thân

Mới đây, tôi phải đối mặt với ác quỷ của tự thân và kiềm chế chúng. Ác quỷ là những tư tưởng và sợ hãi tự động đến trong đời mình, ở một lúc nào mà chúng ta dễ bị tấn công và vì vậy, khiến chúng ta căng thẳng và đau khổ hơn.

Ví dụ mới đây tôi bắt đầu dự khóa tu học Kim Cang Thừa (Vajrasattva) với tám mươi hai người khác trên thế giới. Một số là tù nhân ở các tiểu bang khác, một số là Phật tử và tất cả tụ về đây để thực tập cách loại trừ những nghiệp xấu. Buổi tối đầu tiên tôi phải tụng 108 biến thần chú rất khó tụng và khó nhớ, rồi quán tưởng thần Kim cang hòa chuyển sự thanh tịnh của ngài vào thân mình. Tụng 45 phút, sau đó tôi thấy đầu gối và lưng nhức mỏi vô cùng. Tôi đau khổ và nghĩ rằng không thể thực tập tiếp trong 90 ngày nữa. Cuối cùng tôi không dự nữa.

Vài ngày sau, tôi không thực tập thiền, dẹp bàn thờ và để tâm cho ác quỷ ngự trị mình. Tôi tin đây là loại suy nghĩ tự hủy diệt và chúng đã làm chúa tể trong tôi 45 năm qua. Tôi nghĩ khi tôi còn trẻ: một người nào đó đã gọi tôi là ngu ngốc. Rồi khi tôi lớn lên, dường như tôi không thể làm cái gì bởi vì tôi ngu. Tôi bắt đầu suy nghĩ những điều tệ hại để làm.

Như thế cho tới mới đây, tôi mới hiểu rằng cái gì đã xảy ra là sự tự phá hoại. Tôi không nhận trách nhiệm về những hành động của mình và xem như cái gì bên ngoài tôi không điều ngự được. Tôi đã lừa gạt bản thân mình và gây đau khổ cho mình. Lối suy nghĩ này trở thành thói quen nhiều năm đến nỗi tôi không còn nhận ra bản thân mình nữa. Bây giờ tôi nhận ra chính tư tưởng của tôi. Đó là cái để buộc tội chứ không phải là những ác quỷ bên ngoài đã phá hoại những bẩm sinh tốt và tích cực thỉnh thoảng có trong tôi. Bây giờ tôi có thể điều ngự cách suy nghĩ này và làm những bước tiến để có đời sống tích cực.

Bây giờ tôi đang ngồi thiền trên bồ đoàn trong khóa tu với các bạn đạo. Nếu bây giờ ác quỷ có đến, tôi sẽ chỉ mĩm cười ngó lơ và theo dõi hơi thở.

Sean

Phật Tánh

Với ánh mắt mở lớn và ấm áp từ tâm Phật, một tù nhân nói rằng đã nhận được kẹo và đèn cày của chúng tôi tặng. Đây là món quà duy nhất người ấy đã có được trong mùa giáng sinh này.

Đối với tôi, điều này đã cho thấy thông điệp từ bi của Đức Phật đã chuyên chở lời dạy của ngài, mang niềm vui cho người khác trong ngày giáng sinh của Chúa. Phật tâm đã hiện trong những người này khi họ trải lòng từ bi của họ đến tôi và những người khác. Tôi cảm khái phần này trong bản thân tôi và chia sẻ nó với những người khác.

Chấp tay chào các bạn, những vị Phật tương lai với nhiều lời cảm ơn.

Mrs. Hilzarie

Giúp là không Hại

Đức Phật Thích Ca nói kết quả của sự lợi tha, giúp người khác. Nếu chúng ta không thể giúp thì ít nhất cũng xin đừng hại họ. Điều này có nghĩa không tạo sự khổ họ nữa.

Kinh nghiệm của tôi là khi một người tiến đến tôi hầm hầm sát khí, thỉnh thoảng chìa vũ khí chuẩn bị nổ cò, tôi vẫn bình tĩnh mỉm cười, thăm hỏi và rồi cố gắng khuyên họ dừng hành động bạo lực. Thỉnh thoảng tôi phải chấp nhận trách nhiệm là mình đã làm phiền họ (ngay cả tôi biết rằng tôi không có lỗi) để làm nguội họ. Rồi họ mới chịu nghe tôi nói về sự vô hại, hoặc thuyết phục họ đây là hành động vô minh bạo động. Tôi cố thuyết phục và trang bị họ với vũ khí xin tha thứ cho tôi, sau đó họ bỏ đi và cảm thấy họ tốt vì gia ân cho tôi sống.

Thường một người trở thành hung hăng với người khác trong tù bởi vì họ thấy người đó vô lễ với họ hoặc làm mất mặt họ trước mặt mọi người. Tự ngã cao này cũng dễ trị. Nếu chúng ta xem bản thân mình là những Phật tử thuần thành thì chúng ta có sẵn những pháp khí như kinh sách đã hướng dẫn và sẽ giúp cho chúng ta dùng phương tiện khéo léo và từ bi để xử trí trong bất cứ hoàn cảnh nào để ngăn điều xấu hại cho chúng ta và người khác.

Chúng tôi biết khi tọa thiền thì không có thử thách nhiều. Phần lớn thử thách là ở ngoài "trận địa" (không phải ở nhà nguyện) tức khi chúng tôi giao tiếp với tất cả tù nhân khác cả ngày lẫn đêm. Chúng tôi không bị thử thách sự nhẫn nhục, kiên nhẫn khi chúng tôi ngồi trên bồ đoàn tọa thiền mà đức nhẫn nhục được thử thách khi chúng ta đối diện với kẻ khác. Khả năng thương yêu và sự phát khởi lòng từ bi được thử thách khi chúng ta đối diện với tha nhân bằng xương bằng thịt.

Chúng tôi có thể trải qua một giờ mỗi ngày để thiền. Có thể chúng ta nên trải qua một giờ rưỡi, hai giờ và ngay cả sáu giờ mỗi ngày để thiền. Vị trí tốt nhất của mỗi ngày là ngồi thiền trên bồ đoàn vì sẽ giúp mình định tâm hơn. Hầu hết chúng ta trải qua cuộc đời của mình đi bộ, nói chuyện, ăn uống, tương tác với người khác, ngủ nghỉ, làm việc và tu học. Đây là nơi hầu hết thời gian của chúng ta được trải qua và khi chúng ta biết chuyển hóa những hoạt động thành sự tu tập tinh thần thì hầu hết thời gian được trải qua là thời gian chánh niệm.

Có nhiều lời dạy sử dụng đúng lúc thì những nghịch cảnh được chuyển hóa thành con đường tinh thần. Khi chúng tôi gặp điều gì trắc trở thì đó là cơ hội của lửa thử vàng. Mỗi giây phút trong chuỗi tâm thức mình là một cơ hội để đạt đến sự trong sáng, kiên nhẫn, từ bi, thanh thản, thương yêu, tỉnh giác và an lạc. Nếu những việc này chúng tôi lãng tránh thì không bao giờ thực hành được. Nếu chúng tôi mang sự thức tỉnh vào hiện tại thì an lạc và hiện trú sẽ hiện diện. Thế nên, chúng tôi đã được sự hỗ trợ lớn từ thế giới nhà tù.

Salome M Fonseca

Hạt Giống

Ngày 21, tháng 05, năm 2008,

Sư cô kính, có rất nhiều phép ẩn dụ dùng để diễn tả và so sánh những lời dạy của Đức Phật và kinh nghiệm của thiền sinh. Tôi tình cờ mới xảy ra một việc và xin chia sẻ.

Nhân đọc một bài kinh nhắc tôi về năng lực chân thật từ những hạt giống chứa giữ. Điều này nhắc chúng tôi rằng chúng tôi đang trồng những hạt giống của một số tâm sở và tưới tẩm chúng cách mỗi ngày. Chúng tôi trồng chúng với tư tưởng, lời nói và hành động (thân, khẩu, ý) của mình. Thường chúng tôi có những hạt giống tích cực như từ bi, yêu thương, rộng lượng, hiểu biết và trí tuệ. Chúng tôi cũng có những hạt giống phủ định như lạnh lùng, ghen ghét và vô minh. Chúng tôi chọn loại hạt gì chúng tôi muốn trồng. Khi trồng, không phải chúng tôi luôn luôn thấy kết quả của những nỗ lực của mình và điều này có thể làm phiền hà cũng như thất vọng.

Chính lòng tin của tôi tin chắc rằng trong mỗi hoàn cảnh khởi lên, đòi hỏi một quyết định từ chúng tôi và đây thật sự chỉ có hai lựa chọn. Chúng tôi bị phản ứng xấu ác vì chắc chắn do chúng tôi quyết định trồng hạt giống xấu. Tương phản lại, chúng ta có thể bị phản ứng một cách thiện hạnh vì do chúng tôi quyết định trồng những hạt giống tốt. Chúng ta biết đây là thế giới thu nhỏ lại và đặc biệt thế giới trong tù. Chúng ta không thể chạy hay giấu những vấn đề của mình, chúng ta chỉ có thể tạo chúng. Nhiều người trong chúng ta đã có nhà trong vài nhà tù khác nhau và nhà tù xuyên qua tiểu bang (ở nhiều tù). Và nó là kinh nghiệm của tôi rằng tôi chưa bao giờ biết tù nhân nào ở đó và sẽ đến nhà tù nào nhưng tôi biết chính xác những hạt giống gì mà tôi đã trồng với chúng trong bất cứ nhà tù nào hay với bất cứ tù nhân nào.

Tất cả chúng tôi hầu hết có vấn đề hay bi kịch trong khi ở tù. Suốt trong những cơ hội này, trên những vở kịch biểu hiện chính nó đòi hỏi chúng ta nên biết chọn hạt giống để trồng.

Tôi nghĩ tất cả chúng ta đều biết rõ những truyền thuyết kỳ lạ có thể khởi lên trong môi trường này. Có nhiều tù nhân đã bị khóa biệt giam trong nhiều thập kỷ rồi và trở thành khét tiếng vì những hành động bạo hành của họ và đã lưu lại phía sau những hình ảnh đáng sợ. Nhưng một ngày nắng đẹp, thời tiết tốt, họ bỗng chuyển hóa, trồng hạt giống tốt và trở thành thánh nhân. Những tên tù khét tiếng có cơ hội để trồng những hạt giống họ muốn, "Ngọn nến đã được thắp sáng và được chuyển đến một cảnh giới mới". Chúng ta bây giờ có cơ hội được tập trung để làm một sự khác biệt, để tu tập những mẫu thái độ tốt đẹp. Trồng những hạt giống tốt với những tâm tốt sẽ chắc chắn được quả tốt.

Tôi nhận ra 'những hạt giống trồng' đang trở nên mệt mỏi trước đó nhưng bây giờ là thần chú của tôi. Cái gì tôi làm hôm nay sẽ ảnh hưởng những gì xảy ra trong ngày mai. Mỗi lần đụng độ nhau, chúng tôi có nhân viên nhà tù và bạn tù để phía sau những gì thặng dư dấu tích mà chúng tôi đánh giá lẫn nhau sau này. Tất cả những gì chúng tôi phải làm là đơn giản, chánh niệm tư duy, lời nói và hành động của mình trong giây phút hiện tại. Chúng ta không tùy thuộc vào môi trường tập quán của suy nghĩ nhưng thay vì dựa trên sự phản ứng và bản chất thật của ta.

Nếu chúng ta vun trồng về lời dạy và sự ứng dụng này, rồi những cái gốc, thân cây và quả nổi lên từ hạt giống chúng ta trồng hôm nay sẽ giống như nhánh mận của nhân viên Eihei đang trổ đầy quả đỏ.

Douglas Stream – Tojin

Kinh Từ Bi

Sư cô kính, mỗi lần tôi lặng tâm quán tưởng là tôi buồn. Tôi luôn luôn buồn hay hối hận vì đáng lẽ tôi nên hành động giúp đỡ hơn là chỉ có đứng nhìn. Nhưng rồi chính trạng thái buồn bã tôi cảm thấy nhất đã thúc đẩy tôi hành động, để tình thương bao trùm và xóa tan sự tham lam và ích kỷ của mình.

Trải một thời gian lâu, tôi tu tập theo những lời dạy Phật pháp cơ bản. Tôi biết Phật tử phải từ bỏ tất cả chấp thủ thế giới bên ngoài, để loại trừ khát ái và chấm dứt khổ đau. Một thời gian dài xuyên qùa cuộc đời giống như nhân vật tiểu thuyết nửa thật nửa giả xa xôi. Và mặc dù tôi bình an và thầm lặng, đời tôi vẫn ngu ngốc và thiếu ý nghĩa.

Rồi một ngày tôi đọc được kinh Từ bi, tôi bỗng mở mắt ra.

Tôi biết Đức Phật dạy về lòng từ bi là căn bản để thoát sân hận và ngu si. Từ khi tôi cố gắng tu tập từ bi và lòng vị tha nhưng rất khó. Tôi càng tu tập những đức hạnh này sự tu tập càng trở nên khó hơn. Thí dụ, dễ cho chúng ta đưa một cánh tay cho người chìm đắm nắm lấy. Nhưng khó cho chúng ta cũng cho một người sắp chết những số tiền của chúng ta để dành trong nhà băng để anh ta có thể có một cuộc giải phẩu. Hoặc dễ dàng thực hiện khi chúng ta cho người hàng xóm quớ giang đi đến đâu đó. Nhưng cực kỳ khó cho chúng ta khi để cho người ăn xin ngồi trong chiếc xe đó. Ngay cả một chỗ trú đơn giản trong xe ta có thể giữ người đó khỏi chết lạnh, ngay cả bạn có hai, ba chiếc xe. Và bao nhiêu người trong chúng ta sẽ cho người ăn xin đó quớ giang xe mình?

Tất cả chúng ta biết đời sống của người khác và chúng sanh là vô giá và xứng đáng hơn tất cả sở hữu khác. Nhưng làm thế nào để chúng ta đẩy tự ngã của mình và sự phân biệt đi.

Colin

Sự Nhiệm Mầu của Quan Thế Âm

Tù nhân Cong D. Tran chia sẻ như sau Bồ tát Quan Thế Âm (Avalokiteśvara Boddhisattva):[23] *Bodhi* là giác tỉnh và *sattva* là chúng sanh, vì vậy boddhisattva là vị hữu tình giác tỉnh. Bồ tát có nhiều đức hạnh bao gồm trí biết tất cả (nhất thiết trí). Đức Phật Thích Ca khuyên chúng ta kính trọng và lễ lạy cầu nguyện ngài Quan Thế

23. Bồ tát Quan Thế Âm. Cong D. Tran. http://www.thubtenchodron.org/PrisonDharma/kwan_yin.html

Âm khi chúng ta lâm khổ nạn nhất là trong chốn tù đày nhiều tai ương.

Danh hiệu: Bồ tát có nhiều tên, hình ảnh và hóa thân. Thỉnh thoảng ngài hiện trong hình thức nam hay nữ để đáp ứng nhu cầu của chúng sanh. Ở Trung Quốc gọi ngài là Kwan-Yin, người Việt Nam gọi ngài Quan Thế Âm, Tây tạng gọi ngài là Chenresig, ở Ấn độ gọi ngài là Avalokiteshvara hay Avalokita. Nhật bản, Đại Hàn và vài nước khác ở Đông nam á gọi ngài là Kannon, Kwannon hay Guan-Yin. Tiếng Anh gọi ngài là Avalokiteshvara và tôi gọi là Quan Thế Âm Bồ Tát.

Tiếng Tàu, Kwan-yin là người quán sát âm thanh. Tiếng Việt, Quan Thế Âm nghĩa là người nghe tiếng kêu khóc của thế gian để cứu khổ. Người Việt Nam lễ lạy ngài như là bà mẹ của mình, bởi vì lòng từ ngài đã ban ra cho tất cả chúng sanh giống như đại dương không có bờ mé như lòng từ của bà mẹ trên tất cả bà mẹ. Ở Tây Tạng và Ấn độ, vị bồ tát này được biết trong kinh Bát Nhã (*the Perfection of Wisdom Sutra,* Prajñāpāramitā) với tên là Quán Tự Tại.

Từ bi và Viên thông: trong các kinh điển đại thừa, Đức Phật Thích Ca hướng dẫn pháp cho chúng ta, trong đó ngài dạy khi chúng ta đang sợ hãi, muốn vượt qua nỗi sợ thì Bồ Tát Quan Thế Âm sẽ ban pháp vô úy nếu chúng ta chân thành toàn tâm niệm danh hiệu ngài.

Đức Phật đã dạy như sau bất cứ chúng sanh nào đang ở trong lửa đỏ, chí thành niệm danh hiệu Bồ Tát Quan Âm thì lửa sẽ bị dập tắt. Khi một người muốn hại bạn, bạn niệm danh hiệu ngài, bạn sẽ thoát sự hãm hại. Nếu bạn gặp kẻ oán thù và niệm danh hiệu ngài thì kẻ thù hóa thành bạn hiền. Nếu một người bị khủng bố hành hạ, chí thành tận thân tâm niệm ngài thì sẽ thoát khỏi dây trói buộc xiềng xích chung quanh người tù đó sẽ được tan rã. Nếu một người phải đi xa nơi đáng sợ thì phải niệm ngài liên tục không chậm trễ thì người đó sẽ đi đến và trở về bình an. Nếu người nhiều sân giận, tham lam và ngu si, niệm danh hiệu ngài thì thoát khỏi tham, sân và si.

Bồ tát sẽ hiện trong mỗi người để ứng với lời cầu nguyện của chúng ta xin ngài cứu giúp. Phật Quan Âm là cha, mẹ, thầy, bạn, gia đình... của chúng ta.

Đối với người Việt Nam, Quan Thế Âm là bậc đại từ bi, chúa tể của lòng từ. Vì lòng từ, ngài không vội nhập Niết Bàn mà trở lại độ sanh. Bây giờ ngài cũng đang cầu nguyện cho chúng ta đạt đến giác ngộ. Quan Thế Âm thật sự là vị cổ Phật đầy đủ từ bi và trí tuệ.

Tu tập chánh niệm và loại bỏ tư tưởng tiêu cực: Tôi cũng muốn nói rằng tôi cần phải từ bi hơn khi hướng đến mình và người. Tôi biết điều này không dễ. Tôi sẽ quán chiếu với chính sự đau khổ và vọng tưởng trong vòng đau khổ này. Đây là điều tôi nghĩ rằng: để chính đời sống của chúng ta vui hơn và lời cầu nguyện của chúng ta sẽ được trả lời, chúng ta cần tu tập chánh niệm và hướng thiện hơn. Bồ tát Quan Thế Âm có thể giúp đỡ chúng ta chỉ khi nếu chúng ta làm một sự nỗ lực để loại bỏ những hành động xấu hại và tạo những cái lợi ích.

Mong những ý tưởng này giúp bạn hiểu hơn về Bồ tát Quan Thế Âm. Cầu nguyện cho chúng sanh bao gồm các tù nhân, gia đình nạn nhân và tất cả được thoát đau khổ, vọng tưởng của cõi ta bà. Cầu nguyện cho tất cả chúng ta tìm được hạnh phúc trong đời và nhanh chóng giác ngộ.

Cong D. Tran

Thay Đổi Cuộc Đời

Lớn lên tôi không biết thế nào làm cho tôi hạnh phúc. Có nhiều nghề nghiệp, bạn bè, người yêu, phụ nữ đẹp, trẻ con, xe hơi mới, nhà lớn, nổi danh và vận may. Nhưng vì một số lý do, những điều này không có hấp dẫn tôi. Tôi có những trò chơi mới nhưng từ từ cũng giảm lòng phấn chấn.

Phụ nữ trở nên quan trọng với tôi hơn. Dường như hạnh phúc chân thật là một người vợ yêu bạn vô điều kiện và hai, ba đứa con chưa gây vấn đề cho bạn ở trường. Sau khi học hấp tấp, tôi thử vài tình yêu nhưng thất bại. Cái gì chúng ta thấy trong phim thì không chính xác giống như ngoài xã hội.

Vì vậy, chính tôi là người duy nhất làm cho tôi vui và không liệu là làm nó thế nào? Tôi bắt đầu đố kỵ những người có tinh thần. Họ là những người may mắn trong sự êm ái của vật chất. Sau vài năm, tôi rất là buồn khi tôi trôi nổi theo dòng đời. Tôi trải hết thời gian của mình để xem phim và muốn xuất gia đầu Phật. Tôi học kinh Phật và tin những gì Phật nói. Tôi đồng ý với tư tưởng đó.

Lúc này tôi đang hút thuốc rất nhiều đến nỗi tôi không có tiền để làm cái gì tôi muốn. Tôi mất động cơ. Điều này trải qua một, hai năm. Phụ nữ đến và đi. Tình yêu chân thật - không có tình yêu chân thật, không có cái gì kéo dài, tất cả họ đi để lại một cảm giác trống rỗng trong bao tử tôi.

Cuối cùng tôi bị bắt và bị ở tù. Trước thời gian này tôi rất chán và mong có sự thay đổi đến nỗi tôi thật sự muốn đi. Một năm sau, thật sự có sự thay đổi trong đời. Tôi thật sự muốn học Phật pháp. Đây là một cơ hội bên trong và tập trung tâm mình. Bắt đầu từ từ, tôi gặp những người đồng chí hướng, tìm thời gian và năng lực để tu tập. Như quả banh đang lăn chỉ có thể tiến nhanh lên, trừ khi tôi chọn để dừng nó.

Bây giờ thực tập Phật pháp đã trở thành đời sống của tôi. Sau khi ra tù, tôi sẽ làm công quả ở nhà chùa năm ngày mỗi tuần. Tôi không muốn về. Cảm giác trống rỗng là khi tôi nghĩ về thế nào cô độc mà tôi trải qua là bây giờ phải thức tỉnh thế nào tôi dựa trên người khác. Bây giờ tôi biết tôn giáo không phải là Thượng đế hay ma quỷ. Tôn giáo là con đường chúng ta đang tìm và là con đường tìm hòa bình trong tâm.

Devin

Tọa Thiền

Mỗi tuần vợ tôi và con trai 10 tuổi đến thăm tôi. Chúng tôi nói đủ chuyện vui. Có một ngày con trai tôi hỏi: 'Ba là một người thích bình an hạnh phúc, sao ba lại ở đây?' Dưới đây là cuộc phân trần của tôi.

Tôi đang tu tập vô hại (*ahimsa*). Tôi chọn sự tu tập này bởi cách đây nhiều năm tôi là hạ sĩ cảnh sát thủy chiến. Tư tưởng của tôi lúc đó đầy sự sân giận và vật chất. Tôi không thích mọi người bao gồm mình. Chính những tư tưởng này đã đưa đến hành động - một tối tôi bước vào quán rượu, bắn người thâu ngân và cướp tiền. Nạn nhân của tôi đau khổ về cả tinh thần và vật chất. Tôi tạo ra đau khổ không chỉ cho anh ta, mà còn gia đình anh, gia đình tôi và cộng đồng. Tôi đã tạo thêm nỗi đau khổ cho thế giới qua chính hành động của mình.

Tôi bị hậu quả của nó. Thay vì tôi ngồi trong tù để mơ về quá khứ vui tươi và tái tạo lại đời mình cho tới khi tôi tìm cách muốn nó, tôi lại mơ về tương lai: một căn nhà đẹp, một chiếc xe hơi đắc tiền, một con chó đắt tiền ngồi chờ ngay cửa... đầy đủ vật chất. Tôi nhớ một lần sau khi gia đình đến thăm nhìn những món quà ở trước mặt, tâm tôi trống lỗng. Khi tôi trở về xà lim, sự lạnh lẽo, sự chán nản bao trùm tôi. Nỗi sợ cô đơn, cơn đau tôi đã trải qua, khởi lên. Chỉ trong vài giờ, tôi trở lại đời sống thủy thủ (nhớ quá khứ).

Năm 1990, một người bạn chỉ tôi ngồi thiền, giữ giới, tu Bát nhã và quán chiếu sâu xa những chướng ngại trong đời mình. Từ từ con đường bắt đầu mở ra.

Hôm nay tôi ngồi thiền đến 3g sáng. Tôi ngồi và quán những quan điểm của mình, nỗi sợ của mình, sự sân giận của mình và cảm giác không tốt của mình. Giữa nước mắt và hơi thở là có một sự vắng lặng, một nơi mà để mọi việc thích hợp để vào. Khi mới tập tu, tôi an trú trong hiện tại và biết trách nhiệm từng mỗi giây phút của đời sống khi ăn, rửa, lắng nghe và tu tập sự tĩnh lặng cho tới khi mọi điều trong tôi đảo lộn. Chỉ khi biết hơi thở của mình, sống với giây phút hiện tại, những tư tưởng chạy qua tôi trở nên rõ ràng. Trong cơn đau của người khác, tôi đã thấy sự tìm kiếm của họ cho sự hòa bình và bình đẳng khi tôi khám phá chính mình. Chính giây phút với hơi thở này, mọi việc trở nên rõ ràng.

Sebastian

Cái gì mang đến Hạnh Phúc

Có những cái chúng ta chấp thủ và không sẵn sàng để từ bỏ.

Cái gì là chúng ta cần và muốn? Tôi thường là một người không thể thương lượng được. Tôi đã nhốt tôi trong cái hộp của tham muốn, thoã mãn và chấp thủ. Đến tù và có tất cả tôi muốn nhưng đã thật sự bắt tôi có một địa vị thấp hèn. Tôi có nhà, có xe hơi đẹp... nhưng nó trở thành vô dụng. Bây giờ, tôi không có chúng, nhưng tôi đã tìm thấy sự hạnh phúc lớn trong tôi, chính qua thời gian tôi tìm thấy là hạnh phúc chân thật có thể trú ngụ. Tôi không thể dựa hạnh phúc của tôi trên người khác, nhà lầu, việc làm hoặc giải trí, tôi tin tất cả những người có thể mở rộng tự ngã đến mức có thể.

Chạy theo thỏa mãn những nhu cầu hạnh phúc vật chất bên ngoài là điều dẫn tôi đến nhà tù. Cái mà tôi muốn thì chưa bao giờ đủ. Ba căn nhà, hai vợ, mọi thứ tôi có vẫn chưa đủ. Bây giờ tôi có sự tu tập của mình, công việc... nhưng tôi không đặt sự hiện hữu hạnh phúc của mình trên những điều này. Tôi mong ước những điều tốt cho mọi người và các pháp và không nên chấp thủ và bám giữ các pháp.

Trước kia, 'yêu' có nghĩa là tôi chấp bám vào mọi người, các pháp và không muốn mất chúng. Nhưng điều duy nhất tôi đã từng có là tư tưởng và tinh thần của tôi. Tự do ra khỏi những chấp thủ trong bất cứ ý nghĩa nào, tôi đang leo nấc thang của sự tu tập, tôi đang trên con đường giác ngộ và chân lý tối hậu.

Tôi vốn gốc là đạo Thiên chúa giáo và thích nghe những lời kinh chúa căn bản. Nghe những lời dạy của các tôn giáo khác giúp tôi hiểu rõ về mình hơn, tôi đã là thế nào và tôi bây giờ là gì? Tại sao tôi tiếp tục đi theo con đường Phật pháp. Triết lý là cửa vào đạo của tôi và qua những lời của kinh Phật, tôi có thể thực hiện. Còn hơn ba năm nữa tôi có thể lãnh án treo (được về nhà với điều kiện không phạm pháp). Sự ngưỡng mộ lớn nhất của tôi là gỡ mình ra khỏi những chấp thủ, biết tâm mình, biết pháp và nhận ra bồ đề tâm.

Biết bản thân mình là bước bắt đầu. Tư tưởng dẫn đến hành động là giúp tôi theo con đường tinh thần của tôi, ra khỏi bẫy ngã kiến, giúp tôi trở thành một người có thể giúp những người khác ở ngoài tù hoặc để bản thân mình đi vào nhà tù nếu làm bậy. Điều này hoàn toàn khá đơn giản. Khi tôi được tự do, tôi muốn gặp quý Thầy cô, các bậc đạo sư để được hướng dẫn và tu học về giới luật, thiền định, kinh kệ, nhưng tôi biết cuộc đời này không chắc chắn vì tùy thuộc vô thường. Chết là cái chắn chắc phải đến trong đời này.

Wyatt

Hộ Niệm

Làm việc với những người khác tôn giáo - đặc biệt những người sùng đạo và những người tin Thượng đế - là một trong những việc thích thú và thử thách nhất trong công việc tình nguyện "hộ niệm" tù nhân hấp hối.

Đôi khi tôi bị dằng co với sự mâu thuẫn về đức tin dấy lên trong khi "hộ niệm" cho những người khác tôn giáo. Tôi cố gắng thẳng thắn và lợi ích cho tất cả bệnh nhân cũng như thành thực với chính mình.

Có nhiều trường hợp mà điều đa tôn giáo này không còn là vấn đề. Đôi khi sự khác biệt về đức tin được gác qua một bên, chỉ còn lại sự thông cảm đơn giản giữa hai con tim, nỗi quan tâm giữa người hộ niệm và người hấp hối. Có một sự hỗ tương nhận thức về sự thâm sâu thiêng liêng của sự sống và sự chết, không cần đến những ngôn ngữ đặc biệt và đôi khi cũng chẳng cần đến ngôn ngữ nào cả.

Căn bản của sự chăm sóc cho người sắp mất tương đối đơn giản. Trong giai đoạn họ đang mang bệnh, chúng tôi cung cấp tất cả những gì người bệnh cần đến và cố gắng ở bên cạnh họ. Chúng tôi cung cấp sự trợ giúp tâm linh và sự thông cảm, cũng giống như bạn thân và gia đình của họ sẽ làm ở bên ngoài. Điểm quan trọng nhất là làm sao giúp cho người tù bệnh tránh được những phản ứng xấu và tự hại mà họ thường phát tiết đối với hoàn cảnh ác độc và tàn nhẫn của nhà tù.

Chúng tôi cố gắng giúp cho bệnh nhân khám phá những suối nguồn tâm linh của chính họ và tìm cách nâng cao ý nghĩa của đời sống trong chuỗi ngày còn lại của cuộc đời. Nếu như người bệnh yêu cầu chúng tôi hàn gắn tình trạng của bản thân và gia đình, hoặc những công việc chưa hoàn tất, chúng tôi cũng vui vẻ chấp nhận.

Khi mà giai đoạn hấp hối bắt đầu - từ khoảng vài ngày cho đến vài tuần - điểm quan trọng là chăm sóc cho sự đau đớn thể xác, sự oằn oại và sợ hãi. Chúng tôi làm bất cứ điều gì để làm cho họ an tâm và giảm bớt nỗi sợ hãi.

Đây là giai đoạn mà người bệnh bắt đầu lên tiếng về mối quan tâm tôn giáo hoặc tâm linh và thường yêu cầu sự cầu nguyện và nghi lễ tôn giáo. Tôi nhớ đã làm nghi lễ đa tôn giáo cho nhiều tù nhân hấp hối. Có nhiều người hướng dẫn đã nhiều lần yêu cầu tù nhân hấp hối phải vượt qua niềm tin tôn giáo của chính mình để có thể hăng hái tham gia cầu nguyện và rửa tội. Tôi đã bắt đầu nhận thức đây là phương tiện mà tôi phải áp dụng trong công tác chăm sóc bệnh nhân.

Lúc bắt đầu làm công tác hộ niệm, tôi tránh né việc cầu nguyện chung với bệnh nhân, hoặc dùng những từ ngữ hoặc khái niệm mà tôi không tin tưởng, mặc dù lúc nhỏ tôi đã được giáo dục như một tín đồ Thiên chúa. Tôi sẵn sàng đọc thánh kinh hay làm trợ giúp những công tác tâm linh khác cho bệnh nhân, nhưng tôi nhất định không cầu nguyện cho họ. Đối với việc đó, tôi gọi các vị tuyên úy hoặc nhân viên thiện nguyện có cùng đức tin Thiên Chúa với họ cầu nguyện thì hay hơn, vì tôi là một tù nhân Phật tử.

Tuy vậy, có một lần, tôi ở trong tình thế là không tìm được người trợ giúp trong việc cầu nguyện. Chỉ có tôi và người bệnh, khi đó anh ta đã là một người bạn thân sắp chết của tôi, đang cần người cầu nguyện cùng với anh ấy. Tôi nắm lấy bàn tay của anh và chúng tôi cùng cầu nguyện với nhau. Sau đó, tôi phải cầu nguyện như vậy nhiều lần. Mỗi lần, tôi lại có thái độ khác nhau với ít hoặc nhiều do dự.

Cuối cùng, tôi dần dần nhận thức rằng là một người Phật tử với một sự thấu hiểu về tâm linh, không tin vào thần quyền, gần như nhập thế, lại là một cơ bản tốt cho hành nghi lễ đa tôn giáo này. Phật giáo có một lối nhìn không giáo điều và thực tiễn về vấn đề sanh tử cũng như chấp nhận hiện trạng của sự vô thường. Phật giáo cũng nhấn mạnh đến những điều cơ bản lòng tốt vô điều kiện (Phật tánh).

Mỗi năm, tù nhân được nghỉ việc trong nhà tù vài ngày. Trong thời hạn nghỉ việc mười ngày đó tôi muốn dùng căn phòng cá nhân (một người) để chuyên tâm thiền quán.

Nathniel

Cô Đơn

Trong buổi thiền tọa, dưới sự hướng dẫn tôi tập trung quán chiếu sự cô độc của mình, nguồn gốc, quá trình và sự ảnh hưởng của cô độc như sau:

Hút xì ke, nghe âm nhạc và làm một nghệ sĩ giỏi, đây

là những điều hấp dẫn đàn bà. Tôi là một gã "thợ câu" (nghĩa là hay đi cua gái). Đây (tức là ba điều vừa kể trên) là những cái mồi để tôi có thể chiếm đoạt được nhiều thân xác phụ nữ. Nhìn lại quá khứ, lý do cho những sự quan hệ (tình cảm) này thất bại, là vì tôi không chung thủy với đối tượng (mà mình chung đụng xác thịt), tôi chỉ là làm sao "cua được", chỉ thỏa mãn mục đích đỡ cô đơn.

Nhìn ngược lại quá khứ, tôi hay bám vào mối quan hệ với những người nổi tiếng, làm thành viên của nhóm, để được nổi tiếng, như là một nỗ lực để khẳng định sự hiện hữu của mình. Chính là tìm những điều bình thường, cố gắng thoát khỏi đau khổ qua những hiện tượng vô thường thay vì tìm ở những nguồn hạnh phúc lâu dài và chân thật.

Vô minh là nguồn gốc bởi vì tôi nhận ra sự khởi lên hiện tượng hiện tại không thể tạo sự chấm dứt đau khổ mãi mãi. Tôi không thể tiếp tục nhìn bên ngoài. Nếu tôi không có vô minh, tôi có thể tìm chính tâm tôi cho nguồn gốc cô độc và cũng là giải pháp. Thay vì tôi thấy giải pháp của sự không hạnh phúc như bên ngoài tôi. Tôi không nhận ra rằng đây là tất cả chỉ là ảo giác, vọng tưởng chiếu hiện qua các giác quan. Tôi nhìn bên ngoài như nguồn xóa tan, đốt cháy nỗi đau trong đầu tôi. Điều này thì không hợp lý.

Thật là khôi hài nếu tôi muốn chấm dứt cô độc trong tù, trong khi trong tù thì không có chỗ riêng tư, tĩnh mịch, không 'lúc nào một mình cả'. Nhưng dĩ nhiên, tôi không cảm thấy cô độc nữa từ khi tôi gặp được Phật pháp. Tôi biết chư Phật và bồ tát là những bậc luôn thức tỉnh, luôn biết tôi. Sự bất tịnh xấu ác của tôi đã ngăn tôi không thấy các ngài và tôi đang chuyển hóa. Tôi thấy lòng từ bi và trí tuệ của ngài chuyển sang tôi.

Cũng vậy, tôi gia nhập vào đại dương của thú vật,

chúng sanh và những người khác để cùng trải qua đau khổ do vô minh của tất cả. Chúng ta chưa bao giờ một mình. Chúng ta có trách nhiệm với từng cá nhân trong vô số chúng sanh này, không vì vô minh, hành động ích kỷ mà tàn hại chúng nữa. Chúng ta có trách nhiệm phải làm việc với nhau để hướng đến trí tuệ thức tỉnh rằng qua những phương tiện của từ bi, có thể làm lợi ích những chúng sanh đau khổ.

Kinh Trung Bộ dạy rằng: "Khi gặp sợ hãi, hãy tin mình là người dũng cảm. Tin mình là bậc tỉnh thức. Bạn sẽ được giải thoát nhanh, ngay cả nếu mình có phạm lỗi cực nặng".

(The Majjhima Nikaya said: "Like entrusting yourself to a brave man when greatly afraid. By entrusting yourself to the awakening mind, you will be swiftly liberated, Even if you have made appalling errors").

Luis

Độ Sanh

Khi vừa mới đến, tôi tìm được một việc làm trong sở giáo dục của trại tù, nơi mà tôi có thể kiếm tiền một cách "lương thiện" và có thể dùng tài năng và kiến thức của tôi giúp đỡ tù nhân khác. Tôi làm việc toàn thời gian, dạy cho tù nhân đọc sách và giúp họ chuẩn bị thi bằng Trung học tương đương (GED – General Educational Development). Tôi cảm thấy thích thú và an vui trong công việc này. Với chức vị "giảng viên thâm niên" tôi lãnh được 60 đô la một tháng.

Khó mà từ chối hoàn toàn không tham dự vào việc mua bán chợ đen. Thích hay không thích, thế giới tội phạm là cộng đồng mà tôi đang sống và tôi thường phải tìm cách quân bình thệ nguyện giữ giới và thệ nguyện trợ giúp chúng sanh. Khó khăn vô cùng với đầy cám dỗ.

Mrs. Calix

Buộc Tội

Tôi đang suy nghĩ vì sao chúng tôi dễ bạo động. Phần lớn thời gian của chúng tôi đã trải qua những điều vô ích này. Tôi ví dụ nếu một người nào đó nói nhược điểm của chúng tôi trong cách suy luận của họ thì lập tức chúng tôi bực bội người đó và tìm cách bảo vệ mình liền. Xin nêu ra thêm một việc:

Một kẻ bắt cóc tống tiền và giết con tin 5 tuổi tại một công viên của Milwaukee. Mọi người đều buồn vì mất một sinh mạng nhỏ. Thật là xấu hổ cho gia đình cô ta thay vì cầu nguyện cho cậu bé thì lại tìm cách trả thù thủ phạm. Họ đã không để ý đến cậu bé nữa mà chỉ suy luận về tội ác của tên giết người, lòng hận thù muốn làm cái gì đó trả thù tên tội phạm này.

Tôi chưa bày tỏ lòng thương xót thủ phạm (có thể lúc đó tôi chưa biết Phật pháp). Cái mà tôi muốn nói đây tại sao chúng ta dễ nổi sân hận, buộc tội thay vì sao không tập tăng trưởng lòng từ hay hiểu lý nhân quả?

Trong Cuốn Vấn Đáp Thiền và Phật Pháp[24] có kể câu chuyện rằng: Có một vị chứng quả Bích Chi Phật ở trên núi phơi chiếc y màu đỏ, dưới núi có người mất con bò. Thấy trên núi có người đốt lửa hơ chiếc y màu đỏ cho là da bò, nên chánh quyền lên bắt vị sư ấy ở tù 12 năm. Các đệ tử của sư tưởng sư bị mất tích. Qua 12 năm có một đệ tử có dịp vô khám và gặp sư. Sau khi biết sự việc, liền hỏi:

24. Vấn Đáp Thiền và Phật Pháp, Hòa Thượng Thích Duy Lực, trang 11.

Sao sư phụ không nói là không có ăn cắp bò để khỏi bị tù 12 năm. Thầy nói không có bị oan. Đệ tử hỏi: Vậy ăn cắp bò của người ta sao? Thầy nói: Không có ăn cắp bò, vì kiếp trước tôi có làm oan người ta, khiến cho người ta bị tù 12 năm. Bây giờ tôi phải bị tù 12 năm trả lại.

Đây là việc của bậc thánh giả. Còn chúng ta?

Logan

Tu Tập trong Tù

Đôi khi tôi cũng muốn quên lãng tất cả, dùng thì giờ trong tù để tụ tập với bọn tù, xem tivi, chơi bài. Nội tâm tôi đầy dẫy những ý tưởng hỗn loạn. Tôi cảm thấy rất nhàm chán khi tham dự vào những thú vui tầm thường đó. Trở lại thực tại thấy thời gian trôi qua luống uổng. Hồi tưởng lại những gì đã xảy ra, tự nhiên ý tưởng trở thành một nữ tu sống đơn giản, thanh tịnh và giải thoát trở thành một luồng gió mát thổi vào tâm tưởng tôi. Tôi mơ màng về ý nghĩa xuất gia giống như quý Sư cô trong chùa Ni. Những ý tưởng đó đã đem cho tôi một niềm an ủi. Tôi cảm thấy an lạc được sống sót và thực tập Phật pháp trong nhà tù.

Ms.Calypso

Tâm Sự

Sư cô kính, khi tôi nỗ lực tập trung bắt đầu tập thiền thì những tên hàng xóm mở nhạc hay nói chuyện quá lớn. Nhưng tôi làm ngơ và vẫn tiếp tục ngồi như không có chuyện gì xảy ra. Hoặc không chịu được nữa thì tôi xách mềm và rủ thêm vài ba bạn đạo lên nhà nguyện ngồi thiền.

Khi vị tuyên úy báo là hết giờ thiền cho phép ở thêm trong nhà nguyện này rồi, chúng tôi vội đánh chuông xả thiền. Khi mọi tù nhân rời phòng, nhìn trên mặt ai cũng có vẻ rạng rỡ, là người kêu gọi anh em đến tập thiền thêm ngoài giờ, tôi rất hỉ lạc vì mang niềm vui cho mọi người. Dù sao đời tôi cũng có cái xứng đáng để sống.

Sư cô kính, cảm ơn sư cô đã trả lời cuộc điện đàm của tôi hôm qua. Tôi biết sư cô phải trả cho phí điện thoại 10 Mỹ Kim cho 10 phút chúng ta nói chuyện. Đây không phải là điện thoại bình thường mà phải thông qua hệ thống record (thâu âm của trại tù) nên phải chi trả cho việc này và xin lỗi là khiến sư cô gặp một chút khó khăn trong thủ tục bấm nút nối giữa hai mạng này. Ba mẹ tôi cũng thỉnh thoảng điện đàm với tôi như vậy nhất là trong những ngày lễ như sinh nhật hay năm mới chẳng hạn. Tôi rất vui khi được sư cô hoan hỷ kiên nhẫn lắng nghe tâm tư gút mắc của tôi và hướng dẫn tôi. Lúc này tôi giảm bớt sự chấn động khi tĩnh tọa. Như sư cô nói từ từ đừng nôn nóng kết quả, vì như thế càng muốn yên thì tâm lại càng động. Cứ tự nhiên buông thả để vọng tướng lắng xuống như lắng đọng bùn. Sau nhiều ngày và bây giờ tâm tôi cảm thấy nhẹ nhàng hơn. Và sự ảnh hưởng này như toát ra xung quanh với những người tiếp xúc với tôi.

Như vậy, thiền có hiệu quả ngay cả trong môi trường nhà tù nếu chúng ta biết kiên nhẫn. Như vậy, thiền đã tạo hương hoa trong địa ngục. Tôi cảm ơn sâu sắc cho những lợi ích trong đời mà nay tôi có được.

Totsesu

Chấp thủ

Hồi nhỏ tôi rất thích ăn canh cà với cần. Tôi nghĩ rằng khi lớn lên có tiền nhiều tôi sẽ mua một cà-sé (thúng lớn) cà để nấu ăn mỗi ngày khỏi đi chợ. Tôi sẽ ăn cho thỏa thích như mình mong muốn. Tuy nhiên, khi lớn lên mới biết không thể mua nhiều cà để lâu và dù có tất cả canh cà mình ăn hoài mỗi buổi, nhưng mình sẽ không hạnh phúc mà trái lại khiến bị đau bao tử. Thiền và pháp giúp tôi thoát khỏi mặt nạ chấp thủ sai lầm này mà tôi đã bám theo nó trong nhiều năm qua.

Tôi đã đọc nhiều sách Phật giáo Tây Tạng biết chư tăng Tây Tạng bị giết khi Trung quốc tấn công. Tôi đã học cách sao chư tăng không kháng cự, sao các ngài ngồi nhịn đói, bình tĩnh đối mặt với cái chết? Vì các ngài hiểu rằng tất cả không mất. Chư tăng đã không chịu thua cho đến hơi thở cuối cùng. Các ngài có thể vượt qua bất cứ thành trì bạo động nào bằng lòng từ bi, sức nhẫn chịu và tình thương không chỉ cho những người cướp cuộc đời họ mà còn cho bản thân họ.

Một số tù nhân tu sĩ sau khi tự do rồi, ngài Đạt Lai La Ma hỏi nỗi sợ hãi gì nhất và giây phút nào khó khăn nhất quý sư đã gặp khi đang ở tù? Chư Tăng trả lời rằng *nỗi sợ hãi là sợ bị mất lòng từ bi khi bị người cai ngục hành hạ mình*. Nỗi khó khăn là chư Tăng nên bày tỏ lòng kính trọng, tử tế đối với tất cả tù nhân và cai ngục không phân biệt. Các ngài phấn đấu với ý chí mạnh mẽ, sáng suốt trong bóng tối, thất vọng và thường bạo động của ngục tù.

Với sự trợ duyên của tăng bảo, quý sư, bạn đạo, kinh sách Phật và hình ảnh quý sư Tây Tạng, chúng tôi có thể hiểu bản thân chúng tôi, hãy thương yêu và tha thứ để thay đổi môi trường tù chung quanh.

Romijin

Khóa Tu Kim Cang Thừa

Tôi tin rằng sự tu tập thanh tịnh khiến các ác nghiệp được tiêu dần đi. Sự tinh tấn tu tập đã khiến cho tôi nhớ những hành động xấu quá khứ của mình ngay cả chỉ ở tư tưởng. Tôi hối hận rằng nếu theo luật nhân quả đúng, tôi sẽ bị quả trong hiện đời hoặc nếu tôi phải tái sanh trong cảnh giới địa ngục, vì Đức Phật dạy rằng "Tơ hào vọng niệm, tam đồ nghiệp nhân". Thôi quá khứ là quá khứ. Bây giờ hãy sám hối và quay tâm an trú giây phút hiện tại. Tôi thấy rằng cái mà tôi hiểu là quá khứ là lịch sử và ngay cả nó tạo cái gì mà tôi bây giờ là, nơi mà tôi là, và tôi phải thanh tịnh nghiệp xấu của mình. Tất cả tôi phải làm là chân thật sám hối những tổn hại mà tôi gây ra và đừng tạo ác hạnh nữa.

Tôi đang cố gắng tốt để có thể thanh tịnh nghiệp xấu của mình và tôi từ từ chuyển đến một hoàn cảnh nơi mà tôi hoàn toàn sống đây là đời mình.

Tôi đang tập thiền và cố gắng loại bỏ vọng tưởng. Thỉnh thoảng tôi tự hỏi: "Địa ngục gì tôi đang ở đây?" Câu hỏi khởi lên trong tâm tôi mỗi ngày. Sau đó, tôi đã quy y và phát nguyện. Lời nguyện của tôi khá đơn giản. Tôi sợ tái sanh ở cảnh giới thấp hơn và tôi nguyện giúp người khác đừng trải qua những đau khổ mà tôi gặp. Tôi phải hoàn toàn hiểu nguyên nhân của đau khổ và thế nào để trị chúng, trước khi tôi trả lời những câu hỏi hoặc giúp họ bắt đầu con đường của mình, tôi phải luôn luôn làm tốt hơn bằng thái độ của mình. Tôi rất hoan hỉ để có cơ hội chuyển tải những tư tưởng của mình giúp người khác. Giống như một nhánh cây, khi gió thổi thì các nhánh chuyển động và sinh sôi.

Tôi coi đời mình được gia hộ vì được gặp Phật Pháp, quý sư cô và tù nhân pháp lữ. Đây là món quà lớn cho tôi.

Ms. Cairistiona

Tù Nhân với Đạo Phật

Ngày 15, tháng 2, năm 2008

Sư cô kính, hôm qua, tuyết rơi rất nhiều. Hôm nay, tôi đã ra ngoài xem nhiệt độ thì không lạnh lắm, nhưng tuyết phủ hết cả mặt đất và các cành cây. Phong cảnh trắng xoá của xứ thần tiên lạnh giá.

Như tôi đã nói trước khi tôi lĩnh hội Phật pháp, tôi có quan sát một vị Phật tử sống trong tù này. Cách sống của anh ta đã thu hút tôi. Sự tự tin của anh ta và những gì anh ta làm đã khiến tôi muốn tìm hiểu thêm. Từ khi tôi quyết định giành thời gian cuộc đời mình cho Phật pháp, tôi đã nhận ra rằng những tù nhân khác cũng muốn bắt chước giống tôi vậy. Họ thấy tôi đã làm gì với thời gian của tôi, từ đó họ hứng thú muốn biết về những việc làm của tôi thế nào mà vẫn vững chải an ổn trong khi cuộc sống ở đây luôn hỗn loạn. Tôi đã nói cho họ nghe về những quan điểm của tôi và một số lời dạy căn bản của Đức Phật. Hoài bảo của tôi là chia sẻ cách tu tập của tôi với họ, nhưng tôi biết điều này không chắc cho lắm, bởi lẽ tôi đã thành công ở vài người nhưng lại thất bại thảm hại với một số tù nhân khác.

Có một điều ngạc nhiên là khi họ vào tù thì tâm lý tự nhiên tìm tới Thượng Đế hoặc là một tôn giáo nào đó để nương tựa. Tôi nghĩ tại vì có thể đây là lần đầu tiên họ có cơ hội nhìn lại cuộc đời họ và tìm hiểu chân lý. Kết quả là nhiều tù nhân đã trôi nổi từ tôn giáo hay triết lý này đến tôn giáo hay triết lý khác, cho tới khi họ tìm thấy một tôn giáo nào đó thích hợp thì họ thực hiện theo. Đây là sự thật cho hầu hết các Phật tử tù nhân mà tôi biết. Tôi cũng biết một số các tù nhân khác, một số Thiên Chúa giáo và một số đạo Hồi đã tìm thấy giá trị mà họ đã thấy ở đạo Phật. Họ đã tìm đến tôi và chúng tôi đã có những cuộc nói chuyện rất lý thú.

Tôi nghĩ phần lớn tù nhân ở đây chọn theo đạo Phật bởi vì họ không cần mất thời gian học nhiều hoặc chỉ thử thực nghiệm cho biết mà lại có kết quả ngay. Điều đó đã xảy ra với tôi. Tôi nghĩ nếu người nào quán sát về lý Bát chánh đạo[25] và rồi thực hành thì kết quả sẽ nhanh chóng. Với tôi, tôi đã trải qua hai năm rưỡi trong biệt giam chỉ có nói chuyện với 'vách tường'. Điều này khiến tôi không có sự lựa chọn nào khác là suy tư tự hỏi tôi đã làm sai điều gì. Sau khi được thả ra khỏi biệt giam, tôi đã tìm được Phật pháp. Phật pháp đã thích hợp với suy nghĩ của tôi và cũng từ đó là tôi đã trở thành một Phật tử thuần thành.

Tôi nghĩ tới chủ đề chính thường hay nói tới ở trong tù là trách nhiệm cá nhân. Đây là nhân tố ảnh hưởng tới nhiều tù nhân trong này. Chuyện này dễ thấy qua một thời gian ở tù, một số tù nhân đã nghĩ tôi trở thành nhà triết học Phật giáo, vì tôi tự biết trả lời cho những câu hỏi của mình. Nhiều tù nhân ở đây cũng giống như vậy. Tôi cũng tự cho mình là trong nhóm này. Phần lớn chuyện tôi làm, tôi tin rằng đây là con đường tốt nhất mà tôi chọn. Thỉnh thoảng tôi cũng cố thuyết phục mấy tù nhân khác thấy rằng cái gì là con đường tốt nhất của họ. Càng ngày tôi càng làm tốt hơn trong việc giúp tù nhân khác giác ngộ. Một mặt tôi

25. Bát Chánh Đạo. Như trên.

nhận thấy mình trở nên thông thạo, bởi vì tôi đã ở 12 năm trong tù này và đã được chuyển hóa. Mặt khác tôi cũng thấy mình chưa sẵn sàng để dạy cho tất cả tù nhân khác vì kiến thức còn bị giới hạn.

Tôi nghĩ giống như tất cả mọi vật trong đời cần sự cân bằng của nó.

Tojin

Tình thương bình đẳng

Ngày 21, tháng giêng, năm 2008,

Sư cô kính, tôi mới vừa đọc xong cuốn sách tựa đề "Thiền Sư" của tác giả Irmgard Schioegl. Cuốn này viết sâu sắc lắm. Đọc xong, tôi muốn viết thư cho Sư cô về chủ đề này. Đây cũng là một hình thức học hỏi. Tôi biết mức độ nào đó những trở lực của cuộc đời đã đánh mất một phần của đời tôi. Nhưng khi nhận thức được những điều này cũng như tiến trình của đời tôi, tôi thấy tôi may mắn được ở trong tù và tôi là tù nhân. Tôi có một gia đình êm ấm, bạn bè và thầy cô tốt. Có được những gì tôi cho là hạnh phúc, có lúc tôi muốn chia sẻ những may mắn với mấy bạn tù khác, nhưng rất khó để làm chuyện này khi còn đang ở trong tù. Khi tôi tốt với họ chỉ để chia sẻ và có nhịp cầu thông cảm với họ, nhưng ngược lại họ tưởng tôi là con cừu non dễ bị nuốt, ăn hiếp lại tôi, thiệt là bực mình. Nhưng nếu tôi chọn lựa người nào để được tôi giúp đỡ thì vô tình tôi có lỗi, vì tình thương phải bình đẳng không nên chọn lựa thân sơ.

Ngày 21, tháng 1, năm 2008,

Tôi tạm thời để máy đánh chữ qua một bên để học cho xong mấy bài khóa Báo chí Phật giáo hàm thụ. Tôi phải trả lời một vài câu hỏi trước khi mấy tù nhân thức dậy nổi loạn làm ồn náo. Mấy thằng ngốc này có làm ông kẹ gì đi nữa cũng là mấy thằng ngốc. Có một chuyện vui khác nữa, có một tù nhân đó không chịu đi ra khỏi ngục tối của hắn. Phần lớn những người này không biết làm cái gì để đỡ phải chịu khổ, chính tôi cũng vậy, dù tôi không bao giờ tham gia cùng họ la hét, cổ võ và phàn nàn về hoàn cảnh như họ. Theo như tình hình này thì cả đám bị nhốt vào biệt giam thay vì ăn tập thể ở bên ngoài hay mất cả cơ hội tập thể dục ngoài trời nữa. Tôi cố gắng suy nghĩ để trả lời với Sư cô về ý nghĩa của Bốn Sự Thật cao đẹp (Tứ đế) nhưng mà mấy người tù bên ngoài ở bên ngoài làm ồn quá không thể nào tập trung để viết cho ra một câu nào có ý nghĩa. Người tù hàng xóm của tôi cũng vậy, hắn cứ đập tay lên tường cho tay phồng lên, rồi chưa hết hắn còn la hét um sùm. Thiệt là bực mình với mấy người này quá. Nếu Sư cô có năn nỉ tụi nó đi nữa tụi nó cũng không có nghe. Dường như chỉ có một cách duy nhất để tụi nó hiểu là có người đập cho tụi nó một trận, đánh đá với nhau thì chúng mới chịu yên. Nhưng tôi thì không đi theo cách này.

Thời tiết càng ngày càng lạnh thêm ở đây. Cả hai tuần rồi tôi chỉ ra ngoài có một, hai lần. Mặt đất thì phẳng lặng, tuyết phủ khắp nơi, chỉ có mấy cây trụi lá dọc theo lối mòn thì còn đứng đó chịu trận mà thôi. Thật là dễ chịu để chiêm ngưỡng cảnh tuyết giá này và nó làm cho tôi nhớ lại cả một bầu trời mênh mang "ngoài đó". Tôi đã cố giữ lại những giây phút đó trong tâm trí của tôi trong lúc này. Tôi có một người bạn thân đến thăm tôi mấy hôm trước. Bạn tôi cùng với chị của bạn định kiếm một luật sư để giúp giảm án tù cho tôi. Từ lâu rồi, tôi chờ đợi những hy vọng như vậy, tuy nhiên dù sao tôi cũng cám ơn lòng tốt của họ quan tâm cho tôi. Thật là tuyệt nếu như bây giờ tôi có thể đi trên bãi biển trở lại hoặc đi tản bộ bên hồ Milwaukee, ngay cả đi thiền hành trong rừng lá đỏ một chiều hoàng hôn chẳng hạn.

Tôi ngước nhìn cửa sổ nhỏ trên cao.

Tojin

Sư cô Giới Hương trước trại tù Oshkosh, WI

Chương 7

Lời Dạy Của Đức Phật Về Tội Tử Hình

Đạo Phật, đạo của từ bi và trí tuệ, luôn luôn tôn trọng và đề cao cuộc sống của tất cả chúng hữu tình. Đức Phật xuất hiện trên thế gian này vì muốn mang hoà bình và hạnh phúc đến cho chư thiên và loài người.

Thực vậy, từ xưa đến nay, Đạo Phật đã không bao giờ đem khổ đau cho bất cứ ai. Đạo Phật chỉ đưa ra con đường chuyển hóa đau khổ cho những ai có tâm tìm hiểu và mong muốn để đạt đến con đường đó.

Hôm nay, nhân dịp Hội Ái hữu (Buddhist peace Fellowship) thành phố Milwaukee tổ chức cuộc nói chuyện với chủ đề *Quan điểm của Phật giáo về Tội tử hình*, chúng tôi sẽ làm sáng tỏ đề tài này với những ý tưởng như sau:

I. Năm giới

Các giới luật quan trọng và căn bản hướng dẫn phát triển tâm linh rất quen thuộc với giới Phật tử là thọ trì ngũ giới (pañca sīla)[1]:

1. Con phát nguyện vâng giữ giới không sát hại sinh vật.

2. Con phát nguyện vâng giữ giới không lấy của không cho.

3. Con phát nguyện vâng giữ giới không tà dâm.

4. Con phát nguyện vâng giữ giới không nói dối.

5. Con phát nguyện vâng giữ giới không uống rượu say.

Trong ý nghĩa tiêu cực, năm giới này là những điều răn cấm, nghĩa là không được phạm vào bất kỳ tội lỗi hoặc tội ác nào. Bản chất của sự răn cấm này được thể hiện ở hai phương diện:

(a) Để ngăn chặn và phòng ngừa tội lỗi hoặc tội ác, chẳng hạn như cấm uống rượu say, vì nó có thể dẫn tới tạo tội lỗi hoặc tội ác;

(b) Để chấm dứt và không tái phạm những tội ác đã làm, như giết hại, trộm cướp, tà dâm, nói dối, v.v... chính bản chất chúng là bất thiện.

Trong ý nghĩa tích cực, giới đầu tiên giúp chúng ta tăng trưởng lòng từ bi. Giới thứ hai có thể giúp nuôi dưỡng đức tính thành thật, tâm bao dung, không chấp thủ và chánh mạng. Giới thứ ba giúp vun bồi khả năng tự kềm chế, bảo hộ các căn và những cảm xúc, chế ngự lòng ham muốn trần tục. Giới thứ tư làm cho phát triển niềm tin yêu, tâm chân thật và đạo đức chính trực. Và giới cuối cùng giúp chúng ta quay về chánh niệm, tỉnh thức và tuệ giác.

Bởi vậy, thực hành thuần thục những giới luật Phật giáo sẽ giúp chúng ta sống một cuộc sống đạo đức, thăng tiến đời sống tâm linh trong từng cá nhân, đồng thời giúp thúc đẩy việc chung sống hòa bình trên tinh thần hợp tác, tin cậy lẫn nhau trong cộng đồng và đẩy mạnh tiến trình xã hội ngày càng phát triển.

II. Giới đầu tiên

Giới đầu tiên ủng hộ xu hướng phản đối việc phá hủy sự sống. Điều này dựa vào nguyên lý của thiện tâm và tôn trọng quyền sống của tất cả mọi loài.

Trong kinh Phạm Võng[2], Đức Phật chỉ dạy cặn kẽ Giới Bồ tát đầu tiên là: "Đệ tử Phật không được tự mình giết, hoặc bảo người giết, phương tiện giết, khen tặng sự giết, thấy giết mà tùy hỷ, nhẫn đến dùng bùa chú để giết, nhân giết, duyên giết, cách thức giết, nghiệp giết.

Có năm điều kiện[3] kết thành hành động giết hại là:

(1) Có hiện hữu một chúng sanh, con người hoặc loài vật.

(2) Nhận biết rằng chúng sanh đó đang còn sống.

(3) Dự định hoặc quyết định để giết.

(4) Dùng phương tiện thích đáng để thực hiện hành động giết hại.

(5) Và có hậu quả đưa đến sự chết.

Thiếu bất kỳ một trong các điều kiện này, hành động giết sẽ không cấu thành, mặc dù sự chết có xảy ra. Điều đó chỉ được xem như sự cố tai nạn và không gây ra hiệu ứng tội lỗi nào cho người làm hành động này.

Có sáu cách giết[4]: (1) giết bằng chính bàn tay của mình, (2) ra lệnh cho kẻ khác giết, (3) giết bằng cách bắn, ném đá, đánh gậy, v.v…, (4) giết bởi việc đào những hầm hố, v.v... để đánh bẫy chúng sanh, (5) giết bởi dùng thần lực, hoặc các phương cách bí ẩn, và (6) giết bằng mật chú, hoặc khoa học huyền bí nào đó.

Dù sử dụng công cụ nào để giết hoặc phá hủy đời sống tâm linh của chúng sanh đi nữa thì kẻ đó đã phạm vào sát sanh nghiệp đạo rồi.

Bởi vậy, một Phật tử chân chánh không thể làm hoặc ủng hộ án tử hình, bởi vì án tử hình đồng nghĩa với việc tước đoạt hay chấm dứt đời sống con người với năm điều kiện và bất kỳ một trong sáu cách giết nói trên.

III. Tâm từ bi

Ở giới đầu tiên trong Kinh Phạm Võng[5], Đức Phật dạy rằng "là Phật tử lẽ ra phải luôn có lòng từ bi, lòng hiếu thuận, lập thế cứu giúp tất cả chúng sanh. Mà trái lại, tự phóng tâm nỡ lòng sát sanh, Phật tử này phạm Bồ Tát Ba La Di tội".

Do tuân thủ giới này chúng ta biết cách vun bồi tâm từ và tâm bi. Nên thương yêu những người khác như chính mình vậy. Cảm nhận được đau khổ của người khác như của chính mình thì chúng ta sẽ sẵn sàng làm cách nào đó để có thể giúp họ vơi bớt khổ đau.

Như vậy, chúng ta trau giồi tâm từ bi và tăng trưởng tinh thần vị tha chính vì phúc lợi của người khác, ý thức tôn trọng và bảo vệ cho tất cả chúng sanh.

Trong Kinh Từ bi, Đức Phật cũng dạy:

Mong rằng không có ai,
Lường gạt, lừa dối ai,
Không có ai khinh mạn,
Tại bất cứ chỗ nào.
Không vì giận hờn nhau,
Không vì tưởng chống đối.
Lại có người mong muốn,
Làm đau khổ cho nhau.

Như tấm lòng người mẹ,
Đối với con của mình,
Trọn đời lo che chở,
Con độc nhất, mình sanh.
Cũng vậy, đối tất cả
Các hữu tình chúng sanh,
Hãy tu tập tâm ý,
Không hạn lượng rộng lớn[6].

IV. Phật tánh

Một nguyên do khác mà Phật giáo không ủng hộ án tử hình là vì Đức Phật có dạy rằng bản chất của mỗi chúng sanh (người hoặc vật) là thanh tịnh; tinh tế hơn nữa là tâm thanh tịnh, mà cứu cánh bản tâm đó chính là sự giác ngộ hay tính giác ngộ cũng gọi là Phật tính (*Buddhata*), hoặc Tri kiến Phật.

Như Đức Phật xác nhận trong Kinh Pháp Hoa[7] "...Và Ta thấy hàng Phật tử, có đầy đủ giới đức, uy nghi không thiếu sót, bản chất trong sạch như bửu châu để trở về tuệ giác". Vì vậy, nếu nay con người trở nên bạo lực có thể vì nhiều lý do, nhưng nhất định một trong những lý do chủ yếu là do ác tư duy khởi lên, như hậu quả từ môi trường và hoàn cảnh của họ. Tuy nhiên, tất cả đều có tiềm năng để cải thiện cũng như có khả năng quay về với bản tính chân thật hằng có của chính mình.

V. Không sát sanh

Như đề cập, tất cả chúng sanh đều có Phật tính. Vì vậy, chúng ta không những không nên giết người mà còn không nên làm hại cả loài vật nữa. Vả lại, trong vài trường hợp tùy theo nghiệp lực, con người có thể tái sinh làm người và loài vật cũng có thể được sinh lại làm người.

Có một nguyên tắc chỉ đạo rất căn bản trong Đạo Phật để tu tập đạo hạnh đó là bất hại (*ahimsa*) - tức ngăn cấm việc gây tổn thương hoặc chết chóc đối với mọi chúng sanh.

Vì chúng ta ước muốn sống, chúng ta không nên giết người hoặc ngay cả chúng sanh khác. Hơn nữa, nghiệp sát sanh phải được hiểu như cội rễ của tất cả khổ đau và nguyên nhân căn bản của bệnh tật và chiến tranh và những thế lực giết hại này rõ ràng đồng nhất với ma quân.

Lý tưởng tối thượng và phổ quát nhất của Đạo Phật là phụng sự không ngừng nghỉ cho đến khi nào chấm dứt hoàn toàn vĩnh viễn khổ đau của tất cả chúng sanh, chứ không chỉ riêng cho loài người.

Như trong kinh Phạm Võng[8], Đức Phật nói: 'Mỗi khi

một Bồ tát[9] thấy có người chuẩn bị giết một con vật, vị ấy thường dùng phương tiện thiện xảo để cứu chuộc và bảo vệ nó, giải phóng nó vượt thoát khỏi tình trạng khó khăn và đau khổ đó...'

VI. Ăn chay

Tâm từ bi bao la đối với tất cả cũng có nghĩa rằng chúng ta không những không giết hại con người và loài vật mà còn cần phải tuân thủ quy tắc tự gìn giữ chính mình chẳng hạn như thực hành ăn chay. Đây là những lời dạy tích cực và xác thực từ Đức Phật liên quan đến sự phát triển hoàn hảo nhân cách của con người.

Tất cả các chúng sanh
Loài người hoặc thú vật,
Rất tham sống sợ chết.
Đều sợ hãi con dao đồ tể,
Chặt thái chúng thành từng miếng.
Thay vì tàn bạo và hèn hạ,
Tại sao không dừng giết hại
và thương yêu cuộc sống?[10]

Đức Phật khuyến khích việc ăn chay hoàn toàn là một yêu cầu tự nhiên và hợp lý tương xứng với giới không sát sanh. Giới Bồ tát cũng rõ ràng cấm hẳn việc ăn mặn.

Tôn giả Đại Ca Diếp hỏi Đức Phật, "Tại sao Như lai không cho phép ăn thịt?" Đức Phật đáp "chính vì việc ăn thịt sẽ cắt đứt hạt giống đại từ bi"[11].

Chúng ta không nên giới hạn lòng từ bi của mình đối với loài vật hoặc những vật yêu thích, mà hãy mở rộng đến toàn thể chúng sanh, ngay cả trong số đó có kẻ sai phạm. Lòng từ bi làm nền tảng cho tất cả mọi quan hệ tương tác của chúng ta với người khác, mà không cần lưu tâm đến quan điểm và hoạt động của họ là gì.

VII. Báo thù

Vì những lý do và mục đích nào đó mà hệ thống pháp luật của xã hội đặt ra án tử hình. Án này chính là dùng để trừng phạt các phạm nhân, ngăn chặn họ không tái phạm các bạo hành cực ác và để răn đe những người khác.

Tuy nhiên, rõ ràng nó cũng là một hình thức báo thù trong một ý nghĩa tinh tế hơn.

Chúng ta cần phải giảm bớt sự sợ hãi, lòng thù ghét và ý muốn báo thù bằng cách tra tấn và sát hại.

Khái niệm báo thù hoàn toàn xa lạ với giới Phật giáo. Án tử hình là một hình thức trừng phạt khắc khe nhất với mục đích nhằm kết thúc vĩnh viễn một đời sống đang sống. Khi phạm nhân bị xử tử hình thì người đó không còn có cơ hội nào nữa để thay đổi, phục hồi hoặc bồi thường thiệt hại đã gây ra.

Liệu việc thực hiện án tử hình đối với một kẻ giết người đã bị tuyên án sẽ khiến nạn nhân sống lại được không?

Tất nhiên là không. Như vậy, án tử hình đâu có lợi ích gì.

Đức Phật dạy rằng:

"Với hận diệt hận thù,
Đời này không có được.
Không hận diệt hận thù,

Là định luật ngàn thu"[12].

VIII. Tâm lý học

Theo Đạo Phật, những điều kiện cho đời sống kế tiếp (tái sanh) phụ thuộc vào những tư tưởng sau cùng, tức trạng thái tâm thức cuối cùng của con người trước khi chết. Tâm thức hay tâm lý của tội phạm chắc chắn không thể có được trạng thái an bình. Buộc người đó nhận lãnh thi hành án tử sẽ càng làm cho trạng thái tâm trí của người đó thậm chí còn trầm trọng hơn, chứa đầy lòng giận dữ và sợ hãi. Kết quả là, người đó nếu được tái sinh làm người, họ có thể còn bạo lực hơn lúc bây giờ. Khi lớn lên, kẻ đó tiếp tục phạm tội có thể còn tồi tệ hơn những tội ác đã làm ở đời trước.

Trong Tiểu kinh Nghiệp phân biệt (Kinh Trung Bộ, số 135)[13], Đức Phật dạy rằng:

"Ở đây, này các tỳ kheo, có người đàn bà hay đàn ông, phẫn nộ, nhiều phật ý, bị nói động đến một chút thời liền bất bình, phẫn nộ, sân hận, chống đối và tỏ lộ phẫn nộ, sân hận, bất mãn. Do nghiệp ấy, thành đạt như vậy, thành tựu như vậy, sau khi thân hoại mạng chung, người ấy được sanh vào cõi dữ... Nếu sanh trở lại làm người thì phải chịu hình hài xấu xí. Con đường ấy đưa đến xấu sắc, tức là phẫn nộ, sân hận, bất mãn.

Bởi vậy, chúng ta cần nên tránh dẫn đến trạng thái tâm lý bất an cho phạm nhân, vì người đó sẽ phải buộc giáp mặt cái chết một cách không sẵn lòng và miễn cưỡng.

IX. Luật Nghiệp Báo

Nghiệp hay hành động là năng lực được phát sinh bởi tư duy, lời nói và những hành vi của con người. Nó có thể là thiện, bất thiện hoặc quán tưởng và có thể có hiệu ứng sâu đậm lên sự tái sanh của mọi loài hữu tình chúng sanh.

Nghiệp bất thiện dẫn đến sự tái sinh vào một trong ba ác đạo (là địa ngục, ngạ quỷ và súc sanh); nghiệp thiện dẫn đến tái sinh trong loài người, loài thần hoặc chư thiên cõi dục; còn nghiệp quán tưởng thiền định sẽ tái sinh vào cảnh giới sắc và vô sắc[14].

Trong kệ Telakatahagatha nói rõ: "Ai phá hủy đời sống của bất kỳ chúng sanh nào, trong lần tái sinh kế tiếp người đó có thể bị đột tử trong lúc đang sung mãn nhất, dù vị đó đang có cuộc sống tiện nghi, giàu sang và đẹp đẽ..."[15].

Đức Phật đã dạy[16]:

Ở đây, này các tỳ kheo, có người đàn bà hay đàn ông, sát sanh, tàn nhẫn, tay lấm máu, tâm chuyên sát hại đả thương, tâm không từ bi đối với các loại chúng sanh. Do nghiệp ấy, thành đạt như vậy, thành tựu như vậy, sau khi thân hoại mạng chung, bị sanh vào cõi dữ, ác thú, đọa xứ, địa ngục. Nếu sau khi thân hoại mạng chung, người ấy không sanh vào cõi dữ, ác thú, đọa xứ, địa ngục, nếu được đi đến loài Người, chỗ nào người ấy sanh ra, người ấy phải đoản mạng. Con đường ấy đưa đến đoản mạng, này các tỳ kheo, tức là sát sanh, tàn nhẫn, tay lấm máu, tâm chuyên sát hại đả thương, tâm không từ bi đối với các loài hữu tình.

Nhưng ở đây, này các tỳ kheo, có người đàn bà hay đàn ông, từ bỏ sát sanh, tránh xa sát sanh, bỏ trượng, bỏ kiếm, biết tàm quý, có lòng từ, sống thương xót đến hạnh phúc tất cả chúng sanh và loài hữu tình. Do nghiệp ấy, thành đạt như vậy, thành tựu như vậy, sau khi thân hoại mạng chung, người ấy được sanh vào thiện thú, thiên giới, ở đời. Nếu sau khi thân hoại mạng chung, người ấy không sanh vào thiện thú, thiên giới, ở đời, nếu người ấy đi đến loài người, chỗ nào người ấy sanh ra, người ấy được trường thọ. Con đường ấy đưa đến trường thọ, này các tỳ kheo, tức là từ bỏ sát sanh, tránh xa sát sanh, bỏ trượng, bỏ kiếm, biết tàm quý, có lòng từ, sống thương xót đến hạnh phúc tất cả chúng sanh và loài hữu tình.

Như vậy với lý lẽ đã trình bày ở đây, rõ ràng là việc giết hại kể cả tội bạo hành sẽ tạo ra ác nghiệp cho kẻ đó và giảm bớt khả năng có được một cái chết an bình cho họ.

X. Kinh tạng Phật Giáo

Bác bỏ án tử hình là một chủ đề thường được nhắc đến trong Đạo Phật mà chúng ta sẽ nhìn thấy các ngụ ý này ngang qua pháp âm của Đức Phật trình bày trong kinh tạng và luận tạng của cả hai hệ thống Phật giáo Nguyên thuỷ và Đại thừa (ở đây tôi đề cập chỉ vài trường hợp tiêu biểu) như sau:

A. Kinh Nguyên thủy

1. Pháp cú:

"Mọi người sợ hình phạt,
Mọi người sợ tử vong.
Lấy mình làm ví dụ
Không giết, không bảo giết."[17]

"Mọi người sợ hình phạt,
Mọi người thích sống còn;
Lấy mình làm ví dụ,
Không giết, không bảo giết."[18]
"Bỏ trượng, đối chúng sanh,
Yếu kém hay kiên cường,
Không giết, không bảo giết,
Ta gọi Bà-la-môn."[19]

2. Kinh Bổn sanh:

i. Tiền thân Nai Banian

Trong Kinh Bổn sanh[20] có kể rằng vào một tiền kiếp nọ, Đức Phật sinh ra làm Nai chúa tên là Nyagrodha. Ngài đã sẵn lòng thế mạng của chính mình cho một con nai đang có thai sắp sinh phải đi nạp mạng cho nhà vua. Lại trong một tiền kiếp khác, Đức Phật hy sinh mạng sống của mình để làm thức ăn cho một con cọp đói và hai con của nó đang bị mắc kẹt trong tuyết.

Ngài cho rằng cứu được mạng sống có ý nghĩa hơn là chỉ bảo hộ cho bản thân cá nhân mình. Thà mất mạng của chính mình còn tốt hơn là giết hại chúng sanh khác.

Có nhiều câu chuyện kiếp trước của Đức Phật khi còn làm bồ tát, ngài thực hành hạnh giữ gìn giới không sát sanh, hy sinh chính mạng mình để giữ tròn giới thể và tăng trưởng lòng từ bi.

Đức Phật đã nói rằng:

Hơn nữa, Ta quán sát như vầy: "Từ quá khứ cho đến ngày nay, Ta đã bỏ thân mạng không biết bao nhiêu lần.

Đã có lần Ta sanh ra làm kẻ cướp ác tâm, làm chim muông hoặc làm súc vật mà nơi đó Ta đã sống đơn thuần cho mục đích làm giàu hoặc theo đuổi những lợi ích dục vọng thấp hèn. Nhưng bây giờ Ta đã sắp bỏ mình để giữ tròn giới thể. Ta không lẫn tiếc thân thể và xả thân mạng của ta để giữ giới thì sẽ có muôn vạn lần ích lợi hơn việc bảo hộ thân mình mà phải vi phạm những điều cấm. Trong cách suy nghĩ này, Ta quyết định là Ta cần phải hy sinh thân thể để bảo vệ vẹn toàn các tịnh giới.

ii. Tiền thân Con trai của người hàng thịt

Câu chuyện này kể rằng: có một lần nọ, một vị đã chứng quả Dự lưu[21] sinh vào trong một gia đình hàng thịt. Khi đến tuổi thành niên, mặc dầu mong muốn theo nghề quản gia, nhưng Ngài không muốn giết hại súc vật. Cha mẹ của Ngài một hôm đưa cho Ngài một con dao và một con cừu và bảo Ngài "Nếu con không giết con cừu này, cha mẹ sẽ không cho con thấy mặt trời mặt trăng và thức ăn nước uống để sinh sống".

Ngài liền suy nghĩ, "Nếu mình giết con cừu này thì mình sẽ bị tạo nghiệp ác này đến trọn đời. Làm sao mình có thể phạm tội ác lớn này đơn giản chỉ vì lợi ích của bản thân?" Rồi ngài liền cầm dao tự sát. Khi cha mẹ mở cửa nhìn vào thì thấy con cừu vẫn đang đứng một bên, trong khi người con trai nằm đó đã tắt thở.

Ngay sau khi chết, Ngài được sinh lên cõi trời do hoan hỷ buông xả, không lẫn tiếc mạng sống chính mình để giữ gìn vẹn toàn các tịnh giới.

Hạnh phóng sanh là một phương pháp tu tập trong Phật giáo nhằm cứu thoát các loài vật, chim cá v.v… đã được trù định để giết thịt hoặc bị giam cầm thường xuyên. Chúng được phóng thích như được ban cho một đời sống mới. Việc tu tập này minh họa giáo lý căn bản của Phật giáo về lòng từ bi đối với tất cả chúng sanh.

iii. Tiền thân Janasandha

Câu chuyện này[22] do Đức Phật kể cho Vua xứ Kosala. Chuyện nói về hoàng tử Janasandha, con trai của vua Brahmadatta xứ Ba la nại:

Khi hoàng tử Janasandha đến tuổi trưởng thành và sau khi hoàn tất việc rèn luyện tài năng ở Takkasila trở về, vua đã đại xá cho tất cả các tù nhân và phong cho hoàng tử làm phó vương. Về sau khi vua băng hà, hoàng tử lên nối ngôi, liền cho xây dựng sáu trại chẩn bần... Ở đó, ngày lại ngày, vua thường hay phân phát sáu trăm đồng tiền và khuyến khích toàn dân thực hành bố thí; cửa nhà tù mở vĩnh viễn và không còn những nơi hành hình tội nhân...

iv. Tiền thân Muga Pakkha

Chuyện này[23] do Đức Phật kể cho chúng Tỳ kheo, giải thích rõ rằng việc trừng phạt có thể tác động đến cả người thừa hành lẫn người trực tiếp bị phạt. Câu chuyện kể về một hoàng tử duy nhất của vua xứ Kasi tên là Temiya-kumaro (nói gọn là Temiya).

Khi hoàng tử đầy tháng, ngài được ăn mặc thật đẹp và bồng vào yết kiến vua. Nhìn đứa con yêu, vua liền ôm vào lòng chơi đùa với con. Cùng lúc ấy, có bốn tên cướp được đưa đến trước mặt vua; một trong bốn tên đó bị ngài xử phạt một ngàn roi quấn gai nhọn, một tên khác phải bị gông cùm xiềng xích, một tên nữa phải bị đâm bằng giáo, và tên cuối cùng bị đâm cọc xuyên suốt toàn thân. Bồ-tát (hoàng tử đầy tháng) nghe vua cha nói, kinh hãi nghĩ thầm: "Ôi cha ta vì làm vua mà mang lấy những ác nghiệp khiến cho người phải đọa địa ngục".

Nhận thức rõ những hậu quả của vua cha và sợ hãi điều đó sẽ xảy đến cho Ngài nếu sau khi lên nối ngôi Ngài cũng làm tương tự như thế, cho nên Temiya quyết tâm giả bộ câm điếc và què quặt suốt mười sáu năm (vì Ngài không muốn thừa kế ngai vàng).

Cuối cùng, Temiya đã mãn nguyện khi Ngài trở thành một vị ẩn sĩ khổ hạnh lìa bỏ kinh đô và sau đó ngài trở về giáo hóa tất cả hoàng tộc và rất nhiều người khác tu tập theo Ngài.

Câu chuyện này tương tự câu chuyện đời sống của Đức Phật Thích Ca lớn lên trong hoàng cung, nhưng rồi từ bỏ thế gian để tìm cầu chân lý.

3. Kinh Trung Bộ

Kinh Angulimala (kinh Trung bộ, số 152)[24] là một bản kinh nổi tiếng về năng lực phục thiện.

Có một kẻ cướp, sát nhân cực ác tên là Angulimala (nghĩa là "Xâu chuổi ngón tay." Xâu chuổi này làm bằng ngón tay của những nạn nhân của y). Tất cả dân làng đều rất sợ Angulimala là điều dễ hiểu. Vào lúc đó, Đức Phật cũng đang ở lại trong làng này, nhất định đi một mình xuống con đường nơi tên sát nhân Angulimala nghe nói đang trú ẩn ở đó. Với nhân cách tuyệt vời, Đức Phật đã khéo léo cảm hóa Angulimala và thu nhận anh ta làm đệ tử.

Lúc đó, do vì dân chúng thỉnh cầu, Nhà Vua đang chỉ huy binh lính để truy bắt Angulimala. Vua tình cờ gặp Đức Phật và giải thích sự tình của mình. Liền đó, Đức Phật chỉ cho nhà Vua thấy Angulimala đã hoàn lương và đang sống đời an lạc của một tăng sĩ. Vua hoàn toàn sửng sốt bởi chứng kiến điều này. Ngài rất kinh ngạc làm thế nào mà Đức Phật có thể giáo hóa được Angulimala như thế.

Điều này cho thấy ý niệm phục thiện của Phật giáo. Dĩ nhiên, phục thiện và án tử hình là hai khái niệm loại trừ lẫn nhau.

Dù sao, về phương diện nghiệp báo, Angulimala vẫn còn có nghiệp ác lớn do trước đó đã giết nhiều người, nên chắc chắn Angulimala cũng phải bị chết một cách đột ngột, đau đớn bởi ác nghiệp này. Tuy thế, ý nghĩa phục thiện rõ ràng là nội dung chính của bản kinh này.

Phục thiện có năng lực giúp cho người tội phạm nhận thức được tội lỗi của mình và cố gắng tránh tái phạm trong tương lai. Theo Phật giáo, một người tội phạm đã phục thiện, thậm chí một kẻ sát nhân, sẽ vẫn nhớ được Phật tính của mình. Đối với xã hội, cải tạo người phạm pháp có nghĩa là thu nhận lại một thành viên hữu ích mà người này có thể đóng góp bằng cách nào đó cho phúc lợi công cộng.

B. Kinh điển Đại thừa

1. Kinh Hoa Nghiêm (cũng gọi là Kinh Đại Phương Quảng Phật Hoa nghiêm)

Nghiên cứu về án tử hình trong kinh Hoa nghiêm có tính chất biểu trưng và triết lý cao hơn.

Kinh kể rằng có một Bồ tát tên là Thiện tài đồng tử (*Sudhana Sresthidaraka*) đang đi tầm sư học đạo. Một trong những Đạo sư của ngài là vua Anala.

Vua Anala sống trong một lâu đài đẹp tuyệt vời và rất xa. Để giữ cương mực trật tự trong xã hội, vua thường dùng phù phép hóa hiện những tội nhân bị hành hình đau đớn khốc liệt, để ngăn chặn dân chúng không phạm tội.

Thật ra, Vua không có làm hại bất cứ ai, bởi vì những tù nhân cũng như hình phạt đều chỉ là những thần thông biến hoá. Vua giải thích với Thiện tài đồng tử rằng những ảo thuật này là phương tiện của tâm từ bi cho dân chúng sợ hãi mà từ bỏ tội lỗi hay không dám phạm.

ii. Kinh Phạm Võng

Trong Kinh Phạm Võng[25], Đức Phật nói: "Bất cứ khi nào Bồ tát thấy có người chuẩn bị giết hại sinh vật, thì vị ấy nên dùng phương tiện thiện xảo để cứu chuộc, giải thoát cho nó thoát khỏi tình trạng khốn khó và đau khổ..."

Và ngài cũng dạy thêm ở giới Bồ tát thứ 20 rằng: "Nếu là Phật tử nên vì tâm từ bi mà làm việc phóng sanh. Hãy quán rằng tất cả người nam là cha ta, tất cả người nữ là mẹ ta. Từ nhiều đời ta đều thác sanh nơi đó. Vì lẽ ấy nên chúng sanh trong lục đạo đều là cha mẹ ta. Nếu giết chúng để ăn thịt thời chính là giết cha mẹ ta, mà cũng chính là giết những thân cũ của ta. Tất cả thân tứ đại đều là bổn thân, bổn thể của ta, cho nên thường phải làm việc phóng sanh và khuyên bảo người khác làm. Nếu thấy người đi sát sanh nên tìm cách cứu hộ cho chúng được thoát khỏi nạn khổ.

C. Luận Đại thừa

Rajaparikatha - raT.N.amala[26]:

Ngài Long Thọ (thế kỷ 2 hoặc 3 sau TL)[27], một triết gia Phật giáo nổi tiếng miền Nam Ấn và cũng là tác giả của bộ luận Rajaparikatha - raT.N.amala (Những Lời Khuyên Quý Giá dành cho Vua). Nội dung luận phẩm này trình bày về nghệ thuật lãnh đạo theo tinh thần Phật giáo. Ngài Long Thọ khuyên nhủ Vua Udayi (Triều đại Satavahana) về rất nhiều vấn đề[28]. Trong đó, Ngài Long Thọ có đề cập về án tử hình như sau:

"Này Đại vương, vì lòng từ bi Ngài cần nên luôn luôn

Phát khởi thiện tâm cứu giúp tất cả chúng sanh,

Ngay cả những ai đã phạm tội trọng.

Lại cần quan tâm thật nhiều,

Đối với những kẻ giết người, tạo tội ác lớn;

Quên mất bản tâm là nơi chứa đựng lòng từ bi vô lượng

Sau khi thẩm sát sự hung tàn của kẻ sát nhân và thấy rõ căn nguyên,

Chỉ nên đày ải, chớ giết hoặc dùng đại hình"[29].

XI. Những vị vua Phật tử Ấn Độ

i. Vua Phật tử (Bắc Ấn)

a) Vua A Dục[30], một trong những nhà cai trị đầu tiên của Ấn Độ cổ đại, từ chối dùng quân lực thay vì vậy là truyền bá triết lý bất bạo động và lòng tôn trọng đối với mọi người.

Những sắc lệnh của Vua A Dục được khắc trên các trụ đá được dựng khắp các thánh tích Phật giáo, cho thấy Ngài là một vị vua có tư tưởng khác thường đi trước thời đại.

Dưới đây sẽ tóm tắt một số những sắc lệnh của Vua A Dục như sau:

Những điều răn cấm:

- Không được giết súc vật để tế lễ tôn giáo.
- Ngăn cấm mọi việc giết mổ súc vật và cầm thú.

- Vua sẽ không tổ chức các cuộc săn bắn nữa.

- Vua từ bỏ vinh quang các cuộc chiến xâm lược.

- Chiến thắng thiện pháp là chiến công oanh liệt nhất.

Những công trình công cộng:

- Xây dựng bệnh viện cho người và thú vật.

- Thành lập nhiều vườn tược dược thảo.

- Đào giếng, trồng cây xanh, và cất nhà nghỉ dọc theo những đường lộ để tạo tiện nghi cho khách hành hương và thú vật.

Mối Quan hệ giữa Con người:

- Dân chúng cần phải vâng lời cha mẹ và các bậc sư trưởng, thầy tổ tinh thần của họ.

- Người chủ không được ngược đãi những người hầu và tôi tớ của họ.

- Mọi người phải nên rộng lượng với các bậc xuất gia, họ hàng và bè bạn.

Tôn giáo:

- Các giáo phái tôn giáo "có thể trú ngụ khắp nơi".

- Những người khác tín ngưỡng không được công kích lẫn nhau khi "tìm hiểu các tôn giáo bạn".

Phúc lợi cho người dân:

- Các quan chức triều đình phải quan tâm tới lợi ích của người già, người nghèo và các tù nhân.

- Các quan chức báo cáo công tác công cộng có thể yết kiến trực tiếp với nhà vua mọi lúc, mọi nơi.

- Các quan chức phải đảm bảo việc điều hành quản lý mang hữu hiệu lợi ích và hạnh phúc cho người dân.

Công lý:

- Các phán quan phải độc lập và hành xử nhất quán trong thủ tục và xử phạt.

- Phạm nhân nên được khoan hồng càng nhiều càng tốt.

- ***Bản án tử hình*** nên được hạn chế áp dụng và việc kết tội cần phải có ba ngày để tuyên án.

- Không sát sanh là thiện nghiệp.

Trong sắc lệnh cuối cùng, có lẽ được viết khắc vào năm 242 trước Tây lịch, Vua A Dục đã viết: “Trong thế gian, có hai phương cách đạt được thiện pháp là pháp luật và đức tin.

Nhưng trong hai điều này, hình như pháp luật tỏ ra ít có hiệu quả hơn đức tin. “Những quan chức được huấn luyện đặc biệt, gọi là dhamma-mahamattas (Đại quan chuyên trách truyền giáo) thường đi kinh lý để tìm hiểu quan điểm của dân chúng và hướng dẫn họ về thiện pháp.

Điều này dễ dàng cho chúng ta nhận ra rằng Vua A Dục ủng hộ tinh thần bất hại (*ahimsa*) và không thích áp dụng án tử hình.

Ngài là một Phật tử thuần thành siêng tu thiện pháp và vì thế Ngài không thể cho phép việc hành hình này xảy ra.

Vào thế kỷ thứ sáu, có hai nhà sư chiêm bái người Trung hoa là Sung Yun và Hui Sheng đã hành hương đến đất Ấn và viết như sau:

Chúng tôi vào nước Ouchang (Oudyana). Phía bắc của nước này tiếp giáp núi Thông Lĩnh; phía nam tiếp giáp với Ấn độ… Vua nước này rất sùng đạo và thực hành hạnh ăn chay … Sau bữa trưa vua đích thân thân chăm lo công việc triều chính.

Giả sử có người phạm tội sát nhân, người này không bị xử tử mà chỉ bị đày tới những hoang đảo, được chu cấp thức ăn đủ để duy trì mạng sống. Sau thẩm định, hình phạt được điều chỉnh tùy theo tính chất nặng nhẹ từng hoàn cảnh[31].

ii. Vua Phật tử (vùng Trung Ấn)

Pháp Hiền (337-422), một nhà sư chiêm bái người Trung hoa tới Ấn rất sớm, có nhắc đến vị vua Phật giáo vùng Trung Ấn như sau:

Vua của vùng Trung Ấn cầm quyền mà không có hành phạt chém đầu (tức án tử hình nói chung) hoặc những hình phạt hành hình thân thể. Những tội phạm đơn giản chỉ bị phạt tiền, nhẹ hoặc nặng tùy theo hoàn cảnh của mỗi trường hợp. Thậm chí trong những trường hợp bạo loạn ngoan cố, họ chỉ bị chặt bàn tay phải mà thôi. Khắp cả nước những người không sát sanh, không uống rượu say, cũng giữ cả giới không ăn các loại hành tỏi nồng cay[32].

iii. Vua Phật giáo (vùng Trung tâm Ấn)

Vào thế kỷ thứ tám, có sư Hye Ch'o người Triều-tiên đến chiêm bái Ấn Độ tương tự như sư Pháp Hiền, nhưng cách khoảng ba thế kỷ về sau.

Sư cũng có mô tả những vị vua Phật giáo vùng Trung tâm Ấn cai trị không có sử dụng tới án tử hình: "Pháp luật quốc gia trong năm vùng của Ấn quy định không có gông cùm, đánh đập hoặc nhốt tù tuỳ theo mức độ tội phạm. Không có bản án tử hình"[33].

iv. Vua Phật giáo (vùng Tây Ấn)

Sư Hye Ch'o nhận thấy một tình trạng gần như đồng

nhất trong vùng Tây Ấn: "Ở đây không có gông cùm, đánh đập, bỏ tù, tử hình, hay những hình phạt tương tự"[34].

Vua của Nhật bản

Năm 724 sau Tây lịch, Nhật Hoàng Shomu (724-749), một Phật tử thuần thành theo tông Kegon, xây dựng chùa Todai-ji rất nổi tiếng đến nay vẫn còn ở thành phố Nara, đã cấm áp dụng án tử hình. Điều này diễn ra vào cuối thời kỳ Nara (715-794). Tương tự, suốt thời kỳ Heian (794-1185) rất ít thi hành án tử hình[35].

Đức Đạt Lai Lạt Ma của Tây Tạng

Đức Đạt Lai Lạt Ma thứ XIII của Tây Tạng là Ngài Thubten Gyatso (1876-1933), tiền thân của Đức Đạt Lai Lạt Ma thứ XIV hiện thời là Ngài Tenzin Gyatso (sinh năm 1935). Đức Đạt Lai Lạt Ma thứ mười ba tranh đấu để hiện đại hóa Tây Tạng và duy trì chủ quyền quốc gia chống lại Anh quốc và sau đó là Trung quốc. Ngài cũng cải cách hệ thống pháp luật phong kiến của Tây Tạng. Một trong những sự thay đổi đó là sự huỷ bỏ án tử hình vào khoảng năm 1920. Trước thời điểm ấy, Đức Đạt Lai Lạt Ma thường tránh can thiệp trực tiếp trong các trường hợp kết án tử hình bởi vì vai trò tôn giáo của Ngài[36].

XII. Ứng dụng Thực tế

Một điều hiển nhiên rằng con người ai cũng có một khả năng hay tiềm tàng nào đó, cho nên vấn đề huấn luyện tu tập để khơi dậy tiềm năng ấy. Chúng ta không nên là nạn nhân của những hành động bất thiện hoặc bạo lực. Những giải pháp nhằm chuyển hóa tư duy của người dường như thiết thực hơn là việc tạo ra đối đầu và va chạm.

Án tử hình không phải là giải pháp tốt nhất để ngăn

chặn những người làm điều ác. Nó chỉ là một giải pháp có tính tạm thời để răn đe tội ác.

Tuy nhiên, nếu chúng ta sử dụng giải pháp tử hình khắc nghiệt này để thực thi, thì đây chưa phải là một hành động có ý nghĩa và thích hợp.

Việc này làm mất hết ý nghĩa của tâm từ bi và lòng nhân ái trong chúng ta.

Hành động đầy ý nghĩa và thích hợp phải nên làm là: khi một người phạm tội, hoặc bị bỏ tù hoặc bị quản thúc tại gia và đặt ra một thời hạn nào đó để cho đương sự sửa sai. Người đó có khả năng nhận ra hành động sai trái đã làm và từ đó sanh tâm ăn năn hối cải. Vì con người là sinh vật có ý thức, cho nên người ác cũng biết xấu hổ về hành động sai trái của mình. Muốn kẻ đó cải thiện hành vi sai trái, chúng ta phải đặt nặng vào việc giáo dục, phát huy các giá trị con người xuyên qua đạo đức tôn giáo hoặc những chương trình xã hội lành mạnh để trợ giúp người đó. Chúng ta cần phải hỗ trợ nhiều hơn nữa cho giáo dục và động viên ý thức trách nhiệm chung của mọi người. Chúng ta cũng cần giải thích tầm quan trọng của việc thực hành tâm từ bi, lòng nhân ái vì lợi ích của chính mình và cố gắng giảm thiểu tối đa những yếu tố nuôi dưỡng mầm móng giết chóc, chẳng hạn như sự tăng cường chế tạo vũ khí trong những xã hội chúng ta… Để trợ duyên cho người đó thực tập, chúng ta nên đề nghị vài phương pháp cụ thể như dưới đây:

1/ Đương sự cần phải sống riêng một mình trong thời gian khoảng một hoặc hai tháng, một hoặc hai năm để nhận thức và hối hận về hành động sai trái của mình.

2/ Khuyến khích đương sự cần phải làm một việc tốt giúp đỡ người khác.

3/ Đương sự cần phải thực tập thiền quán hàng ngày để thay đổi hành vi bất thiện trở thành thiện.

4/ Đương sự phải tự xem xét hành vi sai trái của mình bắt nguồn từ đâu.

5/ Hành vi sai trái có thể bắt nguồn từ việc giết người, cướp của, tà dâm, dối gạt, sử dụng rượu, ma tuý …

6/ Phương pháp để xử lý những hành động sai trái là thực hành tám con đường chân chánh: chánh kiến, chánh tư duy, chánh ngữ, chánh nghiệp, chánh mạng, chánh tinh tấn, chánh niệm và chánh định.

7/ Đương sự sẽ có thể trở thành là một người tốt như trước đây.

Đạo Phật là con đường chuyển hóa khổ đau. Tất cả chúng ta có thể bị chi phối bởi các cảm xúc tiêu cực và những tâm bất thiện quấy nhiễu hoặc không bị chi phối, có tội hoặc không tội, nhưng nếu biết ứng dụng những phương pháp giáo dục nói trên vào đời sống hàng ngày, chúng ta có thể thu hoạch được hoa quả của an lạc và hạnh phúc ở ngay đây và bây giờ trong cuộc sống hiện tại. Giải pháp tốt nhất vẫn là ngăn ngừa hơn là can thiệp. Và việc giáo dục cần nên thực hiện trước khi đã bị trừng phạt. Bởi lẽ một nguyên nhân tốt thường sẽ tạo ra một quả trái lành.

Đó là một sự thật xuyên suốt khắp trong kinh điển Phật giáo. Đạo Phật có lập trường mạnh mẽ chống lại việc giết hại nói chung và trong vài trường hợp chống lại án tử hình.

Như vậy, Đức Phật hoàn toàn không chấp nhận hành án tử hình. Không có người Phật tử thuần thành nào ủng hộ án tử hình cả. Nhưng chúng ta nên hiểu rằng những lời dạy trong Phật giáo không phải là giáo điều, mà chính là hoa quả của trí tuệ. Đơn giản đó là những lời khuyên bảo từ Đức Phật với những giải thích rõ ràng tại sao chúng ta không nên sát sanh ..., phần lớn đặt trên nền tảng đạo đức và liên quan đến luật nghiệp báo.

Lập trường Phật giáo chống lại án tử hình dựa vào nền tảng triết lý Phật giáo và đồng thời tương ứng với thực tế của xã hội.

Trước hết, có khả năng rằng án tử hình trong hệ thống luật pháp các quốc gia ban hành có thể dẫn đến sự thực hiện oan đối với người vô tội và điều này hay xảy ra ở nhiều nước tiên tiến, chẳng hạn như Hoa kỳ... Án tử hình, một khi đã thi hành rồi thì không thể đảo ngược và cũng không thể sửa chữa được nếu bị cáo về sau được chứng minh là vô tội.

Thứ hai, Đạo Phật cảm nhận rằng tất cả mọi người về căn bản là chân thiện và mục đích chính của Phật giáo là giáo dục, chuyển hóa và cải cách chứ không hủy diệt. Nếu có người bệnh, Đạo Phật cố gắng cứu chữa người đó khỏi căn bệnh hơn là tiêu diệt người mang bệnh. Đạo Phật xem những tội phạm là những người đang có vấn đề tâm thần kết hợp với sự không hiểu biết (vô minh).

Như thế, mục đích chính của Đạo Phật là tận trừ gốc rễ sự không hiểu biết hơn là tiêu diệt người ngu dốt. Điều này có thể được thực hiện thông qua hệ thống giáo dục, chuyển hoá, cải cách đương sự, nói cách khác, giúp đỡ đương sự thấy đúng như thật sự việc đang là.

Trong Đạo Phật, có một câu nói: "Dẫu xây chín bậc phù đồ, chẳng bằng làm phước cứu cho một người".

Tóm lại, dựa vào những lời dạy cơ bản của Đức Phật từ kinh điển Phật giáo và tâm tư bao dung sáng suốt của những vị vua Phật giáo trong lịch sử Châu á cổ đại như được đề cập ở trên, chúng ta hoàn toàn đồng tâm ủng hộ lời kêu gọi tới những nhà lãnh đạo các nước trên thế giới đang áp dụng án tử hình hãy bãi bỏ hình phạt này trong tinh thần từ bi vô lượng vô biên của Đạo Phật.

Chùa Phước Hậu, ngày 28 tháng 10, năm 2006

Dr. Bhikkhunī Giới Hương

Ghi chú:

[1]http://quangduc.com/English/canon/vinaya/05.bikkhu-rules-guide.html#5precepts;

http://www.unfetteredmind.org/articles/precept1.php;

[2] The Brahma Net Sutra, trans. by the Buddhist Text Translation Society in USA, xem http://www.purifymind.com/BrahmaNetSutra.htm

[3] Dhammasaṇganī Aṭṭhakathā (Atthasālinī), ed. E. Müller, 1897, PTS, p. 129; Saddhammo pāyana, ed. Richard Morris, V, PTS, 1887, p. 58; Kaṇkhāvitaranī, ed. D. A. L. Maskell (néc stede), 1957, PTS, p. 50.

[4] Dhammasaṇganī Aṭṭhakathā (Atthasālinī), ed. E. Müller, 1897, PTS, p. 129; Kaṇkhāvitaranī, ed. D. A. L. Maskell (néc stede), 1957, PTS, p. 30.

[5] The Brahma Net Sutra, trans. by the Buddhist Text Translation Society in USA, xem http://www.purifymind.com/BrahmaNetSutra.htm

[6] Khuddhaka Nikaya (belong to the Sutta Nipata), tr. By Thanissaro Bhikkhu, I.8, Karanaiya Metta Sutta.

[7] The Lotus sutra, tr. By Burton Watson, Colombia Univeristy Press, New York, 1993, pp 10-11.

[8] Brahma Net Sutra, I, 162.

[9] Bồ tát nguyện giữ giới "Không sát hại người và súc vật".

[10] Cherishing Life, I, 83.

[11] Cherishing Life, II, 5.

[12] Dhammapada, tran. by Thanissaro Bhikkhu, Verse 5 of Chapter 1, MA 01005, USA, 1997.

[13] http://www.vipassana.com/canon/majjhima/mn135.php

[14] Mullin, Glenn H., Death and Dying: The Tibtant Tradition, Boston: Arkana Penguin, 1986, p. 17.

[15] Telakaṭāhagāthā, v, 78.

[16] ttp://www.vipassana.com/canon/majjhima/mn135.php

[17] Dhammapada, tran. by Thanissaro Bhikkhu, verses no 129 of Chapter 10, MA 01005, USA, 1997.

[18] Nt, verses no 130 of Chapter 10.

[19] Nt, verses no 405 of Chapter 26.

[20] Jataka, ed. V. Fausboll, London: PTS, 1962; ed. E.B. Cowell, tr. By Robert Chalmers, Stories of the Buddha's Former Births, I, Story Banian, Low Price Publications, Delhi-52, p. 149.

[21] Thánh Dự lưu còn gọi Nhập Lưu hoặc bảy lần tái sanh ở đời nữa.

[22] The Jataka or Stories of the Buddha's Former Births, Vol. 4, Bk. 12 (E.B. Cowell, ed.; W.H.D. Rouse, trans. 1957) pp. 109-11.

[23] The Jataka or Stories of the Buddha's Former

Births, Vol. 6, Bk. 22, pp.1-19.

[24] The Collection of the Middle Length Sayings (Majjhima-Nikaya), Isaline B. Horner, trans. 1957, pp. 284-92. See also, Hellmuth Hecker, Angulimala: A Murder's Road to Sainthood (The Wheel Publication No. 312, 1984).

[25] Brahma Net Sutra, I, 162. See http://www.ymba.org/bns/bnsframe.htm.

[26] Nagarjuna and Kaysang Gyatso [Dalai Lama VII], The Precious Garland and The Song of the Four Mindfulnesses (Jeffrey Hopkins et al, trans., 1975).

[27] The Encyclopedia of Eastern Philosophy and Religion, pp. 237-38.

[28] For an interpretation of the text and some background on King Udayi, see Robert A.F. Thurman, "Nagarjuna's Guidelines for Buddhist Social Action," in The Path of Compassion: Writings on Socially Engaged Buddhism (Fred Eppsteiner, ed. 1988); Robert A.F. Thurman, "Social and Cultural Rights in Buddhism," in Human Rights and the World's Religions (Leroy S. Rouner, ed. 1988), p. 148. A brief overview of the Satavahana Dynasty can be found in Rama Shankar Tripathi, History of Ancient India (1942), pp.191-201; Etienne Lamotte, History of Indian Buddhism: From the Origins to the Saka Era (Sara Webb Boin and Jean Dantinne, trans. 1988), pp. 474-81.

[29] The Precious Garland and the Song of the Four Mindfulnessess, pp. 66-67.

[30] Asoka Rock and Pillar Edicts, the translation by Ven. S. Dhammika, Kandy, Sri Lanka; Buddhist Publication

Society, 1993. See http://www.thenagain.info/Classes/Sources/Asoka.html

[31] Travels of Fah-Hian and Sung Yun, Buddhist Pilgrims from China to India (400 A.D. and 518 A.D.), pp. 188-89.

[32] A Record of Buddhist Kingdoms: Being an Account by the Chinese Monk Fa-Hieh of His Travels in India and Ceylon, p. 43.

[33] Hye Ch'o, The Hye Ch'o Diary: Memoir of the Pilgrimage to the Five Regions of India (Yang Han-Sung et al, trans. and ed. 1980) pp. 40-41. Also see, Damien P. Horigan, A Buddhist Perspective on the Death Penalty of Compassion and Capital Punishment, The American Journal of Jurisprudence, Volume 41(1996), p. 271-288

[34] Như trên

[35] Damien P. Horigan, A Buddhist Perspective on the Death Penalty of Compassion and Capital Punishment, The American Journal of Jurisprudence, Volume 41 (1996), p. 286.

[36] Franz Michael, Rule by Incarnation: Tibetan Buddhism and Its Role in Society and State (1982), pp. 70, 109. For a glimpse of the traditional Tibetan criminal justice system, see Rebecca Redwood French, The Golden Yoke: The Legal Cosmology of Buddhist Tibet (1995), pp. 315-25.

The Fundamental Teachings Of The Buddha On The Death Penalty

Buddhism, a religion of compassion, loving-kindness and wisdom, always respects and dignifies the lives of all living things and living beings. Buddhism appears in the world to bring peace and happiness to the gods and human beings. Indeed, in ancient as well as modern times, Buddhism has never brought suffering to anyone. Buddhism only provides the path of transformation of suffering for anyone who has an inquiring mind and a need to reach that path.

Today, on the occasion the Peace Fellowship of Milwaukee is holding a Buddhist Conversation with the topic Buddhist View on the Death Penalty, we shall elucidate it with the following ideas:

I. THE FIVE PRECEPTS

The most basic and important set constituting a

course of training rules for the path of personal spiritual development in Buddhist Vinaya is well-known to most Buddhists as the five precepts (Panca Sila):[1]

1. I undertake the Precept to abstain from taking life

(*Pānātipātā ṇī Sikkhāpadaṃ samādiyāmi*)

2. I undertake the Precept to abstain from taking what is not given

(*Adinnādānā veramaṇī Sikkhāpadaṃ samādiyāmi*)

3. I undertake the Precept to abstain from misconduct in sensual actions

(*Kāmesu micchācārā veramaṇī Sikkhāpadaṃsamādiyāmi*)

4. I undertake the Precept to abstain from telling lies

(*Musāvādā Veramaṇī Sikkhāpadaṃ samādiyāmi*)

5. I undertake the Precept to abstain from liquor that causes intoxication and indolence.

(*Surā-meraya-majja-pamādaṭṭhānā veramaṃī sikkhāpadaṃ samādiyāmi*).

In the negative meaning, these are five precepts of prohibition, i.e. not to commit any sin or crime. The nature of the prohibition was two folds:

(a) Prohibition in order to safeguard one from sin or crime, like the prohibition of drinking an intoxicating liquor, which may lead to a sin or crime;

(b) Prohibitions of actual crimes, such as killing, stealing, committing adultery, lying, etc which are in our evil nature.

In the positive meaning, the first precept helps to

promote loving-kindness and goodwill. The second can nurture our honesty, generosity, non-attachment and right livelihood. The third helps to cultivate self-restraint, safeguard over the emotions and senses, and control of worldly lust. The fourth precept leads to the development of reliability, honesty, and ethical integrity. The last helps to return our mindfulness, awakening, and insight.

Therefore, the practice of Buddhist precepts deeply helps us to lead a moral life and to advance further on the spiritual path in personal life and also helps to promote peaceful coexistence, a cooperative spirit, mutual trust in society and promotes social progress and development day by day.

II. THE FIRST PRECEPT

The first precept advocates against the destruction of life. This is based on the principle of goodwill and respect for the right to live of all living beings.

In the first Bodhisattva Precept of the Brahma Net Sutra, the Buddha teaches it in details: "A disciple of the Buddha shall not himself kill, encourage others to kill, kill by expedient means, praise killing, rejoice at wiT.N.essing killing, or kill through incantation or deviant mantras. He must not create the causes, conditions, methods, or karma of killing, and shall not intentionally kill any living creature." [2]

There are five conditions [3] that constitute the immoral act of killing: (1) the fact and presence of a living being, human or animal; (2) the knowledge that the being is a living being; (3) the intent or resolution to kill; (4) the act of killing by appropriate means; and (5) the resulting death. In the absence of any one of these conditions, the act would not constitute killing even though death should follow; the event would be considered an accident and would not entail any evil effect for the performer of the act.

There are six means of killing[4] : (1) killing with one's own hands, (2) causing another to kill by giving an order; (3) killing by shooting, pelting with stones, sticks, etc. (4) killing by digging trenches, etc. and entrapping a being; (5) killing by the powers of iddhi, or occult means; and (6) killing by mantras, or occult sciences. Whatever device may be used, the individual who kills or destroys the psychic life of a sentient being commits the evil deed of pāṇātipātā-kamma-patha.

Therefore, a true Buddhist can not do or support the death penalty toward others because the death penalty means taking a human life or ending a human life with five conditions and any of six means of killing.

III. COMPASSION

In the Brahma Net Sutra [5] the Buddha says in the first precept that "As a Buddha's disciple, he ought to nurture a mind of compassion and filial piety, always devising expedient means to rescue and protect all beings. If instead, he fails to restrain himself and kills sentient beings without mercy; he commits a Parajika (major) offense".

By observing this precept we learn to cultivate loving kindness and compassion. We love others as ourselves.

We see others' suffering as our own and endeavor to do what we can to help alleviate their problems. So, we cultivate love, compassion and develop an altruistic spirit for the welfare of others, for being aware of respect for and protection of all creatures.

In the Karanaiya Metta Sutta, the Buddha also says:

Let no one deceive another or despise anyone anywhere, or through anger or irritation wish for another to suffer.

As a mother would risk her life to protect her child, her only child, even so should one cultivate a limitless heart with regard to all beings? With good will for the entire cosmos, cultivate a limitless heart.[6]

IV. BUDDHATA (EVER GOOD NATURE)

Another reason the Buddhist world does not to support the Death penalty is that the Buddha taught that the basic nature of every sentient being or creature (human or animal) is pure, that the deeper nature of mind is something pure, the essence of which is enlightenment or enlightened knowledge known as Buddha-nature (*Buddhata*), the knowledge possessed by a Buddha.

The Buddha always confirmed, "And I see beings who observe the precepts, no flaw in their conduct, pure as jewels and gems, and in that manner seeking the Buddha way". [7] So, if human beings become violent, it could be because of many reasons but one of them must be the negative thoughts which arise as a result of their environment and circumstance. However, they do have the potential to improve as well as return to their ever true nature.

V. DO NOT KILL ANIMALS

As it is mentioned above, all creatures possess Buddha-nature. So, we not only do not kill humans but we do not even harm animals. Moreover, in some circumstances in accordance with the law of karma, humans can be reborn as humans and animals can be reborn as humans. In Buddhism the most fundamental guideline for conduct is *ahimsa* - the prohibition against the bringing of harm or death to any living being. Since we wish to live, we should not kill human beings or even any other living beings. Furthermore, the karma of killing is understood as the root of all suffering and the fundamental cause of sickness and war, and the forces of killing are explicitly identified with the demonic. The highest and most universal ideal of Buddhism is to work unceasingly for permanent end to the suffering of all living beings, not just humans.

In the Brahma Net Sutra, [8] the Buddha says: 'Whenever a Bodhisattva [9] sees a person preparing to kill an animal, he should devise a skillful method to rescue and protect it, freeing it from its suffering and difficulties...'

VI. VEGETARIANISM

The universal loving kindness towards all also means that we not only do not kill humans and animals but should observe the rule of keeping ourselves as vegetarian. This is the definite and positive instructions from the Buddha with regard to the development of the perfect manner in humans.

All beings-human or beast-

Love life and hate to die.

They fear most the butcher's knife
Which slices and chops them piece-by-piece.
Instead of being cruel and mean,
Why not stop killing and cherish life?[10]

The Buddha advocates a completely vegetarian diet as a natural and logical requirement of and adherence to the moral precept against the taking of life. The Bodhisattva Precepts also obviously prohibit the eating of non-vegetarian food.

Mahakashyapa asked the Buddha, "Why is it that the Thus Come One does not allow eating meat?' The Buddha replied, "It is because meat-eating cuts off the seeds of great compassion."[11]

We should not limit our compassion to animals and to those of like mind, but extend it to all living beings, even if we feel that some are clearly in the wrong. Compassion should be the basis of all our interactions with others, regardless of what their views and actions may be.

VII. A FORM OF REVENGE

In our legal systems there are said to be certain reasons and purposes for employing the death penalty. It is used to punish offenders, to prevent them from ever repeating their misdeed and to deter others. However, it is also very obviously a form of revenge in an inner subtle meaning.

We should reduce the fear, hatred, and thoughts of revenge generated by the torturing and killing. The concept of revenge is totally foreign to the Buddhist world. Death penalty is an especially severe form of punishment with the intent that life will be going to stop forever. The human life is ended and the executed person is deprived of the opportunity to change, to restore the harm done or compensate for it. Would implementing the death penalty on a convicted murderer resurrect his or her victim? Of course, it is not. Thus, the death penalty is useless.

The Buddha teaches that:

Hostilities aren't stilled through hostility, regardless. Hostilities are stilled through non-hostility: this, an unending truth. [12]

VIII. PSYCHOLOGY

According to Buddhism, the conditions of the next life time (reincarnation) depend on the last thoughts, the last state of mind of the one dying. A violent criminal's mind or psychology is not exactly in a peaceful state. Subjecting him to an execution is going to make his state of mind even more violent, filling him with anger and fear. As a result, he is going to be reborn an even more violent person than he is now. He is going to grow up, committing even worse crimes than he did before.

In the Culakammavibhanga Sutta[13] (The Shorter Exposition of Kamma) of Majjihima Nikaya, the Blessed One said this:

"""Here, student, some woman or man is angry, much given to rage; even when little is said, he is furious, angry, ill-disposed, resentful, he shows ill-temper, hate and surliness. Due to having performed and completed such kammas, on the dissolution of the body, after death, he reappears in a state of deprivation...If instead he comes to the human state, he is ugly wherever he is reborn. This is the way that leads to ugliness, that is to say, to be furious, angry, ill-disposed, resentful, and to show ill-temper, hate and surliness."

Therefore we should avoid bringing about the psychology of unpeace to the criminal as he must then face death un-willingly and un-deliberately.

IX. LAW OF KARMA

Karma or action is the energy that is generated by human thoughts, words and deeds. It can be positive, negative or meditative, and can have a profound effect on the next incarnation of any sentient being.

'Negative karma results in rebirth in one of the three lower realms (the hells, the ghost realms, or animal world); positive karma produces rebirth in the human, demigod or sensual god worlds; and meditative karma brings rebirth in the higher heavens of form and formlessness'.[14]

The Telakaṭāhagāthā states: "He who destroys the life of any being may, in his next birth, meet death unexpectedly while in the prime of life, even though he is possessed of all the amenities of life, wealth and beauty, like an Adonis." [15]

"The Blessed One[16] said this: Here, student, some woman or man is a killer of living beings, murderous, bloody-handed, given to blows and violence, merciless to all living beings. Due to having performed and completed such kammas, on the dissolution of the body, after death, he reappears in a state of deprivation, in an unhappy destination, in perdition, in hell. If, on the dissolution of the body, after death, instead of his reappearing in a state of deprivation, in an unhappy destination, in perdition, in hell, he comes to the human state, he is short-lived wherever he is reborn. This is the way that leads to short life, that is to say, to be a killer of living beings, murderous, bloody-handed, given to blows and violence, merciless to all living beings".

"But here some woman or man, having abandoned the killing of living beings, abstains from killing living beings, lays aside the rod and lays aside the knife, is considerate and merciful and dwells compassionate for the welfare of all living beings. Due to having performed and completed such kammas, on the dissolution of the body, after death, he reappears in a happy destination, in the heavenly world. If, on the dissolution of the body, after death, instead of his reappearing in a happy destination, in the heavenly world, he comes to the human state, he is long-lived wherever he is reborn. This is the way that leads to long life, that is to say, to have abandoned the killing of living beings, to abstain from killing living beings, to lay aside the rod and lay aside the knife, to be considerate and merciful, and to dwell compassionate for the welfare of all living beings".

So with the logic presented here, it is clear that killing even a violent criminal will creates some serious bad karma for the killer, and reduces the potential for a peaceful death for the criminal.

X. BUDDHIST TEXTS

Abolition of the death penalty is a regular theme in Buddhism, we shall see the implications from the great voice of the Buddha in the scriptures and treatise of

Theravada and Mahayana (here I mention only a few) as below:

A. THERAVADA SUTTAS

1. DHAMMAPADA

All tremble at the rod. All are fearful of death. Drawing the parallel to yourself. Neither kills nor get others to kill.[17]

All tremble at the rod. All hold their life dear. Drawing the parallel to yourself. Neither kill nor get others to kill.[18]

Having put aside violence against beings fearful or firm, he neither kills nor gets others to kill: he's what I call a Brahmin.[19]

2. JATAKAS

i. Banian Jataka and others:

In Jataka[20] the Buddha in a former life was reborn as a Deer-king named Nyagrodha. He offered to substitute his own life for that of a pregnant deer who was about to give birth. In another previous lifetime, the Buddha sacrificed his own life to feed a starving tiger and her two cubs, who were trapped in the snow. He reasoned that it would be better to save three lives than to merely preserve his own. It is better to lose one's own life than to kill another being. There are many other stories about the Buddha's immeasurable rebirths that illustrate the relative value of one's life and the momentous precepts that one must not kill creatures and that preserving physical life is relatively unimportant. For the sake of upholding the precept, he sacrificed even his own life. The Buddha said:

Furthermore, one [should] consider [thus]: "From

the past on up to the present, I have lost my life an innumerable number of times. At times I have incarnated as a malevolent brigand, as a bird, or as a beast where I have lived merely for the sake of wealth or profit or all manner of unworthy pursuits. Now I have encountered [a situation where I might perish] on account of preserving the pure precepts. To not spare this body and sacrifice my life to uphold the precepts would be a billion times better than and [in fact] incomparable to safeguarding my body [at the expense of] violating the prohibitions. "In this manner one decides that one should foresake the body in order to protect [the integrity] of the pure precepts.

ii. The Butcher's Son Jataka

The story of the Butcher's Son and the Killing Precept narrates that there once was a man who was a srota-apanna[21] born into the family of a butcher. He was on the threshhold of adulthood. Although he was expected to pursue his household occupation, he was unable to kill animals. His father and mother gave him a knife and a sheep and shut him up in a room, telling him, "If you do not kill the sheep, we will not allow you to come out and see the sun or the moon or to have the food and drink to survive."

The son thought to himself, "If I kill this sheep, then I will [be compelled to] pursue this occupation my entire life. How could I commit this great crime [simply] for the sake of this body?" Then he took up the knife and killed himself. The father and mother opened the door to look. The sheep was standing to one side whereas the son was [laying there], already expired.

At that time, when he killed himself, he was born in

the heavens. If one is like this, then this amounts to not sparing [even one's own] life in safeguarding [the integrity of] the pure precepts.

The rite of liberating living beings is a Buddhist practice of rescuing animals, birds, fish and so forth that are destined for slaughter or that are permanently caged. They are released to a new physical and spiritual life. The practice exemplifies the fundamental Buddhist teaching of compassion for all living beings.

iii. Janasandha Jataka

This jataka[22] is a story said to be told by the Buddha to the King of Kosala. It tells the tale of a certain prince Janasandha, the son of king Brahmadatta of Benares:

Now when [prince Janasandha] came of age, and had returned from Takkasila, where he had been educated in all accomplishments, the king gave a general pardon to all prisoners, and gave him the viceroyalty. Afterwards when his father died, he became king, and then he built six almonries... There day by day he used to distribute six hundred pieces of money and stirred up all India with his almsgiving: the prison doors he opened for good and all, the places of execution he destroyed...

iv. Muga Pakkha Jataka

This jataka, said to be told by the Buddha to his monks, illustrates that punishment can affect those who impose it as well as those being directly punished. The Muga Pakkha Jataka[23] makes this point graphically. The story revolves around the young prince and only child of King Kasiraja named Temiya-kumaro, or simply Temiya.

Temiya is an extremely sensitive child. One day,

when he is only a month old, he is playing with his father, the King. The King is then called upon to judge four robbers. The King sentenced the first to be whipped a thousand times, the second to be imprisoned in chains, the third to be killed by a spear, and the fourth to be impaled. Overcome by the karmic consequences of his father's actions and fearing what would become of him if he did the same after succeeding to the throne, Temiya refuses to speak or otherwise act like a normal child for the next sixteen years.

Finally, Temiya solves his dilemma by becoming a recluse and converting the royal household and many others. This story parallels the life story of the historical Buddha who grew up in a palace, but renounced the world in order to seek spiritual truth.

3. MAJJHIMA-NIKAYA

One of the 152 suttas in Majjhima-nikaya is Angulimala-sutta (Discourse with Angulimala),[24] a famous sutta dealing with the power of rehabilitation.

There is a much-feared robber and murderer by the name of Angulimala which literally means "Garland of Fingers." The namesake garland was said to have been made by using the fingers of his victims.

Understandably, the locals are all afraid of Angulimala. Nonetheless, the Buddha, who is staying in the area at the time, insists on heading alone down the road where Angulimala is believed to be hiding. Through his unique persona, the Buddha manages to convert Angulimala and ordain him as a monk.

Meanwhile, the King, who urged by the public, heads

out with a large entourage to find the evil Angulimala. He comes across the Buddha and explains his situation. The Buddha then shows him the reformed Angulimala living peacefully as a monk. The King is quite taken back by all this. He is amazed at how the Buddha was able to change Angulimala.

This points to a Buddhist notion of rehabilitation. Naturally, rehabilitation and death penalty are mutually exclusive concepts.

Nevertheless, in strictly moral terms, Angulimala still had previously created considerable bad karma, and he would eventually die a painful, accidental death because of this. Yet, rehabilitation is clearly the main theme of this text.

Rehabilitation enables the convicted criminal defendant to realize his or her mistakes and to attempt to avoid them in the future. In Buddhist terms, a rehabilitated offender, even a murderer, will remember his or her Buddha-nature. For society, reforming a wrongdoer means regaining a productive member who can somehow contribute to the general welfare.

B. MAHAYANA SUTRAS

i. Avatamsaka-sutra

Although rather unusual, another treatment of capital punishment comes from the lengthy and highly symbolic Avatamsaka-sutra which is also known as the Buddhavatamsaka-sutra. This sutra or scripture tells the saga of a bodhisattva named Sudhana-sresthidaraka or simply Sudhana is on a pilgrimage to visit various spiritual teachers whom he is told to seek out for guidance.

One of the teachers is a king named Anala. King Anala lived in an indescribably beautiful palace in a far off, magical land; yet, he does have a crime problem. To keep the populace in line, he conjures up frightful images of prisoners on whom he passes judgment and then brutally executes or otherwise severely tortures.

In reality, the King does not harm anyone because the prisoners as well as the penal officers are all just illusions. As the King explains to the seeker, these magical projections are meant to be acts of compassion to get actual people to give up evil.

ii. Brahma Net Sutra

In the Brahma Net Sutra,[25] the Buddha says: 'Whenever a Bodhisattva sees a person preparing to kill an animal, he should devise a skillful method to rescue and protect it, freeing it from its suffering and difficulties...'

The Buddha taught the 20th Bodhisattva Precept that: "A disciple of the Buddha should have a mind of compassion and cultivate the practice of liberating sentient beings. He must reflect thus: throughout the eons of time, all male sentient beings have been my father, all female sentient beings my mother. I was born of them. If I now slaughter them, I would be slaughtering my parents as well as eating flesh that was once my own. This is so because all elemental earth and water, fire and air - the four constituents of all life - have previously been part of my body, part of my substance".

C. MAHAYANA TREATISE

Rajaparikatha-raT.N.amala:

The Rajaparikatha-raT.N.amala or "The Precious Garland of Advice for the King"[26] is a treatise attributed to the famous South Indian Buddhist philosopher Nagarjuna (2nd or 3rd century AD).[27]

In this work on Buddhist statecraft, Nagarjuna gives King Udayi of the Satavahana Dynasty advice on a variety of matters.[28] Here is how Nagarjuna handles death penalty:

O King, through compassion you should always
Generate an attitude of help
Even for all those embodied beings
Who have committed appalling sins.
Especially generate compassion
For those murderers, whose sins are horrible;
Those of fallen nature are receptacles
Of compassion from those whose nature is great...
Once you have analysed the angry
Murderers and recognised them well,
You should banish them without
Killing or tormenting them.[29]

XI. BUDDHIST KINGS IN INDIA

i. <u>Buddhist king (Northern India)</u>

a) Asoka,[30] one of the first rulers of ancient India,

rejected military conquest in favor of spreading a philosophy of nonviolence and respect for others. Asoka's edicts, proclamations written on rocks and stone pillars, reveal him to have been a surprisingly forward-thinking monarch.

The following section summarizes a number of Asoka's edicts:

Prohibitions:

- No sacrifice of animals for religious rituals will be permitted in the capital.

- The slaughter and mutilation of specific animals and birds by anyone is forbidden.

- The king will no longer go on royal hunts.

- The king renounces victory by wars of conquest. The Beloved of the Gods considers victory by dhamma to be the foremost victory.

Public Works:

- Hospitals for people and animals will be built.

- Gardens for growing medicinal plants will be established.

- Wells, trees, and rest houses will be put along roads for the comfort of travelers and animals.

Human Relations:

- People should obey their parents and religious elders.

- People should not mistreat their servants and slaves.

- People should be generous to religious persons, relatives, and friends.

Religion:

- Religious sects "may dwell in all places."

- People should not attack the religious beliefs of others "so that men may hear one another's principles."

Welfare of the People:

- My officials will attend to the welfare of the aged, the poor, and prisoners.

- My officials who are reporting the public's business will have immediate access to me at all times and places.

- My officials will make sure that the government of the empire is run efficiently for the welfare and happiness of the people.

Justice:

- Judges will be independent and will exercise uniformity in procedure and punishment.

- Wrongdoers should be forgiven as much as possible.

- Capital punishment should be used with restraint and the condemned should have three days to appeal their sentence.

- "It is good not to kill living beings."

In his last edict, probably inscribed in 242 B.C., Asoka wrote: "The advancement of dhamma amongst men has been achieved through two means, laws and persuasion. But of these two, laws have been less effective and persuasion more so." Specially trained officials, called *dhamma-mahamattas* toured the empire regularly to assess the views of the people and to instruct them in the meaning of dhamma.

This is obviously to let us assume that Ashoka

advocated ahimsa and disliked the death penalty. He was a sincerely devoted Buddhist who embraced Dharma, so he could not allow some executions to take place.

b) In the sixth-century, Chinese pilgrims Sung Yun and Hui Sheng visited India and wrote:

We entered Ouchang country (Oudyana). On the north this borders on the Tsung Ling mountains; on the south it skirts India... The king of the country religiously observes a vegetable diet... After mid-day he devotes himself to the affairs of the government.

Supposing a man has committed murder, they do not kill him, they only banish him to the desert mountains, affording him just food enough to keep him alive. After examination, the punishment is adjusted according to the serious or trivial character of attending circumstances.[31]

ii. Buddhist king (Mid-India)

An early Chinese pilgrim to India, the monk Fa-hsien (337-422), mentioned of an abolitionist Buddhist king:

The king [of Mid-India] governs without decapitation [i.e., capital punishment generally] or (other) corporal punishments. Criminals are simply fined, lightly or heavily, according to the circumstances (of each case). Even in cases of repeated attempts at wicked rebellion [i.e., treason], they only have their right hands cut off... Throughout the country the people do not kill any living creature, nor drink intoxicating liquor, nor eat onions or garlic.[32]

iii. Buddhist king (Central India)

Hye Ch'o, an eighth-century Korean monk, made a pilgrimage to India similar to Fa-hsien's, but about three centuries later.

He too describes Buddhist kings in central India who rule without resort to the death penalty: "The national laws of the five regions of India prescribe no cangue, beating or prison in accordance with the degree of the offence committed. There is no capital punishment."[33]

iv. Buddhist king (West India)

Hye Ch'o found an almost identical situation in West India: "Here there is no cangue, beating, prison, capital punishment, and similar affairs."[34]

KING IN JAPAN

In 724 AD of Japan, Emperor Shomu (724-749), a devout Buddhist and follower of the Kegon School who built Todai-ji, a famous temple that still stands in Nara, forbade the use of the death penalty. This was during the end of the Nara Period (715-794). Likewise, there were very few executions during the Heian Period (794-1185).[35]

DALAI LAMA IN TIBET

Thubten Gyatso, Dalai Lama XIII of Tibet (1876-1933), as the predecessor of the current Dalai Lama i.e., Tenzin Gyatso, Dalai Lama XIV (born 1935). The Thirteenth Dalai Lama struggled to modernize Tibet and to maintain the country's sovereignty against the British and later the Chinese. He also reformed Tibet's feudal legal system. Among the changes was the abolition of the death penalty by about 1920. Before that time the Dalai Lama would avoid any direct involvement in cases of capital punishment because of his religious role.[36]

XII. PRACTICAL APPLICATION

Training is based on the axiomatic assumption that human beings have potential for development. We should not be prey to negative emotions or violence. They compound the problem. Real solutions come from changing people's minds rather than from creating confrontation and friction.

The death penalty is not the best solution to prevent people from doing evil. It is only a temporary solution to prevent them from doing evil. However, if we use this severe solution to execute people, then this is not an appropriate and meaningful action. Doing this would lose all the meaning of compassion and the heart of loving-kindness in us.

The appropriate and meaningful action would have to be that, when a person commits an offence, he is imprisoned or is under house arrest, and be given a short or long time to correct his wrong doing. He has the ability to recognize his wrong action and to repent. Because he is a sentient being with consciousness, he also knows to be ashamed of his wrongdoing. Wanting him to improve his behavior, we must place emphasis on education or the development of human values through moral religious teachings or social programs and entertainment for him. We should give more support to education and encourage a greater sense of universal responsibility. We need to explain the importance of the practice of love and compassion for our own survival and to try to minimize those conditions which foster murderous tendencies, such as the proliferation of weapons in our societies... We should suggest some concrete methods of education to compel him to practice as following:

1/ He should live alone for a period of about one or two months, one or two years to repent and to recognize his wrongdoing.

2/ He should do a good deed to help others.

3/ He should practice meditation in his daily life to transform his wrongdoing into good deeds.

4/ He must contemplate about where his wrongdoing originates from.

5/ The wrongdoings could originate from taking life, stealing what is not given, sexual misconduct, telling a lie, utilizing alcohol and drugs…

6/ The methods for treating the wrongdoings are Right View, Right Thought, Right Speech, Right Action, Right Livelihood, Right Effort, Right Mindfulness, and Right Concentration.

7/ He would become a good person as ever before.

Buddhism is the path of transforming suffering. We can all be subjected to negative disturbing emotions and negative mental qualities or not, with or without offence, but by applying the above methods of education to our daily life, we can gather flowers and fruits of peacefulness and happiness in the here and the now in the present life. The best solution is prevention rather than intervention. Teaching comes before punishment. A good cause would produce a good effect.

It is a fact that throughout the Buddhist Scriptures, Buddhism has a strong stance against killing in general, and in some cases against the death penalty. There is no doubt whatsoever that the Buddha did not approve of the death penalty. No practicing Buddhist should support the death penalty. But we must understand that those teachings are not Buddhist dogma, they are the fruit of wisdom. They are simply advices from the Buddha with clear explanations as to why we should not kill, mostly on moral ground and related to the karmic law.

The Buddhist stance against the death penalty is based on the philosophy of Buddhism and at the same time on the realities of society.

First, there is the possibility that a given state's system of capital punishment could result in the execution of innocent people, and this has happened in the most advanced countries such as the U.S.A. The execution of a criminal, once it's done, is irreversible and irreparable if the criminal later on proves to be innocent.

Second, Buddhism conceives that all human beings are fundamentally good, and the main purpose of the Buddhist teachings is to educate, to transform and reform and not to destroy. If there is a disease, Buddhism tries to get rid of the disease rather to destroy the being who has the disease. Buddhism views the criminals as having a mental problem combined with ignorance. So the main purpose of Buddhism is to eradicate ignorance rather to destroy an ignorant person. This can be done by educating, transforming, reforming him/her, in other words, help him/her to see things as they really are. In Buddhism, there is a saying: "It is better to save a human being than to build nine stupas".

In short, based on the fundamental teachings of the Buddha from Buddhist texts and the generous and insightful mind of Buddhist kings in ancient Asian history as mentioned above, we whole-heartedly support an appeal to leaders of countries around the world who employ the death punishment to order the abolition of it in keeping with the ultimate and unconditional compassionate spirit of Buddhism.

Phuoc Hau Temple, October 28 2006

Dr. Bhikkhunī Giới Hương

Note:

[1] http://quangduc.com/English/canon/vinaya/05. bikkhu-rules- guide.html#5precepts; http://www. unfetteredmind.org/articles/precept1.php;

[2] The Brahma Net Sutra, trans. by the Buddhist Text Translation Society in USA, see http://www.purifymind. com/BrahmaNetSutra.htm

[3] Dhammasaṇganī Aṭṭhakathā (Atthasālinī), ed. E. Müller, 1897, PTS, p. 129; Saddhammo pāyana, ed. Richard Morris, V, PTS, 1887, p. 58; Kaṇkhāvitaranī, ed. D. A. L. Maskell (néc stede), 1957, PTS, p. 50.

[4]Dhammasaṇganī Aṭṭhakathā (Atthasālinī), ed. E. Müller, 1897, PTS, p. 129; Kaṇkhāvitaranī, ed. D. A. L. Maskell (néc stede), 1957, PTS, p. 30.

[5] The Brahma Net Sutra, trans. by the Buddhist Text Translation Society in USA, see http://www.purifymind. com/BrahmaNetSutra.htm

[6] Khuddhaka Nikaya (belong to the Sutta Nipata), tr. By Thanissaro Bhikkhu, I.8, Karanaiya Metta Sutta.

[7] The Lotus sutra, tr. By Burton Watson, Colombia

Univeristy Press, New York, 1993, pp 10-11.

[8] Brahma Net Sutra, I, 162.

[9] A Buddhist vow to keep the precept of 'Do not kill humans and animals'.

[10] Cherishing Life, I, 83.

[11] Cherishing Life, II, 5.

[12] Dhammapada, tran. by Thanissaro Bhikkhu, Verse 5 of Chapter 1, MA 01005, USA, 1997.

[13] http://www.vipassana.com/canon/majjhima/mn135.php

[14] Mullin, Glenn H., Death and Dying: The Tibtant Tradition, Boston: Arkana Penguin, 1986, p. 17.

[15] Telakaṭāhagāthā, v, 78.

[16] http://www.vipassana.com/canon/majjhima/mn135.php

[17] Dhammapada, tran. by Thanissaro Bhikkhu, verses no 129 of Chapter 10, MA 01005, USA, 1997.

[18] Ibid, verses no 130 of Chapter 10.

[19] Ibid, verses no 405 of Chapter 26.

[20] Jataka, ed. V. Fausboll, London: PTS, 1962; ed. E.B. Cowell, tr. By Robert Chalmers, Stories of the Buddha's Former Births, I, Story Banian, Low Price Publications, Delhi-52, p. 149.

[21] A first- stage known as a stream-winner or seven times of reborn.

[22] The Jataka or Stories of the Buddha's Former Births, Vol. 4, Bk. 12 (E.B. Cowell, ed.; W.H.D. Rouse, trans. 1957) pp. 109-11.

[23] The Jataka or Stories of the Buddha's Former Births, Vol. 6, Bk. 22, pp.1-19.

[24] The Collection of the Middle Length Sayings (Majjhima-Nikaya), Isaline B. Horner, trans. 1957, pp. 284-92. See also, Hellmuth Hecker, Angulimala: A Murder's Road to Sainthood (The Wheel Publication No. 312, 1984).

[25] Brahma Net Sutra, I, 162. See http://www.ymba.org/bns/bnsframe.htm.

[26] Nagarjuna and Kaysang Gyatso [Dalai Lama VII], The Precious Garland and The Song of the Four Mindfulnesses (Jeffrey Hopkins et al, trans., 1975).

[27] The Encyclopedia of Eastern Philosophy and Religion, pp. 237-38.

[28] For an interpretation of the text and some background on King Udayi, see Robert A.F. Thurman, "Nagarjuna's Guidelines for Buddhist Social Action," in The Path of Compassion: Writings on Socially Engaged Buddhism (Fred Eppsteiner, ed. 1988); Robert A.F. Thurman, "Social and Cultural Rights in Buddhism," in Human Rights and the World's Religions (Leroy S. Rouner, ed. 1988), p. 148. A brief overview of the Satavahana Dynasty can be found in Rama Shankar Tripathi, History of Ancient India (1942), pp.191-201; Etienne Lamotte, History of Indian Buddhism: From the Origins to the Saka Era (Sara Webb Boin and Jean Dantinne, trans. 1988), pp. 474-81.

[29] The Precious Garland and the Song of the Four Mindfulnessess, pp. 66-67.

[30] Asoka Rock and Pillar Edicts, the translation by Ven.

S. Dhammika, Kandy, Sri Lanka; Buddhist Publication Society, 1993.

http://www.thenagain.info/Classes/Sources/Asoka.html

[31] Travels of Fah-Hian and Sung Yun, Buddhist Pilgrims from China to India (400 A.D. and 518 A.D.), pp. 188-89.

[32] A Record of Buddhist Kingdoms: Being an Account by the Chinese Monk Fa-Hieh of His Travels in India and Ceylon, p. 43.

[33] Hye Ch'o, The Hye Ch'o Diary: Memoir of the Pilgrimage to the Five Regions of India (Yang Han-Sung et al, trans. and ed. 1980) pp. 40-41. Also see, Damien P. Horigan, A Buddhist Perspective on the Death Penalty of Compassion and Capital Punishment, The American Journal of Jurisprudence, Volume 41(1996), p. 271-288

[34] Ibid., p.44.

[35] Damien P. Horigan, A Buddhist Perspective on the Death Penalty of Compassion and Capital Punishment, The American Journal of Jurisprudence, Volume 41 (1996), p. 286.

[36] Franz Michael, Rule by Incarnation: Tibetan Buddhism and Its Role in Society and State (1982), pp. 70, 109. For a glimpse of the traditional Tibetan criminal justice system, see Rebecca Redwood French, The Golden Yoke: The Legal Cosmology of Buddhist Tibet (1995), pp. 315-25.

Tù nhân Tojin (Douglas Stream)
đang học nghề thợ mộc đóng bàn ghế

Chương 8

Cai Nghiện

Loại tội phạm nhiều nhất trong các nhà tù tiểu bang và liên bang là tội phạm về "ma túy". Ma túy được phân làm hai loại: hợp pháp và bất hợp pháp. Rượu, thuốc lá và "cà phê in" là ma túy hợp pháp, còn ma túy bất hợp pháp bao gồm xì ke, cô kên và bạch phiến. Chiến dịch bài trừ "ma túy" tập trung vào chất ma túy bất hợp pháp.

Nhiều quốc gia đã phải chi nhiều kinh phí cho chiến thuật bài trừ nghiện ma túy. Chánh quyền Nixon đã tốn 65 triệu Mỹ kim, chánh quyền Reagan tốn 1.65 tỷ Mỹ kim, chánh quyền Clinton tốn hơn 17.9 tỷ Mỹ kim và chánh quyền Bush đã tốn hơn 18.8 tỷ Mỹ kim cho chương trình chống nghiện ma túy.[26]

Từ năm 1984 đến 1999, số tội phạm về "nghiện

26. Chi phí lạm dụng chất gây nghiện (Costs of Substance Abuse). https://www.drugabuse.gov/drug-topics/trends-statistics/costs-substance-abuse

ngập" trong tòa án liên bang trong mỗi năm đã gia tăng từ 11.854 lên đến 29.306 người. Dù có giảm bớt nhưng người nghiện cũng đang tràn ngập các trại tù trên toàn quốc. Nhiều cai tù, thẩm án và các nhân chức thẩm quyền biết rõ điều này và cố gắng với nhiều biện pháp cải thiện. Thật ra, những tên lái thuốc kích thích sẽ không bao giờ bị tù, bởi bọn họ quá giàu và quá thông minh nên khó lòng bị bắt. Bọn họ thuê những người nghiện, hoặc những đứa trẻ, đôi khi chỉ khoảng 11 hoặc 12 tuổi, làm bia đỡ đạn cho mình.

Michael trong nhà tù Racine đề nghị rằng chánh quyền nên xúc tiến việc cải thiện luật lệ về thuốc kích thích – không phải hợp thức hóa tất cả loại thuốc, bởi vì điều này không đơn giản. Nhưng nên hợp thức hóa việc sử dụng những loại thuốc này, xem đây là những vấn đề sức khỏe công cộng. Không còn giam giữ những người nghiện thì nhà tù sẽ có đủ chỗ để giam những tội phạm nguy hiểm hơn. Kết quả, chúng ta không cần phải xây thêm nhà tù mới, tiết kiệm ngân quỹ quốc gia năm tỷ đô la một năm. Chúng ta chỉ cần dùng một phần số tiền đó vào việc xây dựng những trung tâm điều dưỡng và những chương trình "cai nghiện" trong cộng đồng, chúng ta sẽ đẩy những tên lái buôn thuốc kích thích "dẹp tiệm" vĩnh viễn bằng cách làm khô cạn thị trường của chúng.

Bước ra đường phố đảo mắt nhìn xung quanh, chúng ta thấy mọi người cũng như mình bước đi hấp tấp vội vã, mắt thường liếc nhìn đồng hồ. Chúng ta bước chạy làm sao cho kịp chuyến xe đến sở làm, vẻ mặt hốc hác không kịp thở. Tất cả đều chạy kiếm tiền để sinh sống. Chúng ta chạy từ sáng đến tối, tháng này qua năm nọ. Chúng ta chạy mãi. Sau cùng gần hấp hối, chúng ta mới biết mình đang đuổi theo cái chết. Chúng ta không có thời gian chăm sóc gia đình. Con cái thiếu tình thương. Thiên đường tình thương cũng dần mất hút. Thanh niên trẻ tuổi không có chỗ dựa tinh thần, chán nản, dễ đi lầm đường, tự hủy hoại bản thân mình vì họ không còn tin tưởng ai và bất cứ một cái gì trên cuộc đời này nữa.

Tìm khoái lạc nơi ma túy, nhục dục, thanh thiếu niên đã buông thả tương lai, lãng quên hiện tại để rồi tự đánh lừa mình bằng ảo giác á phiện đi tìm thiên đường nơi trần thế. Họ thật đáng thương vì họ đã đánh mất mình. Họ như những con thú hoang lạc bầy đang khóc rống lên những tiếng kêu bi thống.

Sự Lựa Chọn và Hậu Quả

Bo Flack là người bị tù 12 năm cho việc hút và bán á phiện.[27] Đây là lời giải thích và khuyên của Bo về sự lựa chọn và hậu quả của việc này:

Cách đây 29 năm, vào tháng 6 tôi tốt nghiệp trường cấp ba. Rồi tôi vào đại học, từ "dân ghiền đàn em" ở năm thứ nhất đại học, tôi đã trở thành "dân ghiền anh chị" vào năm thứ hai. Tôi đã bắt đầu hút xì (*methamphetamine: a related stimulant drug and especially an amphetamine*) và uống các thứ thuốc kích thích (*a depressant drug; barbiturate*) từ năm tôi mười ba tuổi.

Không giống như đương thời, tôi không có kỷ niệm gì để nhớ vào lứa tuổi của tôi. Tôi không bao giờ muốn có lập gia đình hay có con để ổn định cuộc sống. Tôi sống trong sa đọa từ nhỏ tới lớn cho đến khi tôi bị ở tù vào lúc 32 tuổi. Thuốc phiện, say sưa và tiệc tùng là một phần lớn

27. Sự Lựa Chọn và Hậu Quả. Bo Flack. (The Choice and Consequence by Bo Flack). http://www.thubtenchodron.org/PrisonDharma/choices_and_consequences.html

trong cuộc đời của tôi bởi vì tôi buôn bán á phiện. Tôi lớn lên trong giai đoạn xì ke đang thịnh hành ở Nam Cali vào cuối thập niên 60 và đầu thập niên 70. Đó là một thời kỳ nổi loạn. Thật ra, tôi đã không còn xì ke khoảng năm, sáu tháng trước khi tôi bị bắt. Tôi đã quyết định bỏ xì ke trước khi tôi bị bắt và bị tống giam.

Tôi không tuyên bố mình là chuyên viên trong hút sách hay rượu chè nhưng tôi biết tôi thuộc loại sành sỏi và tôi học điều này khi tôi ở đại học. Tôi trải qua nhiều năm để suy tư, quán tưởng về những gì mình đã làm, những động cơ và hậu quả của nó. Tôi không chỉ trích người nào khác và không muốn nói ra thế nào mọi người nên sống, nhưng tôi hy vọng câu chuyện của tôi có thể giúp ích gì đó cho bạn đọc.

Tôi bắt đầu hút xì ke và uống thuốc kích thích từ năm 13 tuổi. Từ một gia đình nghiện ngập, tôi đã bắt đầu uống rượu từ ba năm trước (khi 13). Đến lúc 15 tuổi, tôi đã dùng một số lượng khá lớn LSD (lysergie acid dicthylamide), mescaline và peyote. Lúc đó, chúng tôi sử dụng rất nhiều thuốc (an thần). Chúng tôi đã sử dụng thuốc kích thích như Seconal và Phenobarbital cũng như Thorazine và Methaqualone, v.v… Năm 16 tuổi, tôi bắt đầu dùng bạch phiến và thuốc phiện, luôn cả morphine dùng trong y khoa, mà chúng tôi đã mua được qua trung gian của một nhân viên làm trong bệnh viện và từ thuốc Tussinex, điều chế từ tổng hợp có chất thuốc phiện. Đến năm tôi 18 tuổi, tôi sử dụng tất cả mọi thứ, như PCP, synthetic cannobanal, THC, xì ke, crystal meth, dialaudid, qualudes, v.v... Chúng tôi hút bằng miệng, bằng mũi, chích, uống, v.v... bằng mọi cách. Gần như lúc nào chúng tôi cũng xài thuốc, uống rượu, nào whisky, vodka, bia, tequila, Bacardi rum, v.v...

Điều muốn nói ở đây là tôi đã từng nghiện như vậy.

Tôi rất ghét người rành về việc này mà không cho tôi lời khuyên. Lời khuyên tốt nhất là từ những người bị lún chìm trong đó và bị đưa vào chốn tù tội này.

Tôi nhớ rất rõ khi tôi khoảng 18 hay 19 tuổi, tôi muốn những ý kiến tôi là tối thượng và nhóm phải theo. Tôi muốn trở thành nổi tiếng anh hùng và hấp dẫn. Đạt được điều này là mục tiêu chính mà thanh niên trẻ tuổi thích thú. Đối với thanh niên, lứa tuổi đó trong đời thật cũng là hoang dại, bởi vì lúc đó tràn trề lòng đòi hỏi về dục tính. 15, 16 tuổi, tôi không nghĩ về sự trí tuệ thông thái mà chỉ nghĩ về quan hệ tình dục giới tính. Đó là một trong những nguyên do chính chúng tôi cần phải chấp nhận và cần phải hấp dẫn. Những chàng điển trai hấp dẫn luôn luôn để thu hút nhiều phụ nữ, con gái theo mình.

Tùy vào nhóm mà mình tham dự, rượu và thuốc được sử dụng ở nhiều trình độ khác nhau. Trong vài nhóm, rượu được dùng nhiều hơn thuốc, chẳng hạn như mấy đứa nhỏ "tay mơ" hoặc tương đối "có giáo dục". Còn thuốc và rượu là những đồ nghề cho dân ghiền, dân tò mò và những buổi tiệc. Ngay trong những buổi tiệc, cũng có mấy tụi chó sử dụng đến trình độ cực đoan.

Đối với những người nghiện á phiện, tôi không nói: "Bạn nên chấm dứt hút" hoặc "Bạn không nên hút". Bạn là những thanh niên, những người lớn, những con người, bạn phải tự quyết định cho chính bạn. Để tôi nói cho bạn nghe một cái gì đó quan trọng hơn, một khái niệm mà bạn có thể chưa nghĩ hay quan tâm đến. Đó là cái mà tôi gọi là 'chân lý của những sự lựa chọn và hậu quả'. Đây là chân lý rất đơn giản và nên thường quán chiếu. Ví dụ: nếu bạn chọn thức suốt đêm thì cái gì sẽ xảy ra? Bạn sẽ dạy trễ và đi làm, đi học sẽ bị trễ nải. Vì thiếu ngủ nên bạn mệt và cáu kỉnh suốt ngày. Bạn có thể bị trễ hẹn và bị giấy (tickets) phạt do lái xe vội vã. Một triệu điều có thể xảy ra do kết quả bạn thức khuya.

Sự chọn lựa và hậu quả: Tôi muốn nhấn mạnh bạn nên thử làm một cuộc thống kê, để định vị nhận ra chúng và nhìn vào cái gì mà những quyết định này đưa đến. Đặc biệt là những quyết định không quan trọng hoặc thói rượu bia của quá khứ hay hiện tại. Xem xét và cố gắng hiểu hậu quả mạnh mẽ của rượu bia. Khi bạn dấn thân vào xì ke hay rượu chè là bạn đã làm một sự lựa chọn. Chọn rượu bia mặc dầu có một lúc nào đó nó không phải là như vậy. Một khi đã chọn làm bạn với xì ke và ma túy thì hậu quả thảm hại của chúng sẽ theo hết cuộc đời của bạn. Lúc 13 tuổi tôi đã bắt đầu hút bạch phiến. Điều này đã đưa đến những dấn thân vào á phiện xảy tiếp theo một quyết định trước khi biết những yếu tố cần thiết. Quyết định đó tôi đã làm cách đây 33 năm và bây giờ vẫn bị ảnh hưởng trong đời tôi mỗi ngày. Khi tôi nhìn chung quanh, tôi thấy những quán bar, tôi nhớ nhà tôi, gia đình và sự tự do tung bay của tôi. Tôi biết thói rượu bia trong nhiều năm qua đã làm tệ hại con người tôi. Tôi biết nhà tù nơi giam tôi trong 14 năm qua là một phần hậu quả do quyết định sai lầm của tôi lúc 13 tuổi.

Một việc bạn cần phải hiểu hơn tất cả điều khác là những quyết định bạn đưa ra bây giờ hoặc tốt, xấu, hay vô hại đều dẫn đến nhiều quyết định hơn nữa trong tương lai. Chúng sẽ là màu sắc, là hương vị cho những quyết định tương lai này. Tổng hợp lại những quyết định sẽ quyết định bạn là ai và cuộc đời bạn như thế nào. Nói đơn giản, cuộc đời là kết quả sau cùng của những sự quyết định mà bạn đưa ra. Theo thời gian! Đúng vậy! thỉnh thoảng những việc xảy ra tình cờ hay ảnh hưởng bên ngoài sẽ xảy ra thay đổi bạn, nhưng quyết định là nơi mà bạn đã đặt mình vào. Quyết định là phần trung tâm của nghiệp lực. Quyết định tốt thì nghiệp lực sáng sủa.

Quyết định bạn đã làm bây giờ ở trường cấp ba hoặc thanh thiếu niên sẽ ảnh hưởng toàn cuộc đời bạn. Chúng sẽ ảnh hưởng đến những người bạn chọn để có trong đời và những người này sẽ ảnh hưởng cái gì bạn làm, nơi bạn đi và kinh nghiệm gì của bạn. Bạn đang viết một trang sử mới cho cuộc đời người lớn của bạn. Bạn đang làm những quyết định để định cuộc đời của bạn. Cha mẹ thường quyết định giùm bạn. Làm một quyết định chính chắn là cần thiết ở giai đoạn này của bạn. Tuy nhiên, thanh thiếu niên thường không có khả năng và kinh nghiệm để làm quyết định này. Tôi chắc chắn là không. Đây là phần cay đắng của thanh thiếu niên. Chúng ta có thể trưởng thành ở thân thể và quan hệ tình dục, nhưng chúng ta chưa trưởng thành trong tâm lý và tình cảm. Chúng ta chưa có được. Khi tôi 16 tuổi tôi đã biết tất cả. Bây giờ tôi 46 tuổi và 30 năm qua rồi để thấy rõ rằng tôi không biết gì hết.

Hầu hết các thanh thiếu niên không nhìn cuộc đời như là sự lựa chọn và hậu quả. Chúng ta không nhìn ở tương lai dài. Tương lai dài có thể là tuần tới, năm tới chứ không phải là sau 30 năm. Thanh thiếu niên như đồng nghĩa với tự phát, tự ý.

Điều ngu ngốc mà tôi đã làm trong đời tôi là tôi dấn chìm sa đọa trong say xỉn và để rượu tràn đầy trong đầu óc tôi. Lúc đầu, tôi chỉ uống và hút xì ke cho vui nhưng dần dần trở thành nghiện ít rồi nghiện nhiều. Say xỉn trở thành một mẫu đàn ông, là một phần của đám đông, một tàn tích khủng khiếp không thể tin được, bị phạt do lái xe có hơi rượu và nhiều hành vi đáng tiếc khác. Điều này đi từ một trong những hành động đơn giản, vô thưởng vô phạt nhất trong xã hội, là phì phèo điếu thuốc, một trong những thói quen nguy hiểm nhất mà con người mắc phải.

Có nhiều tác hại về sức khỏe từ rượu và xì ke. Mới dấn vào thì thấy không có gì nhưng từ từ nó mạnh mẽ và tác hại ghê gớm. Uống quá nhiều cocain và sẽ thấy phát triển nhanh chứng rối loại tâm thần do cocain. Hút á phiền vài lần sẽ thấy nghiện và đưa đến bán tất cả những gì bạn có và ăn trộm bất cứ cái gì có giá trị để có tiền mua á phiện giải quyết bịnh nghiền lên cơn. Hít xì ke một vài năm và nhìn răng bị gãy, nước da hóa nấm vảy. Ngậm loại ma túy LSD (lysergie acid dicthylamide) gây cảm giác mạnh vài năm bạn sẽ không thể nào nhớ nổi điện thoại của bà ngoại mà bạn đã thuộc lòng trước kia. Say xỉn thì không chóng thì chày sẽ nhận giấy phạt lái xe có mùi rượu và bị nghỉ đêm trong trại giam, đó là bạn may mắn. Nếu bạn không may mắn thì bạn sẽ là kẻ giết người nhiều nhất do tai nạn lái xe có rượu gây ra. Rượu và xì ke bạn dùng hoặc ít hoặc nhiều, hoặc mau hay lâu đều nguy hiểm cả.

Xì ke và rượu bia là nguyên nhân căn bản cho nhiều cái chết của người thân và bạn bè. Nếu hai thứ này không có tồn tại trên cõi đời thì theo cái biết qua cuộc đời tôi đã có hàng chục người thân của tôi vẫn còn sống chứ không bị chết uổng. Bị xe nghiền nát, tự tử, hút xì ke quá liều, sự suy thoái của cơ thể, mất tính sắc bén của tinh thần... đã lấy đi nhiều mạng sống của người thân thương của tôi. Dù ít hay nhiều, mau hay lâu cả hai độc dược này đều phá hại cuộc sống của chúng ta. Hãy bỏ ít thời gian suy nghĩ về việc này, việc bạn đang làm cho chính bạn.

Trước khi bạn say xỉn, hít á phiện, hãy nghĩ về bạn đang làm cái gì cho thân, tâm, sức khoẻ, mối quan hệ, mục đích và giấc mơ của bạn. Hãy liệt kê những mục đích lâu dài và suy nghĩ về cái gì bạn muốn cuộc đời bạn thành, và nơi đâu bạn đang đưa cuộc đời bạn đến. Hãy suy nghĩ về sự chọn lựa và hậu quả của chúng.

Tôi không bắt mọi người phải bỏ rượu và xì ke. Đó không phải là quyết định của tôi. Nhưng tôi nói về sự chọn lựa và hậu quả của nó. Nếu tôi nói bạn bỏ hai thứ này thì tôi giống như kẻ giả nhân, giả nghĩa, vì tôi đã già, một người đã từng lăn lộn trong chốn giang hồ. Nhưng tôi nói với bạn nếu tôi được lập lại cuộc đời thì điều này sẽ khác đi. Tôi có nhiều hối hận tôi đã làm trong quá khứ. Và bây giờ việc quan trọng phải làm là điều thiện và danh dự, làm cái gì đưa đời sống chúng ta đến hạnh phúc và an lạc vĩnh viễn.

Tôi hy vọng những gì tôi viết sẽ đem lại lợi ích cho các thanh niên, nhưng tôi có sự nghi ngờ. Tại sao? Bởi tôi nhớ khi tôi còn lứa tuổi đó, hầu hết thời gian, tôi không nghe những người lớn hơn tôi, bởi vì tôi cho rằng tôi biết rất nhiều. Tôi đang mỉm cười khi nhớ đến những hiếu thắng và nông cạn mà tôi có. Này bạn, có phải tôi thật sự ngu xuẩn phải không? Tôi vô minh trong nhiều điều, quá kiêu ngạo và toàn thân tôi tràn đầy tư tưởng đó. Thật là buồn cười, thật là buồn vui lẫn lộn. Nhiều và nhiều rượu chè say xỉn với những quyết định sai lầm. Bây giờ tôi vẫn hiện diện đây, 46 tuổi rồi, trong một hình dạng thân tâm tương đối tốt.

Một điều tôi thật sự vui, đến giai đoạn này trong đời tôi biết rằng những quyết định của tôi bây giờ có ý nghĩa hơn. Chúng không có hấp tấp, bốc đồng. Tôi không còn là chàng thanh niên tự phát như cách đây 30 năm nữa.

Bây giờ tôi là một người đàn ông trung niên và thực dụng. Những áp lực, tình dục và vật chất không ảnh hưởng mạnh trong tôi như trước kia. Kết quả này là do quyết định của tôi dựa trên điều phải hay trái, xấu hay tốt và nơi mà tôi muốn là 20 năm từ bây giờ thay vì là 20 phút. Tiến trình làm quyết định này của tôi bây giờ lại quan tâm đến một điều mà trước kia ít khi nào tôi nghĩ đến: thế nào để điều này ảnh hưởng đến người khác? Thường là vì tôi nhưng bây giờ thì không phải thế nữa. Tôi thích giai đoạn lứa tuổi này, tôi muốn sống thập niên bốn mươi này thêm 10 hay 20 năm nữa. Đây là giai đoạn tốt trong đời, bởi vì bạn cuối cùng đã trải qua những áp lực giới tính và có một số hiểu biết trong đời.

Bạn hỏi tôi làm thế nào để tôi quyết định bỏ xì ke? Có nhiều nguyên do, điều quan trọng nhất là tôi kinh sợ với bản thân tệ hại mà tôi sẽ trở thành, chếch choáng men rượu và làm tình với phụ nữ. Đến điểm này của cuộc đời, tôi nghĩ rằng tôi đã không làm cái gì đúng đắn. Đời tôi trở nên rối ben trong cuộc xoay của đồng tiền, tham dục, tài sản và thuốc phiện. Tôi đau khổ và giết lần mòn mình. Vào dịp lễ Tạ ơn (Thanksgiving Day) 1989, tôi quyết định bỏ hết, nhưng tôi phải trải qua hàng tháng mới rút bỏ, tách mình ra khỏi những mối quan hệ này được.

Bo Flack

Hạnh Phúc và Hỷ Lạc

"Chà, ngày mùa xuân đẹp quá!" Tôi nói với chính mình trong lúc bước ra khỏi căn nhà "xì ke" lúc sáng sớm để bắt đầu đi kiếm khách để có tiền mua "thuốc" mà tôi thích. Vài phút sau, mặc dù quần áo dơ dáy và đáy giầy có một lỗ thủng lớn bằng trái banh golf, tôi cảm thấy dễ chịu.

Ít ra trời không có mưa, tôi có thể đi dọc hè phố khô ráo, trong lòng mang một nỗi buồn man mác.

Cuộc đời tôi hầu như bế tắc. Tôi ý thức rõ nỗi tuyệt vọng của một con điếm nghiện xì ke. Tất cả chỉ vì "xì ke" mà phải "ngủ" với bất cứ ai. Tôi đã mất tất cả, hai đứa con dễ thương, đất đai, nhà cửa và một người chồng. Nhiều khi tôi muốn tự tử, nhưng hôm nay điều đó không còn ám ảnh tôi nữa, bởi vì có một cơ hội hướng thượng đã dạy tôi về ý nghĩa của "sự an vui chân thật."

Đang đi thất thiểu, vẫn chưa có tiền, bụng đói, dơ dáy và đang thèm "thuốc", tôi bắt đầu đi ngang qua một bụi hoa lài đang nở rộ. Khi đến gần, tôi bèn ngừng lại ngắt một nhánh hoa lài, rồi tiếp tục bước đi. Một, hai, ba bước đi. Ồ! Sao hoa này mùi thơm ngan ngát, bốn, năm, sáu, không biết nó đã mọc ở đó được bao lâu? Chín, mười, mười một, hoa này quả thật tuyệt vời. Mười lăm, mười sáu, mười bảy, không biết có bao nhiêu người đi ngang qua lối này mỗi ngày và phát hiện những đóa hoa dại xinh đẹp này? Mười chín, hai mươi, hai mốt. Ồ! có hai mươi mốt bụi hoa lài xinh đẹp thơm tho mọc ven đường.

Trong những giờ phút đen tối, không nhà cửa, nghiện rượu và bán mình để hút xì ke. Tôi nhận được niềm vui đơn thuần khi thấy những cánh hoa lài bên vệ đường. Có một hương thơm của hoa bay ngược gió và tôi đã nghĩ gì về hương thơm của cuộc đời mà tôi đánh mất.

Sylvia B

Giữ Vững Cuộc Đời

Thời gian ở tù là một khúc quanh lịch sử để tôi trở thành một Phật tử.

Do sự thực tập Phật pháp khiến sáu tháng ở một nơi buồn bả trở thành hữu ích. Thật tuyệt vời, sự thực tập tọa thiền hàng ngày và trì giới nghiêm chỉnh - một khoảng thời gian đơn thuần và hạnh phúc mà tôi có được trong nhiều năm. Mặc dù rượu và ma túy sẵn có (như trong nhiều nhà tù), nhưng tôi không còn dùng những chất nghiện nữa. Tôi được phép đem vào [xà lim] một bồ đoàn, một tượng Phật và một quyển kinh Phật.

Mặc dù thời gian trong tù đã đem đến nhiều khó khăn và cũng không ít nguy hiểm, nhưng tôi nhìn lại sáu tháng đó với một cảm giác quyến luyến lạ thường. Ngoài việc thiền tọa và không bị dính mắc với ma túy và rượu, tôi cũng làm được vài công việc lợi ích trong nhà tù, như dọn dẹp thư viện, giúp vào công tác thiết lập những lớp học căn bản cho tù nhân. Tôi hoan hỉ giúp các tù nhân làm bài tập và viết thư. Mỗi khi nhìn lại, tôi nhận thấy cái công thức đơn giản "thiền tọa mỗi ngày, không dính mắc với chất nghiện, hoạt động lợi ích" đã giúp cho tôi phong phú hóa cuộc đời tôi, đã từng chứa chất toàn những sự giận dữ, lo lắng và bất mãn.

Phật pháp đã giúp tôi giữ vững cuộc đời.

Mrs. Habiba

Đấu với Cơn Nghiện

Tôi đang ở trại cải huấn Wisconsin Resource Center (Winnebago, WI) nơi đây thường có các tù nhân tâm thần. Thường khi mùa hè nhiệt độ quá nóng sẽ ảnh hưởng tinh thần tôi lúc nào cũng căng thẳng. Tuy nhiên, khi tỉnh và khỏe thì tôi cũng viết thư và nói chuyện bình thường.

Tôi không thể sống thiếu xì ke được và từ lúc bước vào

khung trời Đại học (College) với tuổi xuân xanh mười lăm lúc đó tôi buông mình trong thế giới nghiện ngập. Ban đầu tôi chỉ dùng các loại thuốc hút gây hưng phấn nhẹ nhàng, nhưng rồi không thỏa mãn với các khoái cảm 'lạc thú' nhẹ nữa, tôi tiến đến dùng bạch phiến và các loại khác chế biến từ thuốc phiện. Thói quen của tôi bắt đầu ngấm nặng dần do độ kích thích và rung cảm của chất nghiện, nhưng khi nhận thức rõ điều này thì (quá muộn) vì tôi không thể sống thiếu ma túy được. Tôi cố gắng (kiềm chế) nhiều lần bằng lý trí của chính mình, nhưng rồi hoàn toàn thiếu nghị lực, bởi lẽ tôi chưa bao giờ đối diện với sự thật rằng chính mình là người nghiện "xì ke ma túy."

Nhưng hôm nay ánh sáng đã đến. Tôi kết bạn với những tù nhân Phật tử cai nghiện và cùng với họ làm cuộc đấu tranh với chính cơn nghiện chúng tôi. Vũ khí của chúng tôi là thiền tọa và quên lãng á phiện. Tôi phải chống chỏi nhiều năm, nhiều khi ngồi thiền mà cơn nghiện run bần bật. Nhưng tôi cắn răng chịu đựng và quán ánh mắt từ bi của Phật bao phủ thân mình.

Xin xoa dịu nỗi đau của chúng con.

Bill

Dòng Chảy

Tôi chán nghe những tù nhân khác nói về những phần thân thể của họ và họ muốn quan hệ tình dục với nhau. Tôi chán nghe thằng 18 tuổi mà biết mọi thứ trên thế gian nói về những quá khứ anh hùng cướp giật trong chốn giang hồ của chúng và chúng sẽ tiếp tục lịch sử đó một khi được thả tự do. Tôi chán nghe tiếng kêu và sự rung chuyển của những cánh cửa tù đóng mở. Tôi cũng chán nghe sự rên rỉ tội nghiệp của bản thân mình.

Cách đây vài năm, tôi có khóa học ngắn tại trung tâm điều trị nghiện xì ke. Tại đây, tôi đã gặp một phụ nữ, cô ta nói: "Khi bạn không thể chạy và không thể tranh đấu thì hãy uyển chuyển theo dòng". Tôi tâm đắc câu nói này. Tôi không biết cô ta trích ở đâu nhưng câu nói đó vẫn ở trong đầu tôi.

Tôi không thể chạy, ít nhất không quá sáu bước ở khắp hướng trong xà lim của mình. Tôi không thể đánh đập để làm sụp bức tường bằng bê tông xuống, vì vậy, tôi tưởng tượng tôi chỉ có cách là theo dòng. Ở địa ngục dường như không có việc để làm.

Làm thế nào để tôi chảy theo dòng? Tôi hỏi bản thân tôi. Mới đây tôi đã đọc cuốn "Điều ngự sân giận" (*Working with Anger*) nói rằng: "Trước khi bạn chuyển hóa hay loại trừ sân giận, bạn phải nhận diện chúng". Vâng, tôi có nhận diện rằng tôi đang sân giận.

Mọi điều xung quanh tôi đều làm tôi bực bội. Nhưng mà đợi một chút. Thật ra không ai đã từng làm tôi sân giận. Tôi chọn sự phản ứng hoặc một cách này hay khác và tôi đang chọn là sân giận.

Bây giờ, lời buộc tội đã rõ ràng, tôi bối rối (đứng ngồi không yên) một tí. Tôi nhận ra tôi không thích sân giận, đặc biệt nếu tôi là nguyên nhân gây ra sân hận. Tôi cần nguôi giận và thoải mái như ngài Thánh Thiên (*Shantideva*) nói:

"Tại sao đau đớn nếu nó là phương thuốc trị bịnh? Tại sao đau đớn nếu nó không phải là thuốc trị bịnh? "

Vì vậy, tôi nghĩ hoàn cảnh có thể điều trị bởi vì tôi là người tạo ra sự sân giận. Với tư tưởng đó, tôi cầm viết và bắt đầu đặt bút viết. Trước khi tôi biết điều này, sân giận của tôi biến mất và tôi hưởng sự mát mẽ của vô sân.

Một nụ cười nở trên mặt. Tôi thấy một con đường. Đó là dòng chảy của nét chữ trên trang giấy của tôi.

Elijah

Khói Nơi Tách Cà Phê

Amy N. kể rằng: Một trong những hiểu lầm lớn nhất hiện nay cho rằng tất cả những người "nghiện" đều là những người dân nghèo, ít học và thất nghiệp, xuất xứ từ những gia đình đổ vỡ, không có giá trị, đạo đức hoặc chí hướng. Tôi muốn vẽ lên cho bạn một bức tranh khác, thực tế hơn.

Năm mười ba tuổi tôi chích mũi "bạch phiến" đầu tiên. Ba năm sau, tôi bắt đầu buôn bán thuốc phiện để có thuốc chích. Mười một năm vừa qua, tôi vừa dùng vừa bán bạch phiến. Nhờ vào việc buôn bán bạch phiến, tôi sắm được căn nhà năm phòng ngủ, hai chiếc xe hơi, một cơ sở thương mại nhỏ và vài trăm ngàn đô la. Hiện nay, tôi hai mươi bốn tuổi và đã bị tù hai năm. Tất cả những gì tôi làm ra đều bị hoặc là tịch thu, hoặc là bán đi để trả tiền luật sư. Không những tôi mất tất cả cho luật sư biện hộ và nhà nước mà tôi còn mất những cái quý báu hơn. Tôi mất sự tự do, tự trọng và quyền căn bản làm người. Có đáng không? Không. Có những vật mà bạn không thể thay thế, thời gian là một trong những thứ đó.

Tôi đã tiếp xúc với nhiều khách nghiện. Mỗi ngày trong tuần, tôi bán cho những dân trí thức giàu có nhiều hơn là những người thường được gọi là "khách nghiệm thông thường". Tôi sẽ trình bày chi tiết hơn về điểm này cho bạn biết sự "buôn bán" của tôi trung bình trong một ngày. Mỗi ngày bắt đầu lúc 5 giờ sáng. Tôi thức dậy do tiếng gõ cửa. Tôi sẽ mở cửa mà không cần xem trước là ai, bởi vì tôi đã biết rõ. Sam và vị hôn thê của anh ta mới vừa từ nhà thương thực tập về. Hai người đều là sinh viên y khoa và đang học tại một đại học danh tiếng. Tôi gặp họ mỗi ngày vào lúc này.

Sau khi họ đi, tôi vội vàng chuẩn bị cho ngày hôm đó. Tôi phải xuống phố trong vòng 45 phút. Jason sẽ vừa trên đường đến sở. Anh ta làm việc cho văn phòng luật sư cũng khoảng năm năm. Jason đã lập gia đình được bảy năm và có hai đứa con. Anh ta có thói quen mua 200 đô la bạch phiến mỗi ngày.

Sau khi bán, tôi đến nơi ăn điểm tâm thường ngày. Trong hai giờ tôi ăn sáng và học bài, tôi sẽ bán thêm cho năm khách hàng: một nhân viên phục vụ khách hàng của một cửa thương xá nổi danh, một người chủ của một quán bar thể thao, một nhà thầu nhỏ của một công ty điện lực, một kỹ sư phần mềm vi tính và một luật sư. Mỗi người đều trên đường đến sở và ghé qua để gặp tôi.

Bây giờ là đến giờ đến trường. Tôi đang học chương trình kỹ sư hóa học tại đại học. Trong bảy tiếng đồng hồ ở trường, tôi bán cho nhiều sinh viên khác và một giáo sư toán. Khi rời trường học, tôi phải đi gặp người cung cấp để đưa tiền và lấy thêm "thuốc". Allen đã lập gia đình và có một đứa bé trai. Anh ta làm việc cho một công ty dược phẩm và vợ làm kế toán. Họ cũng giống như tôi, có một thói quen hút bạch phiến và xì ke tốn kém, đã buộc phải làm việc liên tục để có thể sống chung với nhau. Đây là sợi dây nối buộc chúng tôi với nhóm người này. Chúng tôi là những người nghiện "sinh hoạt bình thường."

Trong hai tiếng nữa, tôi phải lái ra bãi biển để gặp

Maria. Bà ta là một người làm ngân hàng, kinh doanh địa ốc thành công. Tôi chỉ phải lái ra biển mỗi tuần một lần, cho nên cũng không phiền hà. Maria có đủ tiền mua thuốc để dùng cho cả tuần.

Bây giờ là gần 8 giờ tối và chấm dứt một ngày làm ăn của tôi. Tôi không phí thì giờ đi bán cho những tội phạm thất nghiệp và bọn trẻ trong thành phố. Họ không đủ tiền để mua. Hàng tỷ đô la được chi phí vào " thuốc" mỗi năm ở nước Mỹ. Những người thất học, thất nghiệp, nghiện ngập thông thường, không đủ tiền để giữ cho kỹ nghệ thuốc lậu vận hành.

Bạn nghĩ rằng bạn biết ai là người "nghiện", nhưng hiện nay bạn đã biết sự thật. Sau này, bạn không còn dễ tin theo những gì mà xã hội có thành kiến về những người "nghiện ngập" trong xứ này.

Amy N.

Tự Mình Ra Khỏi Lỗi Nghiện Rượu

Thật sự, không ai thích sự bất tịnh và vô minh. Có một lần, tôi nhận ra tôi đang ở trong hoàn cảnh với những cảm giác này. Tôi cũng biết rằng chúng ta là cái nguồn tối hậu quyết định của sự giải thoát và quy y: đây không có đấng chúa trời tuyệt đối ban cái gì cho chúng ta và có khả năng làm cho mọi điều hoàn hảo. Làm sao tôi hy vọng có thể thấy sự tiêu diệt phiền não trong dòng tâm của mình ngay khi tôi tiếp tục tạo những nguyên nhân mới cho đau khổ tương lai?

Chúng tôi lên kế hoạch: từ bỏ căn nguyên gốc của nghiện (đường, cafêin, nicôtin - sugar, caffeine và nicotine) và những nghiện ngập kèm theo (á phiện, rượu...). Chúng tôi hãy làm một sự chuyển hóa loại bỏ lòng tin cho rằng những chất này là nơi trú chân thật, lâu dài và thay bằng thói quen tốt.

Tôi đã đọc nhiều thói quen mang từ đời này đến đời khác. Giải thoát không phải là cái gì sắp xảy ra nếu chúng ta tiếp tục giữ thói quen nghiện ngập. Làm thế nào tôi tuyên bố hướng về giác ngộ nếu tôi có những thói quen xấu xa mà tôi không muốn xả bỏ?

Trí tuệ và từ bi là điều quan trọng. Bằng cách có tình thương cho bản thân, chúng tôi phải bỏ những cái gì hại bản thân mình và quyết định hủy bỏ nghiện ngập. Sự đau khổ do nghiện ngập luôn luôn là một kinh nghiệm đáng chia xẻ, ảnh hưởng gia đình và bạn bè, hại từng mỗi người mà chúng ta quan tâm. Dĩ nhiên, sự nghiện ngập và hành động xấu của chúng ta ảnh hưởng mọi người mà chúng ta yêu thương. Tự tử không phải là một giải đáp, cũng không mang ý nghĩa giảm giá con người mình dựa trên tội lỗi do hành động của mình.

Với trí tuệ, chúng ta có lý do và tìm hiểu mỗi lãnh vực của đời sống chúng ta. Chúng ta có thể loại bỏ quan niệm sai lầm cho rằng diệt đau khổ bằng cách dùng những loại nghiện ngập này. Chúng ta phải có lòng tin con đường chúng ta đi và khả năng để hàn gắn vết thương khởi lên từ tâm của chúng ta.

Qua kinh nghiệm cai nghiện này, chúng ta thấy bản thân chúng ta có tiến triển. Chúng ta không dựa vào lòng tin để thấy những việc này. Chúng ta thấy chính bản thân mình rằng lòng tin trước đó của chúng ta theo những thú vui hay đau khổ bên ngoài là không đúng. Chúng ta thấy kinh nghiệm của chúng ta không chỉ dựa vào những nguyên nhân trước mà còn thành hình bằng cách chúng ta thâm nhập, ảnh hưởng và phản ứng những điều khi chúng xảy ra.

Một trong những nguồn sức mạnh của chúng ta là đang thấy, là một lãnh vực của bản thân tôi đã duy trì sự thanh tịnh và vô điều kiện và đó là tiềm năng của những lãnh vực không biến đổi của Phật tánh. Tôi thấy tâm trần tục của mình đang bị nhiễm độc với những chất đã tách xa tôi với tánh tốt của bản chất Phật.

Tôi khéo suy luận ra điều này nhưng không bám giữ vào chúng và cảm thấy rằng tôi có thể thanh tịnh thân, tâm mình. Tôi có thể thiền quán về tánh Phật. Tôi nguyện với bản thân mình và với Đức Phật là tôi sẽ bỏ các thứ nghiện ngập hại tôi và có hậu quả tiêu cực ở thân tôi. Đây là căn bản của thực hành Phật pháp.

Alberto

Cai Nghiện

Trung tâm cai nghiện[28] sẽ chỉ thực hiện sự giúp đỡ nếu cha mẹ bịnh nhân quyết định cai nghiện cho thân nhân của họ. Một khi người nghiện đã quyết định, thì trung tâm sẽ đến tận nơi chữa trị ngay cả trong tù. Điều tiên quyết đầu tiên là sự chán ghét bịnh nghiện của mình. Họ phải bị buồn nôn và chán chường vì lập lại vòng đau khổ do không thỏa mãn đời sống của họ và do sự phức tạp của lòng tin cho rằng những chất này làm họ cảm thấy tốt hơn.

Khi cơn nghiện lên, tôi trải qua nhiều thời gian chạy quanh cố gắng tìm thuốc á phiện tôi thích và tiêu rất nhiều

28.Trung tâm cai nghiện. M.P. (Drug Rehabilitation Center by M.P.). http://www.thubtenchodron.org/PrisonDharma/leading_ourselves_out_of_addiction.html

tiền hơn cả tiền tiêu dùng hàng ngày mà tôi có do làm việc. Tôi đau khổ bởi vì tôi không có một công việc làm trả lương tốt, nhưng khi có tiền và có thời gian, tôi đều đốt chúng vào thuốc phiện và rượu chè. Nếu tôi dùng tiền và thời gian một cách sáng suốt, tôi sẽ không phải buộc tội bất cứ người nào.

Hầu hết người nghiện đều muốn cai, nhưng họ thiếu lòng tin trong cách thức cai nghiện, trong chuyên khoa và trị liệu. Bây giờ ở trong tù tôi có thể tham vấn những tù nhân khác. Tôi nói như một người đã cai nghiện rồi. Ý của tôi là dựa trên lòng từ bi và mong lợi ích cho họ. Nếu họ không thấy và tin điều này, họ sẽ không bao giờ đến gặp tôi nữa. Thỉnh thoảng mọi người cám ơn tôi cho sự giúp đỡ nhưng tôi nhắc họ là phải chính họ thực hiện. Họ đã rửa sạch cuộc sống của họ trên chính họ, không có trị liệu hoặc chuyên khoa. Chính họ là những người trị liệu. Chương trình trung tâm cai nghiện cần thúc đẩy từng cá nhân.

Hạnh Phúc ở Trong hay Ngoài: Một điểm chính để thấy mọi người, vật, sự kiện bên ngoài không làm cho chúng ta hạnh phúc hay đau khổ. Hạnh phúc hay đau khổ tùy thuộc làm thế nào chúng ta diễn đạt chúng. Chúng ta phải dừng buộc tội người khác cho sự đau khổ của mình. Có phải chúng ta buộc tội bên ngoài bởi vì chúng ta không có sự tự trọng. Có phải thật sự chúng ta cảm thấy mình vô giá trị và không có khả năng để giúp người khác. Có phải chúng ta thấy sự bí mật rằng những vật bên ngoài mang hạnh phúc, an lạc và ý nghĩa bên trong cho đời mình?

Không có cái gì bên ngoài thật sự làm cho chúng ta hạnh phúc. Đời chúng ta không phải cái gì chúng ta muốn là sẽ trở thành. Tôi cảm thấy không vui với chính tôi, bởi vì tôi cảm thấy không có khả năng để điều chỉnh cái đã lỡ làng trong đời mình. Tôi không có khả năng bởi vì tôi đã trông chờ sự giúp đỡ lớn đến từ bên ngoài. Phép lạ lớn là đến từ bên ngoài. Trong đạo Phật, chúng ta đã học không có sự an lạc mãi mãi được tìm thấy ở vật chất,bởi vì chúng luôn luôn thay đổi. Tôi bắt đầu nhìn vào bên trong cho nguồn hạnh phúc. Không có sự hạnh phúc được tìm thấy ở quá khứ và tương lai mà hạnh phúc chính là hiện tại. Chúng ta hiện hữu đơn thuần trong hiện tại. Có thể gọi nó là món quà bởi vì nó là một món quà. Chính trong giây phút hiện tại, chúng ta nhận món quà của đời sống, từ bi và hạnh phúc. Chúng ta muốn đó là hạnh phúc chính bây giờ, không phải là quá khứ hay sẽ là tương lai. Chính bây giờ là nơi chúng ta muốn hạnh phúc.

Hoàn cảnh khó khăn là những cơ hội thật quý giá. Khi chúng ta đối diện xúc sự và xem sự phản ứng giác tỉnh của mình. Cùng hoàn cảnh dường như đã xảy ra trong đời chúng ta, nhưng chúng ta có thể thay đổi cách phản ứng. Chúng ta có thể thích ứng với việc đổi thay, phản ứng với những việc xảy đến, không phải như là chúng ta không có sự lựa chọn, mà phải như là chúng ta có sự lựa chọn. Chúng ta chọn cách phản ứng, cách nhìn vào tình huống của sự việc.

Tôi đang ở trong một nhà tù bê tông lạnh lẽo, phiền não và đau khổ hoặc tôi có thể thấy nó như là một cơ hội tuyệt vời để thiền, tu tập kiên nhẫn. Có nhiều điều để làm trong xà lim. "Tôi" là nơi tất cả những việc làm trong đời hẳn được làm. Tôi đã có dụng cụ, nơi chốn, nhân công... Tất cả chúng bên trong tôi. Cái gì khác tôi có thể yêu cầu? Tôi có mối quan hệ tốt với quý sư cô dạy đạo thiện nguyện. Tôi tiếp cận kinh Phật, nơi chỉ cho tôi một con đường. Tôi có tất cả những điều cần thiết để tu tập, cần quay về. Tôi không nguyền rủa những người bỏ tù tôi. Họ đã cho chúng tôi một cơ hội để thiền định trong một nơi riêng rẽ, nơi tôi có thể làm việc quan trọng nhất trong đời. Thay vì buộc tội họ, tôi quay về nguồn thật của sự không hạnh phúc trong đời và lấy cơ hội này để làm việc. Luôn luôn có công việc làm cho chính bản thân ta. Chúng tôi không bao giờ buồn chán.

Chúng ta phải chấp nhận sự chia sẻ trách nhiệm cho cái gì nó đến với chúng ta trong đời này. Đầu tiên thật sợ hãi, nếu chúng ta liên hệ nỗi sợ với yếu tố bên ngoài, chúng ta cảm thấy không có khả năng giải quyết điều này hơn là trốn thoát. Thấy nỗi sợ như chính mình tạo ra. Quăng nó bên ngoài với những điều hữu dụng khác. Chúng ta phải quăng tất cả những đồ chúng ta không thích về bản thân chúng ta bên ngoài. Đây là tiến trình làm sạch tâm mình và thúc đẩy chúng ta tinh tấn. Tôi chưa bao giờ thật sự thúc đẩy, tôi chỉ tin là như vậy. Thật dễ để buộc tội những cái gì bên ngoài, vì thế tôi có thể bào chữa từ chia sẻ công việc của mình. Hãy giữ hạnh phúc bên trong và quăng những lời buộc tội bên ngoài. Hãy xóa bỏ sự nghiện ngập của chúng ta bằng chữa trị bên trong tâm và gởi sự nghiện ngập bên ngoài với tất cả việc khác mà chúng ta không có dùng.

Một người không cần phải là Phật tử mới thành công trong việc cai nghiện. Trong trường hợp của tôi, điều mà làm tôi quyết tâm thêm nữa là loại bỏ thái độ nghiện ngập.

Thầy và Bạn: Mối quan hệ chân thật giữa một đạo sư giỏi và một đệ tử có thể chưa bao giờ nói cho hết được. Tình bạn cũng quan trọng. Khi chúng ta dùng á phiện hay rượu, vây quanh chúng ta cũng là những người dùng. Khi chúng ta cố gắng cai nghiện, gần như không thể nếu chúng ta cứ tiếp tục chơi với người nghiện. Họ tiếp tục dùng và có nhiều nguyên nhân để dùng, không có lý do gì để cai nghiện cả. Bạn tốt quan tâm ủng hộ lẫn nhau. Nếu tôi có một giây phút yếu lòng, muốn tái phạm và tôi sẽ thành bạn nghiện của họ. Tôi sẽ ngả vào cạm bẫy. Nếu tôi có những người bạn tốt, không nghiện thì tôi có thể dựa trên tình bạn an toàn đó. Họ có thể dựa trên chính bản thân tôi.

Tôi nghĩ rằng nhóm hỗ trợ sẽ làm việc có hiệu quả hơn, nếu những người tham dự dứt trừ hết tất cả sự nghiện ngập của họ, thay vì để cho những "chất gốc" nằm trơ đó.

M.P.

Chuyện Vui Cứu Chúng Sanh

Có một lần, bạn tôi - một nữ Phật tử tù nhân đang ngồi thiền theo thời khóa biểu tu tập hàng ngày. Cô ấy cảm thấy an lạc và được nhiều công đức.

Một ngày kia đang nhập thiền sâu lắng, bỗng nhiên có tiếng gõ cửa với lời van xin giúp đỡ. Bực mình vì bị phá vỡ, cô đùng đùng đứng dậy, tới mở cửa và la lên: "Bộ không biết tôi đang làm gì à?" "Đây là giờ phút tôi đang quán chiếu tứ vô lượng tâm (từ, bi, hỉ và xả)!"

Điều này cũng giống như tôi. Khi tôi đang trầm tư trong phòng giam của mình quán về những những tội lỗi do rượu tạo nên. Nhưng những tù nhân bên cạnh cứ nói chuyện rỗn rãng, tôi bực mình và chạy ra song cửa, la lên: "Chúng mày có im cái mồm lại không? Không biết tao đang làm gì à? Tao đang quán chiếu để cứu tất cả chúng sanh ra khỏi vòng luân hồi sanh tử và ngục tù xiềng xích này!"

David

Uống Rượu

Rõ ràng rằng uống rượu[29] là cực kỳ ngu ngốc. Trên hết, tôi đã chứng kiến rượu phá hủy toàn bộ gia đình tôi. Nhớ lại kỷ niệm đau khổ của thời niên thiếu và thấy cha tôi nằm bất tỉnh trên băng ghế trong nhà, hoặc phòng khách có thể thật sự làm những việc như tiểu trong quần, đánh đập, hành hạ mẹ tôi, em tôi và bản thân tôi. Tôi làm ngơ khi nói những kỷ niệm này và dấn thân mình trong rượu chè.

Đứa con của say xỉn là báo hiệu cho sự chết và hủy diệt. Sau khi xỉn, cá nhân vui vẻ và hài hòa của tôi bị thay đổi bất ngờ và trở thành chấp thủ, lỗ mãng và trở thành một điểm dễ bị khiêu khích. Như là hậu quả, khi đối diện với anh thanh niên trẻ công kích tôi, tôi - một thằng say lì bì trong công viên công cộng và anh ta hăm dọa sẽ báo cảnh sát để tôi bị bắt. Tôi gây với anh ta và liên tiếp bắn anh ta cho tới khi hết đạn và anh ta gục xuống không nhúc nhích. Trong cơn say của mình, tôi không tỉnh ra: "Không nên lấy mạng sống của người". Trong vài phút phi lý ngắn ngủi, tôi đã lấy đi mạng sống quý giá của một người thanh niên mà tôi không hề quen biết trước đó. Những dữ kiện này đã xảy ra cách đây 33 năm và như hậu quả, tôi bị ở tù từ đó.

Trong thời gian ngắn ngủi, tôi đã phạm một lỗi không thể rút lại là lấy mất một mạng người. Tôi cũng bị mất đời mình trong nhiều lãnh vực. Trong một cách quay vòng liên quan nhân quả, tôi tiếp tục mang sự tàn phá đến nhiều gia đình và bạn bè của hai người đàn ông (anh ta và tôi). Một người thanh niên không quen biết, không đóng vai trò gì trong sự kiện đời tôi lại thật sự trở thành nạn nhân của tôi.

29. Uống Rượu. R.L. Intoxicants by R.L. http://www.thubtenchodron.org/PrisonDharma/intoxicants.html

Xuyên qua nhiều năm từ ngày khủng khiếp đó, tôi thỉnh thoảng đã bị sống lại sự kiện hãi hùng đó. Tôi thật sự ăn năn, tôi nhận ra ở đây không có gì có thể nói hoặc làm điều gì sẽ mang nạn nhân sống lại trong đời. Tôi biết sự thật rằng tiêu thụ rượu thường đem đến hậu quả thương tâm và hành động tàn nhẫn. Tôi sẽ không bao giờ tiêm nhiễm rượu nữa và tôi muốn cho người khác chống lại sự nguy hiểm của uống rượu. Điều này rõ ràng với mọi người, không chỉ bằng những nơi công cộng như những rủi ro tai nạn mà còn vô số người ở trong tù, nhà giam trên toàn quốc, người chấp nhận bất cứ tội ác nào đều như từ hậu quả của rượu bia. Không có cách nào để nhấn mạnh đủ sự nguy hiểm của nó.

R.L.

Ai Bỏ Thuốc Độc Hại Tôi

Khi tôi 18 tuổi, tôi nghiền á phiện[30] rất nặng và bạn bè tôi đều là dân hút. Tôi bán á phiện, ăn trộm đào ngạch, ăn cắp check (ngân phiếu) để mua á phiện và sống chui sống nhủi. Một đêm, tôi vi phạm một luật của nhóm, một trong ba thằng bạn muốn giết tôi bằng cách bỏ thuốc độc hại tôi. Khi đoán được ý này, tôi muốn ra tay giết chúng trước.

Nhưng may mắn tôi nhận ra cocaine, crack và acid là thuốc độc và nếu tôi tự nguyện dùng những thuốc độc này thì phải dẹp thuốc độc chứ tại sao tôi phải muốn giết ba thằng bạn này?

Vì vậy, tôi quyết định sẽ không trả thù mấy thằng bạn tôi và bỏ qua việc này. Tôi có việc làm ở công ty xe máy

30. Ai Bỏ Thuốc Độc Hại Tôi. W.P. (Who's poisoning me by W. P.) http://www.thubtenchodron.org/PrisonDharma/whos_poisoning_me.html

cày và tôi sống với mẹ. Đó là lần cuối cùng tôi dùng thuốc phiện hạng nặng. Nhưng không may, sau đó tôi lại nghiện rượu và nó thì tệ hơn những thứ khác. Tôi bỏ á phiện, men bia, ngay cả hút thuốc nhưng tôi lại thèm khát rượu. Khi tôi ra khỏi tù và tránh xa nó là một sự thử thách lớn đối với tôi, nhưng tôi có thể làm được. Rượu là độc hại.

W.P.

Lòng Tốt và Từ bi ở trại cải tạo Thanh thiếu niên ở Michoacan, Mễ Tây Cơ (Mexico)

Trại Cải Tạo Thanh Thiếu Niên ở Michoacan có 60 em trai và 5 em gái.[31] Có 15 em là da trắng thuộc loại liều lĩnh. Trại có người thông dịch từ Anh văn ra tiếng Tây Ban Nha. Có một sư cô người Mỹ đến thuyết trình về đạo Phật. Sư nói rằng các trẻ vị thanh niên ở đây có tánh tốt, cần phải làm bạn với nhau, làm thế nào các em đối trị giận dữ, làm thế nào để quán sát sự phản ứng, điều gì xảy ra khi chúng giận dữ? Một sự im lặng bao trùm. Sư mỉm cười hoan hỉ, vỗ về và cuối cùng có một cậu trai nói khi cậu giận dữ máu sẽ lên tới đầu và mặt đỏ. Mọi người cười lên vui vẻ.

Tôi nghĩ thật là tốt để có những giờ pháp đàm trao đổi như thế này để giúp những đứa trẻ. Một số chúng phạm tội ăn cắp, sát hại và giết người. Nhiều em thường hành hung lẫn nhau. Tôi nhìn chung quanh. Những đứa trẻ hầu như chịu khó nghe mặc dù có vẻ sốt ruột... Bây giờ chúng đang bị cải tạo, biết đâu một trong những đứa trẻ ở đây có

31.Lòng Tốt và Từ bi ở trại cải tạo Thanh thiếu niên ở Michoacan, Mễ Tây Cơ (Compassion at a Juvenile Reformatory in Michoacan, Mexico (Mexico). Zopa Herron.
http://www.thubtenchodron.org/PrisonDharma/kindness_and_compassion.html

thể trở thành vị lãnh tụ lớn của hoà bình, một Đức Phật tương lai trong đời. Một cậu bé chia sẻ về sự nghiện ngập của mình. Sư cũng chia sẻ lúc sư còn nhỏ chưa đi xuất gia, sư cũng hút thuốc phiện, nhưng sau đó sư chán cảm giác lên và xuống của cơn say, không đưa đến hạnh phúc vĩnh viễn. Cậu bé lắng nghe cẩn thận và những bé khác cũng vậy tỏ vẻ ủng hộ sư.

Làm thế nào chúng ta phơi bày lòng tốt của mình với người khác? Để trả lời câu hỏi này, sư tặng mỗi em một cuốn "Mở tâm và sáng trí" (Open Heart, Clear Mind). Một cậu bé hỏi rằng: "Trong cuốn sách này có giải pháp gì với những vấn đề của chúng tôi?" Sư mỉm cười và nói hy vọng các em đọc sẽ tìm được giải pháp thông minh cho chính mình.

Chúng tôi chấm dứt bằng tiệc trà nhỏ với bánh Mễ và sữa chocolate. Một đứa trẻ 9 tuổi chạy đến xin tôi mẫu bánh và nói rằng thằng J bạn nó đã làm cho nó giận. J quay đầu lại và mỉm cười rồi chạy tới ôm sau lưng của bạn mình cười ngặt nghẽo cho tới khi chúng tôi đi khuất.

Đây là giây phút hạnh phúc nhất mà tôi đã từng có khi viếng thăm các trẻ nhỏ trong tù. Lòng tốt thật sự sáng ở khắp nơi và có thể tăng trưởng.

Zopa Herron

Nghiện Ngập và Tứ Đế

Trong kinh Pháp Cú, Đức Phật đã mô tả về tai hại của tham dục[32]: "Bất cứ ai bị khát ái và tham dục chế ngự thì khổ đau sẽ phát sanh như cỏ mọc sau cơn mưa."

32. Kinh Pháp Cú. Kệ 26. Hòa Thượng Thích Minh Châu dịch. https://thuvienhoasen.org/images/file/ZSqWfkb40QgQAJh6/kinh-phap-

Tôi là một Phật tử và tôi cũng là người nghiện rượu. Chắc chúng ta ít khi nào nghe hai nhãn hiệu này liên quan với nhau. Tuy nhiên, một người nghiện rượu có thể có những cái hiểu đúng về Tập đế, trong đó Đức Phật trình bày nguyên nhân của khổ là do khát ái.

Không chỉ tâm lý nghiện ngập mà còn thân thể nữa. Sau nhiều năm ở tù, chúng tôi thay đổi thói quen uống rượu hay cần sa. Tôi đã bỏ chúng sáu năm rưỡi rồi và bây giờ không còn muốn dùng thuốc phiện hay rượu say nữa. Tôi xem sự bỏ rượu này như một kinh nghiệm tinh thần. Nơi đây không có sự mù quáng, cũng không phải sự tiên đoán từ lời Phật dạy mà đây là một tiến trình. Bằng cách học những nguyên lý căn bản của Phật giáo và cố gắng thực hành chúng trong đời sống của mình. Tôi đã bắt đầu có sự thay đổi. Những khuyết điểm của tôi được thay đổi. Giá trị của tôi được nâng lên và tôi bắt đầu có mục đích sống. Tôi nguyện giữ năm giới[33], nhất là giới uống rượu. Vâng, tôi đã bỏ thói uống rượu.

Đức Phật dạy: "Hễ khát ái ngấm ngầm bật gốc thì đau khổ sẽ khởi lên nữa". Cơn nghiện ngập của tôi là khát ái ngấm ngầm. Nếu tôi uống một lần thì nó sẽ nổi lên và thúc dục tôi uống nhiều lần nữa. Nếu tôi thử uống một vài giọt có nghĩa là tôi đã trở lại trạng thái đau khổ này rồi. Nên

---

cu-19-10-2014-.pdf

33. Năm Giới: Người Phật tử tại gia đã quy y giữ từ một tới năm giới sau đây:

1. Pànàtipàtà veramanì: Tránh xa sát sinh.
2. Adinnàdàna veramanì: Tránh xa sự trộm cắp.
3. Kàmesu micchàcàrà veramanì: Tránh xa sự tà dâm.
4. Musà vàdà veramanì: tránh xa sự nói dối.
5. Suràmeraya majjappamàdatthàna veramanì: Tránh xa sự dễ dãi uống rượu.

tôi xin từ bỏ hẳn.

Tỷ lệ tái phạm của tù nhân ở Hoa kỳ rất cao. Nhiều người quá nghiện rượu và đưa họ sa đà để cuối cùng vào nhà tù. Nên giới Phật dạy về cấm uống rượu là phải. Thà chết chớ không phạm giới uống rượu. Đức Phật đã từng dạy: 'Người luôn tỉnh thức. Chính người ấy sẽ chấm dứt khát ái' *(The Buddha taught: He who is ever mindful—it is he who will make an end to craving*).

Akasha

Thức Tỉnh Cơn Mê

Nhật Báo "The Sun" Anh Quốc tường thuật nữ ca sĩ Rock and Roll Amy Winehouse[34] có cơ nguy bị hất chân không cho tham dự trình diễn chỉ trước hai giờ đồng hồ trong Đại Nhạc Hội Ca Nhạc quốc tế được tổ chức tại Pháp. Nữ Ca Sĩ Rock and Roll Anh Quốc Amy Winehouse chợt giựt mình tỉnh giấc về cuốc sống thác loạn của mình. Cô ta đã quyết định trở thành một phật tử để có một đời sống tâm linh hài hoà và trên tất cả, cô hy vọng rằng giáo pháp của Đức Phật sẽ giúp đỡ cô ta chữa trị bệnh ghiền ma tuý và nghiện rượu.

Năm ngoái, khi ca sĩ Amy khám phá rằng cô ta bị hàng loạt vết nám phổi làm sức khỏe càng ngày càng kiệt quệ, cô quyết định trở thành phật tử tụng kinh niệm phật đều đặn, nhằm giúp cô ta thư giản tinh thần và xoa nhẹ đi áp lực của đời sống điên cuồng thác loạn của một ca sĩ nhạc Rock.

34.Nhật Báo "The Sun" Anh Quốc tường thuật nữ ca sĩ Rock and Roll Amy Winehouse (Rock and Roll singer Amy Winehouse. Translated into VieT.N.amese by Dương Tiêu in The Sun" – a British Daily Newspaper). Dương Tiêu dịch tiếng Việt.
http://www.buddhistchannel.tv/index.php?id=9,7079,0,0,1,0,

Theo nhật báo The Sun, nữ ca sĩ Anh quốc Amy đã tụng kinh niệm Phật mỗi khi thức dậy và trước khi đi ngủ đều đặn 10 phút hàng ngày theo lời khuyên của các đồng nghiệp.

Amy đã coi một đoạn video ngắn phỏng vấn nói về sự tranh đấu không ngừng nghỉ đối với cuộc sống tràn đầy thác loạn của nữ ca sĩ Rock Hoa Kỳ Tina Tuner và cũng nhờ đó Amy đã thay đổi quan điểm cuộc đời ca hát theo một hướng mới, ngoài ra cô ta còn nói thêm rằng chính nhờ xâu chuỗi bồ đề của Phật Giáo đem theo cùng với mãnh khăn quấn đầu màu đỏ, mỗi khi cô trình diễn đã giúp cho cô cảm thấy thanh tịnh hơn và nhất là khi tụng kinh lần chuỗi niệm Phật trước giờ ra sân khấu. Amy cảm thấy yêu đời hơn và đang cố gắng chữa trị những thói hư tật xấu cũng như những bệnh tật của mình bằng giáo pháp Đức Phật.

Amy Winehouse đã xóa bỏ hàng loạt chuyến công du trình diễn, đặc biệt là đại hội ca nhạc Rock En Seine vào thứ sáu ngày 29 tháng 08 vừa qua đã làm cho các ông bầu giận dữ vì Amy chỉ thông báo hủy bỏ vào giờ cuối. Nhiều Bầu show Rock and Roll đang lên kế hoạch kiện Amy vì tội danh bất thình lình xóa bỏ hợp đồng.

Tuy nhiên, vẫn chưa nghe bất cứ lời bình luận hoặc giải thích của cô ca sĩ này cùng với các nhà quản lý của Amy về lý do tại sao một nữ ca sĩ nhạc Rock lừng danh thế giới lại trở thành một phật tử.

Cũng nên biết rằng trong quá khứ, nữ Ca sĩ Rock and Roll Tina Tuner trở thành phật tử sau khi ly dị với chồng là nam ca sĩ Rock and Roll Ike Tunner vào năm 1975. Nữ ca sĩ Rock và Roll Amy Winehouse đã tụng kinh Phật để thư giản và đẩy lùi những căng thẳng của cuộc đời sóng gió cuồng loạn và sau đó cô sẽ quyết định dùng phương pháp niệm Phật để cai nghiện ma tuý và rượu chè.

Sōsaku

Sōsaku- Japanese; Production, Literary Creation, Creative Writing. November 2009.

創作

Dogen, Shobogenzo Zuimoki (excerpt)

Dogen instructed:
The Buddhas and the Patriarchs were all at one time ordinary men. While in this common state, some were guilty of evil conduct and evil thought, some were dull and others foolish. Yet because they all reformed themselves, followed a good teacher, and practiced, they became Buddhas and Patriarchs. People nowadays must do the same. Don't demean yourself by saying that you are dull and stupid. If you don't arouse the determination to seek the Way in this life, when do you expect to be able to practice? If you force yourself to practice now, you will without fail gain the Way.

Sosaku 1

Bản Tin Sosaku do các Phật tử tù nhân tại tiểu bang Wisconsin đảm trách

Chương 9

Đời Sống Sau Khi Ra Tù

Làm cách nào để giúp các tù nhân cải đổi hành vi, để sau khi được mãn tù, có thể thích ứng với xã hội, sinh hoạt thiện lương và giảm thiểu cơ hội bị giam cầm hay nghiện ngập trở lại?

Hơn hai triệu ba người đang bị giam trong các nhà tù ở Hoa Kỳ.[35] Số tù nhân bị giam ở Hoa Kỳ nhiều hơn bất cứ nơi nào trên thế giới. Phụ nữ và thanh thiếu niên bị giam cầm cũng trên đà gia tăng. Phần lớn những tù nhân hiện bị giam giữ đều liên quan đến nghiện ngập. Ba phần tư số tù nhân là nghiện thuốc hoặc nghiện rượu hoặc cả hai.

Có khoảng 630 ngàn tù nhân nghiện ngập dự định phóng thích trở về các cộng đồng mỗi năm, trong giai đoạn mười năm nay. Kết quả, số tù nhân được phóng thích nhiều gấp bốn lần so với hai mươi năm về trước. Đáng

35. Có bao nhiêu tù nhân bị giam cầm trong ngục tù (How many people are locked up in the United States).
https://www.prisonpolicy.org/reports/pie2020.html

tiếc, thống kê gần đây cho thấy rằng hai phần ba tù nhân được phóng thích sẽ bị vô tù trở lại trong vòng khoảng bốn năm. Những thống kê này cho thấy lý do phần lớn các trại giam trong nước thiếu những chương trình chuẩn bị cho tù nhân trở về đời sống hữu dụng sau khi được thả ra.

Thống kê mới nhất cho biết chỉ có 6.5% số tiền của chánh phủ Liên bang tài trợ cho hệ thống nhà tù toàn quốc được dùng vào những chương trình giúp đỡ tù nhân học hỏi nghề nghiệp sinh sống để tránh khỏi bị bắt giam trở lại sau khi ra tù. Môi trường và cá tánh là những yếu tố đưa đến sự gia tăng sác suất các cựu tù nhân sẽ tái phạm và sẽ tiếp tục vi phạm vào việc bạo động cùng việc hút sách trở lại. Các phạm nhân không có phương tiện để cải đổi cuộc sống, nếu chúng ta trông mong họ, sau nhiều năm bị giam cầm, sẽ sinh hoạt khác hơn là lúc họ mới bị giam, đây là một sự mong ước không thực tế. Thường thường, các tội nhân, trước khi bị giam cầm, đã có một mặc cảm và sự giam cầm chỉ làm cho họ tăng gia sự oán ghét mà họ đã có trước kia. Câu hỏi trở nên: "Chúng ta muốn các tù nhân được thả ra thế nào – trong một trạng thái khủng hoảng, bất mãn hay trong một khả năng thích ứng vào một hoàn cảnh mới trợ giúp vào một cuộc sống đầy ý nghĩa?"

Có Thể Tệ Hơn

Thật là buồn khi mọi người có nhiều điều tốt để làm nhưng vẫn không thể hạnh phúc. Thỉnh thoảng tôi so sánh tôi với những người bên ngoài và nhắc bản thân tôi 'có thể tệ hơn'. Đây là thần chú của tôi.

Vâng, chắc như vậy, khi tôi được tự do, tôi sẽ dấn thân vào học Phật và gặp nhiều bạn đạo. Tôi có cái bồ đoàn để ngồi (bây giờ trong tù, tôi ngồi bằng cái mềm cuốn lại).

Tôi nói bên ngoài 'có thể tệ hơn' vì tôi nghe nhiều tu viện ở Tây tạng đang đối mặt với chánh sách hà khắc bắt bỏ tù của Trung Quốc thì có thể tệ hơn tình hình tôi trong trại tù này. Mỗi ngày, tôi có một giờ ra ngoài tập thể dục, bị nhốt 23 tiếng đồng hồ nhưng tôi vẫn không bị đánh đập. Mẹ tôi và những người bạn thỉnh thoảng gởi cho tôi ít tiền, vì vậy tôi vẫn được mua những gì tôi cần như bánh trái hay gởi thư. Tôi có trại giam canh gác yên ổn. Mỗi ngày có ba bữa ăn, nhiều khi được đi tới lui ra ngoài lao động. Tôi cũng có thể được liên lạc để cầu xin có quý nhà sư Phật giáo đến hướng dẫn khóa tu tập tôn giáo vào tận nơi tù để dạy mà không cần phải đi đâu.

Tôi muốn nói với những tù nhân khi họ bị chán nản hay bất mãn cho cuộc sống bên trong, thì nên nhớ rằng 'bên ngoài xã hội có nơi có thể tệ hơn trong nhà tù.'

Abbott

Bị Giam và Được Tự Do

Sau sáu năm bị tù, cuối cùng tôi được trả về với tinh thần nguyên vẹn. Một hành trình không thể tin được với nhiều đau đớn và hối tiếc xen lẫn nhiều niềm vui và phép lành. Hành trình vào tù đã chấm dứt và hành trình khác mới bắt đầu. Sau hơn hai tháng về nhà, tôi bắt đầu gia nhập khóa tu.

Nói về kinh nghiệm ở tù. Sau khi bị bắt, lòng tôi hỗn loạn, thất vọng, xấu hổ và trống trải hoặc ít nhất không nhận được khả năng tinh thần vào thời điểm đó. Sau đó, tôi quyết định vực mình dậy để cứu tinh thần mà dường như vô vọng. Câu thần chú của tôi là: "Tất cả sẽ qua và tôi sẽ tốt hơn!" Và rõ ràng sau hơn một năm ở tù, tôi trở nên tốt hơn. Tôi chấp nhận tội lỗi của mình, không tránh né.

Đó là một tiến trình từ từ, lúc đầu tôi nói với vị cố vấn về suy nhược và tôi uống thuốc chống bịnh suy nhược, an định tinh thần. Sau đó với sự cố vấn, tôi bỏ thuốc và đăng ký nhiều lớp học tự giúp mình vươn lên. Cuối cùng, tôi hoàn tất khóa học gần bốn năm và dự nhiều lớp về thiền. Phật pháp là một phương tiện giúp tôi hồi phục. Yếu tố tinh thần là then chốt cho bất kỳ chương trình hồi phục nào. Sự hồi phục thật sự không thể nào không có nó. Tôi cũng cảm động sâu sắc bởi những vị cố vấn của chương trình hồi phục là những vị sư cô rất từ bi, chịu khó, vi tế, cứng rắn khi cần thiết và biết người. Hơn tất cả, quý cô là những người nổi bật mà tôi không bao giờ quên và quý sư giúp khẳng định lại lòng tin của tôi vào hành động nhân đạo.

Trong khi bị giam, tôi tìm thấy nhiều phương tiện thuận lợi trong sự phát triển, trị bịnh và khôi phục con người bất kể chủng tộc, tầng lớp xã hội, giáo dục, thái độ hoặc nền tảng thế nào. Nhà tù cũng tiếp tục cho tôi một cơ hội để cải thiện và khiến tôi trở nên hữu ích hơn. Tôi thấy lý tưởng này như lý tưởng bồ tát trong đạo Phật. Từ bi trong hành động và từ bi trong lời nói. Tôi nghiêm chỉnh làm việc, nhưng không quên hoan hỉ cười vui và làm nhẹ công việc để tránh việc quá cứng ngắt khắc khe trong sự tiến bước của mình. Hài hước là tưới tắm đời thêm tươi. Đây là trí tuệ của các bậc thức giả, đạo sư, thánh nhân vĩ đại đã truyền đạt đến tôi.

Trại giam cũng đã cho tôi cơ hội để học và trở thành bậc thức giả. Tôi đã đọc từ Dickens, Darwin, Dostoevsky đến Jung, Lao-Tzu, Joseph Campbell, Đức Phật. Tôi cũng tu tập thiền, niệm Phật, phát nguyện tứ hoằng thệ nguyện[36], vị tha... Tôi bây giờ đang bắt đầu làm cho mình quen thuộc với những phương pháp tâm linh ấy.

Tôi đã nhận thấy tôi có lại cuộc đời. Nghiệp không phải là sự trừng phạt. Trầm tư về pháp Phật đã mang đến một sự chuyển hóa nền tảng trong tôi. Nói đơn giản, nó thay đổi quan điểm về tù tội của tôi. Sự chuyển hóa này đến từ từ. Ở tù không phải là sự trừng phạt mà là một nơi để đi! Thời gian trôi qua thay vì tù nhân cho rằng giam tù qua mô hình trừng phạt, tự xấu hổ hoặc cảm thấy có tội nhưng tôi nhìn thời gian tôi ở tù dưới nhãn quan khác: *tôi đã tạo nguyên nhân và điều kiện tội lỗi để đến trại giam qua sự lựa chọn của tôi.* Lựa chọn là một hành động cố ý tức nghiệp. Tôi trồng hạt giống thì quả phải đến. Tôi hiểu điều mà nếu tôi nói với bản thân tôi: 'Ở tù là địa ngục, là hành phạt' thì tôi sẽ bị đau khổ và tôi sẽ cảm thấy như đang bị phạt và đang ở địa ngục. Đau khổ hay không là dựa vào quan điểm của mình. Khi chúng ta nghĩ chúng ta là bất tịnh, tiêu cực, hoàn cảnh chúng ta là vô vọng thì nó sẽ trở thành như vậy. Tôi thấy nhiều tù nhân sống với quan điểm này thì họ rõ ràng là không hạnh phúc, giận dữ, than phiền, đổ lỗi, nói chung là tiêu cực. Tôi từ chối cho loại suy nghĩ này vào đầu bằng cách tiếp cận có nhận thức và nhận lỗi của mình.

Qua sự tu tập Phật pháp, tôi bắt đầu nhận ra tiềm năng hoàn hảo của mình và nhiệt tình thúc đẩy cho nó phát triển. Tôi đã có thể vun trồng một hình ảnh tích cực hơn. Tin rằng chúng ta thanh tịnh và không có hoàn cảnh nào

---

36. Bốn (Tứ) hoằng thệ nguyện

    1. Chúng sanh vô biên thệ nguyện độ
    2. Phiền não vô tận thệ nguyện đoạn
    3. Pháp môn vô lượng thệ nguyện học
    4. Phật đạo vô thượng thệ nguyện thành.

vốn là tiêu cực, đây là bước đầu để trở nên thanh tịnh. Tôi bắt đầu thấy tiềm năng tích cực không chỉ cho hoàn cảnh tôi mà cho chính bản thân tôi. Thêm vào đó, tôi cột xung quanh tôi với những người bạn tích cực, người mà muốn bản thân họ tốt hơn, có một chút vui nhộn và cố gắng sống đạo đức.

Nhưng quan trọng hơn phải hiểu nghiệp không phải là sự trừng phạt. Phải hiểu hoàn cảnh hiện tại của tôi là kết quả của nhân và quả. Tôi gieo giống thì bây giờ tôi gặt quả. Nhà tù là một cơ hội, không phải một sự trừng phạt, là một cơ hội để cải thiện cá nhân, để thăng hoa, trị bịnh và chuyển hóa mình và tu tập Phật pháp. Nhà tù là thoát khỏi những cái lãng phí của phiếu nợ, thuế, trẻ con, vợ, chồng, xăng nhớt, bảo hiểm và riêng cá nhân tôi thì thoát khỏi nạn tình dục và rượu chè. Tôi cảm thấy không có gánh nặng và có thể rảnh rang tu tập Phật pháp. Tôi đã thay đổi cái nhìn từ một người sợ hãi, bối rối, giận dữ.... trở lại cám ơn những tâm lý đó để mình tu tập và chuyển hoá. Tôi cám ơn những người thầy cố vấn tinh thần dày kinh nghiệm giúp tôi theo đường này.

Thời gian ở tù sẽ được cải thiện từ từ một khi tôi thay đổi tầm nhìn của mình, tức sẽ thay đổi cách đối xử của mình. Tôi từ bỏ những bức tranh khiêu dâm, hút thuốc, bắt đầu làm việc đều đặn. Tôi bắt đầu có đạo đức hơn, chân thật, chính trực, đối đãi mọi người tôn kính và chững chạc hơn. Bởi có những phẩm cách đó trong tâm, tôi dễ dàng bày tỏ cách này đến người khác. Dĩ nhiên, về nhiều phương diện tôi không phải là người hoàn hảo, tôi cũng có những lúc chán nản và giận dữ. Nhưng tôi tinh tấn chế ngự tâm mình bằng cách ứng dụng Phật pháp, một liều thuốc để nhổ những vọng tưởng tiêu cực. Tóm lại, tôi đã tìm được hạnh phúc mới, hy vọng mới và một đời sống tốt hơn trong Phật pháp. Tôi cảm thấy sự thực nghiệm của tôi sâu sắc hơn.

Tôi rất vui khi được tự do và thích tự do hơn bị nhốt ở tù. Tôi chỉ muốn nói cố gắng vui tươi thoải mái tự do dù mình đang ở tù. Tôi cố tạo hạnh phúc cho mình qua tu tập và sống theo pháp rồi kết quả sẽ đến. Tôi hẳn không lo lắng, thất vọng, bồn chồn vì hy vọng kết quả an lạc đến liền. Thực tập, thực tập và thực tập! Tạo nhân thì kết quả sẽ đến đúng thời. Tu tập trong kiên nhẫn.

Andrew

Được Thả Tự Do là Điều Kinh Sợ hay Tiến Triển

Một tù nhân bị tù ba kỳ là 20 năm. Sau khi được tự do, tôi hỏi đời sống có khác gì khi ở trong tù? Đây là sự trả lời.

Một trong sự tiếp cận nói chung 'đang làm cái gì trong tù' là 'thế giới bên ngoài đóng lại'. Điều này ám chỉ đóng thế giới bên ngoài và mang tất cả sự chú tâm của tù vào trong thế giới sau hàng rào này. Dường như, ở một trình độ nào đó, điều này là hữu dụng. Trong ý nghĩa, chúng ta an trú chánh niệm vào giây phút hiện tại.

Nhiều năm trôi qua và nhà tù đơn giản trở thành một nơi chúng tôi sống. Lãnh vực hình phạt dần dần tan đi. Chúng tôi trở nên quen với môi trường, thế giới của chúng tôi và ngay cả chúng ta cũng trở nên cảm thấy thoải mái. Sau năm năm ở tù, cái gì nhà tù hy vọng để hoàn thành đã hoàn thành, hoặc chưa hoàn thành. Một số tù nhân dùng thời gian để trở thành người tù hoàn hảo. Họ sẽ xâm mình, tập để có bắp thịt cơ, quần áo bảnh bao, ăn nói đang hoàng, vẻ mặt đứng đắn. Họ sẽ hợp với hoàn cảnh.

Không phải tất cả những người đàn ông đều làm như vậy. Một số chúng tôi tập trung trong việc chúng tôi là ai, ngay mặc dù chúng tôi chưa hoàn hảo. Chúng tôi có một cảm nghĩ mạnh về mình. Chúng tôi an toàn trong sự nhận dạng giới tánh của mình. Chúng tôi luôn luôn biết rằng mặc dù chúng ta sống trong thế giới thù hằn chỉ một chút chứ không phải mãi mãi. Một ngày chúng tôi trở lại thế giới, chúng tôi luôn luôn biết và chúng tôi tìm người còn lại là người có thể lại lồng vào thế giới đó. Chúng ta không muốn người bị kết án tù.

Những người trải thời gian tù đày xong, cuối cùng họ được đến nơi, nơi họ được tự do hoặc ân xá. Có người được 'ngắn hạn'. Họ lo lắng, không biết mình có hợp với thế giới bên ngoài không? Bây giờ họ xâm mình khắp người. Họ để râu quai nón và loại tóc kiểu tù nhân. Họ trải qua nhiều năm như một người bị kết án. Bây giờ lại nói họ sắp sửa tự do. Họ phải bắt đầu tất cả trở lại. Một số thì hoảng sợ. Một số đâm hay giết tù nhân khác, vì vậy họ sẽ có nhiều thời gian ở tù thêm. Họ hành hung lính canh hoặc dùng á phiện, bất cứ cái gì có thể khiến họ kéo dài thời hạn ở tù, lãnh án mới, phạm bản cam kết, phạm luật để họ ở tù tiếp.

Thật ra, nhà tù là một cơ hội tuyệt vời cho mọi tù nhân muốn tìm sự chuyển hóa. Nhà tù là một nơi trung gian trong việc chuyển hóa thói quen trong đời người. Chính 'thời gian' này đã cho phép chúng tôi phản quan nhìn lại mình, thầm xét động cơ của mình và quyết định cái gì chúng ta thật muốn để làm trong thời gian còn lại của kiếp sống này.

Những người trong chúng tôi, người muốn sống bên ngoài nhà tù thì động cơ để khám phá những nguyên nhân bên trong chúng tôi cho tất cả nỗi khổ của chúng tôi, vì vậy chúng tôi có thể loại trừ chúng. Chúng tôi không muốn sống trong tù. Chúng tôi không muốn đả thương người khác hoặc chính chúng tôi. Chúng tôi không muốn tách rời gia đình, thầy cô giáo hoặc những điều khác mang hạnh phúc cho mình. Một số chúng tôi có vợ và con. Chúng tôi biết chúng tôi tổn thương họ cũng như bản thân chúng tôi và chúng tôi muốn sửa những tổn thương này.

Một số chúng tôi khám phá nhiều con đường khi ở tù. Chúng tôi có thể là Thiên chúa giáo, Hồi giáo, Phật giáo... Có những người, người thấy con đường tôn giáo chỉ là những phương tiện để họ được trả tự do sớm hơn. Họ giả vờ rất là thuần thành. Họ dùng bộ mặt giả này để lôi kéo những người ở thế giới tự do. Nhưng cũng có những người trong số chúng tôi, những người thật sự chấp nhận những thói quen xấu trước đó của mình, thành tâm sám hối tội lỗi và sám hối những đau khổ chúng tôi đã gây ra cho người khác. Chúng tôi tiếp thu những lời dạy chuyển hóa với hết tâm thành của mình. Những cái còn lại của thế giới bình thường trần thế đã để lại phía sau, buông bỏ, khi chúng tôi thực tập pháp.

Tôi ở tù ba lần. Lần đầu tiên tôi được thả sớm và được chuyển đến trung tâm cai nghiện vì tôi bị vấn đề nghiện á phiện, chứ không phải tội phạm. Không may, tôi không có muốn vượt khỏi hoàn cảnh này, nên tôi không học chương trình cai nghiện này. Nguyên nhân sâu xa không thể nói và khắc phục được. Tôi vượt ngục theo hướng tây. Nơi đây tôi gặp một băng đảng tội phạm, vượt ngục và ma túy, chúng xem tôi như một lãnh chúa. Tôi thấy mình trong vị trí như một lãnh chúa. Tôi phải hành động nhanh trong những hoàn cảnh nguy hiểm, chọn sống hơn là bị thương hoặc lẩn trốn.

Tôi bị bắt (do giết người) và ở một nhà tù tàn bạo ở NM. Tù nhân ở đó chết mỗi tuần. Tôi không khắc phục được cơn nghiện dùng á phiện và rượu. Tôi vẫn thấy là chính đáng để dùng bạo lực phá những thành trì nghiện ngập này. Nó không thay đổi trong tôi. Tôi được phóng thích vì có người thân cam kết và tôi có lý do chính đáng khi giết người. Vẫn không thay đổi, tôi bước vào thế giới tự do. Lần này tôi gặp một số người cai á phiện và rượu chè. Tôi học được ở họ một chút. Tôi dường như có sự thay đổi. Mọi người biết tôi trong nhiều năm, hy vọng tìm thấy ở tôi có sự đổi mới. Tôi được ân xá nên về sớm.

Nhưng tôi không thật sự cải đổi. Đó chỉ là sự thay đổi bên ngoài. Nó tạo một lớp phủ ngoài lường gạt người khác, nhưng bên trong tôi vẫn thối nát. Người khác nói với tôi rằng á phiện và rượu là xấu, nhưng tôi vẫn thấy chúng như là một nguồn hạnh phúc, mặc dù chúng không được đa số chấp nhận. Một cách khôn khéo, tôi để chúng một bên, nhưng tôi vẫn thèm khát chúng. Cuối cùng, tôi thấy bản thân tôi trong sự hiện hữu của rượu và tôi say xỉn. Rồi xì ke sẵn đó, tôi dùng chúng. Những thói quen cũ vẫn quanh quẩn bên tôi.

Tôi thật sự đánh lừa tôi khủng khiếp. Rồi tôi bị tù lần thứ ba do sở hữu súng trường 22 của con trai tôi. Vì tôi là phạm nhân mà còn giữ vũ khí nên phạt 15 năm tù. Tôi lại thuộc về nhà tù. Tôi đã không bẻ gãy vòng thói quen của tôi.

Bây giờ tôi đã ở tù trên mười năm rồi. Tôi còn ba năm nữa. Có gì đổi khác trong thời gian này? Cái gì tôi đã chuyển hóa trong suốt mười năm vừa rồi? Bây giờ tôi có thể chấp nhận rằng tôi là nguồn cô độc trong tất cả đau khổ trong dòng sống vô tận của mình. Tôi thật sự cảm ơn rằng tôi bị bắt và ở đây. Tôi có những chướng ngại lớn để vượt qua và tại đây tôi đã được điều trị mạnh mẽ nhất. Khi tôi thật sự thanh tịnh hóa mình như bùn ảo tưởng đã lắng xuống. Tôi tìm thấy thuốc uống luôn gần với mình từ khi tôi là một đứa trẻ. Đối với tôi, thuốc đó chính là Phật pháp.

Sợ phải trải qua nhiều kiếp ở địa ngục bởi ác hạnh của tôi, thấy được bản chất phù du của nguồn hạnh phúc tạm bợ, tôi phát khởi lòng tin tưởng hoàn toàn ở Phật, pháp và tăng. Tôi nguyện từ bỏ những thói xấu của mình và nguyện những bậc thức tỉnh cứu tôi. Tôi nguyện và cố gắng sống tốt và đạo đức như tôi có thể.

Cuối cùng, tôi đã viết những bức thư này cho thế giới bên ngoài xin có được sự hướng dẫn cá nhân từ bậc thầy tôn giáo cao cả, để tôi có thể tiếp tục thanh tịnh hóa mình và để tôi có thể được hướng dẫn Phật pháp đúng đắn. Tôi muốn chắc chắn rằng, tôi không được tiếp tục đánh lừa tôi trong bất cứ cách nào, có thể ở đây có một người thầy từ bi đến đây đưa tôi về thực tại, để nhắc tôi đối mặt với mình nữa.

Sự tu tập Phật pháp thì khác trong thế giới của tôi. Ứng dụng Phật pháp đã thay đổi suy nghĩ, lời nói và hành động của tôi. Lời dạy chuyển hóa tất cả những thuận và nghịch cảnh thành con đường tinh thần đã giúp tôi thấy nơi đây không có "thời gian xuống dốc". Mỗi một vọng tưởng nổi lên là cung cấp cho tôi một cơ hội để tu tập, để học và để ứng dụng.

Bây giờ, tôi có nhiều năm điềm đạm và yên tĩnh trong kinh nghiệm sống của mình. Tôi cảm thấy được bảo vệ giống như người chạy bộ marathon có một sự đầu tư trong khả năng để chạy 27 dặm. Ngày mai, tôi lại chạy nhiều hơn nữa. Tôi muốn học hơn nữa mỗi ngày. Tôi muốn trở thành người chiến thắng mỗi ngày.

Sự khác biệt ở trong tôi là động cơ không hại người khác hoặc bản thân tôi và giúp người khác nhiều như tôi có thể. Khi tôi không biết thế nào để giúp. Tôi muốn ít nhất không làm hại họ.

Tôi bây giờ sống trong môi trường hàng ngày với thuốc phiện, rượu, trộm cắp, khiêu dâm, tình dục, hành hung, nói láo, đánh nhau và lường gạt được xem như bình thường và có thể chấp nhận được. Gia nhập vào những thói quen và hoạt động này là ngưỡng mộ và khuyến khích. Nhưng tôi không muốn những điều phù du này nữa. Tôi khuyên những người khác không nên bám theo chúng bởi chúng là nguồn đau khổ và dễ gây tội lỗi. Tôi không muốn sống đời sống trong tù nữa. Tôi muốn học và nghiên cứu Phật pháp, nghe giảng, tham dự khóa tu và phục vụ mọi người.

Tôi biết mỗi giây phút của đời tôi, tôi sống trong tình thương của chư Phật và Bồ tát. Tôi thấy sự hiện diện của các ngài, vì vậy tôi nguyện sống theo hạnh của các ngài. Bằng cách này tôi không có tìm lý do để dối láo và phạm các giới khác.

Học về nghiệp, hiệu quả của nghiệp và lý nhân duyên đã giúp chúng tôi thấy nguồn đau khổ là sự tiếp tục tinh thần của chúng tôi. Chúng tôi xác định việc làm của mình nhưng chúng tôi vẫn cần những phương tiện. Phương tiện cho sự chuyển hóa tâm là kinh Phật. Dĩ nhiên, chúng tôi dùng kinh một cách đúng đắn, chúng tôi cần sự hướng dẫn của một vị thầy tinh thần tài giỏi.

Thực tập pháp đã làm cho tôi trở nên tốt hơn người khác. Ngôn ngữ của chúng tôi trở thành ái ngữ. Tôi rộng rãi hơn không chỉ với những người tôi thích mà còn với những ai không biết chúng tôi và những ai không thật sự thân thiện với tôi. Bây giờ nếu tình cờ bị tấn công, tôi sẽ không dùng bạo lực tổn thương người đó lại. Tôi sẽ cố gắng duy trì sự ít tổn hại có thể, tôi cố gắng nói những điều căn bản để đập vỡ nguồn tư tưởng của người tấn công, hy vọng thuyết phục anh ta dừng lại và chỉ ra cho anh ta thấy, tôi không phải là kẻ thù của anh ta và tôi chỉ là một cái gì tốt cho anh ta.

Tôi sẽ sống trong sáng khi tôi tự do bởi vì bây giờ tôi đang tu tập sống cách đó. Tôi chuẩn bị cho sự thành công trong tương lai bằng cách thấy hạnh phúc bây giờ, bởi vì mỗi giây tương lai chỉ có thể nhận được trong hiện tại. Nếu bây giờ chúng ta tiếp tục chăm sóc thì sẽ luôn luôn có thành công.

Đối với tôi, Phật pháp là con đường một chiều đi thẳng. Giác ngộ cũng vậy, sẽ được nhận ra ở đây trong giây phút hiện tại, vì vậy tôi sẽ duy trì sự cảnh giác, tỉnh thức, hiện tiền bây giờ và ở đây.

Nếu tôi muốn sống đạo đức, tôi tu tập từ bây giờ. Sau này tôi muốn lợi ích người, tôi cũng phải tu tập từ bây giờ. Chúng tôi không chạy đua theo tương lai chưa biết để xây dựng tư tưởng và chúng tôi không nằm xuống trong giấc mơ bí mật của quá khứ. Chúng tôi chánh niệm an trú bây giờ và ở đây, đầy đủ trong hiện tại, mặt đối mặt với bản thân chúng tôi.

Chính Đức Phật cũng nói khám phá lớn nhất của thời đại chúng ta là chính con người thay đổi đời sống mình bằng cách thay đổi tâm mình trong hiện tại bởi lẽ tâm tạo tất cả pháp.

Sophia

Thức Tỉnh Khiến Bạn Tự Tại Trong Tù

Tôi hối hận vì đã hại người khác nhưng tôi không hối hận vì bị giam. Vào tù tránh cho tôi những quyến rũ, mộng ảo trong đời và khiến tôi đối mặt với sự đánh lừa bản thân mình. Qua thời gian ở một mình với sự đánh lừa tự ngã, tôi đã thấy nhiều điều lạ lùng. Tôi thức tỉnh rằng nếu tôi đánh bại tự ngã này, tôi sẽ cần một phương tiện trợ giúp.

Phương tiện đó là Phật giáo. Không có sự hướng dẫn của Phật pháp, tôi ngay cả không để ý mình đang có thể thở. Bởi vì tôi chưa bao giờ dừng và chú ý rằng tôi đã thở cho tới khi nào nó quá trễ.

Mỗi ngày tôi thấy mình rối rắm với những tham, sân và ích kỷ của tự ngã. Nhưng mỗi giây phút tôi trở nên biết về 'tôi'. Sự thức tỉnh của tôi là một trong những thanh gươm bén nhất dễ dàng cắt những vọng tưởng. Tôi liên tiếp thắng trận trong việc chế ngự tâm. Vì vậy, nếu tôi không có bị tù thì tôi không thể biết những vọng tưởng này và tôi không thể đấu tranh với nó. Tôi khá tự do khi bị khóa trong tù hơn là một nô lệ trong xã hội (nghĩa là dù được tự do nhưng bị nhốt trong ngục tù ngũ dục).

William

Tìm Hạnh Phúc

Cách đây nhiều năm tôi muốn trở thành một người hùng nổi loạn, một mô-tip sống "cool" của nhóm thanh niên. Khi tôi giao thiệp với người khác, tôi uống rượu nhiều nhất và hút xá phiện nhiều nhất. Điều chính là tôi muốn trở thành hình ảnh nổi bật trong nhóm. Tôi mặc quần áo màu tối, lái xe thể thao nhẹ và làm chúa đảng nhóm bạn của tôi. Tôi đã bỏ qua nhiều cơ hội như trường cao đẳng, làm quản lý công ty ở Úc và tình yêu để sống lương thiện bằng cách này.

Rồi sau khi bị giam vào tù, tôi bắt đầu muốn một đời sống bình thường. Có công việc bình thường, vợ hiền và con ngoan với tất cả trách nhiệm gia đình và xã hội. Nhưng bây giờ tôi không mong mỏi những điều như vậy nữa. Bởi vì tôi nhận rằng khi tôi kẹt vào mối quan hệ đó, tôi sẽ có những cái khác để mong mỏi nữa. Không có cái gì là tối hậu làm tôi vui, cho tôi một giây phút an lạc.

Bây giờ tôi đã bỏ cái việc chạy tìm hạnh phúc bên ngoài. Tôi khám phá rằng tôi luôn luôn đang hạnh phúc. Khi tôi cảm thấy bực bội hay thất vọng, tôi biết chỉ là những cảm giác tạm thời hay vọng tưởng. Vì vậy, tôi làm ngơ chúng và chúng biến mất. Tôi đoán được vọng tưởng phù du. Không cần phải tìm hạnh phúc. Chỉ cần bỏ những gì làm mù tối mình đi. Hạnh phúc ngay tâm mình, không phải bên ngoài sau khi được tự do về với gia đình.

Điều này khiến tôi ngẫm nghĩ rằng mang ơn sự hạnh phúc mà tôi kiến giải này và hy vọng tất cả tù nhân biết cách giải thoát khỏi bánh xe luân hồi nơi những nhà tù, cõi ta bà này.

Hạnh phúc bây giờ và đừng chờ ngay mai xuất tù (vì sự vô thường).

Andrew

Tù Nhân

Phần lớn số tù nhân ở Mỹ đều là những người có vấn đề về ma túy và rượu, trình độ giáo dục thấp, thất nghiệp và nhiều bịnh AIDS. Nhiều tù nhân có gia đình tan vỡ và phần lớn có cha mẹ, anh em, hoặc con cái đã từng bị tù tội.

Chánh sách nhà tù sẽ ảnh hưởng rất lớn tương lai của các tù nhân. Nhìn chung tình hình các tù nhân như sau:

Khoảng hai triệu ba người bị giam cầm ở nước Mỹ

Hiện nay, nước Mỹ giam cầm công dân phạm pháp nhiều hơn những nước kỹ nghệ khác từ sáu đến mười lần.

Ở Mỹ, mỗi ngày, cứ mỗi 150 người, có một người bị tống giam.

Nhà tù Mỹ biến thành "nhà cho người già" lớn nhất thế giới. Năm 1994, California giam giữ 5.000 người trên 50 tuổi. Với tốc độ giam giữ của năm 1998, số người lớn tuổi bị giam giữ sẽ là 50.000 vào năm 2005.

Hàng tỷ đô la đã chuyển từ ngân khố quốc gia đến những công ty tư nhân để thiết kế, xây cất và duy trì nhà tù. Những điều này diễn ra trong lúc 14 triệu trẻ em ở Mỹ đang sống trong tình trạng nghèo đói.

Sự tăng gia khủng khiếp của số tù nhân ở Mỹ có thể được giải thích phần lớn là từ những tội phạm không bạo hành. Bảy mươi mốt phần trăm bị giam vào nhà tù tiểu bang năm 1996 là bị kết án những tội không bạo hành (bao gồm 30% về tội dùng thuốc kích thích và 29% về tội phá hủy tài sản).

Mức độ tăng gia của nữ tù nhân gần gấp đôi của nam tù nhân trong hai thập niên vừa qua. Một phần ba nữ tù nhân bị kết án là do tội dùng ma túy.

Từ năm 1991, mức độ phạm tội bạo hành ở Mỹ giảm 20%, trong khi số tù nhân bị giam giữ trong nhà tù hoặc trại giam tăng gia gần gấp đôi.

Trên 94% của gần 2 triệu tù nhân sẽ trở về đời sống dân sự.

Hồi Hộp

Nhiều cựu tù nhân đã tranh đấu với sự chuyển hóa khi tiếp cận đời sống bên ngoài. Họ thường khó tìm việc làm với lý lịch tù tội, nhất là tù nhân đó đã rời khỏi xã hội mấy chục năm nay. Nhiều tù nhân nói rằng họ hồi hộp mấy tháng trời trước khi họ được thả tự do vì họ không có nhà, tiền bạc, phương tiện đi lại, không bạn bè hay gia đình ủng hộ, không có hứa khả sẽ có việc làm trong khi họ còn phải trả tiền bồi thường và lệnh tạm tha.

Cũng tùy nghiệp mỗi người, có người ổn định được đời sống sau khi ra tù và trở lại tham gia các việc thiện nguyện trong tù. Họ bắt đầu sống một đời sống tươi sáng và hạnh phúc.

Anthony

Ra Tù

Tốt nghiệp trường cấp III, học nghề nghiệp, tôi cố gắng để trở thành một nhân công hay một cô giáo. Nhưng tôi quay lại chí hướng đó và trở thành ác quỷ với rượu chè và á phiện. Đó là phần đau buồn nhất trong hành trình cuộc đời của tôi. Linh hồn tù nhân hướng về hành hạ tôi bằng sự hối hận trong quá khứ và tư tưởng chưa đến của tương lai.

Tôi có chuẩn bị bản thân mình cuộc sống sau khi ra tù, chuẩn bị cho sức sống của thực tế. Tôi đang đối mặt với bây giờ và ở đây, với sự hối hận của hôm qua và khả năng của tương lai. Dường như nản chí công việc sinh sống, tôi bước qua cái bẫy của sự sợ hãi và tìm thấy sức mạnh của lòng tin mà tôi có khả năng hoàn thành mọi điều, tôi đặt tâm mình để làm việc này. Sự tranh đấu của tôi là tha thứ. Tôi học được tình thương có thể bao phủ tất cả các vết thương và chữa lành bịnh chúng tôi với một năng lực bí ẩn và ngạc nhiên. Tôi học tha thứ cho bản thân tôi và từ đó tôi để cho chúng buông đi. Tình thương đã cứu cuộc đời tôi trong tù và tiếp tục bảo hộ cho tôi. Đừng để chúng đi. Ngay cả ở đó có sự sống sót và duy trì bạn. Hãy đặt những kinh nghiệm nhà tù phía sau để tôi tiến bước. Tôi phải nói như vậy trong khi nó sẽ ở phía sau tôi, nó sẽ luôn luôn là một phần của tôi.

Nhà tù sẽ tạo nên hình ảnh của tù nhân. Không có cách nào trốn thoát. Quyết định của tù nhân rất ít nhưng điều quan trọng nhất là quyết định thế nào tù nhân cho phép nó tạo dáng cho mình. Nhớ rằng sự tự do chân thật được tìm chính trong con người mình. Hy vọng tương lai sáng sẽ tự tôi mở ra.

"Trong khi tôi ở tù, tôi thật đau khổ và rõ ràng không muốn ở đó. Nhưng bây giờ nhìn ngược lại quá khứ tôi rất mang ơn bởi lẽ nhà tù đã thay đổi cuộc đời tôi."

Một số người tiếp tục tu tập sau khi được tự do. Những người khác tôi không chắc, bởi vì họ không liên lạc sau khi được về nhà. Nhưng bất kể gì, tôi cũng chắc Phật pháp đã ảnh hưởng đến chúng tôi trong một cách tích cực nhất. Các bạn tù nhân Phật tử đã nói với tôi rất nhiều và tôi đã thấy điều này trong các bức thư của họ. Tôi biết hạt giống Phật pháp đã có trong lòng của họ. Hy vọng sẽ phát triển cao như đại thọ khi họ ra tù.

Ms. Sahirah

Lo Lắng

Tôi sanh ở Waynesville, North Carolina, gần vùng đất của người Da Đỏ Cherokee trong dãy núi Blue Ridge Mountain mà chúng tôi gọi là Tây Carolina. Vùng này giáp ranh các tiểu bang Georgia, Alabama và Tennessee. Tôi là đứa con lớn nhất trong chín đứa. Tôi lớn lên trong một gia đình bệnh hoạn. Ba tôi là một người nghiện rượu và hung bạo. Ba thường đi xa. Khi có việc làm, ba đi đào đường hầm cho Blue Ridge National Parkway. Khi ba ở nhà, thường hay đối xử với mẹ tôi rất tàn nhẫn. Tôi bị ba đánh đập nhiều hơn mấy đứa kia bởi vì tôi là đứa lớn nhất và có nhiều trách nhiệm nhất. Chúng tôi ở trong một căn nhà vùng núi kiểu xưa, không có điện và không có ống cống trong nhà. Chúng tôi đem xô đi lấy nước ở một con suối cách nhà độ vài trăm thước. Mọi việc sưởi ấm và nấu nướng đều dùng lò củi mà chúng tôi phải tự chặt lấy. Quần áo phải giặt bằng tay. Phần lớn quần áo đều là từ đứa lớn truyền xuống đứa nhỏ để mặc. Chúng tôi đi săn và đóng hộp rau cải được trồng trong vườn. Trong dãy núi, có gấu, nai, beo đen, racoon, groundhog, thỏ và cá. Chúng tôi thuộc (lột, vuốt) da bằng tro và nước để làm sạch lông thú. Sau đó phơi khô. Chúng tôi dùng da thú để làm giầy, dép. Mẹ tôi chăm sóc cho chúng tôi với tất cả tấm lòng của bà. Bà làm việc theo mùa, hoặc ruộng thuốc lá, hoặc ruộng cà tô mát, từ sáng sớm đến tối mịt. Tôi có trách nhiệm chăm sóc mấy đứa em trai và gái.

Tôi uống rượu lần đầu tiên trước khi tôi cắp sách đến trường. Từ năm 16 tuổi tôi trở thành một người nghiện rượu. Tôi có cảm tưởng sự nghiện rượu của tôi là di truyền. Hành vi của tôi được di truyền từ gia đình. Tôi trở thành giận dữ, bạo hành và tự hủy hoại. Tôi rất ghét cha mẹ tôi, tôi ghét ba vì ba đánh tôi, và ghét mẹ tôi vì bà ta phải chịu đựng một người đàn ông như vậy qua bao nhiêu năm. Tôi rời khỏi gia đình năm 17 tuổi. Trong những năm đó, tôi đã làm nhiều công việc xây cất, lái xe chở nặng, lái xe vận tải, lao động, công nhân hãng cưa và nhiều công việc khác.

Tôi lập gia đình năm 21 tuổi. Cuộc hôn nhân kéo dài năm năm. Chúng tôi có hai đứa con, một gái một trai. Đã 24 năm qua, tôi không gặp mặt chúng.

Sự nghiện rượu của tôi càng lúc càng trầm trọng, nhiều khi tôi say đến độ không còn biết gì. Có một lúc, khi đang say, tôi trở nên hung bạo và đã lãnh một bản án 10 năm lúc tôi 40 tuổi. Tôi cũng đã chơi "xì ke". Tôi tự xem mình như một con "chó sói cô độc".

Vào tù năm 1990, trại tù đầu tiên của tôi có tên là "The Rock". Trong đây có những tù nhân hung bạo, lỳ lợm nhất. Tôi chứng kiến cảnh "đâm chém" và nhiều người bị đánh bằng ống sắt vào đầu và hông. Tôi cũng đã đụng trận hai lần. Thêm vào đó, chúng tôi thường bị bọn giữ ngục nhục mạ, đe dọa và đôi khi họ còn đánh đập, hành hạ chúng tôi. Cải tạo là một việc nội tâm. Tù nhân muốn được đổi khác hoàn lương. Điều này đòi hỏi ban quản trại nên từ bi và quan tâm, và nỗ lực trợ giúp.

Chúng ta có thể bắt giam một con thú trong chuồng và đối xử tệ bạc với nó mỗi ngày. Khi cửa chuồng được mở ra, con thú sẽ tấn công chúng ta ngay. Điều này cũng giống với tù nhân. Bị đối xử tàn tệ ngày này qua tháng khác, chúng tôi nuôi dưỡng sự giận dữ trong lòng. Chúng tôi phải đè nén sự giận dữ để được thả ra. Nhưng mà sự giận dữ đó không bao giờ được giải quyết. Khi chúng tôi được thả ra, sự giận dữ mà chúng tôi cảm nhận từ nhà tù, bùng nổ khi đối diện với xã hội bên ngoài.

Nếu những nhân viên biết quan tâm, đối xử nhẹ nhàng với tù nhân thì sẽ ít có tù nhân tái phạm trở lại nhà tù. Trong hệ thống nhà tù ít có sự tin tưởng nhau, bởi vì những điều mà chúng tôi nhìn thấy và kinh nghiệm trong nhà tù và trong cuộc sống của chính mình là lừa gạt lẫn nhau. Tù nhân tự phân làm hai loại, "bình thường" là những người tuân theo quy luật nhà tù, "loại dữ" là những người có quy luật riêng cho họ, gọi là "điều quy danh tự của tội phạm". Đó là một loại văn hóa nhà tù với ngôn ngữ riêng của nó.

Năm 1994, tôi đang ở trại tù cải tạo Avon Park. Tôi có bổn phận phụ trách hai máy nước nóng cho nhà bếp và nhà giặt. Tôi ngồi một mình trong một cái sân khoảng độ 7 mét x 10 mét, phía trước phòng máy. Tôi đã trồng mấy luống hoa trong sân. Tôi đang ngồi ngắm hoa, nghe chim hót và nhìn những hàng cây phía bên ngoài hàng rào. Chung quanh sân được xây bằng một hàng rào kẽm gai cao 5 mét, phía trên lại có kẽm gai vòng để ngăn chặn vượt ngục. Đây là lần đầu tiên trong đời, tôi đã quán sát kỹ lưỡng cuộc đời của chính mình.

Tôi không thể nói được đó có phải là một trải nghiệm tâm linh, hay là một sự chợt tỉnh. Tôi tự hỏi tại sao tôi lại bị như vầy và ý nghĩa của cuộc đời là gì. Tôi là gì? Tôi không bao giờ muốn trở lại nhà tù lần nữa. Tôi biết rằng tôi phải thay đổi cuộc đời. Tôi đã không được nuôi dưỡng một đời sống tâm linh. Bây giờ là lúc tôi phải tự tìm ý nghĩa cuộc đời. Tôi đến thư viện tìm hiểu về những tôn giáo thế giới. Tôi thấy Phật giáo thực tế hơn, quán xét chính mình và giáo lý không dựa vào giáo điều. Tôi bèn yêu cầu ban quản trại đổi tôn giáo tôi thành Phật giáo. Tôi viết thư qua Đông kinh, Nhật bổn và xin sách Phật giáo. Tôi đã nhận nhiều quyển sách về thiền của những tông phái khác nhau.

Từ việc đọc sách, tôi bắt đầu thực tập tọa thiền và thay đổi phẩm cách của mình. Tôi không còn tham gia vào các hoạt động bất chánh và trở thành một tù nhân Phật tử gương mẫu. Vài người bạn tù "loại dữ" bài bác tôi, nhưng cũng có vài người thì không. Vài người nói móc tôi là "Cào cào", theo tên của một nhà sư trong phim võ hiệp trên tivi. Họ chọc tôi với một tiếng "ooooommmmmmm" lớn khi tôi đi ngang qua các hành lang. Thế nhưng tôi chú tâm vào việc tu thiền, cho nên có thể chuyển những việc chọc ghẹo thành những lời khuyến khích.

Tôi tình nguyện tham dự tất cả chương trình trong Sở Cải Tạo như: Điều Lý Sự Giận Dữ, Nhận Thức Nạn Nhân, Phát Triển Gia Đình, Kỹ Xảo Cuộc Đời và chương trình Tier "12 Bước Hồi Phục". Những tù nhân Tier bị phân cách với những tù nhân khác. Nhóm chúng tôi có khoảng 40 người. Chương trình kéo dài một năm. Sau một năm, tôi cảm thấy chưa có đủ tất cả công cụ cho sự cai "nghiện", tôi bèn đến tìm ông giám đốc điều trị và yêu cầu được làm một "Hướng dẫn viên đồng bạn". Tôi sợ đứng trước mặt đám đông để diễn giảng. Ông giám đốc bảo tôi phải ra trước bọn họ và mở miệng ra nói, nếu tôi muốn công việc đó. Tôi đã làm liên lạc viên giữa tù nhân và nhân viên. Tôi có cơ hội làm việc trực tiếp với những người nghiện đã hồi phục. Điều này làm gia tốc việc hồi phục của tôi. Người nghiện được giúp đỡ nhiều nhất bởi chính kinh nghiệm của người nghiện khác đã hồi phục.

Tôi được ra khỏi trại Cải Tạo Florida vào ngày 22 tháng 12 năm 2000, sau mười năm bị giam cầm. Không có lời nào có thể diễn tả được nỗi lo lắng khi tôi bước ra khỏi cổng tù. Từ đó đến Gainesville, tôi vẫn không vơi được nỗi cô đơn và lạc lỏng. Khi chuyến xe bus đến bến ở Gainesville, tôi nhìn thấy Sư K.C. Walpole từ Trung Tâm Thiền Gateless Gate đã đứng đợi tôi ở đó. Khi tôi thấy ngài, tự nhiên trong lòng khởi lên một niềm an lạc, ngài đến đó vì tôi và giúp đỡ tất cả những nhu cầu cần thiết cho tôi. Ngày 28, tháng 12, năm 2000, tôi đến Trung tâm Thiền Gateless Gate để tham dự khóa tu năm ngày. Tôi đã có thể giảm bớt rất nhiều những nỗi lo sợ, đau đớn, giận dữ và lẻ loi. Tôi xin được cảm ơn rất nhiều người. Keith Smith đã cho tôi ở nhờ nhà ông ta. Tôi đã nhận được tất cả những món quà và sự trợ giúp của trung tâm Thiền Kwan Um như quyển sách tuyệt vời "The Compass of Zen" của thiền sư Seung Sahm đã giúp tôi hiểu rõ lời dạy của Đức Phật và thực tập, và trên tất cả, là thầy tôi là ngài K.C. Walpole của Trung Tâm Thiền Gateless Gate, người mà tôi tin tưởng và yêu quý.

Để đáp lại tấm lòng của các ngài, tôi tinh tấn tu tập. Ngủ trễ một chút, ăn khi nào cần, tọa thiền ở một nơi an tĩnh. Thật là tuyệt diệu. Cảm ơn quý sư, nhà tù và tất cả đã từ bi chăm sóc tôi thành hình như hôm nay.

Mitch Medford

Đồng Cảnh Ngộ

Tôi vừa được tự do từ trại tù cực trọng (*a maximum security*) và gặp nhiều khó khăn bất ngờ, làm tổn thương, tạo ra những vấn đề mới cho chính chúng tôi và người khác. Tôi xin chia sẻ những điều xảy ra. Điều này giống như đem đến cho những người đồng cảnh ngộ (nghĩa là ra khỏi phòng biệt giam sau nhiều năm) một chuẩn bị tìm những gì mình muốn và làm cách nào để tránh nó.

Tôi biết là tôi không phải là người duy nhất bị vấn đề tương tự. Nhưng vấn đề của tôi thật sự bị tôi sắp xếp sai lầm nên kết quả sai lầm. Tôi hiểu Phật pháp, tập trung sự tu tập của mình và chia sẻ với những bạn đạo đáng tin cậy.

Sau ba năm tôi được thả tự do, tự nhiên tôi có cảm

giác sợ hãi và đa nghi. Đối với một số người, những cảm giác này đến từ việc do rời chỗ an toàn được canh giữ và thu thúc trong tường thành xà lim nơi là những buổi cơm được mang đến, nơi mà tù nhân được nghe radio và giải trí trong không gian khiêm tốn của xà lim. Chúng tôi là những người trải qua thời gian ở tù (tôi ở 26 năm) và đã có một số kẻ thù. Chúng tôi bị ném vào chính giữa bọn chúng và bị ra lệnh là nếu không bơi sẽ bị chìm.

Nói thật, tôi cũng cảm thấy nhớ cái xà lim cũ kỹ và sự thoải mái trong đó, nhưng tôi đang mong đợi đi thăm mẹ tôi để tôi có thể ôm chằm lấy bà. Đã hơn bốn năm tôi chưa được gặp mặt, nhưng gia đình nói với tôi là tôi không thể nhận sự viếng thăm. Rồi chỗ sở làm từ chối rằng tôi không thể làm việc. Tôi mất hy vọng.

Nhiều năm, tôi thường tự hỏi trong tù làm thế nào mà những người đàn ông có thể chôn họ trong 'lỗ' (trại giam)? Làm thế nào họ hoàn toàn và tuyết đối mất hết sự quan tâm, thương yêu? Nhưng bây giờ tôi biết. Tôi chắc chắn trách nhiệm là ở hoạt động của tôi. Mỗi ngày tôi có trách nhiệm phải giải thích và tôi nhớ ai là người mà tôi đã gây ra đau khổ. Tôi cũng nhớ những người như tôi đã tạo địa ngục của mình trên trái đất, người bị nhốt trong tù, trong xà lim và sự giải quyết của tôi là để hiểu và quan tâm người khác.

Tôi đã tìm thấy khóa học của năm năm vừa rồi, là cái gì đó để học từ sai lầm do tôi tạo. Một số người sẽ cười và nghĩ rằng "Dĩ nhiên, đó là sự ngu dốt".

Tôi bắt đầu nhìn vào toàn bộ bức tranh và không chịu được trừ khi thấy bản thân tôi trong người nào đó tôi đã gặp. Tôi bắt đầu cảm thấy người mà có nhiều thuận lợi và tôi không muốn đả thương họ nữa. Tôi muốn giúp trong cách này hay khác, luân phiên tôi đã nhìn sâu vào sự đau khổ của mình và nguyên nhân của nó. Chắc chắn nếu tôi có thể hiểu và dập tắt đau khổ của mình. Tôi có thể chỉ cho người khác giống như tôi trong hướng đúng.

Tôi xin lỗi phải nói rằng tôi không làm điều này giỏi, hầu như không. Nhưng tôi hiểu thế nào một tù nhân có thể bỏ mất tất cả hy vọng và quan tâm và rồi trở thành một cái gì đó ngu ngốc, cái mà anh ta có thể làm là đến và chia sẻ cảm xúc và nỗi sợ ở nơi trại tù.

Tôi đang học tập. Mỗi ngày như tôi đã chỉ ra lợi ích của sự thực tập của tôi, bao gồm bạn. Tôi nhận ra bạn là cái gì quan trọng nhất trong cảnh giới ta bà và chính trách nhiệm của tôi thấy điều đó, cái tôi có thể làm là giảm nhẹ nỗi đau của người khác. Có thể chỉ ngồi yên lặng mỗi ngày và chia sẻ nỗi đau cho tới khi bạn tìm thấy niềm hy vọng của bạn. Nhưng ít nhất bạn không có một mình. Ít nhất bạn sẽ biết người nào đó hiểu và biết điều bạn nghĩ. Rồi bạn và tôi sẽ tiếp tục giúp người khác bằng cách quan tâm đến họ và hạnh phúc của họ.

Mong cho bạn có hạnh phúc và những điều mang hạnh phúc. Cầu cho bạn thoát khỏi đau khổ và diệt trừ nguyên nhân của đau khổ. Mong cho bạn bình an.

Phật pháp hẳn là một nơi quy ngưỡng cho chúng ta, một ngọn đèn giữa đau khổ và bối rối. Thật ra, sự thực tập Phật pháp phải từ từ đối với những nghiệp và những chướng nghiệp đã thâm sâu. Mặc dù, tôi đã có nhiều sự thay đổi tích cực, nhưng vẫn còn có những yếu tố tiêu cực vi tế này.

Một số người nỗ lực loại bỏ lòng thương tưởng và không kết hợp bản thân họ với người đã hại người khác. Tôi thì không làm thế. Thủ phạm và nạn nhân đều khổ.

Mặc khác, phải thương những người như vậy thì mới gọi là từ bi. Giá trị con người là con người, chứ không phải hành động người ấy, mặc dù vị ấy trách nhiệm với hành động của mình. Mỗi người đều có Phật tánh, vốn không là xấu ác. Chúng ta nên khuyến khích tinh thần này của Đạo Phật. Nói cách khác, chúng ta đã làm nhiều hành động tội lỗi bởi vì chúng ta có hạt giống của tham, sân, si. Những hành động như vậy đáng bị khiển trách. Chúng ta nên mở tâm thương cả tù nhân và nạn nhân.

Từ bi không có nghĩa là tha thứ những hành động phá hủy. Chúng ta phải thương người đã phạm lỗi phá hoại này. Người đó cần bị giam trong một môi trường sống nơi mà không có điều kiện cho những ác hại nảy sinh. Tù nhân cần phải điều trị cả tâm lý, sinh lý và vị ấy cần được thương tưởng liên lạc với những người thân để vượt qua những yếu tố manh nha hành động xấu của mình.

Bryan

Làm sao Sống

Thường khi một người được lệnh ân xá, được lãnh $50 và vé đi xe buýt. Để bước vào thế giới tự do và trở thành một phần trong xã hội, người ấy phải bắt đầu từ bây giờ.

Điều gì khiến tôi tái phạm vào nhà tù nữa sau khi tôi được thả ra. Đó là một sự lựa chọn. Những sự lựa chọn tôi đã làm trong quá khứ và dẫn tôi đến đây. Quyết định tôi đã làm bây giờ có thể một ngày chắc chắn tôi sẽ không phải là một phần của 70 % những tù nhân tái phạm trở lại trại giam nữa.

Khi tù nhân không có cơ hội để thực hiện những quyết định ngày nay. Cái gì tôi ăn và mặc, nơi tôi làm việc, khi tôi tu tập hay thờ phượng, hầu như những điều này do trại tổ chức và quyết định. Tuy nhiên, chúng tôi có lựa chọn mà chúng tôi có thể làm và những lựa chọn này quan trọng. Chúng tôi phải đánh giá cao bản thân mình. Chúng tôi phải có trách nhiệm không chỉ quá khứ, mà quan trọng hơn là cho cả tương lai. Chúng tôi có thể rời ở đây như con người mà chúng tôi đã đến đây hoặc chúng tôi có thể rời ở đây với một điều quyết định là tất cả mọi điều phải khác cho chúng tôi và hy vọng rằng cho mọi người mà chúng tôi liên quan đến. Chúng tôi có thể cải đổi những nhược điểm của mình. Chúng tôi có thể trở nên thức tỉnh trước những tình cảm của mình và hiệu quả đưa đến từ hành động của chúng tôi. Chúng tôi mở rộng học vấn của mình. Chúng tôi có thể đưa ra những mục đích để gặt hái những hoa trái tích cực cho tương lai.

Matthew

Mang Ơn

Dianne kể rằng thỉnh thoảng tôi hay than van như khi tôi thất vọng bởi việc xảy ra không theo ý mình (đây là tánh ích kỷ, cho mình là trung tâm điểm của tất cả). Tôi bắt đầu trở lại thói quen cũ của mình và trở nên phân tích mà không quyết định hay hành động. Khi nhìn tâm tôi, tôi thấy thật dễ dàng để trở lại cách suy nghĩ cũ và sa lầy vào biển tự thương hại mình: “Tội mình, thằng tội phạm đáng thương không ai chịu mướn”. Dĩ nhiên, bạn nói đúng. Tôi cố gắng tìm rồi, cuối cùng tôi tìm ra một người chủ chịu mướn tôi. Cám ơn rất nhiều. Tôi chân thật với quá khứ của mình, thật tình thay đổi trong sáu năm vừa qua và tôi tin ông chủ tôi đã nhìn thấy sự thẳng thắn này. Tôi đã làm việc ở đây hơn hai tháng và tốt đẹp. Tôi vui vào công việc và cám ơn ông chủ đã cho tôi cơ hội này.

Khi tọa thiền, tôi bắt đầu thấy sao tâm mình quá tham đắm. Ví dụ tôi quá muốn có cô bạn gái hoặc chiếc xe mô tô hoàn hảo. Tôi tự hỏi vì sao tôi bị ám ảnh bởi những cái muốn này. Tôi biết thú vui dục lạc ở cõi ta bà này không mang niềm hạnh phúc vĩnh viễn. Thật ra, cuối cùng chúng chỉ tạo ra khổ đau.

Cuối cùng, tôi nhận ra không cần phải nắm giữ những điều này. Tại sao? Tôi đã có những cái tôi cần. Tôi hiểu rằng tôi đã có mái nhà trên đầu tôi, có thức ăn, có bàn ghế, quần áo và tất cả từ lòng tốt của những người khác. Vì vậy, nên bỏ tham ái, quan trọng hơn nữa nhờ mọi người mà tôi biết Phật pháp. Tôi có bạn đạo và thầy hay đã cho tôi những lời khuyên và phương cách chuyển đổi tư tưởng tiêu cực của tôi. Phải thực tập pháp và tri túc, thỏa mãn với cái mình có.

Một đêm sau khi đi làm về, tôi xúc tuyết. Thỉnh thoảng tôi cho phép mình được thảnh thơi để ngắm nhìn cảnh vật xung quanh. Một đêm mùa đông thật đẹp với nhiều bông tuyết rơi và ánh trăng chiếu trên nền tuyết. Tôi dừng lại, thở sâu và hưởng khung cảnh đêm yên lặng và mĩm cười trước phép lạ của cuộc đời là mình được sống. *Đây là một cái gì mà mình đã lãng quên.* Hơn nữa, vào giờ này năm ngoái, tôi không được ra ngoài vào ban đêm vì bốn bức thành giam lại. Thật là một sự khác xa đáng kể.

Dù sao tôi vui được sống và làm bạn đạo. Chấp tay xin chào mọi người.

Dianne

Đề án Nhà Tù Giải thoát

Đề án Nhà Tù Giải thoát (Liberation Prison Project)[37] là một tổ chức hoạt động phục vụ xã hội thuộc Phật Giáo Tây Tạng được liên kết với Hội Bảo vệ Truyền thống Phật Giáo Đại thừa (FPMT). Tích cực hoạt động tại Hoa Kỳ, Úc châu, Tây Ban Nha và Mễ Tây Cơ, Đề án Nhà Tù Giải thoát đưa ra những hướng dẫn và giáo lý tâm linh, cung cấp sách báo, tài liệu cho các tù nhân quan tâm tới việc tìm hiểu, nghiên cứu và thực hành Phật Giáo.

Chương trình được bắt đầu vào năm 1996 khi Arturo Esquer, một tù nhân trẻ tuổi người Mỹ gốc Mễ can tội trộm cướp đang chịu ba án tù chung thân tại Nhà Tù Pelikan, một trong những nhà tù được canh phòng cẩn mật tối đa của tiểu bang California, tình cờ đọc quyển Introduction to Tantra (Nhập môn vào Mật thừa - Nhà Xuất bản Wisdom), một quyển sách của Lạt ma Yeshe, vị sáng lập tổ chức FPMT.

Arturo Esquer viết những dòng dưới đây trong tự truyện có tựa đề "Tìm kiếm một Phương pháp để Không Bỏ Quên Một Ai: Sự Chuyển hóa của một Tên cướp Mễ Tây Cơ". Tự truyện này được in lại với sự cho phép của Tạp chí Mandala, tháng 11, năm 1997.

"Tôi sinh ra vào ngày 04, tháng 02, năm 1976 tại Montebello, Los Angeles, California. Tôi là con thứ sáu của một bà mẹ bảy đứa con: năm trai và hai gái. Chúng tôi là người Mễ Tây Cơ.

"Mẹ tôi, chị Lorraine và năm anh em tôi sống trong một căn hộ nhỏ có hai phòng ngủ cùng với một trong

37. Đề án Nhà Tù Giải thoát (The Liberation Prison Project). Thanh Liên biên dịch tiếng Việt, Hồng Như hiệu đính.
Xin xem: http://www.thuvienhoasen.org/deannhatugiaithoat.htm

những bạn trai của mẹ tôi. Tôi không bao giờ gặp cha tôi. Một người anh của tôi nói rằng ông đang bị tù; đó là tất cả những gì tôi biết.

"Đối với mọi người, sự tôn trọng là vấn đề chính yếu. Nếu bạn không được tôn trọng, bạn không phải là con người: điều đó thật rõ ràng đối với tôi. Vì những trận ẩu đả mà tôi tham dự, mọi người trong khu tôi ở đã tỏ ra hết sức kính trọng tôi, vì thế mọi người không bao giờ nhìn tôi bằng đôi mắt khó chịu hay nói với tôi một cách thiếu tôn trọng. Rõ ràng là người được tôn trọng nhất là những anh chàng trong băng đảng…"

[Năm 11 tuổi, Arturo gia nhập băng du đãng ở vùng lân cận.] "Càng lúc tôi càng trở nên hung bạo và thấy như vậy là hoàn toàn hợp lý. Đây là cách xử sự ở đời. Bằng mọi giá, bạn cần phải sống mạnh, sống không sợ hãi, phải được người khác tôn trọng. Bạn phải tôn trọng người khác. Tôi đã làm như thế. Tôi cố gắng trở thành một trong những vai chính giết người không gớm tay trong các bộ phim như Bố Già hay Mặt Sẹo: là nhân vật chính diện không bao giờ chấp nhận cho ai chơi bẩn với mình, chăm sóc gia đình và bạn bè và tôn trọng người khác, nhưng khi cần sẽ không ngần ngại giết bỏ bất kỳ ai, dù là gia đình, bạn bè, hay kẻ thù.

"Tôi càng được người trong xóm kính nể, càng có uy quyền thì lại càng có khả năng giúp đỡ và cứu vớt người khác khi cần thiết…

[Năm 12 tuổi, Arturo được gởi tới Trại Giáo huấn Trẻ Vị thành niên (Juvenile Hall) vì một vụ trộm cướp có liên quan tới băng đảng. Tội lỗi của anh leo thang. Năm 16 tuổi anh bị xử ba án tù chung thân vì âm mưu giết người. Hiện Arturo là một tù nhân tại Nhà Tù Pelican Bay.]

"Trong tù… tôi có nhiều thời gian để học hỏi và suy nghĩ… Khi hiểu được nỗi thống khổ của người dân nước tôi ở Mễ Tây Cơ hay ngay tại nước Mỹ này, tôi bắt đầu phát sinh ước muốn mãnh liệt phải làm một điều gì đó. Và khi tôi nghĩ đến những người có tiền của, hay có chút quyền thế, hay những giống dân khác đã xem người Mễ như bụi bẩn hay thú hoang thì lòng thù hận mãnh liệt bắt đầu chồng chất trong tôi. Tôi nghĩ: 'Làm thế nào một đất nước như Hoa Kỳ, nơi nói nhiều về sự tự do cho tất cả mọi người, lại đặt ra một thứ luật lệ như đạo luật vừa được thông qua ở California, từ chối trợ giúp y khoa và giáo dục cho phụ nữ và trẻ em Mễ Tây Cơ? Thậm chí đất nước này cũng không phải là của họ! Phải có một đạo luật buộc người da trắng trở về Châu Âu!'…

"Một hôm một người bạn cho tôi mượn một quyển sách do một vị Thầy Samurai Nhật Bản viết về Zen (thiền) và quyển sách đó đã thực sự đi vào trái tim tôi. Anh bạn đó nói một điều đã tác động mạnh mẽ tới tôi: 'Người ta khát khao điều chân thật trên thế gian này bởi chỉ khi nào tìm ra chân lý, ta mới chấm dứt được nỗi thao thức của mình.'… Anh cũng nói rằng mọi sinh loài vốn có Phật tánh thuần tịnh và là một với toàn thể vũ trụ. Tôi nhận thấy điều đó vô cùng lý thú.

"Trước hết tôi nghĩ tới việc sử dụng thiền (Zen) như một kỷ luật để tinh lọc tánh khí của tôi và để giúp tôi trở nên kiên định trong nỗ lực giúp đỡ người Mễ nghiền nát kẻ áp bức. Nhưng tư tưởng của tôi lại đang bắt đầu trở nên mâu thuẫn và lần đầu tiên tôi tự hỏi không biết lối sống của mình, những hoạt động băng đảng, có thực sự giúp đỡ người Mễ hay không? Điều này không dễ dàng bởi tôi luôn luôn sùng bái 110 phần trăm lối sống của tôi, cho dù phải trả giá bằng cả cuộc đời mình…

"Trong thư viện, tôi tình cờ gặp một quyển sách của Lạt ma Yeshe. Quyển sách ấy đâm thủng trái tim tôi và đồng thời tát vào mặt tôi. Tôi buộc phải nhận ra rằng lối sống băng đảng chỉ mang thêm rắc rối đến cho người dân nước tôi mà thôi. Tôi phải làm một sự chọn lựa, điều đó thật rõ ràng: hoặc đi theo con đường của Đức Phật hoặc tiếp tục dính chặt vào lối sống cũ kỹ của tôi…

"Tôi đã làm một tràng hạt đầu tiên của tôi – sử dụng những miếng bánh bằng bột ngũ cốc hình tròn hiệu Cheerios! Tôi lấp đầy ngày lẫn đêm bằng việc thực hành và tu học. Tôi thích dậy sớm trước bình minh khi nhà tù còn yên tĩnh, là điều hiếm có ở đây…Dù tôi có ra khỏi tù hay không cũng chẳng thành vấn đề. Vấn đề nằm ở chỗ dù tôi ở đâu, tôi cũng nên làm lợi lạc cho người khác."

Arturo đã được hỗ trợ rất nhiều trong việc thực hành bởi Ni sư Robina Courtin của FPMT (Hội Bảo tồn Truyền thống Đại thừa) và bởi Đề án Nhà Tù Giải thoát (Liberation Prison Project) mà Ni sư làm Giám đốc điều hành. Đề án này giúp đỡ những tù nhân tại Hoa Kỳ và Úc châu, gởi cho họ sách báo tài liệu Phật giáo, hướng dẫn thực hành tu học và thăm viếng họ.

Xúc động bởi lời giảng dạy trong Introduction to Tantra (Nhập môn vào Mật thừa) của Lạt ma Yeshe về lòng bi mẫn, tù nhân Arturo đã viết cho FPMT (The Foundation for the Preservation of the Mahayana Tradition), khi ấy trụ sở tại Chùa Dược Sư (Land of Medicine Buddha) tại Soquel, California: "Tôi viết với hy vọng có thể thường xuyên nhận được tạp chí của Hội. Nếu có thể, cá nhân tôi muốn dấn thân vào cách sống hiền lương của Phật tử."

Arturo Esquer

Xin Cột Dây Rua-băng Vàng Xung Quanh Cây Sồi Cỗi

Biểu tượng này khá thịnh hành trong thường dân vào thập niên 1970. Đây là nội dung chính của bài hát "Tie a Yellow Ribbon 'Round the Ole Oak Tree", do Irwin Levine và L. Russell Brown sáng tác.

Nội dung bài hát nói về người chồng ở tù ba năm, sau đó được tự do. Anh có vợ và hai con và gần bốn năm không liên lạc. Trong thời gian này, vợ anh có người yêu mới và anh có viết thư báo ngày sẽ được mãn hạn tù. Nếu vợ anh tha thứ cho những lỗi lầm quá khứ của anh và để anh được đoàn tụ với gia đình thì xin cột khoảng 10 hay 20 rua-băng vàng khắp cây sồi trước nhà.

Khi xe buýt đi ngang nếu thấy rua-băng vàng thì anh sẽ bước xuống và về sum họp, còn nếu không thì anh sẽ đi luôn nghĩa là anh không nhận được sự tha thứ của vợ và con. Nhưng ồ kia! khi xe chạy sắp đến gần đầu ngỏ, hàng trăm rua-băng vàng tung bay trước gió và bài hát được cất lên giữa không gian như sau:

Xin Cột Dây Rua-băng Vàng Xung Quanh Cây Sồi Cỗi

Irwin Levine and L. Russell Brown[38]

Anh đang về nhà. Anh đã mãn hạn tù.

Điều anh muốn biết em có còn thuộc về anh hay không?

Nếu nhận lá thư này

38Tie A Yellow Ribbon Round The Old Oak Tree lyrics. Irwin Levine and L. Russell Brown. https://www.lyrics.com/lyric/1635289/Dawn/Tie+a+Yellow+Ribbon+%27Round+the+Ole+Oak+Tree

Báo rằng anh sắp được tự do.

Rồi em muốn điều gì
Nếu em vẫn thương anh
Nếu em vẫn yêu anh
Xin hãy cột một dây rua-băng vàng
Xung quanh cây sồi cỗi.

Đã ba năm trôi qua
Em vẫn còn yêu anh chứ!
Nếu anh không thấy dây rua-băng vàng
Xung quanh cây sồi cỗi
Anh sẽ ngồi luôn trên xe buýt và quên chuyện chúng ta.

Lỗi lầm chính là do anh
Nếu anh không thấy dây rua-băng vàng
Cột xung quanh cây sồi cỗi
Tài xế xe buýt xin hãy vui lòng đợi tôi
Tôi không dám nhìn vào cái gì tôi sẽ thấy.

Tôi thật sự vẫn ở đang trong tù
Và cô ấy – Tình yêu của tôi - người nắm giữ chìa khóa
Chỉ một dây rua-băng vàng đơn giản tôi rất cần cho sự tự do của mình
Tôi viết và tôi nói rằng mong cô ấy làm như vậy.

Xin cột một dây rua-băng vàng
Xung quanh cây sồi cỗi
Đã ba năm qua rồi
Em vẫn còn yêu anh chứ?

Nếu không thấy dây rua-băng vàng
Cột xung quanh cây sồi cỗi
Anh sẽ ở lại trên xe buýt và quên chuyện chúng ta
Lỗi lầm chính là do anh.

Nếu anh thấy dây rua-băng vàng
Cột xung quanh cây sồi cỗi.
Bây giờ toàn xe buýt đang chia vui
Và anh không thể tin vào mắt mình
Hàng trăm dây rua-băng vàng
Cột xung quanh cây sồi cỗi.
Dây rua-băng vàng xung quanh cây sồi cỗi!
Dây rua-băng vàng xung quanh cây sồi cỗi!
Dây rua-băng vàng xung quanh cây sồi cỗi!
Dây rua-băng vàng xung quanh cây sồi cỗi!
Dây rua-băng vàng xung quanh cây sồi cỗi!
Dây rua-băng vàng xung quanh cây sồi cỗi!
Dây rua-băng vàng xung quanh cây sồi cỗi!
Dây rua-băng vàng xung quanh cây sồi cỗi!

Tie A Yellow Ribbon Round The Old Oak Tree lyrics:

I'm coming home I've done my time.
And I have to know what is or isn't mine.
If you received my letter
Telling you I'd soon be free
Then you'd know just what to do
If you still want me
If you still want me
Oh tie a yellow ribbon
'Round the old oak tree
It's been three long years
Do you still want me
If I don't see a yellow ribbon
Round the old oak tree
I'll stay on the bus, forget about us
Put the blame on me
If I don't see a yellow ribbon
'Round the old oak tree
Bus driver please look for me
'Cause I couldn't bare to see what I might see
I'm really still in prison
And my love she holds the key
A simple yellow ribbon's all I need to set me free
I wrote and told her please
Oh tie a yellow ribbon

'Round the old oak tree
It's been three long years
Do you still want me
If I don't see a yellow ribbon
'Round the old oak tree
I'll stay on the bus, forget about us
Put the blame on me
If I don't see a yellow ribbon
'Round the old oak tree
Now the whole damn bus is cheering
And I can't believe I see
A hundred yellow ribbons
Round the old, the old oak tree
Tie a ribbon 'round the old oak tree
Tie a ribbon 'round the old oak tree
Tie a ribbon 'round the old oak tree
Tie a ribbon 'round the old oak tree
Tie a ribbon 'round the old oak tree
Tie a ribbon 'round the old oak tree
Tie a ribbon 'round the old oak tree
Tie a ribbon 'round the old oak tree.
(Irwin Levine and L. Russell Brown)

Sư cô Giới Hương ăn trưa bên dòng Sông Green Bay, Wisconsin, để đợi chiều vào hướng dẫn tù nhân tiếp

Chương 10

Kết Luận

Lama Thubten Yeshe có lần nói: "Nếu bạn là một con người, không hề gì người khác nghĩ bạn là một con người hay không, bạn vẫn là một con người".

(Lama Thubten Yeshe: "If you're a human being, it doesn't matter whether others think you're a human being or not. You're still a human being).

Đúng thế, dù là phạm nhân hay không phải phạm nhân thì chúng ta vẫn là con người. Trước kia, rõ ràng tôi (Sư cô Giới Hương) muốn né tránh trong sợ hãi những trại tù và những tính cách tội phạm mạnh bạo. 'Tù tội gông cùm", "cai ngục song sắt", "thành tù lạnh lẽo"... giống như một cái gì đó xa vời và đáng sợ cho hầu hết chúng ta, nhất là nữ giới, nhưng qua một thời gian tiếp xúc (dù là ngắn ngủi) với các phạm nhân, qua thư tín trao đổi, rồi cuối cùng tôi nhận ra chất người hiền lương, chất Phật giác tỉnh trong họ như chúng ta. Chỉ do một giây phút vô minh và đưa họ đến phạm pháp để rồi suốt đời ăn năn sau song sắt lạnh.

Chúng ta không đặt họ trong nhãn hiệu tên hiếp dâm, tên trộm cướp, tên hành hung hay kẻ giết người rồi làm lơ hay xa lánh họ (kính nhi viễn chi). Thật ra, họ là những người với nhiều kinh nghiệm của bề dày đau khổ, của đời sống tâm linh phong phú. Sự chia sẻ của tù nhân (qua thư từ hoặc tiếp xúc) thật ra đã bổ túc thêm cho chúng ta những đã gì học ở nhà chùa, học đường và xã hội. Chúng ta lắng nghe một người tù nào đó lớn lên trong sự nghèo nàn, với cha mẹ rượu chè, khiến con trẻ phạm pháp rồi tù tội. Chúng ta lắng nghe một người tù khác nói về kiếp sống bên vệ đường từ khi cậu còn bé chỉ bảy tuổi rồi hút xì ke, trộm cướp... sẽ giúp chúng ta hiểu trực tiếp linh động hơn về thực tế xã hội, chính trị, kinh tế và nền đạo đức. Xã hội Mỹ có cờ hoa mỹ lệ giàu có, nhưng bên cạnh những tòa cao ốc ngất trời cũng có hình ảnh người nghèo đói, vô gia cư (homeless), tội phạm dễ xảy ra, đạo đức xuống dốc, thất nghiệp tràn lan... cũng là một chứng minh cho thấy mặt trái hay thực tế nào đó của xã hội.

Được tiếp xúc với các tù nhân qua các buổi pháp thoại, thư tín, tôi thấy một số khá đông họ thuần thành, nhiệt tình, có lòng tu sửa, thông minh và đầy tiềm năng. Mặc dù có nhiều chướng ngại, thử thách, tranh đấu và thất bại, nhưng họ cũng cố gắng để phát huy tiềm năng con người trong họ. Như vậy, nhà tù là một môi trường tốt, một nơi khiến họ cố tìm chân lý. Môi trường nhà tù đau khổ, căng thẳng, bất an... khiến cho tù nhân muốn tìm lối trú trong tâm họ, tìm một chỗ nương tinh thần, rèn luyện tâm mình, nên có lẽ hầu hết tù nhân Mỹ tìm đến tôn giáo nhiều hơn. Như thế, thời gian ở trại lại là món quà quý giá cho tâm linh của họ. Có thể nói như là tìm được chìa khóa để vào lâu đài tâm linh.

Trại cải tạo đã thay đổi con người, cũng có nhiều người không thể gột rửa được và có nhiều người càng trở nên tệ hơn. Nhưng đối với một số tù nhân Phật tử cho biết, nếu họ không bị giam, có lẽ đời họ sẽ tồi tệ hơn. Dĩ nhiên, nếu họ còn sống trụy lạc và không biết đạo thì con đường họ đi thật sự là hoang dại, điên rồ và nguy hiểm. Nếu họ không có cơ hội ra khỏi lối sống sa đọa đó thì họ sẽ bị kẹt trong đó hoặc sẽ bị chết dần mòn. Bây giờ, họ vẫn còn bị giam và đếm lời cầu nguyện của mình, cám ơn thời gian giam hãm và tránh xa môi trường đọa lạc để họ được thay đổi, tìm thấy chính mình như bây giờ, hiện tại đây. Những con người tốt hơn! Vâng, tù nhân thật sự như vậy. Hãy nỗ lực tu tập Phật pháp trong môi trường bạo động và hận thù như vậy thì sự phát triển lòng từ bi, ban phát lòng từ bi là quan trọng và quý giá.

Tôi thấy nhiều tù nhân rất có tinh thần. Khi nghe họ tâm sự về quá trình tranh đấu vượt qua thử thách và tôi đã gặp những người đang thực tập trong hoàn cảnh khó khăn nhiều hơn tôi đề cập. Đây là một sự phấn khởi. Có những tù nhân là những bịnh nhân si-đa, ung thư, cực kỳ nghèo túng hoặc bị hiếp dâm mà cố gắng tinh tấn vươn lên như vậy, trong khi chúng ta đang khỏe mạnh và được tự do đi lại thì phải tinh tấn hơn, tận dụng thời gian và phương tiện quý hiếm, đừng để ngày giờ trôi qua uổng phí.

Có câu chuyện "Cá độ" (*The Bet*) của Anto Chekhov rất hay mà tôi đã học trong lớp Văn Chương Thế Giới (The World Literature) tại Milwaukee Area Technique College, Wisconsin. Chuyện kể về một ông chủ ngân hàng cá độ một anh luật sư trẻ rằng nếu ở được trong tù suốt năm năm thì sẽ được thưởng hai triệu Mỹ kim. Chàng luật sư trẻ nói rằng: "Chẳng những năm năm, tôi có thể ở đến mười lăm năm". Thế là cuộc đánh cá bắt đầu có giá trị từ trưa ngày 14 tháng 11 năm 1870 đến trưa ngày 14 tháng 11 năm 1885. Địa điểm nhà tù là nhà kho ở phía sau vườn của ông chủ nhà băng. Mỗi buổi, sẽ có người làm vườn mang thực phẩm đến để vào cửa sổ và chàng luật sư không được bước qua cửa nhà kho đã khóa. Trong nhà kho nhỏ, cũ kỹ, nhơ nhớp có một cây đàn piano cũ và trong năm thứ nhất ở tù chàng thanh niên cứ ăn rồi đánh đàn piano cho qua ngày tháng. Năm thứ hai và thứ ba, anh yêu cầu xin sách đọc. Được sự đồng ý của ông chủ, người làm vườn đem các sách triết học, tôn giáo, ngôn ngữ cho anh tù. Trong vòng bốn năm, người tù đã đọc hơn 600 cuốn. Thời gian mười lăm năm trôi qua, số lượng sách của các nghành càng tăng càng nhiều.

Rồi cái gì đến thì sẽ đến. Chỉ còn một giờ nữa là mãn hạn tù. Chủ nhà băng hối hận cho sự cá độ ngu ngốc của mình và bây giờ ông muốn giết tên tù để khỏi trả mất số tiền quá lớn.

Thế là ông cầm dao len lén đến nhà kho lúc 3:00g khuya, mọi người đều ngủ. Lúc đó, trời mưa gió bão bùng, tên canh gác cũng đã tìm nơi trú ẩn cho mình. Đây là thời cơ tốt để hành động. Trong bóng tối, ông thấy ngọn nến loe loét trong tù và tên tù gục đầu trên bàn sách ngủ say. Dưới đất sách vỡ ngổn ngang. Tên tù lúc đó ốm nhách như bộ xương biết đi, râu tóc dài ngoằn như ông già 70 tuổi dù anh ta chỉ khoảng 40 tuổi là vừa. Trên bàn có mảnh giấy viết chữ nhỏ li ti. Ông chủ liếc đọc nhanh:

"Ngày mai vào lúc đúng ngọ tôi sẽ được tự do. Tôi đã có quyền sống với thế giới bên ngoài. Trước khi tôi rời căn phòng này, tôi muốn nói vài lời với ông. Lương tâm tôi rất rõ ràng và tôi đứng trước Chúa, Chúa có thể thấy.

Trong mười lăm năm qua tôi học rất nhiều... Qua sách vở, tôi đã biết nhiều thế giới và kiến thức thâm sâu. Những cuốn sách của ông đã ban bố cho tôi trí tuệ. Tôi biết tôi thông minh hơn ông. Ông khờ dại và đi lầm đường. Ông thì không biết chân lý và ngu si trong cái đẹp... Tôi xin từ chối nhận hai triệu Mỹ kim của ông. Tiền của ông có thể mua trí tuệ được không? Không. Ngày mai tôi sẽ phá vỡ lời cá độ của chúng ta bằng cách tôi sẽ rời nơi đây trước trưa, như vậy số tiền vẫn thuộc về ông."

Khi đọc tới đây, ông chủ già cảm động cuối xuống hôn tên tù. Nước mắt rơi lả chả xuống mặt tên tù.

Ngày mai khoảng trưa tên gát gian vào báo rằng tên tù đã trốn thoát rồi và không biết đi đâu. Để tránh lời đồn đại, ông chủ già nhặt tấm giấy lưu lại và cất nó đi.

Câu chuyện mang thật nhiều ý nghĩa sống trong đời. Nhà tù trong truyện "Cá độ" này cũng giống những nhà tù khác ở Mỹ. Nếu phạm nhân biết khai thác thời gian đầu tư bị giam giữ cho một mục đích cao thượng thì mình lại có điều kiện rảnh rang để đạt mục đích hơn những người bận rộn với nhiều bổn phận ngoài xã hội. Cho nên, tên tù trong "Cá Độ" mới nói: "Tiền không thể mua trí tuệ. Cám ơn ông đã giúp cho tôi có môi trường để phát huy tiềm năng trí tuệ".

Ở các trại tù Hoa Kỳ có nhiều điệu kiện tốt có hiệu quả cho việc tu tập. Môi trường tù tương đối sạch sẽ và ngăn nắp, tù nhân đa phần trông cũng khỏe mạnh, quần áo đầy đủ ấm cúng, được học nhiều lớp cải tạo huấn luyện và có nhiều thời gian tu tập ở nhà nguyện để rèn luyện nhân cách. Sư Tonen nói rằng: "Nếu một người không chịu thay đổi tâm tánh, dù họ có đi bất cứ nơi nào [họ cũng không thay đổi]. Họ có thể lên cung trăng, nhưng nếu họ không chịu thay đổi tâm tánh, họ sẽ là người đầu tiên vào trại tù ở cung trăng đó".

(*Tonen: If a person doesn't change inside, it doesn't matter where they go. They can go to the moon, and if they haven't changed inside, they'll be the first person on the moon in jail).*

Cũng thế, chúng ta đang bị giam bởi sự tự ngã, vô minh và sân giận. Đây là những chấn song sắt lạnh. Một số tù nhân ở bị giam bởi hàng rào và một số người khác bị giam bởi sự giàu có, tự ngã, thuốc phiện, rượu, thực phẩm… Đó là những điều hấp dẫn của trần gian khiến chúng ta bị nhấn chìm trong thất tình lục dục, thất vọng, giận dữ và lo lắng. Trôi dạt trong cõi luân hồi, vô minh sai xử khiến chúng ta dễ bị suy sụp bởi những khát ái. Chúng ta nắm giữ bất cứ cái gì chúng ta mộng ảo cho là hạnh phúc thường còn: tiền tài, sắc đẹp, danh vọng, vật chất và tự ngã. Những chấp thủ trần tục của chúng ta sẽ kéo dài sự đau khổ của mình ở cõi ta bà này. Chỉ bằng cách thay đổi tâm tánh, thoát khỏi xiềng xích của tham muốn, sân giận và ngu si thì chúng ta sẽ tìm được hạnh phúc chân thật, còn nếu không, dù có bay đi đâu để trốn thế gian này, dù có *lên cung trăng thì chúng ta vẫn bị tù trên đó* thôi.

Một tù nhân hôm nay sẽ có thể là thánh nhân của ngày mai cũng từ việc thay đổi và thoát các ngục tù của tâm này.

Đạo Phật không phải là một tín ngưỡng. Đạo Phật là một lý tưởng phụng sự dựa trên trí tuệ phá chấp và trên tình thương lợi hành. Chúng ta làm sao có thể ngồi yên khi xung quanh chúng ta còn quá nhiều đau khổ, hận thù, tham vọng và bất công! Chính thế đạo Phật dấn thân vào cuộc đời, vào các công tác từ thiện, hoằng pháp tại các trại giam, bịnh viện, trại cùi, làng quê xa xôi... nhằm mang thông điệp giải thoát và hạnh phúc của Đức Phật đến cho tất cả mọi người. Thiền là phương pháp phổ biến cho các tù nhân tu tập. Thiền hoán chuyển những tư tưởng nhiễu loạn, ghen ghét, tật đố trở nên thanh tịnh, nhẹ nhàng và sáng suốt. Thiền thật sự giúp các tù nhân chuyển hóa từ quan điểm tán loạn, ích kỷ để trở thành thức tỉnh, sáng suốt và lợi tha thương người.

Ai cũng có thể chuyển hóa tâm mình. Ai cũng có thể khắc phục những tiêu cực và phát huy những yếu tố tích cực của Phật tánh. Đức Phật đã hướng dẫn phương pháp làm chủ tâm mình từ kinh nghiệm của ngài. Một trong bài kinh đầu tiên của Đức Phật là Tứ diệu đế. Những ý nghĩa này thật sự đã nói với chúng ta rằng sự hiện hữu của chúng ta, tự ngã của chúng ta là đau khổ do chúng ta tạo ra. Nhưng chúng ta cũng có thể dừng sự đau khổ của mình bằng cách chuyển hóa các khát ái vô minh. Bằng thiền quán trên tánh không và vô ngã, chúng ta có thể thoát khỏi những chấp thủ. Hiện tượng là vô thường, không có bản chất và nơi đây không có tự ngã "Ta" và "Của Ta". Từ những pháp quán chiếu Tứ pháp ấn trong kinh Nguyên Thủy (khổ, không, vô thường và vô ngã)[39], Tứ pháp ấn trong kinh Đại Thừa (chân thường, chân lạc, chân ngã, chân tịnh)[40], chúng ta có thể hiểu hoàn toàn nỗi đau khổ của mình và người khác, phát triển từ bi và phục vụ chúng sanh, cuối cùng tìm hạnh phúc chân thật. Đức Phật dạy chúng ta nên tinh tấn, chớ có buông lung để ra khỏi vòng luân hồi tìm hạnh phúc chân thật. Đây là sự lựa chọn của mình. Nếu mình chỉ sống với thất vọng, sân giận, buồn bả, tội ác, hận thù thì sẽ không thấy những

39. Xin xem: *Vòng Luân Hồi*, Thích Nữ Giới Hương, Nhà sách Phương Đông: Tủ Sách Bảo Anh Lạc, 2008.
40. Xin xem: *Luân Hồi trong Lăng Kính Lăng Nghiêm,* Thích Nữ Giới Hương, Nhà Xuất bản Văn Hoá Sài gòn: Tủ Sách Bảo Anh Lạc, 2008.

vị tha, tùy hỉ, hướng thiện... nằm đằng sau chiếu sáng và lấp lánh như kim cương. Chúng đang ở đó và đợi chúng ta quán chiếu đến.

Tình thương có sức mạnh nhất trên hành tinh này. Tình thương có khả năng giảm đau khổ, mang hạnh phúc và tạo phép lạ. Ngay cả khi chúng ta bố thí người nghèo những vật chất, ngay cả bố thí thân phần của mình, nhưng nếu chúng ta không có tình thương thì không có sự lợi ích chân thật. Trong cuộc đời này bố thí nhiều, chăm sóc người khác và hy sinh để giúp đỡ người khác, nhưng nếu không xuất phát từ tình thương thì chúng ta sẽ thiếu cái gốc và Phật sự của chúng ta dễ thành ma sự hay ái kiến đại bi.

Con người bất kể màu da, chủng tộc, tôn giáo đều thương yêu nhau bình đẳng. Chúng ta cùng ở dưới một bầu trời và cùng sống trên một hành tinh nên cùng có cộng nghiệp, cộng sinh và cộng tồn liên đới với nhau. Nếu chúng ta có cái nhìn duyên khởi nhân quả như vậy thì nhà tù sẽ giảm bớt những tù nhân vi phạm chủ nghĩa phân biệt, chủ nghĩa chủng tộc và nạn kỳ thị xảy ra. Các tôn giáo sẽ tìm thấy một nền tảng chung là sự tu tập của tình thương, từ bi và phục vụ. Phật giáo có một lối nhìn không giáo điều và thực tiễn về vấn đề sanh tử cũng như chấp nhận hiện trạng của sự vô thường. Phật giáo cũng nhấn mạnh đến những điều cơ bản về lòng từ mẫn vô điều kiện (Phật tánh). Trong kinh Pháp cú, Đức Phật dạy:

"Trên thế gian này, sân hận không thể dập tắt bằng sân hận.

Chỉ có tình thương mới dập tắt được sân hận".[41]

41. Kinh pháp cú. Kệ 223 (Phẩm 17. Phẫn Nộ). Hòa Thượng Thích Minh Châu dịch. https://thuvienhoasen.org/images/file/ZSqWfkb40QgQA-Jh6/kinh-phap-cu-19-10-2014-.pdf

Rõ ràng, pháp luật có trừng trị gắt gao cho nạn kỳ thị này, nhưng khó dập tắt được nguồn gốc ghen ghét do tâm vô minh phân biệt. Sư ông Nhất Hạnh trong cuốn "Từng Bước Bình An" (*Peace is Every Step of the Way*) nói rằng: Sự cốt yếu của tình thương và từ bi là sự hiểu nhau. Khả năng để nhận ra sự đau khổ về vật lý, vật chất và tinh thần của người khác, để đưa chúng ta 'đi sâu vào bên trong của người khác'. Nếu chúng ta đạt được khả năng để thấy qua ánh mắt của người khác, chúng ta sẽ thấy không có gì khác giữa họ và chúng ta, bởi lẽ tất cả cùng có nhu cầu giống nhau: tránh khổ, ham vui và cầu hạnh phúc như nhau.

Để đấu tranh với bản chất ghen ghét hủy diệt này, chúng ta phải dùng một trong những dụng cụ lớn nhất, một thanh gươm bén nhất và một phương pháp trị liệu hiệu quả nhất là phục vụ (công quả, làm phước, từ thiện...). Qua sự phục vụ của chúng ta với những người khác là sự trưởng thành trong tình thương và lòng từ bi trong đời sống của chúng ta. Qua sự phục vụ, chúng ta có thể vượt qua sự ghét và giận trong thế giới. Và quan trọng nhất, qua sự phục vụ, chúng ta đạt được sự sáng suốt và hiểu biết trong bản chất thật của các pháp. Phục vụ dấn thân là một trong những tiêu điểm chính của mỗi tôn giáo. Tinh thần của chúng ta được biểu hiện trong đời sống hàng ngày và quét sạch những lo lắng và đau khổ của chúng ta. Qua sự phục vụ, chúng ta có thể vượt qua chủ nghĩa tự ngã, trở nên cao thượng và hoà ái với mọi người.

Trong bài diễn văn nhận giải Nobel Hoà bình, đức Đạt Lai La Ma thứ XIV, Tenzin Gyatso[42] có nói: "Bởi vì tất cả chúng ta cùng chia sẻ sự sống trên trái đất nhỏ này,

42. Diễn văn nhận giải Nobel Hoà bình, đức Đạt Lai La Ma thứ XIV, Tenzin Gyatso https://vn.dalailama.com/messages/acceptance-speeches/nobel-peace-prize/nobel-peace-prize-nobel-lecture

chúng ta phải sống trong hoà hợp lẫn nhau với bản chất của chúng ta. Đây không phải là giấc mơ mà là một sự cần thiết. Chúng ta tùy thuộc lẫn nhau trong nhiều cách. Chúng ta không phải sống trên một cộng đồng đơn lẽ và quên những gì đang xảy ra bên ngoài có những cộng đồng khác. Chúng ta cần phải giúp đỡ lẫn nhau khi chúng ta khó khăn và chia sẻ những cơ hội tốt khi chúng ta đang có. Tôi nói với bạn với tánh cách như một con người, một tu sĩ bình thường đơn giản. Nếu bạn muốn tin cái gì tôi nói là hữu dụng, hy vọng bạn sẽ tự mình cố gắng và thực tập chúng, bạn sẽ thấy".

Bất cứ khi nào chúng ta phạm một hành động ích kỷ hay trái luân lý, tôi không hy vọng nó mang đến hoà bình, hiểu biết và hạnh phúc cho thế giới này. Thay vào đó, nó sẽ tạo thêm vào sự rối loạn, ghen ghét và đau khổ. An lạc là một trạng thái nhẹ nhàng và nên được an trú thường xuyên. Vì vậy, chúng ta nên dùng lời nhẹ nhàng, tha thứ và biết trân trọng những người khác. Khi người khác đang cần, đặc biệt những người ngoài cộng đồng của chúng ta, chúng ta nên đến giúp họ. Chúng ta phải giúp họ bằng tình thương, bi mẫn và sự hiểu biết. Bằng cách làm như vậy, chúng ta sẽ phá vỡ những thành trì phân biệt tôn giáo, chủng tộc, văn hóa và cuối cùng thế giới của chúng ta sẽ được yên ổn hoà bình.

Tojin nói: «Thật khó trở thành 'ông Phật' trong nhà tù, đặc biệt là trong nhà tù của Mỹ. Nhưng tôi chân thành nghĩ rằng hầu hết những người đã tìm thấy đạo Phật trong khi ở tù và ngay cả chỉ sống với niềm tin này dù trong một thời gian ngắn, nhưng cũng sẽ đạt hay hoàn thành được một vài mức độ nào đó của sự tỉnh thức, lợi lạc của tâm linh. Chúng tôi rất vui khi thấy mình đang làm một việc khá tốt trong nếp sống thiền môn từ khi chúng tôi gặp được sợi dây Phật pháp. Tôi hoàn toàn không biết làm thế nào tôi đến đây nhưng bây giờ tôi đã biết. Mọi pháp đều có nguyên nhân của nó».

(*It is difficult to be a Buddhist in prison, especially in an American prison. I honestly think that most people that find Buddhism while in prison and stay with it for even a short period do attain or achieve some level of awakening. We are happy to see that we are going well on in the Buddha's teaching way. I do not know the reason why I am here in prison but now I understood it. Things have their causes.*)

Trại tù là do người ta dựng nên. Nó có thể là địa ngục khiếp sợ phải né tránh hay có thể là ngôi chùa thanh tịnh để tù nhân tu tập, nương theo sự hướng dẫn của Đức Phật để ra khỏi sự si mê, chấp thủ và lừa đảo. Chí nguyện tu tập, chí nguyện trường chay giữa thế giới nhà tù hỗn loạn và thiếu thốn thực phẩm là những việc khó làm. Đúng là sen nở trong lửa. Một nguyện khó làm giữa địa ngục này.

Nguyện cho những tham vọng, chướng ngại được chuyển hóa và bình minh của tỉnh thức bản lai sẽ chiếu mãi nơi tù nhân. Cầu mong tất cả tù nhân như những bông sen nở trong bùn đen, như những bộ đồng phục tù nhân màu cam sáng nổi bật trong khung xám xịt của thành trại giam.

Những hạnh nguyện gì Đức Phật và Bồ tát đã làm? Khi hành Bồ tát đạo, các ngài đã từng ở những nơi tồi tệ và đau khổ nhất để cảm hóa những chúng sanh khiến họ buông bỏ đường mê, thức tỉnh và giải thoát.

Một đệ tử hỏi Sư phụ: "Sau khi chết sư phụ sẽ đi về đâu?"

Sư phụ trả lời: "Ta đi vào địa ngục."

Người đệ tử ngạc nhiên: "Tại sao?"

Sư phụ trả lời: "Vì nơi đó cần ta nhất."

Bồ tát Địa Tạng phát nguyện: "Còn một chúng sanh nào nơi cõi địa ngục thì ngài chưa thành Phật. Chúng sanh độ tận rồi, mới chứng bồ đề."

(Địa ngục vị không thề bất thành Phật, chúng sanh độ tận, phương chứng bồ đề).

Thật là gương sáng muôn đời cho chúng con kính lễ học hỏi.

Phật Uyển trang nghiêm điểm hạnh Bồ đề.

Nam Mô Chứng Minh Sư Bồ Tát Ma Ha Tát.

Thiệp Đức Phật do các tù nhân trại Green Bay, Wisconsin làm cúng dường nhân dịp lễ Mừng Ngày Phật Đản Sanh

Tài Liệu Tham Khảo

Dharma in Hell, Fleet Maul, Prison Dharma Network, 2005.

Sitting Inside, Buddhist Practice in America's Prisons, Kobai Scott WhiT.N.ey, Prison Dharma Network, 2003.

Sosaku, Ven. Tonen and Douglas Stream, Milwaukee Zen Centre, Wisconsin, 2005-2009.

Websites:

www.milwaukeezencenter.org

www.engaged-zen.org/

www.thubtenchodron.org/

www.prisondharmanetwork.org/

www.hatecrimes.com

www.prison.com

www.inmates.com

www.lionheart.org

Google: Wisconsin Prisons

TỦ SÁCH BẢO ANH LẠC

do Ni Sư Tiến Sĩ T.N. Giới Hương biên soạn

1.1. SÁCH TIẾNG VIỆT

1. *Bồ-tát và Tánh Không Trong Kinh Tạng Pali và Đại Thừa*
2. *Ban Mai Xứ Ấn* (The Dawn in India) - *Tuyển tập các Tiểu Luận Phật Giáo* (Collection of Buddhist Essays), (3 tập).
3. *Sārnātha - Vườn Nai – Chiếc Nôi Phật Giáo*
4. *Quy Y Tam Bảo và Năm Giới*
5. *Vòng Luân Hồi*
6. *Hoa Tuyết Milwaukee*
7. *Luân Hồi trong Lăng Kính Lăng Nghiêm*
8. *Nghi Thức Hộ Niệm, Cầu Siêu*
9. *Quan Âm Quảng Trần*
10. *Nữ Tu và Tù Nhân Hoa Kỳ*
11. *Nếp Sống Tỉnh Thức của Đức Đạt Lai Lạt Ma Thứ XIV*
12. *A-Hàm: Mưa pháp chuyển hóa phiền não* - 2 tập
13. *Góp Từng Hạt Nắng Perris*
14. *Pháp Ngữ của Kinh Kim Cang*
15. *Tập Thơ Nhạc Nắng Lăng Nghiêm*
16. *Nét Bút Bên Song Cửa*

17. *Máy Nghe MP3 Hương Sen* (Hương Sen Digital Mp3 Radio Speaker): Các Bài Giảng, Sách, Bài viết và Thơ Nhạc của Thích Nữ Giới Hương (383/201 bài).
18. *DVD Giới Thiệu về Chùa Hương Sen*, USA
19. *Ni Giới Việt Nam Hoằng Pháp tại Hoa Kỳ*
20. *Tuyển Tập 40 Năm Tu Học & Hoằng Pháp của Ni sư Giới Hương*, Thích Nữ Viên Quang, T.N. Viên Nhuận, T.N. Viên Tiến, and T.N. Viên Khuông.
21. *Tập Thơ Nhạc Lối Về Sen Nở*
22. *Nghi Thức Công Phu Khuya – Thần Chú Thủ Lăng Nghiêm*
23. *Nghi Thức Cầu An – Kinh Phổ Môn*
24. *Nghi Thức Cầu An – Kinh Dược Sư*
25. *Nghi Thức Sám Hối Hồng Danh*
26. *Nghi Thức Công Phu Chiều – Mông Sơn Thí Thực*
27. *Khóa Tịnh Độ – Kinh A Di Đà*
28. *Nghi Thức Cúng Linh và Cầu Siêu*
29. *Nghi Lễ Hàng Ngày - 50 Kinh Tụng và các Lễ Vía trong Năm*
30. *Hương Đạo Trong Đời 2022* (Tuyển tập 60 Bài Thi trong Cuộc Thi Viết Văn Ứng Dụng Phật Pháp 2022)
31. *Hương Pháp 2022* (Tuyển Tập Các Bài Thi Trúng Giải Cuộc Thi Viết Văn Ứng Dụng Phật Pháp 2022).
32. *Giới Hương - Thơm Ngược Gió Ngàn*, Nguyên Hà.
33. *Pháp Ngữ Kinh Hoa Nghiêm* - 2 tập
34. *Tinh Hoa Kinh Hoa Nghiêm*
35. *Phật Giáo – Tầm Nhìn Lịch Sử Và Thực Hành*. Hiệu đính: Thích Hạnh Chánh và Thích Nữ Giới Hương.

36. Nhật ký Hành Thiền Vipassana và Kinh Tứ Niệm Xứ

37. Nghi cúng Giao Thừa

38. Nghi cúng Rằm Tháng Giêng

39. Nghi thức Lễ Phật Đản

40. Nghi thức Vu Lan

41. Lễ Vía Quan Âm

42. Nghi cúng Thánh Tổ Kiều Đàm Di

43. Nghi thức cúng Tổ và Giác linh Sư trưởng

44. Nghi Lễ Chẩn Tế Mười Hai Loại Cô Hồn

45. Kỷ Yếu Lễ Tưởng Niệm Thánh Tổ Kiều Đàm Di tại Chùa Hương Sen năm 2024

46. Nghi Thức Cầu Siêu Chư Hương Linh Thai Nhi

47. Kim Quang Minh Kinh Sám Trai Thiên Khóa Nghi

48. Phật Giáo và Thánh Tích Sri Lanka

49. Đấu Tranh Bất Bạo Động Là Nền Tảng Xây Dựng Hòa Bình Toàn Cầu

50. Vũ Trụ Luận dưới lăng kính Khoa học và Phật Giáo

51. COVID-19: Vai trò Phật Giáo trong Việc Chữa Lành

52. Đại Dịch Coronavirus trong Thế Kỷ XXI

53. Đóng góp của Phật Giáo cho Hòa Bình Thế Giới và Hòa Hợp Xã Hội

54. Phật Giáo Toàn Cầu - Đặc Biệt Liên Kết Với Sri Lanka

55. Phật Giáo Sri Lanka từ Thế Kỷ 19-21

56. Ngày Nhà Giáo Việt Nam 20/11 - Tri Ân Người Khai Trí

1.2. SÁCH TIẾNG ANH

1. *Boddhisattva and Sunyata in the Early and Developed Buddhist Traditions.*
2. *Rebirth Views in the Śūraṅgama Sūtra.*
3. *Commentary of Avalokiteśvara Bodhisattva.*
4. *The Key Words in Vajracchedikā Sūtra.*
5. *Sārnātha-The Cradle of Buddhism in the Archeological View.*
6. *Take Refuge in the Three Gems and Keep the Five Precepts.*
7. *Cycle of Life.*
8. *Forty Years in the Dharma: A Life of Study and Service—Venerable Bhikkhuni Giới Hương.*
9. *Sharing the Dharma -VieT.N.amese Buddhist Nuns in the United States.*
10. *A Buddhist Nun and American Inmates.*
11. *Daily Monastic Chanting.*
12. *Weekly Buddhist Discourse Chanting.*
13. *Practice Meditation and Pure Land.*
14. *The Ceremony for Peace.*
15. *The Lunch Offering Ritual.*
16. *The Ritual Offering Food to Hungry Ghosts.*
17. *The Pureland Course of Amitabha Sutra.*
18. *The Medicine Buddha Sutra.*
19. *The New Year Ceremony.*
20. *The Great Parinirvana Ceremony.*

21. *The Buddha's Birthday Ceremony.*
22. *The Ullambana Festival (Parents' Day).*
23. *The Marriage Ceremony.*
24. *The Blessing Ceremony for The Deceased.*
25. *The Ceremony Praising Ancestral Masters.*
26. *The Enlightened Buddha Ceremony.*
27. *The Uposatha Ceremony (Reciting Precepts)*
28. *Buddhism: A Historical And Practical Vision.* Edited by Ven. Dr. Thich Hanh Chanh and Ven. Dr. Bhikṣuṇī T.N. Gioi Huong.
29. *Contribution of Buddhism For World Peace & Social Harmony.* Edited by Ven. Dr. Buddha Priya Mahathero and Ven. Dr. Bhikṣuṇī T.N. Gioi Huong.
30. *Global Spread of Buddhism with Special Reference to Sri Lanka.* Buddhist Studies Seminar in Kandy University. Edited by Dr. Ven. Kahawatte Sumedha Thero and Dr. Bhikṣuṇī T.N. Gioi Huong.
31. *Buddhism In Sri Lanka During The Period of 19th to 21st Centuries.* Buddhist Studies Seminar in Colombo. Edited by Prof. Ven. Medagama Nandawansa and Dr. Bhikṣuṇī T.N. Gioi Huong.
32. *Diary: Practicing Vipassana and the Four Foundations of Mindfulness Sutta.*
33. *Prayer for the Souls of Unborn Babies.*
34. *Nonviolent Struggle - The Foundation for Building Global Peace*

1.3. SÁCH SONG NGỮ (VIET.N.AMESE-ENGLISH)

1. *Bản Tin Hương Sen: Xuân, Phật Đản, Vu Lan* (Hương Sen Newsletter: Spring, Buddha Birthday and Vu Lan, annual/ Mỗi Năm).
2. *Danh Ngôn Nuôi Dưỡng Nhân Cách - Good Sentences Nurture a Good Manner.*
3. *Văn Hóa Đặc Sắc của Nước Nhật Bản-Exploring the Unique Culture of Japan.*
4. *Sống An Lạc dù Đời không Đẹp như Mơ - Live Peacefully though Life is not Beautiful as a Dream.*
5. *Hãy Nói Lời Yêu Thương-Words of Love and Understanding.*
6. *Văn Hóa Cổ Kim qua Hành Hương Chiêm Bái -The Ancient- Present Culture in Pilgrim.*
7. *Nghệ Thuật Biết Sống - Art of Living.*
8. *Dharamshala - Hành Hương Vùng Đất Thiêng, Ấn Độ, Dharamshala - Pilgrimage to the Sacred Land, India.*
9. *The Great Contribution to World Peace and Social Harmony of Emperor Ashoka and Emperor Trần Nhân Tông* - Sự Đóng Góp cho Hòa Bình Thế Giới và An Toàn Xã Hội của Hoàng Đế A-Dục và Vua Trần Nhan Tông

1.4. SÁCH CHUYỂN NGỮ

1. *Xá Lợi Của Đức Phật* (Relics of the Buddha), Tham Weng Yew.
2. *Sen Nở Nơi Chốn Tử Tù* (Lotus in Prison), many authors.
3. *Chùa Việt Nam Hải Ngoại* (Overseas VieT.N.amese Buddhist Temples).
4. *Việt Nam Danh Lam Cổ Tự* (The Famous Ancient Buddhist Temples in VieT.N.am).
5. *Hương Sen, Thơ và Nhạc* – (Lotus Fragrance, Poem and Music).
6. *Phật Giáo-Một Bậc Đạo Sư, Nhiều Truyền Thống* (Buddhism: One Teacher – Many Traditions), Đức Đạt Lai Lạt Ma 14th & Ni Sư Thubten Chodren.
7. *Cách Chuẩn Bị Chết và Giúp Người Sắp Chết-Quan Điểm Phật Giáo* (Preparing for Death and Helping the Dying – A Buddhist Perspective)

2. ALBUMS NHẠC

Từ Thơ Thích Nữ Giới Hương

1. *Đào Xuân Lộng Ý Kinh* (The Buddha's Teachings Reflected in Cherry Flowers).
2. *Niềm Tin Tam Bảo* (Trust in the Three Gems).
3. *Trăng Tròn Nghìn Năm Đón Chờ Ai* (Who Is the Full Moon Waiting for for Over a Thousand Years?).
4. *Ánh Trăng Phật Pháp* (Moonlight of Dharma-Buddha).
5. *Bình Minh Tỉnh Thức* (Awakened Mind at the Dawn) (*Piano Variations for Meditation*).

6. *Tiếng Hát Già Lam* (Song from Temple).
7. *Cảnh Đẹp Chùa Xưa* (The Magnificent, Ancient Buddhist Temple).
8. *Karaoke Hoa Ưu Đàm Đã Nở* (An Udumbara Flower Is Blooming).
9. *Hương Sen Ca* (Hương Sen's Songs)
10. *Về Chùa Vui Tu* (Happily Go to Temple for Spiritual Practices)
11. *Gọi Nắng Xuân Về* (Call the Spring Sunlight).
12. *Đệ Tử Phật* (Buddhist Disciples)
13. *Hoa Pháp Cú* (Dhammapada Flower)
14. *Vu Lan Báo Hiếu* (The Filial Piety on Vu Lan Season)

Mời xem: http://www.huongsentemple.com/index.php/kinh-sach/tu-sach-bao-anh-lac

www.ingramcontent.com/pod-product-compliance
Lightning Source LLC
LaVergne TN
LVHW060311051026
849517LV00004B/1067